AF657838

विलपॉवर

सर्वांत मोठ्या मानवी शक्तीचे पुनर्शोधन

रॉय एफ. बॉमाइस्टर

आणि जॉन टियरनी

अनुवाद : आरती देवगांवकर

MANJUL

मंजुल पब्लिशिंग हाउस

First published in India by

MANJUL

Manjul Publishing House

Corporate and Editorial Office
•2nd Floor, Usha Preet Complex, 42 Malviya Nagar,
Bhopal 462 003 – India

Sales and Marketing Office
•C-16, Sector 3, Noida, Uttar Pradesh 201301 – India
Website: www.manjulindia.com

Distribution Centres
Ahmedabad, Bengaluru, Chennai, Kochi,
Kolkata, Hyderabad, Mumbai, New Delhi, Pune

Marathi translation of *Willpower*
by Roy F. Baumeister and John Tierney

This edition published by arrangement with Penguin Press,
an imprint of Penguin Publishing Group, a division of Penguin
Random House LLC

Marathi edition first published in 2026

ISBN 978-93-7317-078-7

Translated by: Aarti Deogaonkar

Printed and bound in India by Repro India Limited

रॉय बाउमिस्टर आणि जॉन टियरनी लिखित 'इच्छाशक्ती' या पुस्तकावरील प्रशंसनीय अभिप्राय

'इच्छाशक्तीबद्दलचे एक अत्यंत सुलभ, शास्त्रोक्त आणि अनुभवजन्य असे मार्गदर्शक पुस्तक, जे तुम्हाला या अद्भुत शक्तीचा वापर करून कोणत्याही प्रकारच्या प्रलोभनांपासून स्वतःचा बचाव कसा करावा, हे शिकवेल. हे पुस्तक इच्छाशक्तीच्या कमतरतेवर मात करण्यासाठी उपयुक्त ठरतील, अशा असंख्य आणि नानाविध क्लृप्त्यांनी खच्चून भरलेले आहे.'

–द वॉल स्ट्रीट जर्नल, 'अप्रतिम पुस्तक.' –द डेली बिस्ट

'बाउमिस्टर आणि टियरनी ही लेखक जोडी आपली मनमोहक व उत्साही शैली वापरून आत्मसंयमनाचा अभाव आणि त्याचे समस्याकारक परिणाम, यांच्यातील क्लिष्ट गुंता सवाल–जबाब या पद्धतीने वाचकांसाठी सोडवतात.'

–किर्कस रिव्ह्यूज

'कोणत्याही बाबतीत दिरंगाई वा चालढकल करण्यापासून – मग ते निवृत्तीनंतरच्या आयुष्यासाठी बचत करणे असो, वा नियमित व्यायाम करणे असो – इच्छाशक्तीचा आपल्या आयुष्यातील प्रत्येक पैलूवर, घटकावर प्रभाव पडत असतो. यातून मार्ग काढण्यासाठी बाउमिस्टर आणि टियरनी यांनी वाचकांसाठी एक अप्रतिम पुस्तक लिहिलेले आहे. या पुस्तकातून त्यांनी केवळ या विषयावरील रोमांचक संशोधनच नव्हे, तर इच्छाशक्तीचा पुरेपूर वापर करण्यासाठी गरजेच्या असलेल्या अनेक सोप्या क्लृप्त्यादेखील सांगितल्या आहेत.'

–डॅन एरियेली, ड्यूक युनिव्हर्सिटीतील प्राध्यापक आणि
'प्रेडिक्टेबली इरॅशनल' या पुस्तकाचे लेखक.

'इच्छाशक्ती हे अत्यंत लोभस आणि आल्हाददायक असे पुस्तक आहे. तुम्ही एकदा ते वाचायला हाती घेतले की, पुन्हा खाली ठेवणारच नाही. या पुस्तकात 'आत्मसंयमन' या शास्त्राच्या एका नवीन शाखेचा सखोल आणि रंजक वृत्तान्त दिलेला आहे. विशेष बाब म्हणजे हा आढावा अशा संशोधकाने घेतलेला आहे, ज्याने या शाखेचा शोध लावला आहे आणि अशा पत्रकाराने, ज्याने त्याची माहिती सबंध जगापर्यंत पोहोचवली आहे.'

–डॅनियल गिलबर्ट, हार्वर्ड युनिव्हर्सिटीतील प्राध्यापक,
'स्टम्ब्लिंग ऑन हॅपिनेस'चे लेखक आणि पी.बी.एस.च्या
'धिस इमोशनल लाइफ' या टेलिव्हिजन मालिकेचे सादरकर्ते (होस्ट).

‘एवढ्या कठीण विषयावरील पुस्तक जेवढे माहितीपर आहे, तेवढेच मनोरंजकदेखील असू शकेल, असे कुणाला वाटलेही नव्हते. टियरनी आणि बाउमिस्टर यांनी आधुनिक जीवनातल्या एका कळीच्या मुद्द्याबद्दल महत्त्वाची माहिती दिली असून, भरपूर महत्त्वाचे सल्ले असणारे विद्वत्तापूर्ण आणि अत्यंत आकर्षक लिखाण केलेले आहे. वाहवा!’

–डेव्हिड ॲलन, ‘गेटिंग थिंग्स डन’ आणि
‘मेकिंग इट ऑल वर्क’ या पुस्तकांचे लेखक.

‘इच्छाशक्तीमध्ये मानवी वर्तन आणि विज्ञान या दोन्हींचा संगम झालेला असतो. इच्छाशक्ती हे पुस्तकदेखील दोन अत्यंत महत्त्वाच्या आणि विद्वान व्यक्तींच्या एकत्र येण्यातून निर्माण झालेले आहे – रॉय बाउमिस्टर, जे एक अत्यंत सर्जनशील असे शास्त्रज्ञ आहेत आणि जॉन टियरनी, जे एक अफाट आकलनशक्ती असलेले पत्रकार आहेत. या पुस्तकाकडे दुर्लक्ष करणे तुमच्यासाठी धोक्याचे ठरू शकते.’

–स्टीव्हन जे. डबनर, ‘फ्रीकोनॉमिक्स’
आणि ‘सुपर फ्रीकोनॉमिक्स’ या पुस्तकांचे लेखक.

‘इच्छा वा संकल्प, इच्छाशक्ती आणि मानसिक ऊर्जा, या सगळ्या गोष्टींकडे आधुनिक मानसशास्त्राद्वारे कानाडोळा करण्यात आलेला आहे. रॉय बाउमिस्टर – सबंध जगातील सर्वांत प्रतिष्ठित असे प्रायोगिक सामाजिक मानसशास्त्रज्ञ आणि जॉन टियरनी – विख्यात पत्रकार, या दोघांनी एकत्र येऊन, इच्छा वा संकल्प या गोष्टीला जागतिक मंचाच्या केंद्रभागी असलेली तिची यथायोग्य जागा पुन्हा मिळवून दिलेली आहे. ज्या कोणाला व्यायाम, पथ्य, आहार (डाएट), वेळेचे योग्य व्यवस्थापन, काटकसर, या गुणांचा आपल्या आयुष्यात समावेश करायचा असेल आणि प्रलोभनांचा प्रतिकार करायचा असेल, त्यांनी हे पुस्तक अवश्य वाचावे.’

–मार्टिन सेलिग्मन, युनिव्हर्सिटी ऑफ पेनसिल्व्हेनिया, अमेरिकन
सायकॉलॉजिकल असोसिएशनचे माजी अध्यक्ष आणि
‘ऑथेंटिक हॅपिनेस’ व ‘फ्लरिश’ या पुस्तकांचे लेखक.

‘ज्या कोणाला वजन कमी करायचे आहे, धूम्रपान करणे थांबवायचे आहे, दारू पिणे कमी करायचे आहे, अधिक कार्यक्षमतेने आणि चातुर्याने काम करायचे आहे, त्या सर्वांसाठी हे पुस्तक म्हणजे जणू एक दैवी देणगीच आहे. या पुस्तकात मानवी मानसशास्त्रातील एका अत्यंत अस्पष्ट; परंतु महत्त्वाच्या प्रश्नाचा आश्चर्यकारकरीत्या उत्तम आणि सुलभ पद्धतीने मागोवा घेतला आहे. तो प्रश्न म्हणजे, आपल्याला खरेच चांगले पर्याय माहीत असूनदेखील आपण स्वतःला निकामी का करीत

जातो वा निष्क्रिय का ठेवतो? थोडक्यात, आपल्याला बुद्धी असूनदेखील आपण स्वतःच्याच प्रगतीमध्ये अडथळे का आणतो? याव्यतिरिक्त, इच्छाशक्ती हे एक अत्यंत मनोरंजक असे पुस्तक असून, त्यात आपल्या उत्क्रांतीमुळे घडण झालेल्या मेंदूच्या गुंतागुंतीबद्दल सुरस अशा काही मजेदार गोष्टीदेखील सांगितल्या आहे. हे पुस्तक प्रत्येक बाबतीत अव्वल आहे.'

–ख्रिस्तोफर बकली, 'थँक यू फॉर स्मोकिंग'
आणि 'लुजिंग मम अँड पप' या पुस्तकांचे लेखक.

'सर्वसामान्य माणसांच्या प्रलोभनांशी चालणाऱ्या अविरत झुंजीचे सखोल आणि जिज्ञासू विश्लेषण. इच्छाशक्ती नेमकी काय आहे, काहींकडे ती का असते, तर काही माणसांकडे का नसते, आणि ज्यांच्याकडे नाही, त्यांनी ती कशी मिळवावी, हे समजून घेण्यासाठी उपयुक्त अशी प्रचंड माहिती या पुस्तकात आहे. उत्तम वाचन अनुभव.'

–रवी धार, डायरेक्टर ऑफ कस्टमर इन्साइट्स,
येल स्कूल ऑफ मॅनेजमेंट इच्छाशक्ती

रॉय एफ. बाउमिस्टर हे 'द पॉवर ऑफ बॅड : हाऊ द निगेटिव्हिटी इफेक्ट रुल्स अँज अँड हाऊ वी कॅन रुल इट' या पुस्तकाचे सहलेखक आणि युनिव्हर्सिटी ऑफ क्वीन्सलँडमधील एक संशोधक मानसशास्त्रज्ञ आहेत. सर्वसामान्य प्रौढ माणसे जसा विचार करतात, ज्या भावना अनुभवतात, जसे वागतात – तसे नेमके का करतात, याच्या नेमक्या कारणमीमांसेवर ते संशोधन करतात. 'स्व' आणि 'आत्म–ओळख', नकारात्मकता व त्याचा प्रभाव, आत्मसंयमन, स्वाभिमान, माणसे आपल्या आयुष्याचा अर्थ कसा शोधतात, सामाजिक बहिष्कार आणि समाजात आपला समावेश व्हावा अशी माणसांची आकांक्षा – अशा अनेक विषयांवरील आपल्या महत्त्वपूर्ण कामासाठी ते जगप्रसिद्ध आहेत.

–जॉन टियरनी हे 'द पॉवर ऑफ बॅड : हाऊ द निगेटिव्हिटी इफेक्ट रुल्स अँज अँड हाऊ वी कॅन रुल इट' या पुस्तकाचे सहलेखक असून, 'सिटी जर्नल' या मासिकासाठी वेळोवेळी लेखन करतात. त्याचसोबत ते 'द न्यू यॉर्क टाइम्स' या वृत्तपत्रात 'फाइंडिंग्स' (शोध) नावाचे विज्ञानाशी निगडित सदर चालवतात. त्यांना आपल्या अनेक लेखांसाठी 'अमेरिकन असोसिएशन ऑफ द अॅडव्हान्समेंट ऑफ सायन्स' आणि 'अमेरिकन इन्स्टिट्यूट ऑफ फिजिक्स' यांतर्फे विविध पुरस्कार मिळाले आहेत.

आमची मुले, अथीना आणि लुक, यांना समर्पित

अनुक्रमणिका

प्रस्तावना

तुम्ही यशाची व्याख्या कशीही केलीत - उदाहरणार्थ, एक सुखी कुटुंब असणे, चांगले मित्र असणे, समाधानकारक व्यावसायिक कारकिर्द असणे, उत्तम स्वास्थ्य असणे, निरोगी असणे, आर्थिकदृष्ट्या सुरक्षित असणे, वा आपले छंद जोपासण्याइतके, आपल्याला भावते ते कार्य करण्याची मुभा असणे - तरी त्याच्याशी निगडित असे काही विशिष्ट गुण असतात. मानसशास्त्रज्ञ जेव्हा सर्वसामान्य लोकांना त्यांच्या आयुष्यात 'सकारात्मक परिणाम' कसे मिळतात याचा अभ्यास करतात, तेव्हा त्यांना विशेषतः दोन गुणवैशिष्ट्ये सातत्याने आढळून येतात. ती म्हणजे बुद्धिमत्ता आणि आत्मसंयमन. बुद्धिमत्ता कायमसाठी कशी वाढवायची, याचे ठोस उत्तर अद्याप संशोधकांना सापडलेले नाही; परंतु आत्मसंयमन कसे सुधारावे, याचा शोध, खरे म्हणजे पुनर्शोध त्यांनी लावलेला आहे.

त्याचसाठी हे पुस्तक लिहिण्याचा घाट. आमच्या मते, इच्छाशक्ती आणि आत्मसंयमन यांवर केले जाणारे संशोधन हा मानवजातीच्या कल्याणासाठी असलेला मानसशास्त्राच्या क्षेत्रातील एकमेव आशेचा किरण आहे. इच्छाशक्ती आपल्याला स्वतःमध्ये आणि आपल्या समाजामध्ये अनेक छोटे-मोठे बदल घडवून आणण्याची ताकद देते. आपल्या 'द डिसेंट ऑफ मॅन' या पुस्तकात चार्ल्स डार्विन लिहितात त्याप्रमाणे, 'कोणत्याही समाजात नैतिक संस्कृतीची परमोच्च पातळी म्हणजे त्यातील नागरिकांना आपण आपल्या विचारांवर नियंत्रण मिळवले पाहिजे, याची होणारी जाणीव.' इच्छाशक्तीची व्हिक्टोरियन धारणा काही काळातच नामशेष झाली; कारण विसाव्या शतकातील काही मानसशास्त्रज्ञ आणि तत्त्वचिंतकांना 'इच्छाशक्ती ही खरी गोष्ट आहे', याची खात्रीच नव्हती. खुद्द बाउमिस्टर यांनीसुद्धा काहीशा साशंक मनानेच इच्छाशक्तीच्या क्षेत्रातील अभ्यासाला सुरुवात केली होती. मात्र, नंतर त्यांनी स्वतः इच्छाशक्तीचे प्रयोगशाळेत निरीक्षण केले. ती कशी माणसांना चिकाटी आणि ताकद देते, इच्छाशक्ती संपुष्टात आल्यावर माणसे कशी आत्मसंयमन हरवून बसतात आणि ही मानसिक शक्ती शरीरातील ग्लुकोजच्या (साखरेच्या) पातळीवर कशा प्रकारे अवलंबून असते; हे सर्व त्यांनी शोधून काढले. इच्छाशक्तीलादेखील एखाद्या स्नायूप्रमाणेच अतिवापराने थकवा येतो; मात्र स्नायूप्रमाणेच प्रदीर्घ व्यायामानंतर तिचे बळ वाढूदेखील शकते, याचा त्यांनी आणि त्यांच्या साथीदारांनी शोध लावला. बाउमिस्टर यांच्या प्रयोगांनी सर्वप्रथम इच्छाशक्तीचे अस्तित्व सिद्ध करून दाखवले.

त्यानंतर सामाजिक विज्ञानामध्ये अभ्यासला जाणारा तो एक अत्यंत महत्त्वाचा अभ्यास विषय झालेला आहे. त्यांच्या प्रयोगांची आता मानसशास्त्रामध्ये सर्वाधिक संशोधनासाठी आवश्यक अशा नोंदी उद्धृत करणारे शोध म्हणून ख्याती झालेली आहे. त्यांनी आणि जगभरातील त्यांच्या वेगवेगळ्या सहकाऱ्यांनी एक महत्त्वाचा शोध लावलेला आहे : 'आपल्या इच्छाशक्तीला बळकट करणे हा एक अधिक चांगले, उत्तम आयुष्य जगण्याचा सर्वांत खात्रीशीर मार्ग आहे'.

त्या संशोधनातून एक गोष्ट त्यांच्या लक्षात आली : आयुष्यातील सगळ्या प्रमुख समस्या – मग त्या सामाजिक असोत वा वैयक्तिक – या आत्मसंयमनाच्या अभावामुळे किंवा त्याच्या पराभवामुळे निर्माण होतात. यात सर्व समस्यांचा समावेश असतो. जसे- आंतरिक सक्तीने, नीट विचार न करता अनावश्यक खर्च करणे, वारंवार पैसे उसने घेणे, भावनावश होऊन हिंसक होणे, शाळेत वा कामात कमी यश मिळणे, काम करण्यात चालढकल वा सतत दिरंगाई करणे, दारू आणि अमली पदार्थांचे धोकादायक प्रमाणात सेवन करणे, निकृष्ट व वाईट आहार घेणे, व्यायाम न करणे, सतत चिंतातुर असणे आणि प्रचंड चिडचिड करणे. आत्मसंयमनाचा अभाव असल्याने वैयक्तिक आयुष्यात अनेक प्रकारचे मानसिक आघात होतात. जसे- मैत्री तुटणे, नोकरी जाणे, घटस्फोट होणे, तुरुंगवास होणे. त्यामुळे यू.एस. ओपनसारखी एखादी मानाची स्पर्धा हातून निसटू शकते, जशी सेरेना विलियम्सनी २००९मध्ये क्रोधाचा झटका येऊन हातची संधी गमावली होती. त्याने तुमची संबंध व्यावसायिक कारकिर्द खराब होऊ शकते, ज्याचा अनुभव सातत्याने अनेक नीतिभ्रष्ट राजकारण्यांना येत असतो. आत्मसंयमनाच्या अभावामुळेच धोकादायक कर्जे घेण्याची आणि गुंतवणुकी करण्याची एके काळी जणू साथच आली होती, ज्यामुळे अमेरिकेची सगळी अर्थव्यवस्था ढासळली होती. सोबतच, फसव्या गुंतवणुकीच्या संधींचीदेखील त्या काळात लाट आली होती, ज्यामुळे अनेक लोकांना आपल्या वृद्धापकाळासाठी पुरेसे पैसे बाजूला टाकता आले नाहीत.

लोकांना त्यांची वैयक्तिक बलस्थाने सांगायला सांगा, तर ते म्हणतील की, प्रामाणिकपणा, दयाळूपणा, विनोदबुद्धी, सर्जनशीलता, धाडस, आणि आणखी अनेक सद्गुण; अगदी 'विनम्रता' असेदेखील उत्तर त्यांच्याकडून येईल. मात्र, कोणीही 'आत्मसंयमन' असे पटकन म्हणणार नाही. जगभरातील दहा लाख लोकांपेक्षा अधिक माणसांचा अभ्यास केल्यावर, आत्मसंयमन हे त्या लोकांच्या स्वतःबद्दल वाटणाऱ्या सद्गुणांच्या यादीतील सर्वांत शेवटचे उत्तर होते, हे संशोधकांच्या लक्षात आले. त्या संशोधकांनी तयार केलेल्या प्रश्नमालिकेत जवळपास २४ वेगवेगळी 'चारित्र्याची बलस्थाने' नोंदवलेली होती. त्या सर्वांपैकी आत्मसंयमन असा एक सद्गुण स्वतःमध्ये असल्याचे लोकांना लक्षात येण्याची शक्यता सगळ्यात कमी होती, हे यातून कळून चुकले. याउलट, लोकांना त्यांच्या उणिवांबद्दल विचारण्यात

आले, तेव्हा 'आत्मसंयमनाचा अभाव' हे कारण सगळ्यात जास्त प्रमाणात नोंदवण्यात आले.

लोकांना आजच्या काळात प्रचंड दडपण येते; कारण सध्या जगात प्रलोभनांची संख्या आधीपेक्षा कितीतरी पटींनी अधिक आहे. तुम्ही शरीराने कामाला वेळेवर जाऊन पोहोचालही; मात्र तुमचे मन हे कम्प्यूटरच्या एका क्लिकने किंवा फोनच्या स्क्रीनवर झालेल्या एका स्पर्शाने तिथून मैलोगणती दूर जाऊ शकते. ई-मेल आणि फेसबुक बघत, किंवा व्हिडिओ गेम खेळत तुम्ही कोणतेही काम सतत लांबणीवर टाकत राहू शकता. कम्प्यूटरचा वापर करणारा एखादा सर्वसाधारण माणूस एका दिवसात जवळपास तीन डझन वेबसाइट्सना भेटी देतो. तुम्ही भावनावेगात वाहवत जाऊन इंटनेटवर केवळ दहा मिनिटे खरेदी केलीत, तर तुमचे उरलेल्या वर्षभरासाठीचे खर्चाचे अंदाजपत्रक कोसळू शकते. प्रलोभनांना अंत नसतो. इच्छाशक्ती ही एक अतिसामान्य ताकद आहे, जी आपण केवळ आपत्तिकाळातच वापरू शकतो, असे आपल्याला वाटत असते. बाउमिस्टर आणि त्यांच्या सहकाऱ्यांनी मात्र वेगळाच शोध लावलेला आहे. त्यांनी नुकताच मध्यवर्ती जर्मनीमध्ये राहणाऱ्या दोनशेहून अधिक स्त्री-पुरुषांचा अभ्यास केला. त्या जर्मन नागरिकांनी बीपर्स (दळणवळणाची जुनी यंत्रे) जवळ ठेवले होते, जे दिवसांतून सात वेगवेगळ्या, मात्र अनिश्चित वेळी वाजत. त्याचा आवाज आला की, त्यांना त्या क्षणी कोणती विशिष्ट इच्छा होत आहे का, किंवा नुकतीच त्यांना कुठली तीव्र इच्छा मनात येऊन गेली का, हे त्यांनी संशोधकांना सांगायचे होते. विल्हेम हॉफमन यांच्या नेतृत्वाखाली पार पडलेल्या या किचकट संशोधनात सकाळपासून मध्यरात्रीपर्यंत दहा हजारांहून अधिक क्षणिक नोंदी गोळा करण्यात आल्या होत्या.

त्या अभ्यासातून, इच्छा हा अपवाद नव्हे तर नियम आहे; हे लक्षात आले. जेवढ्या वेळा बीपर्स वाजले, त्यातील जवळपास निम्म्या वेळी त्या माणसांना कोणत्या ना कोणत्या गोष्टीची तीव्र इच्छा होत होती, हे कळून आले. त्यांतील एक चतुर्थांश वेळा कोणतीतरी तीव्र इच्छा नुकतीच मनात येऊन गेल्याचे सहभागींनी कळवले. त्यांतील अनेक प्रबळ इच्छा त्याच होत्या, ज्या ते जर्मन कामगार प्रकर्षाने टाळण्याचा, ज्या प्रलोभनांचा प्रतिकार करण्याचा प्रयत्न करत होते. त्या अभ्यासानंतर संशोधकांनी निष्कर्ष काढला की, माणसे आपल्या जागेपणाचा किमान एक पंचमांश वेळ (दिवसातील तब्बल चार ते पाच तास) विविध प्रबळ इच्छांचा प्रतिकार करण्यातच घालवतात. वेगळ्या शब्दांत मांडायचे झाले तर, तुम्ही दिवसातील कुठल्याही क्षणी कोणतीही पाच माणसे निवडलीत, तर त्यांतील एक माणूस त्या क्षणी आपल्या इच्छाशक्तीचा वापर कोणत्यातरी प्रबळ इच्छेचा प्रतिकार करण्यासाठी करत असेल. गंमत म्हणजे माणूस केवळ याच कारणासाठी इच्छाशक्ती वापरत नाही. विविध प्रकारचे निर्णय घेण्यासारख्या इतर अनेक गोष्टींसाठीदेखील त्याचा वापर करतो.

त्या बीपर्स वापरून केलेल्या संशोधनातून लक्षात आले की, माणसे काहीतरी खाण्याच्या इच्छेचा सगळ्यात जास्त प्रतिकार करीत होती. त्याखालोखाल ती झोपण्याच्या अनावर इच्छेचा प्रतिकार करत होती. तीन नंबरला होती टंगळमंगळ करण्याची, आराम करण्याची इच्छा. जसे- कामातून विश्रांती घेऊन, कागदपत्रे तयार करण्याऐवजी कोडे सोडवणे किंवा गेम खेळणे. सर्वाधिक प्रतिकार केलेल्या या प्रबळ इच्छांच्या यादीवर पुढील नंबर येतो लैंगिक ऊर्मींचा. त्यानंतर येतात, ई-मेल किंवा सोशल मीडिया साइट्स बघण्याची इच्छा, इंटरनेटवर काहीतरी बघण्याची ऊर्मी, गाणी ऐकण्याची किंवा टी.व्ही. बघण्याची ऊर्मी. या सर्व प्रलोभनांचा प्रतिकार करण्यासाठी माणसे वेगवेगळ्या युक्त्या वापरत असल्याचेही या अभ्यासातून लक्षात आले. त्यांतील सगळ्यात लोकप्रिय मार्ग होता, तात्पुरते कुठल्यातरी वेगळ्या गोष्टीकडे लक्ष देऊन स्वतःला विचलित करणे अथवा एखादे नवीन काम हाती घेणे. अनेकदा मात्र त्यांनी थेटपणे त्या इच्छेला दाबून टाकण्याचा किंवा त्याकडे लक्ष न देत काम पुढे रेटण्याचादेखील प्रयत्न केलेला होता. एकुणात ते आपल्या एक षष्ठांश इच्छांना बळी पडत होते, हे लक्षात आले. झोप काढणे, समागम करणे आणि पैसे खर्च करणे, या गोष्टींचा प्रतिकार करणे त्यांना तुलनेने सोपे पडत होते. दुसरीकडे, शीतपेये पिणे किंवा अन्न खाणे, या गोष्टींचा प्रतिकार करणे त्यांना काहीसे जड जात होते. जेव्हा ते टी.व्ही. बघणे आणि इंटरनेटवर मीडिया साइट्स बघत टाइमपास करणे यांचा प्रतिकार करू पाहत होते, तेव्हा ते जवळजवळ निम्म्या वेळा अपयशी ठरत होते.

त्यांचे हे रेकॉर्ड निराशाजनक आहे आणि ऐतिहासिक मानकांच्या तुलनेने त्यांच्या अपयशाचा दर किंबहुना जरा अधिकच आहे. प्रयोगशील मानसशास्त्रज्ञ अस्तित्वात असण्याच्या आणि बीपर्सचा शोध लागण्याच्या आधीच्या काळातील आपले पूर्वज स्वत:वर किती नि कसा संयम ठेवत होते, हे आज आपल्याला कळणे अशक्यच आहे. मात्र, ते आपल्याहून कमी दबावाखाली असावेत, असा निष्कर्ष काढता येऊ शकतो. (युरोपातील) मध्ययुगामध्ये जगणारे बहुतांश लोक प्रामुख्याने गरीब शेतकरी होते. अत्यंत हलाखीच्या परिस्थितीत जगताना, त्यांचे दिवसाचे अधिकाधिक तास आपापल्या शेतात कष्ट करण्यात, राब-राब राबण्यातच निघून जात असत आणि संध्याकाळी ते मोठ्या प्रमाणावर सौम्य प्रकारची दारू पीत. त्यांना ना कामावर बढती मिळवण्यासाठी खटपट करण्याची गरज भासत होती, ना ते आपल्याहून वरच्या सामाजिक वर्गात जाण्याची धडपड करीत. त्यामुळे गरजेपेक्षा जास्त मेहनत करणे, ही गोष्ट त्यांच्या दृष्टीने अजिबातच महत्त्वाची नव्हती, ना त्या काळच्या समाजाची तशी काही खास गरज होती. त्यांच्या गावांमध्ये मद्य, समागम, अथवा निव्वळ आळस (झोपा काढणे), यांखेरीज दुसरी कुठली प्रलोभनेदेखील उपलब्ध नसत. थोडेफार सद्वर्तन घडायचे ते चारचौघांत बदनामी होऊ नये म्हणून;

त्यामागे कोणत्याही प्रकारची 'मानवी उत्तमतेचा ध्यास' यांसारखी कारणे नसत. मध्ययुगातील कॅथॉलिक चर्चच्या म्हणण्यानुसार, 'मोक्ष' केवळ एका विशिष्ट समुदायाचा भाग असल्याने आणि सर्वसामान्यांप्रमाणे विविध धार्मिक विधींमध्ये सहभाग घेतल्यानेच मिळायचा. त्यांच्या मते, मोक्षप्राप्तीसाठी इच्छाशक्ती पणाला लावून कुठल्याही प्रकारची धाडसी कृत्ये करण्याची गरज नव्हती.

एकोणविसाव्या शतकात जेव्हा शेतकरी आपली छोटी गावे सोडून औद्योगिक क्रांतीने प्रगतिशील झालेल्या शहरांमध्ये आले, तेव्हा त्यांना आपापल्या गावांतल्या चर्चच्या संकुचित विचारधारणेपासून मुक्ती मिळाली. गावातील विविध प्रकारचे सामाजिक दबाव आणि सार्वत्रिक धारणा, संकल्पना यांपासून त्यांची सुटका झाली. प्रोटेस्टंट पंथातील सुधारणावादी चळवळीमुळे धर्म अधिकतम व्यक्तिवादी म्हणजेच आपापला वैयक्तिक विषय झालेला होता. तसेच, युरोपातील प्रबोधनकाळानंतर लोकांची अंधश्रद्धांवरील, कोणत्याही प्रकारच्या धार्मिक कट्टरतेवरील श्रद्धा कमी होऊ लागली होती. व्हिक्टोरियन युगातील माणसे स्वतःला एका परिवर्तनशील समाजाचा भाग समजत. त्या काळातच मध्ययुगीन युरोपात प्रचलित असलेल्या अनेक कठोर नैतिक धारणा आणि कट्टर धार्मिक संस्थांचा प्रभाव नाहीसा होत चालला होता. धर्माशिवायदेखील नैतिकता, सदाचरण जीवित राहू शकते का, हा त्या काळातील सर्वाधिक चर्चिला जाणारा मुद्दा होता. अनेक व्हिक्टोरियन माणसांच्या मनात सैद्धांतिक कारणांमुळे धर्माची तत्त्वे, नियम यांविषयी संशय निर्माण होऊ लागला होता. तरीही, नैतिकतेचा डोलारा जपणे ही आपली सामाजिक जबाबदारी आहे, असे समजून ते आपण अद्यापही धार्मिक, श्रद्धाळू असल्यासारखे चारचौघांत दाखवत. ते तर अगदी टेबलाच्या पायाचेदेखील घोटे नागवे असल्यासारखे वाटू नये, त्याने कोणी उत्तेजित होऊ नये, म्हणून त्यांना छोटेसे स्कर्ट्स शिवून घेत! आज आपण त्यांच्या या ढोंगीपणाची आणि नम्रतेच्या सोंगाची सहजपणे टर उडवू शकतो. आपण त्या काळातील धर्मगुरूंचे गंभीर आणि आग्रही उपदेश ऐकले – ज्यात ते देव आणि त्याच्याप्रति आपले कर्तव्य याबद्दल किंवा त्यांच्या समागमाबद्दल असलेल्या तर्कविसंगत, विचित्र धारणांबद्दल बोलायचे – तर त्या काळातील लोकांना ऑस्कर वाइल्ड यांच्या 'मी प्रलोभन सोडून इतर कोणत्याही गोष्टीचा प्रतिकार करू शकतो', अशा तत्त्वचिंतनाची ओढ का लागून राहिली होती, हे लक्षात येऊ शकेल. त्या काळात वाढणाऱ्या नवनवीन प्रलोभनांचा आपण नीट विचार केला, तर लक्षात येईल की, आंतरिक शक्तीचे नवीन स्रोत शोधणे, ही त्यांच्यासाठी अत्यंत निकडीची गोष्ट झालेली होती. शहरांमधील नैतिक ऱ्हास आणि वाढत जाणारी सामाजिक विकृती, यांमुळे व्हिक्टोरियन लोकांची चिडचिड होत होती. त्यामुळे ते दैवी कृपेहून अधिक मूर्त अशा एखाद्या आंतरिक ताकदीच्या शोधात होते. अशी एखादी ताकद, जी एखाद्या नास्तिकालादेखील तारून नेऊ शकेल.

म्हणून मग त्यांनी 'इच्छाशक्ती' या शब्दाचा वापर करण्यास सुरुवात केली. याचे कारण म्हणजे समाजात एक धारणा प्रचलित होती. लोक एका आंतरिक शक्तीबद्दल बोलण्यासाठी हा शब्द वापरत होते. जेवढी औद्योगिक क्रांतीसाठी 'वाफ' महत्त्वाची होती जवळजवळ तेवढीच ही शक्तीदेखील महत्त्वाची होती. माणसे या शक्तीचा साठा वाढवण्याचा प्रयत्न करू लागली. त्यासाठी एके काळी सर्वांत लोकप्रिय मार्ग होता तो म्हणजे सॅम्युअल स्माईल्स नामक इंग्रजी लेखकाचे 'सेल्फ-हेल्प' अर्थात 'स्वतःची मदत स्वतः करा' हे उपदेशपर पुस्तक. एक काळ होता, जेव्हा हे पुस्तक अटलांटिक महासागराच्या दोन्ही बाजूंना (अमेरिका आणि युरोप दोन्हींकडे) प्रचंड खपत होते. स्माईल्स वाचकाला विविध उपदेश या पुस्तकातून देत. त्यातील एक म्हणजे 'प्रतिभा म्हणजे संयम' (संयम दाखवणाराच प्रतिभावान होऊ शकतो). त्यांच्या मते, आयझॅक न्यूटनपासून ते स्टोनव्हॉल जॅक्सनपर्यंत सगळ्या प्रतिभावान लोकांना मिळालेले यश हे केवळ स्वसुखाचा त्याग केल्याने आणि अथक परिश्रम केल्यामुळेच मिळाले आहे. व्हिक्टोरियन काळातील आणखीन एक गुरू म्हणजे अमेरिकन धर्मगुरू फ्रँक चॅनिंग हॅडॉक. त्यांनी 'इच्छेची शक्ती' (द पॉवर ऑफ विल) नावाचे एक आंतरराष्ट्रीय पातळीवरील सर्वाधिक खपाचे पुस्तक लिहिले होते. त्यांनी इच्छाशक्तीचा काहीसा (त्यांच्या मते) शास्त्रीय अर्थ लावण्याचा प्रयत्न केला होता. इच्छाशक्तीची व्याख्या त्यांनी अशी केली होती : 'ही एक अशी ताकद आहे, जिची क्षमता आणि गुणवत्ता वाढवणे शक्य आहे.' मात्र, इच्छाशक्ती म्हणजे नेमके आहे तरी काय, याची त्यांना अजिबातच कल्पना नव्हती, ना त्यांच्याकडे त्याबद्दल कोणताही शास्त्रीय पुरावा होता. त्यांच्याहून अधिक शास्त्रीय पात्रता असलेल्या मनोतज्ज्ञ सिग्मंड फ्रॉइड यांनाही काहीशी यासारखीच कल्पना मनात आलेली होती. त्यांच्या मते, ऊर्जेच्या हस्तांतरणाशी संबंधित मानसिक क्रियाकलापांवर 'स्व'त्व अवलंबून असते.

मात्र, नंतरच्या काळातील संशोधकांनी फ्रॉइड यांच्या या ऊर्जेवर आधारलेल्या स्वत्वाच्या सिद्धान्ताकडे सर्वसाधारणपणे दुर्लक्ष केले. अगदी अलीकडेच, नुकतेच बाउमिस्टर यांच्या प्रयोगशाळेतील संशोधकांनी शास्त्रोक्त पद्धतीने या अनाकलनीय ऊर्जेच्या स्रोतांचा शोध घेण्यास सुरुवात केली. आतापर्यंत, गेल्या पूर्ण शतकभरामध्ये मानसशास्त्रज्ञ, शिक्षक, आणि इतर (नुसतीच) बडबड करणाऱ्या व्यावसायिक जमाती यांना 'अशी कोणती शक्ती अस्तित्वातच नाही' असे सिद्ध करणारी एकाहून एक कारणे सापडत गेली होती.

इच्छाशक्तीचा क्षय

तुम्ही शैक्षणिक क्षेत्राच्या इतिहासाचे पुनरावलोकन करा, वा विमानतळावर सर्रास खपणारी 'स्वयं-मदत' या विषयावरील पुस्तके पहा; एकोणिसाव्या शतकातली 'व्यक्तिमत्त्व विकासा'ची संकल्पना आता कालबाह्य झाली आहे. आता ती फारशी

प्रचलित नाही, हे तुमच्या लक्षात येईल. विसाव्या शतकात इच्छाशक्तीबद्दलचे आकर्षण कमी झाले; ते अंशतः व्हिक्टोरियन लोकांच्या अतिरेकाची प्रतिक्रिया म्हणून, आणि अंशतः आर्थिक बदल व जागतिक युद्धांमुळे. पहिल्या महायुद्धात दीर्घ काळ चाललेला रक्तपात आणि घडलेले अमाप अर्थहीन मृत्यू म्हणजे अनेक हट्टी सद्गृहस्थांनी आपले 'कर्तव्य' पार पडल्याचा परिणाम होता. बुद्धिजीवी लोकांनी अमेरिका आणि पश्चिम युरोपमधील बहुतेक भागांमध्ये जीवनाबद्दलच्या एका अधिक सुखकारक दृष्टिकोनाचा प्रचार केला; परंतु दुर्दैवाने, त्यांनी जर्मनीमध्ये हा प्रयत्न केला नाही. त्यामुळे जर्मनीत लोकांनी युद्धातून आलेल्या औदासीन्यात आपल्या देशाला मार्गदर्शन करण्यासाठी 'इच्छेचे मानसशास्त्र' विकसित केले. हीच संकल्पना नाझी पार्टीने स्वीकारली. त्यांचा १९३४मधील मोर्चा, तसेच लेनी रिफेन्स्टाहलच्या कुप्रसिद्ध प्रचारपट 'द ट्रायम्फ ऑफ द विल' यांमध्ये ती अधोरेखित केली गेली होती. एखाद्या विकृत, निर्दयी नेत्याप्रति संपूर्ण समाजाची आंधळी आज्ञाधारकता ही नाझींची संकल्पना होती. तिचे व्हिक्टोरियन काळातल्या वैयक्तिक नैतिक सामर्थ्याच्या संकल्पनेशी काहीच साधर्म्य नव्हते; पण लोकांना त्या दोन्हींतील फरक कळेनासा झाला होता. हिटलरने 'इच्छाशक्तीचा विजय' असा प्रचार करून हे आंधळेपण गौरवले; पण प्रत्यक्षात त्याचे नावच इतके बदनाम आहे की, त्याच्याकडून शिफारसपत्र मिळणे, ही 'इच्छाशक्ती'साठीच मोठी दुर्दैवाची बाब आहे.

त्या काळात इच्छाशक्तीचा ऱ्हास झाला, तरी त्याने फार काही वाईट घडले, असे वाटले नाही. दुसरे महायुद्ध संपल्यानंतर इच्छाशक्ती दुर्बल करणारे आणखी काही घटक निर्माण झाले. तंत्रज्ञानामुळे उत्पादने स्वस्त झाली आणि उपनगरांत राहणारे मध्यम वर्गीय लोक अधिक समृद्ध झाले. ग्राहकांच्या मागण्यांना उत्तेजन देणे, त्या वाढवण्यासाठी प्रयत्न करणे, ही गोष्ट सगळ्या देशांच्या अर्थव्यवस्थांसाठी आवश्यक होती. यातून उगम झाला एका अत्याधुनिक उद्योगाचा – जाहिरातसंस्थेचा. या जाहिराती सगळ्या लोकांना ताबडतोब, लगेच खरेदी करण्यासाठी प्रोत्साहित करू लागल्या. समाजशास्त्रज्ञांना आता एका वेगळ्याच नवीन वर्गाचा शोध लागला: 'ही माणसे आपल्या आतील दृढ नैतिक धारणांनी नव्हे, तर आपल्या शेजार-पाजारच्यांच्या आपल्याबद्दल असलेल्या मतांनी प्रेरित होत होती. ते कसे वागतात हे ते स्वतः नव्हे, तर इतर माणसांची त्यांच्याबद्दल असलेली मते ठरवत होती.' व्हिक्टोरियन काळात लिहिली गेलेली कठोर अशी स्व-मदत विषयावरील पुस्तके आता लोकांना भाबडी आणि अतिशय आत्मकेंद्रित वाटू लागली. आता आनंदी आणि सकारात्मक लिखाण असलेली पुस्तके जास्त खपू लागली होती. डेल कार्नेगी यांच्या 'हाऊ टू विन फ्रेंड्स अँड इन्फ्लुएन्स पीपल' (मित्र जोडा आणि प्रभावशाली बना), आणि नॉर्मन व्हिन्सेंट पील यांच्या 'द पॉवर ऑफ पॉझिटिव्ह थिंकिंग' (सकारात्मक विचारांची ताकद) अशा पुस्तकांचा त्यांत समावेश होता.

कार्नेगीने वाचकाला 'हसायचे कसे, स्मित हास्य कसे करावे' याची सूचना देण्यात तब्बल आठ पाने लिहिलेली आहेत. त्यांच्या मते, योग्य प्रकारे स्मितहास्य केल्याने लोकांच्या मनात तुमच्याबद्दल एक चांगले मत तयार होते. लोकांचा तुमच्यावर विश्वास बसला, तर तुम्हाला नक्कीच यश मिळेल, अशी कार्नेगी यांना खात्री होती. पील आणि इतर लेखकांनी तर एक अजूनच सोपी पद्धत शोधून काढलेली होती.

पील लिहितात : 'मानसशास्त्रातील सर्वांत मूलभूत घटक म्हणजे एखादी साध्य करण्यायोग्य इच्छा. जी व्यक्ती आपण यशस्वी आहोत हे गृहीत धरते, तिला यश नक्कीच मिळते.' नेपोलियन हिल यांच्या 'थिंक अँड ग्रो रिच' (विचार करा आणि श्रीमंत व्हा) या पुस्तकाच्या करोडो प्रती जगभरात खपलेल्या आहेत. त्यांनी वाचकाला केवळ एवढेच सांगितले : 'तुम्हाला जितके पैसे हवे आहेत, तेवढी रक्कम एका कागदावर लिहून ठेवा आणि मग तुमच्याकडे आत्ताच तेवढा पैसा असल्यासारखे वागायला सुरुवात करा.' अशा गुरूंची पुस्तके विसावे शतकभर प्रचंड प्रमाणात विकली गेली. वाचकाच्या मनात चांगली भावना निर्माण करणाऱ्या या तत्त्वज्ञानाचे परिवर्तन हळूहळू एका संक्षिप्त ब्रीदवाक्यात झाले : 'विश्वास ठेवा आणि साध्य करा.'

लोकांच्या व्यक्तिमत्त्वात होणारे बदल ॲलन व्हीलीस नावाच्या सायकोॲनालिस्ट (मनोविश्लेषण तज्ज्ञ) यांनी सर्वप्रथम नोंदवले. त्यांनी १९५०च्या दशकाच्या उत्तरार्धात आपल्या व्यवसायाबद्दलचे एक रहस्य उघड केले. त्यांच्या मते, फ्रॉइडने विकसित केलेल्या उपचारपद्धती आता अपेक्षित असा परिणाम घडवून आणत नव्हत्या. 'द क्वेस्ट फॉर आयडेंटिटी' (स्व-ओळखीचा शोध) या आपल्या विख्यात पुस्तकात व्हीलीस यांनी फ्रॉइडच्या काळापासून ते त्यांनी पुस्तक लिहिले तोवरच्या काळातील माणसाच्या स्वभावरचनेत झालेले बदल नोंदवले आहेत. व्हिक्टोरियन काळातील मध्यम वर्गीय रुग्णांची इच्छाशक्ती अत्यंत प्रबळ होती. 'चूक काय अन् बरोबर काय' याबद्दलच्या त्यांच्या धारणा ठाम, साचेबंद होत्या. त्यामुळे त्यांच्या मानसिक कवचाला भेदून मानसोपचार करणाऱ्या व्यक्तींना आत पोहोचणे कठीण जात असे. फ्रॉइडच्या उपचार पद्धतींचा उद्देश होता- त्यांना या सगळ्यातून बाहेर पडण्यास मदत व्हावी आणि आपल्या दुःखाचे मूळ कारण व आपण मानसिकदृष्ट्या अक्षम का आहोत, हे त्यांना कळावे. एकदा का लोकांना ही छुपी कारणे समजली की, त्यांना स्वतःत बदल करणे सोपे जात असे. विसाव्या शतकाच्या मध्यावर जग येऊन ठेपले, तेव्हा मात्र परिस्थिती बदलली होती. व्हीलीस आणि त्यांच्या सहकाऱ्यांना एक गोष्ट लक्षात आली : माणसांना आता फ्रॉइडच्या काळापेक्षा अधिक सहजतेने अंतर्दृष्टी लाभत होती, आपल्या विकारांमागील छुपी कारणे लक्षात येत होती. तरीही मानसोपचार अनेकदा रखडत किंवा अगदी निकामीही ठरायचे. व्हिक्टोरियन माणसांप्रमाणे त्यांचे व्यक्तित्व आता मजबूत राहिलेले नव्हते.

त्यामुळे, त्यांना आपले नेमके काय वर्तन चुकत आहे, हे कळले, तरी त्यावर कृती करण्याची आणि स्वतःत बदल घडवून आणण्याची ताकदच त्यांच्यात नव्हती. व्हीलीस यांनी पाश्चिमात्य संस्कृतीत आता 'सुपरइगो' अर्थात सदसद्विवेकबुद्धीचा ऱ्हास होत आहे, असे फ्रॉइडच्याच व्याख्या वापरून सांगण्यास सुरुवात केली होती. प्रत्यक्षात ते इच्छाशक्ती कमकुवत होत असल्याबद्दलच बोलत होते. आणि हे सगळे घडत होते १९६०च्या दशकातील 'बेबी बूमर्स' पिढीने 'चांगले वाटत असेल, तर (ती गोष्ट) करून टाका.' (एखादी गोष्ट केल्याने तुम्हाला चांगले वाटणार असेल, तर ती करणेच योग्य आहे) असा विद्रोही मंत्र घोकण्याच्याही आधी!

१९७०च्या दशकातील आत्मकेंद्रित पिढीमध्ये भोगवादी संस्कृती लोकप्रिय होत चालली होती. दुसऱ्या बाजूला, समाजशास्त्रज्ञ इच्छाशक्तीच्या विरोधात नवनवीन युक्तिवाद शोधून काढत होते. विसाव्या शतकाच्या उत्तरार्धात त्यांच्या संशोधनाला महत्त्व मिळत होते. समाजशास्त्रज्ञ या काळात अत्यंत प्रभावशाली ठरत होते. अनेक समाजशास्त्रज्ञ गैरवर्तनांची कारणे माणसाच्या हाताबाहेर असलेल्या घटकांमध्ये शोधण्यात मग्न होते, जसे : दारिद्र्य, सापेक्ष वंचितता, जुलूमशाही, दडपशाही आणि आर्थिक-राजकीय व नैसर्गिक संस्थांची अनेक अपयशे. दोष देण्यासाठी आपल्यापेक्षा वेगळी, बाहेरची कारणे शोधणे प्रत्येकासाठी अधिक सोपे, आरामदायी असते. तसे करणे शैक्षणिक वा संशोधकीय क्षेत्रात कार्यरत व्यक्तींना विशेषतः सोयीचे पडते; कारण त्यांना बळी पडलेल्यांना दोष देण्यासारखे 'पाप' करायचे नव्हते. माणसाच्या स्वतःच्या वागण्यामुळेच त्याला त्रास होत असावा, असे म्हणणे म्हणजे बळी पडलेल्या माणसालाच दोष देणे ठरेल, अशी भीती त्यांना होती. नवीन समाजकल्याण योजना आणि कल्पना सुचवणाऱ्या समाजशास्त्रज्ञांना व्यक्तिमत्त्वातील दोष सुधारण्यापेक्षा समाजातील समस्या सोडवणेदेखील काहीसे सोपे वाटू शकते.

माणूस स्वतःला जाणीवपूर्वकपणे, सजगपणे नियंत्रित करू शकतो, ही संकल्पना पारंपरिकदृष्ट्या मानसशास्त्रज्ञांना सहजासहजी पटणाऱ्यांतली नव्हती. ते याबद्दल काहीसे साशंकच असत. फ्रॉइडच्या विचारधारणांवर विश्वास ठेवणारे म्हणतात : 'प्रौढ माणसाचे बहुतांशी वर्तन हे सहसा अचेतन मनाच्या प्रक्रिया आणि ऊर्जेच्या आधारावरून ठरत असते.' बी.एफ.स्कीनर यांना सजगता आणि इतर मानसिक प्रक्रियांची फारशी कदर नव्हती. त्यांच्या मते, या गोष्टी केवळ अचानक गरज पडल्यास मानसिक प्रक्रियांचे मजबुतीकरण करण्यासाठीच कामी येऊ शकतात. आपल्या 'बियाँड फ्रीडम अँड डिग्निटी' (स्वातंत्र्य आणि प्रतिष्ठा यांच्या पलीकडे) या पुस्तकात त्यांनी म्हटले आहे : 'मानवी स्वभाव समजून घ्यायचा असेल, तर आपल्याला स्वातंत्र्य आणि प्रतिष्ठा यांसारख्या बुरसट, कालबाह्य संकल्पनांना मागे टाकावे लागेल'. स्कीनर यांचे अनेक सिद्धान्त आजच्या काळात निरुपयोगी समजले

जात आहेत. तरीही, काही मानसशास्त्रज्ञांनी त्यांच्या 'सचेतन मन हे अचेतन मनाच्या प्रभुत्वाखाली असते' या सिद्धांताला दुजोरा दिलेला आहे. इच्छाशक्ती ही स्कीनरच्या काळापर्यंत एवढी बिनमहत्त्वाची वाटू लागलेली होती की, आधुनिक व्यक्तिमत्त्वाबाबतच्या सिद्धांतांमध्ये तिचे मोजमाप करणे तर सोडा, साधा उल्लेखही करण्यात आलेला नव्हता. काही मनोवैज्ञानिकांनी तर इच्छाशक्ती अस्तित्वातच नाही, असा दावादेखील केलेला होता. अनेक तत्त्वचिंतक 'इच्छाशक्ती' हा शब्द नुसता वापरण्यासदेखील नकार देतात. त्यांना जर इच्छेप्रमाणे निर्णय घेण्याचे स्वातंत्र्य (फ्रीडम ऑफ विल) या अतिप्रसिद्ध प्रश्नावर काथ्याकूट करायचा असेल तर ते इच्छेवर नव्हे, तर कृतीवर भाष्य करण्यास भर देतात. त्यांच्या मते, इच्छा नावाची गोष्ट खरीच नसते. काही तिचा उल्लेख तिरस्काराने 'तथाकथित इच्छाशक्ती' असा करतात. नुकतेच काही विद्वानांनी कायद्याच्या प्रणालीमधून स्वेच्छा आणि जबाबदारी यांसारख्या कालबाह्य धारणा काढूनच टाकाव्यात, असेही मत मांडायला सुरुवात केलेली आहे.

प्रिन्स्टन येथे १९७०च्या दशकात जेव्हा बाउमिस्टर यांनी सामाजिक मानसशास्त्रज्ञ म्हणून आपल्या कारकिर्दीला सुरुवात केली, तेव्हा त्यांच्याही मनात इच्छाशक्तीबद्दल अनेक शंका होत्या. त्यांचे सहकारी त्या वेळी आत्मसंयमनाऐवजी स्वाभिमानावर अधिक लक्ष केंद्रित करत होते. लवकरच बाउमिस्टर या संशोधनाचे प्रमुख बनले. या संशोधनातून असे दिसून आले की, ज्या लोकांमध्ये त्यांच्या क्षमतेबद्दल आणि स्व-मूल्याबद्दल अधिक आत्मविश्वास असतो, ते अधिक आनंदी आणि यशस्वी होण्याची शक्यता असते. मग, लोकांचा आत्मविश्वास वाढवण्याचे मार्ग शोधून इतरांना यशस्वी होण्यास मदत का करू नये? मानसशास्त्रज्ञांना तसेच सामान्य लोकांनाही हे एक योग्य उद्दिष्ट वाटले. त्या भावनेतूनच, 'आत्म-सन्मान' वा 'स्वाभिमान' आणि 'सक्षमीकरण' अशा संकल्पना मांडणाऱ्या 'आय ॲम ओके - यू आर ओके' (मीपण ठीक आहे आणि तुम्हीदेखील ठीक आहात) आणि 'अवेकन द जायंट विदिन' (आपल्यातील अजस्र, शक्तिशाली प्राण्याला चेतना द्या) यांसारख्या पुस्तकांची लोकांनी प्रचंड खरेदी केली. लवकरच ही पुस्तके सर्वाधिक विकली जाणारी, सर्वाधिक खपाची पुस्तके ठरली. पण प्रयोगशाळेत आणि बाहेरही, याचे अंतिम परिणाम अत्यंत निराशाजनक होते. आंतरराष्ट्रीय सर्वेक्षणांनी हे दाखवले की, अमेरिकेतील आठवीतील गणिताच्या विद्यार्थ्यांना आपल्या स्वतःच्या क्षमतेवर खूप जास्त आत्मविश्वास होता, पण चाचण्यांमध्ये त्यांचा हा गुण कोरियन, जपानी आणि कमी आत्म-सन्मान असलेल्या इतर विद्यार्थ्यांपेक्षा खूपच कमी होता.

दरम्यान, १९८०च्या दशकात, काही संशोधकांना आत्म-नियमन (self-regulation)मध्ये रस वाटू लागला. ही संज्ञा मानसशास्त्रज्ञ आत्मसंयमनासाठी वापरतात. त्यातील काही लोकांना, सिद्धान्तकारांना अजूनही खात्री होती की,

इच्छाशक्ती हे एक जुने, व्हिक्टोरियन मिथक आहे. अशा लोकांनी आत्मसंयमनाला पुनर्जीवित केले नाही. मात्र, जेव्हा इतर मानसशास्त्रज्ञ प्रयोगशाळेत किंवा कार्यक्षेत्रात गेले, तेव्हा त्यांना वारंवार अशी एक गोष्ट आढळली, जी इच्छाशक्तीसारखीच भासत होती.

इच्छेचे पुनरागमन

मानसशास्त्रात उत्कृष्ट सिद्धान्त सहजतेने आढळतात. काही विचारवंतांच्या आश्चर्यकारक नवीन अंतर्दृष्टीमुळे या क्षेत्रात काहीतरी नवीन घडत आहे, ते क्षेत्र पुढे जात आहे असे लोकांना वाटते, पण ते सहसा तसे घडत नसते. नव्या कल्पना मांडणे, हे फारसे कठीण नसते. आपण जे काही करतो, ते नेमके का करतो, याबद्दल प्रत्येकाचा स्वतःचा एक आवडता सिद्धान्त असतो, 'अरे, माझ्या आजीला हे माहीत होते', अशांसारखी वाक्ये बोलून, आपल्या शोधांकडे दुर्लक्ष केले गेलेले पाहून, मानसशास्त्रज्ञ उद्विग्न होतात. प्रगती ही सामान्यतः सिद्धांतांमुळे होत नाही, तर एखाद्या सिद्धांताची चाचणी घेण्यासाठी एखादा विलक्षण मार्ग शोधणाऱ्या, वॉल्टर मिशेलसारख्या हुशार व्यक्तीमुळे होते. मिशेल आणि त्यांचे सहकारी आत्मसंयमनाबद्दल सिद्धान्त मांडत नव्हते. खरे म्हणजे, त्यांनी अनेक वर्षे आपल्या निष्कर्षांवर आत्मसंयमन किंवा इच्छाशक्ती या संज्ञा वापरण्याच्या दृष्टीने चर्चाही केली नव्हती.

एखादे मूल 'त्वरित समाधाना'ला (इन्स्टंट ग्रॅटिफिकेशन) विरोध कसा करायला शिकते, याचा ते अभ्यास करत होते. त्या वेळी, चार वर्षांच्या मुलांमध्ये ही प्रक्रिया पाहण्याचा एक सर्जनशील असा नवीन मार्ग त्यांना सापडला. ते मुलांना एकामागून एक खोलीत आणायचे, त्यांना मार्शमेलो (पाश्चात्त्य मुलांना आवडणारा चिकट व मऊ गोड पदार्थ) दाखवायचे आणि त्यांना खोलीत एकटे सोडण्यापूर्वी मुलांकडून एक वचन घ्यायचे. जेव्हा हवे असेल, तेव्हा मुले मार्शमेलो खाऊ शकत होते. मात्र, जर मुले संशोधक खोलीत परत येईपर्यंत थांबली, तर त्यांना त्या मार्शमेलोसोबतच बक्षीस म्हणून अजून एक मार्शमेलो खायला मिळेल. काही मुलांनी लगेच मार्शमेलो खाल्ला; तर इतरांनी स्वतःला त्यास खाण्यापासून परावृत्त करण्याचा प्रयत्न केला, पण ते स्वतःला थांबवू शकले नाहीत. काही जण मात्र मोठ्या बक्षिसासाठी तब्बल पंधरा मिनिटे थांबले. जी मुले यशस्वी झाली, त्यांनी स्वतःचे लक्ष विचलित करून यश प्राप्त केले होते. १९६०च्या दशकात होत असलेल्या प्रयोगांमधील हा एक मनोरंजक शोध होता.

बऱ्याच काळानंतर मिशेल यांना सुदैवाने आणखी काहीतरी सापडले. त्यांच्या स्वतःच्या मुली स्टॅनफर्ड युनिव्हर्सिटी कॅम्पसमध्ये असणाऱ्या शाळेत जात होत्या.

याच शाळेत हे मार्शमेलोचे प्रयोग झाले होते. तो प्रयोग संपवून इतर विषयांकडे वळल्यानंतरही, मिशेल आपल्या मुलींकडून त्यांच्या वर्गमित्रांबद्दल ऐकत राहिले. त्यांनी पाहिले की, ज्या मुलांनी अतिरिक्त मार्शमेलोसाठी थांबण्यास नकार दिला होता, त्यांना शाळेत आणि शाळेबाहेर इतरांपेक्षा जास्त त्रास होत होता. यात काही विशेष प्रमाण आहे का, हे पाहण्यासाठी मिशेल आणि त्यांच्या सहकाऱ्यांनी प्रयोगातील शेकडो जुन्या सहभागींचा शोध घेतला. ज्या मुलांनी चार वर्षांच्या वयात सर्वांत जास्त इच्छाशक्ती दाखवली होती, त्यांना पुढे चांगल्या श्रेणी आणि परीक्षांमध्ये उत्तम गुण मिळाले, असे मग मिशेल यांना आढळले. जी मुले पंधरा मिनिटे थांबू शकली होती, त्यांना पहिल्या अर्ध्या मिनिटानंतर हार मानलेल्या मुलांपेक्षा एसएटी (महाविद्यालयीन प्रवेश परीक्षा)मध्ये २१० गुण अधिक मिळाले होते. प्रबळ इच्छाशक्ती असलेली मुले मोठी झाल्यावर त्यांच्या समवयस्कांमध्ये आणि शिक्षकांमध्ये अधिक लोकप्रिय झाली होती. त्यांनी जास्त पगार मिळवला होता. त्यांचे एकूण शारीरिक वजन-उंची गुणोत्तर (बॉडी-मास इंडेक्स) कमी, योग्य दर्जाचे होते. त्यामुळे ते मध्यमवयीन झाल्यावरही वजन वाढण्याची प्रवृत्ती त्यांच्यात कमी होती. त्यांना अमली पदार्थांच्या गैरवापराच्या समस्या कमी प्रमाणात भेडसावत होत्या.

हे परिणाम फारच आश्चर्यकारक होते, कारण लहानपणी मोजलेली कोणतीही गोष्ट प्रौढपणात सांख्यिकीयदृष्ट्या महत्त्वपूर्ण स्तरावर काहीतरी भाकीत करते, हे फारच दुर्मीळ असते. खरे म्हणजे, ही विसंगती फ्रॉइडिअन मनोविश्लेषणात्मक दृष्टिकोनाच्या विरोधात दिलेला एक मोठा धक्का होता, ज्याने प्रौढ व्यक्तिमत्त्वाचा आधार म्हणून लहानपणीच्या अनुभवांवर जोर दिला होता. १९९०च्या दशकात या साहित्याचे सर्वेक्षण करताना, मार्टिन सेलिग्मन यांनी असा निष्कर्ष काढला की, केवळ गंभीर आघात किंवा कुपोषण वगळता, लहानपणीच्या घटनांचा प्रौढ व्यक्तिमत्त्वावर परिणाम होतो, याचा कोणताही खात्रीशीर पुरावा नाही. त्यांना लहानपण आणि प्रौढत्व यांमधील फारच कमी महत्त्वपूर्ण सहसंबंध नोंदवता आले, जे बहुतेक वेळा आनुवांशिक प्रवृत्ती दर्शवीत, जसे की सामान्यतः आनंदी किंवा चिडचिडा स्वभाव असणे. मार्शमेलोला विरोध करण्याची इच्छाशक्ती हादेखील आनुवंशिक घटक असू शकतो, पण ती पोषण करण्यासदेखील अनुकूल असल्याचे दिसले. यामुळे एक बालपणीच एक दुर्मीळ असा फायदा होतो, जो आयुष्यभर त्याचा लाभ मिळवून देऊ शकतो. आत्मसंयमनाच्या एकूण फायद्यांचा अभ्यास केला, तेव्हा हे लाभ आणखी ठळकपणे लक्षात आले. बाउमिस्टर यांनी १९९४मध्ये त्यांची पत्नी, डायान टायस (केस वेस्टर्न रिझर्व्ह युनिव्हर्सिटीतील सहकारी प्राध्यापिका) आणि टॉड हेदरटन (हार्वर्डचे प्राध्यापक) यांच्यासोबत लिहिलेल्या 'लूझिंग कंट्रोल' (संयम गमावणे) या विद्वत्तापूर्ण पुस्तकात याविषयी लिहिले आहे.

'आत्मसंयमनाचे अपयश ही आपल्या काळातील प्रमुख सामाजिक विकृती आहे', असा निष्कर्ष त्यांनी काढला. त्यासाठी उच्च घटस्फोट दर, घरगुती हिंसा, गुन्हेगारी आणि इतर अनेक समस्यांमध्ये याचे योगदान असल्याचे जमा होणारे पुरावे त्यांनी मांडले. या पुस्तकाने त्या विषयावर अधिक प्रयोग आणि अभ्यास करण्यास चालना दिली, ज्यात व्यक्तिमत्त्व चाचण्यांमध्ये आत्मसंयमन मोजण्यासाठी एक मानक विकसित करणे समाविष्ट होते. जेव्हा संशोधकांनी व्यक्तिमत्त्वाच्या जवळजवळ तीन डझन गुणांशी विद्यार्थ्यांच्या श्रेणीची तुलना केली, तेव्हा आत्मसंयमन हा एकमेव गुण ठरला, ज्याने कॉलेज विद्यार्थ्यांच्या गुणवत्ता श्रेणी सरासरीचा अंदाज योगायोगापेक्षा अधिक उत्तम रीतीने वर्तवला. आत्मसंयमन चाचणीने विद्यार्थ्यांच्या बुद्ध्यंक (आय क्यू) किंवा एसएटी गुणवत्तेपेक्षाही कॉलेजच्या श्रेणीचा चांगला अंदाज वर्तवला. जरी नैसर्गिक अथवा जन्मजात बुद्धिमत्ता असल्याचा फायदा स्पष्टपणे दिसून त्यात असला, तरी अभ्यासातून दिसून आले की, आत्मसंयमन अधिक महत्त्वाचे होते असे लक्षात आले. याचे कारण म्हणजे, आत्मसंयमन विद्यार्थ्यांना वर्गांसाठी अधिक विश्वसनीयपणे उपस्थित राहण्यास, त्यांचे गृहपाठ लवकर पूर्ण करण्यास, जास्त वेळ काम करण्यास व कमी वेळ दूरदर्शन पाहण्यास मदत करत होते.

कामाच्या ठिकाणी आत्मसंयमनामध्ये उच्च गुण मिळवलेल्या व्यवस्थापकांना त्यांच्या कनिष्ठांकडून तसेच त्यांच्या बरोबरीच्यांकडून अधिक अनुकूल गुण मिळाले. ज्यांचे आत्मसंयमन चांगले आहे, असे लोक इतरांशी सुरक्षित, समाधानकारक संबंध निर्माण करण्यात आणि ते टिकवून ठेवण्यात विशेष चांगले असल्याचे यातून दिसून आले. ते इतरांना सहानुभूती दाखवण्यात आणि इतरांच्या दृष्टिकोनातून गोष्टींचा विचार करण्यात अधिक वाकबगार असल्याचे दिसून आले. ते भावनिकदृष्ट्या अधिक स्थिर होते आणि त्यांच्यात चिंता, नैराश्य, पॅरानोइया, सायकोटिकिझम, ओसीडी (ऑब्सेसिव्ह-कम्पल्सिव्ह डिसऑर्डर), खाण्याचे विकार, मद्यपानाच्या समस्या आणि इतर विकार अशा प्रवृत्ती अतिशय कमी प्रमाणात होत्या. त्यांना कमी वेळा राग येत असे आणि जेव्हा त्यांना राग येत असे, तेव्हाही त्यांचे बोलणे किंवा वागणे आक्रमक होण्याची शक्यता कमी होती. दरम्यान, ज्यांचे आत्मसंयमन वाईट होते, त्या लोकांनी वारंवार त्यांच्या जोडीदारांना मारण्याची आणि इतर अनेक गुन्हे करण्याची शक्यता जास्त होती. व्यक्तिमत्त्व चाचण्यांवर आत्मसंयमन मापनपट्टी विकसित करण्यासाठी बाउमिस्टर यांच्यासोबत काम करणाऱ्या जून टँगनी यांनी हे दाखवून दिले. जेव्हा त्यांनी कैद्यांची चाचणी घेतली आणि त्यांच्या सुटकेनंतर अनेक वर्षे त्यांचा मागोवा घेतला, तेव्हा त्यांना आढळले की, कमी आत्मसंयमन असलेले लोक अधिक गुन्हे करण्याची आणि तुरुंगात परत येण्याची शक्यता सर्वांत जास्त होती.

सर्वांत मजबूत पुरावा २०१०मध्ये प्रकाशित झाला. त्यासाठी संशोधकांच्या एका आंतरराष्ट्रीय संघाने अत्यंत परिश्रमपूर्वक एक दीर्घकालीन अभ्यास केला. पूर्वी केलेल्या कोणत्याही अभ्यासापेक्षा तो खूप मोठा आणि अधिक कसून करण्यात आला होता. त्यात न्यूझीलंडमधील एक हजार मुलांचा जन्मापासून ते बत्तीस वर्षांच्या वयापर्यंत मागोवा घेतला गेला. संशोधकांनी केलेल्या निरीक्षणांद्वारे तसेच पालक, शिक्षक आणि मुलांनी स्वतः नोंदवलेल्या समस्यांचे अहवाल यांच्या द्वारे प्रत्येक मुलाच्या आत्मसंयमनाचे विविध मार्गांनी मूल्यांकन केले गेले. यामुळे मुलांच्या आत्मसंयमनाचे एक विशेष विश्वसनीय मापन तयार झाले आणि संशोधकांना किशोरावस्थेपासून प्रौढत्वापर्यंतच्या अत्यंत विविध परिणामांच्या विस्तृत श्रेणीशी त्याची तुलना करून तपासण्यात आले. उच्च आत्मसंयमन असलेली मुले प्रौढ झाल्यावरही त्यांचे शारीरिक आरोग्य चांगले राहिले होते. त्यांच्यात लठ्ठपणाचे प्रमाण कमी होते, लैंगिक संक्रमित रोगांचे प्रमाण कमी होते आणि त्यांचे दातही निरोगी होते. (सहसा, चांगल्या आत्मनियंत्रणामध्ये दात घासणे आणि फ्लॉस करणे समाविष्ट असते.) प्रौढांमधील नैराश्याचा आत्मसंयमनाशी नेमका संबंध जोडता येणार नाही; परंतु त्याच्या अभावामुळे लोक दारू आणि अमली पदार्थांच्या सेवनासारख्या गोष्टींकडे अधिक आकृष्ट होत असल्याचे लक्षात आले. ज्यांचे आत्मसंयमन वाईट होते, ती मुले आर्थिकदृष्ट्या गरीब बनण्याची शक्यता अधिक होती. त्यांनी तुलनेने कमी पगार असलेल्या नोकऱ्या केल्या, बँकेत त्यांच्या खात्यामध्ये कमी पैसे होते आणि त्यांनी स्वतःचे घर घेण्याची किंवा निवृत्तीनंतरच्या आयुष्यासाठी पैसे बाजूला ठेवण्याची शक्यता कमी होती. त्यांच्यापैकी अनेकांना दीर्घकालीन संबंधांसाठी आवश्यक असलेल्या शिस्तीशी जुळवून घेणे अधिक कठीण वाटले. त्यामुळे, ते सहसा एकल पालक असणाऱ्या कुटुंबात वाढणाऱ्या मुलांचे पालक बनले. ज्यांचे आत्मसंयमन चांगले होते, अशा मुलांचे विवाह टिकण्याची आणि त्यांनी दोन्ही पालकांच्या सहवासात मुले वाढवण्याची शक्यता खूप जास्त होती. शेवटची - मात्र निश्चितच महत्त्वाची बाब म्हणजे - ज्यांचे आत्मसंयमन बरे नव्हते, अशी मुले तुरुंगात जाण्याची शक्यता जास्त होती. सर्वांत कमी आत्मसंयमन असलेल्या लोकांमध्ये, बत्तीस वर्षांच्या वयापर्यंत ४० टक्क्यांहून अधिक लोकांवर गुन्हेगारीचा दोष सिद्ध झाला होता, तर आपल्या तारुण्यात आत्मसंयमनाच्या उच्च स्तरावर असलेल्या लोकांमध्ये हे प्रमाण फक्त १२ टक्के होते.

यापैकी काही फरक बुद्धिमत्ता, सामाजिक वर्ग आणि वंश यांच्याशी संबंधित होते, ही काही आश्चर्याची गोष्ट नाही; परंतु ते घटक विचारात घेतले, तरीही हे सर्व परिणाम महत्त्वपूर्णच होते. याचा पाठपुरावा करणाऱ्या एका अभ्यासात, त्याच संशोधकांनी एकाच कुटुंबातील भाऊ-बहिणींचा अभ्यास केला, जेणेकरून ते समान घरात वाढलेल्या मुलांची तुलना करू शकतील. पुन्हा पुन्हा, लहानपणी

कमी आत्मसंयमन असलेल्या भावंडांची प्रौढत्वात आयुष्याची स्थिती अधिक वाईट झाली. ते अधिक आजारी, गरीब झाले आणि तुरुंगात जास्त वेळ घालवण्याची शक्यता होती. परिणाम स्पष्ट होते : 'आत्मसंयमन ही एक महत्त्वाची शक्ती आणि जीवनातील यशाची गुरूकिल्ली आहे'.

उत्क्रांती आणि शिष्टाचार

मानसशास्त्रज्ञ आत्मनियंत्रणाचे फायदे ओळखत असताना, मानववंशशास्त्रज्ञ आणि मेंदूविज्ञान तज्ज्ञ ते कसे विकसित झाले, हे समजून घेण्याचा प्रयत्न करत होते. मानवी मेंदू मोठ्या आणि विस्तृत फ्रंटल लोब्समुळे ओळखला जातो, ज्यामुळे आपल्याला पर्यावरणातील समस्या सोडवण्यासाठीची बुद्धिमत्ता हा उत्क्रांतीचा महत्त्वाचा फायदा मिळतो असे मानले जात होते. शेवटी, अधिक हुशार प्राणी मूर्ख प्राण्यापेक्षा अधिक चांगल्या प्रकारे जगू शकतो आणि पुनरुत्पादन करू शकतो; पण मोठ्या मेंदूलाही खूप ऊर्जा लागते. प्रौढ मानवी मेंदू शरीराच्या २ टक्के असतो; पण तो माणसाच्या एकूण ऊर्जेच्या २० टक्क्यांहून अधिक ऊर्जा वापरतो. मेंदूतील अतिरिक्त ग्रे मॅटर (मानवी मेंदूमधील एक भाग, ज्याचा रंग करडा असतो) तेव्हाच उपयुक्त ठरते, जेव्हा ते प्राण्याला त्याला ऊर्जा देण्यासाठी पुरेशी अतिरिक्त कॅलरी मिळवण्यास सक्षम करते. शास्त्रज्ञांना हे समजत नव्हते की, मेंदू स्वतःला लागणारी ही ऊर्जा कुठून मिळवत आहे. सतत मोठे होत गेलेले शक्तिशाली फ्रंटल लोब असलेले मेंदू जनुकसाखळीत पसरू लागले यामागचे कारण काय होते?

मोठ्या मेंदूच्या विकासाचे एक सुरुवातीचे स्पष्टीकरण केळी आणि इतर जास्त कॅलरी असलेल्या फळांशी जोडलेले होते. गवतावर चरणाऱ्या प्राण्यांना त्यांचे पुढचे जेवण कुठे मिळेल याचा फार विचार करावा लागत नाही; पण ज्या झाडावर आठवड्यापूर्वी उत्तम पिकलेली केळी होती, ती आज पूर्णपणे तोडली गेली असतील किंवा त्यावर फक्त न आवडणारी, दबलेली तपकिरी फळे शिल्लक राहिली असतील. पिकलेली फळे कुठे आहेत हे लक्षात ठेवण्यासाठी केळी खाणाऱ्याला मोठ्या मेंदूची गरज असते आणि केळीतील सर्व कॅलरीमुळे मेंदूला ऊर्जा मिळू शकते, त्यामुळे 'फळ शोधणारा मेंदू सिद्धान्त' (fruit-seeking brain theory) खूप अर्थपूर्ण वाटला, पण तो केवळ सिद्धान्तातच, प्रत्यक्षात नव्हे.

मानववंशशास्त्रज्ञ रॉबिन डनबार यांनी वेगवेगळ्या प्राण्यांच्या मेंदू आणि आहाराचा अभ्यास केला तेव्हा त्यांना या सिद्धान्ताला कोणताही आधार मिळाला नाही. मेंदूचा आकार अन्नाच्या प्रकाराशी संबंधित नव्हता. डनबारने शेवटी असा निष्कर्ष काढला की, मोठ्या मेंदूचा विकास भौतिक पर्यावरणाशी जुळवून घेण्यासाठी झाला नाही, तर जगण्यासाठी अधिक महत्त्वाच्या गोष्टीसाठी झाला, जसे सामाजिक

जीवन. मोठा मेंदू असलेल्या प्राण्यांचे सामाजिक जाळे मोठे आणि अधिक गुंतागुंतीचे होते. यातून होमो सेपियन्सना (Homo sapiens) समजून घेण्याचा एक नवीन मार्ग मिळाला.

माणसांमध्ये सर्वांत मोठे फ्रंटल लोब असतात, कारण आपले सामाजिक गट सर्वांत मोठे आहेत आणि म्हणूनच आपल्याला आत्मनियंत्रणाची सर्वांत जास्त गरज आहे. आपण सहसा इच्छाशक्तीला; आहाराचे पालन करणे, वेळेवर काम पूर्ण करणे, जॉगिंगला जाणे, धूम्रपान सोडणे, इ.सारख्या वैयक्तिक सुधारणेसाठीची शक्ती मानतो; पण आपल्या पूर्वजांमध्ये तिचा इतका पूर्ण विकास होण्याचे हे प्राथमिक कारण नसावे. माकडवंशीय प्राणी (प्रायमेट्स) हे सामाजिक प्राणी आहेत, ज्यांना समूहातील इतरांशी जुळवून घेण्यासाठी स्वतःला नियंत्रित करावे लागते. जगण्यासाठी आवश्यक असलेल्या अन्नासाठी ते एकमेकांवर अवलंबून असतात. जेव्हा अन्नाची वाटणी केली जाते, तेव्हा अनेकदा सर्वांत मोठा आणि बलवान नर प्रथम अन्नाची निवड करतो, तर इतर प्राणी गटातील त्यांच्या दर्जानुसार त्यांची वेळ येण्याची वाट पाहतात. अशा समूहात मार न खाता जगात यावे यासाठी, प्राण्यांना लगेच खाण्याची त्यांची तीव्र इच्छा दाबून ठेवावी लागते. जर चिंपांझी आणि माकडांचा मेंदू खारीएवढा लहान असता, तर ते शांतपणे जेवण करू शकले नसते. कदाचित, अन्नातून मिळणाऱ्या ऊर्जेपेक्षा जास्त ऊर्जा त्यांना जेवणाच्या वेळी लढण्यात खर्च करावी लागली असती.

इतर प्रगत सस्तन प्राण्यांमध्ये जेवणाच्या वेळी काही प्राथमिक शिष्टाचार दर्शवण्याची मानसिक शक्ती असली तरी, मानवी मानकांपेक्षा त्यांचे आत्मनियंत्रण खूपच कमी असते. तज्ज्ञांचे मत आहे की, सर्वांत हुशार सस्तन प्राणीदेखील मानसिकरीत्या केवळ पुढील वीस मिनिटांपर्यंतचा विचार करू शकतात, जो अल्फा नराला प्रथम खाऊ देण्यासाठी पुरेसा आहे; पण जेवणाच्या मोठ्या नियोजनासाठी पुरेसा नाही. (खारीसारखे काही प्राणी सहजपणे अन्न पुरतात आणि नंतर ते काढतात, पण हे पूर्वनियोजित, जैविकदृष्ट्या ठरलेले वर्तन आहे, ती जाणीवपूर्वक केलेली बचत योजना नाही.) एका प्रयोगात, माकडांना दिवसातून फक्त एकदा, दुपारी १२ वाजता खायला दिले जायचे. त्या वेळी ती माकडे कधीच भविष्यासाठी अन्न वाचवायला शिकली नाहीत. जरी त्यांना दुपारच्या जेवणात हवे तितके घेण्याची परवानगी होती, तरीही ती माकडे फक्त आपले पोट भरेपर्यंत खायची, बाकीच्या अन्नाकडे दुर्लक्ष करायची किंवा एकमेकांशी भांडून ते वाया घालवायची. आपण रात्रीच्या जेवणासाठी किंवा सकाळच्या नाश्त्यासाठी काही अन्न बाजूला ठेवावे हे त्यांना कधीच सुचले नाही, त्यामुळे दररोज सकाळी ती उपाशीपोटी जागी व्हायची.

माणसे याबद्दल जास्त चांगले जाणतात, याचे श्रेय आपल्या पूर्वजांमध्ये वीस लाख वर्षांपूर्वी विकसित झालेल्या मोठ्या मेंदूचे आहे. आत्मनियंत्रणाचा

मोठा भाग अजाणतेपणे किंवा नकळत काम करत असतो. एखाद्या व्यावसायिक जेवणाच्या वेळी, तुम्हाला तुमच्या अधिकाऱ्याच्या ताटातून अन्न खाण्यापासून स्वतःला जाणीवपूर्वक थांबवावे लागत नाही. तुमचा अवचेतन मेंदू तुम्हाला अशी सामाजिक आपत्ती टाळण्यास सतत मदत करत असतो आणि तो इतक्या सूक्ष्म आणि शक्तिशाली मार्गांनी कार्य करतो की, काही मानसशास्त्रज्ञांनी त्यालाच खरा अधिकारी मानले आहे.

अचेतन मनाद्वारे होणाऱ्या या प्रक्रियांवर असलेले गाढ प्रेम, हे संशोधकांनी केलेल्या एका मूलभूत चुकीतून आले आहे. चेतन मनाने काही निर्देश देण्याच्या आधीच वेगाने दिल्या जाणाऱ्या प्रतिक्रिया ओळखण्यासाठी संशोधक वर्तणुकीचे अगदी लहान आणि संक्षिप्त भागांमध्ये विभाजन करत राहतात. जर तुम्ही काही हालचालींच्या कारणाकडे मिलिसेकंदात मोजल्या जाणाऱ्या वेळेत पाहिले, तर त्याचे तत्काळ कारण मेंदूला स्नायूंशी जोडणाऱ्या काही मज्जातंतू पेशींचे सक्रिय होणे असते. त्या प्रक्रियेत कोणतीही जाणीव नसते. मज्जातंतू पेशी सक्रिय होत आहेत याची कोणालाही जाणीव नसते; पण वेळेनुसार त्या घटकांना जोडण्यात इच्छाशक्ती आढळते. सध्याच्या परिस्थितीला एका सामान्य नमुन्याचा भाग म्हणून पाहण्याचा समावेश इच्छाशक्तीमध्ये होतो. एक सिगरेट ओढल्याने तुमचे आरोग्य धोक्यात येणार नाही. एकदा हेरॉइन घेतल्याने तुम्हाला व्यसन लागणार नाही. केकचा एक तुकडा तुम्हाला जाड करणार नाही आणि एक काम चुकवल्याने तुमचे करिअर खराब होणार नाही. पण निरोगी राहण्यासाठी आणि नोकरीत टिकून राहण्यासाठी, तुम्हाला यातील जवळपास प्रत्येक घटनेकडे मोहांना विरोध करण्याच्या सामान्य गरजेचा एक भाग म्हणून पाहावे लागेल. इथेच जाणीवपूर्वक आत्मसंयमन येते आणि तेच आयुष्यातील जवळजवळ प्रत्येक पैलूमध्ये मिळणाऱ्या यश आणि अपयश यात निर्णायक ठरते.

तुमची हे वाचण्याची इच्छा का आहे?

आत्मसंयमनाची पहिली पायरी म्हणजे एक ध्येय निश्चित करणे, म्हणून आम्ही तुम्हाला या पुस्तकासाठी आमचे ध्येय काय, हे सांगू इच्छितो.आधुनिक समाज विज्ञानातील सर्वोत्तम गोष्टी व्हिक्टोरियन लोकांच्या काही व्यावहारिक शहाणपणाशी जोडू शकू, अशी आम्हाला आशा आहे. इच्छाशक्तीने किंवा तिच्या अभावाने महान आणि सामान्य लोकांच्या जीवनावर कसा परिणाम केला आहे हे आम्हाला सांगायचे आहे. कॉर्पोरेट जगतातील नेते एका माजी कराटे प्रशिक्षकाकडून 'कामांची यादी' (टू डू लिस्ट)चे रहस्य शिकण्यासाठी दिवसाला २०,००० डॉलर्स का देतात आणि सिलिकॉन व्हॅलीतील उद्योजक एकोणिसाव्या शतकातील मूल्यांना प्रोत्साहन देण्यासाठी डिजिटल साधने का तयार करत आहेत, हे आम्ही उलगडून

सांगून करू. एका ब्रिटिश दाईने मिझूरीतील रडणाऱ्या तिळ्यांना कसे शांत केले आणि अमांडा पामर, ड्र्यू कॅरी, एरिक क्लॅप्टन आणि ओप्रा विन्फ्रे यांसारख्या कलाकारांनी आपल्या स्वतःच्या जीवनात इच्छाशक्तीचा कसा उपयोग केला, हे आपण पाहू. डेव्हिड ब्लेनने ४४ दिवस उपवास कसा केला आणि हेन्री मॉर्टन स्टॅनली या संशोधकाने आफ्रिकेच्या जंगलात अनेक वर्षे कशी काढली हे आपण पाहू. शास्त्रज्ञांनी आत्मसंयमनाचा पुन्हा शोध कसा लावला आणि प्रयोगशाळेबाहेर त्याचे काय परिणाम आहेत, याची कथा आम्हाला सांगायची आहे.

एकदा मानसशास्त्रज्ञांनी आत्मसंयमनाचे फायदे पाहण्यास सुरुवात केली, तेव्हा त्यांच्यासमोर एक नवीन रहस्य उभे राहिले : इच्छाशक्ती नेमकी काय आहे? एका मार्शमेलोला विरोध करण्यासाठी 'स्व'ला कशाची गरज होती? जेव्हा बाउमिस्टरने या प्रश्नांची उत्तरे शोधायला सुरुवात केली, तेव्हा 'स्व'बद्दलची त्यांची समज तत्कालीन पारंपरिक दृष्टिकोनाशी, ज्याला माहिती-प्रक्रिया प्रारूप म्हणतात, त्याच्याशी जुळणारी होती. ते आणि त्यांचे सहकारी मनाबद्दल, जणू ते एक छोटे संगणक आहे, असे बोलत होते. मानवी मनाचे हे माहिती प्रारूप सामान्यतः शक्ती किंवा ऊर्जा यांसारख्या संकल्पनांकडे दुर्लक्ष करत होते. या संकल्पना इतक्या कालबाह्य झाल्या होत्या की, संशोधकांचा त्यांना विरोधही राहिला नव्हता. इतरांचा तर सोडाच; पण बाउमिस्टरला 'स्व'बद्दलचा स्वतःचा दृष्टिकोनही अचानक बदलायचा नव्हता. मात्र, जेव्हा त्यांनी आणि त्यांच्या सहकाऱ्यांनी प्रयोग सुरू केले, तेव्हा जुन्या कल्पना इतक्या जुन्या वाटल्या नाहीत.

बाउमिस्टरच्या प्रयोगशाळेत डझनभर प्रयोग आणि इतरत्र शेकडो प्रयोग झाल्यानंतर, इच्छाशक्ती आणि 'स्व' याबद्दलचे एक नवीन आकलन तयार झाले आहे. मानवी वर्तनामधून काय समजले आहे आणि स्वतःला अधिक चांगले बनवण्यासाठी तुम्ही ते कसे वापरू शकता, हे आम्हाला तुम्हाला सांगायचे आहे. आत्मनियंत्रण मिळवणे हे आधुनिक स्व-मदत पुस्तकांमध्ये सांगितलेल्या तंत्रांइतके जादुईरीत्या सोपे नाही; पण ते व्हिक्टोरियन लोकांनी भासवलं आहे तेवढं कठोरही नाही. शेवटी, आत्मसंयमन तुम्हाला आराम देते, कारण ते तणाव दूर करते आणि महत्त्वाच्या आव्हानांसाठी इच्छाशक्ती वाचवण्यास मदत करते. आम्हाला खात्री आहे की, या पुस्तकातील धडे तुमचे आयुष्य केवळ अधिक निर्मितिक्षम आणि समाधानकारक बनवणार नाहीत, तर ते अधिक सोपे आणि आनंदीदेखील बनवतील. आणि आम्ही खात्रीने सांगतो की, तुम्हाला उघडे घोटे दाखवण्याच्या विरोधात असलेले कोणतेही उपदेश सहन करावे लागणार नाहीत.

१

इच्छाशक्ती केवळ एक रूपक आहे का?

'कधीकधी आपण स्वत:साठी सैतान बनतो
जेव्हा आपण आपल्या शक्तींच्या दुर्बलतेला मोहात पाडतो,
त्यांच्या बदलत्या सामर्थ्यावर विश्वास ठेवतो.

–शेक्सपिअरच्या 'ट्रोइलस अँड क्रेसिडा'मधील ट्रोइलस

जर तुम्हाला अमांडा पामरच्या संगीताची थोडीफार माहिती असेल, जर तुम्हाला तिचे ब्रिटनमध्ये बंदी घालण्यात आलेले गर्भपाताबद्दलचे गाणे किंवा बॅकस्टॅबर व्हिडिओ माहीत असेल, ज्यात ती एक चाकू हातात उंच धरून नग्नावस्थेत धावत आहे आणि नुकतीच ज्याने तिची शय्यासोबत केली आहे, असा लिपस्टिक लावलेला नग्न पुरुष तिच्या मागे धावत आहे, तर बहुधा तुम्ही तिला आत्मसंयमनाचा आदर्श पुतळा मानणार नाहीत.

तिचे वर्णन अनेक प्रकारे केले गेले आहे– लेडी गागापेक्षा अधिक धारदार, मॅडोनापेक्षा अधिक मजेदार, लिंगभेदाच्या रूढ कल्पनांना आव्हान देणारी कलाकार, 'ब्रेख्तटियन पंक कॅबरे'ची सम्राज्ञी – पण 'व्हिक्टोरियन' आणि 'दडपलेली' हे शब्द सहसा तिचे वर्णन करताना वापरले जात नाहीत. तिचे व्यक्तिमत्व म्हणजे आनंद, नाश आणि स्वैर आवेग यांचं प्रतीक (डायोनिशिअन) आहे. जेव्हा तिने सुप्रसिद्ध ब्रिटिश कादंबरीकार नील गेमनचा विवाह प्रस्ताव स्वीकारला, तेव्हा पामरने औपचारिक घोषणेसाठी ट्विटरवर सकाळी दिलेली कबुली अशी होती की, तिने कदाचित साखरपुडा केला असावा, पण ती कदाचित दारूच्या नशेतही असावी.

तरीही, एक बेशिस्त कलाकार इतके संगीत कधीच लिहू शकला नसता किंवा जगभरात इतक्या कॉन्सर्ट कधीच हाउसफुल करू शकला नसता. पामर सराव

न करता रेडिओ सिटी म्युझिक हॉलपर्यंत पोहोचू शकली नसती. तिचे अनियंत्रित व्यक्तिमत्त्व तयार करण्यासाठी तिला आत्मसंयमनाची गरज होती. ती तिच्या यशाचे काहीसे श्रेय त्या गोष्टीला देते, जिला ती 'परम झेन प्रशिक्षण क्षेत्र' म्हणते : जिवंत पुतळा म्हणून उभे राहणे. तिने सहा वर्षे रस्त्यावर जिवंत पुतळा बनण्याच्या कलेचे प्रदर्शन केले आणि मग कॉर्पोरेट कार्यक्रमांसाठी जिवंत पुतळे भाड्याने देणारी कंपनी सुरू केली, जसे की एका धान्याच्या 'सुपरमार्केट'च्या उद्घाटनात सेंद्रिय उत्पादनांची ताटे घेऊन उभे राहणे.

वयाच्या बाविसाव्या वर्षी, १९९८मध्ये, आपल्या मूळ गावी बोस्टनमध्ये राहत असताना पामरने हे काम सुरू केले. तिने स्वतःला 'महत्त्वाकांक्षी रॉक स्टार' म्हणून वर्णन करणारे व्हिडिओ बनवले; पण त्या व्यवसायातून घरभाडेही देता येत नव्हते. म्हणून ती हार्वर्ड स्क्वेअरमध्ये गेली आणि तिने जर्मनीमध्ये पाहिलेले एक प्रकारचे पथनाट्य सुरू केले. ती स्वतःला समाजाशी संवाद साधणारी 'एक जिवंत कलाकृती' (एट फूट ब्राइड) म्हणत असे. चेहऱ्यावर पांढरा रंग लावून, घुंघट ओढलेला नववधूचा औपचारिक पोशाख करून आणि पांढऱ्या हातमोज्यांमध्ये फुलांचा गुच्छ घेऊन, ती एका चौथऱ्यावर उभी राहायची. जर कोणी तिच्या पुढ्यातील टोपलीत पैसे टाकले, तर ती त्या व्यक्तीला एक फूल द्यायची, पण अन्यथा ती पूर्णपणे निश्चल राहायची.

काही लोक तिचा अपमान करायचे किंवा तिला काही वस्तू फेकून मारायचे. तिला हसवायचा प्रयत्न करायचे. तिला पकडायचे. काही जण तिला खरे काम शोध, असे ओरडून सांगायचे आणि तिचे पैसे चोरण्याची धमकी द्यायचे. दारू प्यायलेले लोक तिला तिच्या जागेवरून खाली खेचण्याचा किंवा तिला पाडण्याचा प्रयत्न करायचे.

''ते अजिबात चांगले दिवस नव्हते'', पामर आठवण काढत एकदा म्हणाली होती. ''एकदा एका कॉलेजमधील मुलाने दारूच्या नशेत माझ्या गुप्तांगाजवळ डोके घासले, आणि मी आकाशाकडे बघत विचार करत होते, 'देवा, मला हे सगळे का सहन करावे लागते आहे?' पण सहा वर्षांत मी माझी भूमिका फक्त दोनदा मोडली असेल. तुम्ही अक्षरशः कोणतीही प्रतिक्रिया देत नाही. तुम्ही हलतही नाही. जे काही घडेल ते तुम्ही फक्त अनुभवता, त्यात गुंतत नाही.''

तिच्या सहनशक्तीने लोक आश्चर्यचकित व्हायचे. इतका वेळ शरीराला एका कडक स्थितीत ठेवणे किती त्रासदायक असेल असे लोकांना वाटायचे. पण पामरला कधी तिच्या स्नायूंवर ताण जाणवला नाही. तिच्या लक्षात आले होते की, या कामात काही शारीरिक पैलू आहेत. उदाहरणार्थ, ती कॉफी पिणे टाळायची, कारण त्यामुळे तिच्या शरीराला किंचितशीच, पण अनियंत्रित थरथर सुटायची; पण आव्हान मुख्यत्वे तिच्या मनात होते.

'स्थिर उभे राहणे खरोखर इतके कठीण नाही', ती म्हणते. ''जिवंत पुतळा असण्यातील शिस्त प्रतिक्रिया न देण्याच्या विभागात जास्त आहे. मी माझे डोळे हलवू शकत नव्हते, म्हणून माझ्या बाजूने जाणाऱ्या मनोरंजक, आकर्षक गोष्टींकडे मी पाहू शकत नव्हते. माझ्याशी संवाद साधण्याचा प्रयत्न करणाऱ्या लोकांशी मी बोलू शकत नव्हते. मी हसू शकत नव्हते. माझ्या नाकातील शेंबूड खाली येऊन वरच्या ओठावर आला तरी मी तो पुसू शकत नव्हते. मला खाज सुटली तरी मी कान खाजवू शकत नव्हते. जर डास माझ्या गालावर बसला, तर मी त्याला मारू शकत नव्हते. ती खरी आव्हाने होती.''

पण आव्हान मानसिक असले तरी, कालांतराने त्याचा शारीरिक परिणाम होतो हेही तिच्या लक्षात आले. तिला सहसा दर तासाला सुमारे पन्नास डॉलर्स मिळायचे. तिला पैसे आवडत असले तरीही ती जास्त वेळ हे काम करू शकत नव्हती. ती सामान्यतः ९० मिनिटे काम करायची, एक तासाची विश्रांती घेऊन पुन्हा ९० मिनिटांसाठी बॉक्सवर उभी राहायची आणि नंतर काम थांबवायची. कधीकधी पर्यटकांच्या सर्वाधिक गर्दीच्या वेळात एखाद्या शनिवारी ती तिच्या रस्त्यावरील कामाला पूरक म्हणून एका पुनर्जागरण महोत्सवात जाऊन काही तासांसाठी 'वनदेवता' म्हणून उभी राहायची; पण त्यामुळे ती थकून जायची.

''मी घरी पोहोचल्यावर अक्षरशः अर्धमेली झालेली असायची, शरीराची जाणीवही होत नसायची'', ती म्हणते. ''मी स्वतःला बाथटबमध्ये झोकून द्यायचे आणि माझ्या मेंदूने काम करणे पूर्णपणे बंद केलेलं असायचं.''

का? तिने तर तिच्या स्नायूंना हलवण्यासाठी ऊर्जा खर्च केली नव्हती. ती दीर्घ श्वसन करत नव्हती. तिचे हृदय जलद गतीने धडधडत नव्हते. काहीही न करणे इतके कठीण का होते? कदाचित ती म्हणाली असती की, ती प्रलोभनांना विरोध करण्यासाठी इच्छाशक्तीचा वापर करत होती; पण एकोणिसाव्या शतकातील ही लोक-संकल्पना आधुनिक तज्ज्ञांनी जवळजवळ मोडीत काढली होती. एखाद्याने इच्छाशक्ती वापरली असं म्हणणं म्हणजे नक्की काय अर्थानं असेल? हे केवळ एका रूपकापेक्षा अधिक आहे हे कसे दाखवता येईल?

शेवटी कळलं की, उपाय म्हणजे गरम कुकीजपासून सुरुवात करणं.

मुळ्याचा प्रयोग

कधीकधी समाजशास्त्रज्ञांना त्यांच्या प्रयोगांमध्ये थोडे कठोर व्हावे लागते. जेव्हा कॉलेजचे विद्यार्थी बाउमिस्टरच्या प्रयोगशाळेत आले, तेव्हा ते आधीच उपाशी होते, कारण त्यांनी उपवास केला होता आणि आता ते अशा खोलीत होते जिथे नुकत्याच भाजलेल्या चॉकलेट चिप कुकीजचा सुगंध दरवळत होता. प्रयोगात

सहभागी होणारे विद्यार्थी एका टेबलवर बसले होते, जिथे अनेक खाद्यपदार्थ ठेवलेले होते : गरम कुकीज, चॉकलेटचे काही तुकडे आणि मुळ्यांनी भरलेले एक भांडे. काही विद्यार्थ्यांना कुकीज आणि कँडी खाण्यासाठी आमंत्रित केले गेले.

दुर्दैवी लोकांना 'मुळ्याची अट' घातली गेली. कोणतेही गोड पदार्थ नाहीत, फक्त कच्चे मुळे.

विद्यार्थ्यांचा मोह वाढवण्यासाठी, संशोधकांनी विद्यार्थ्यांना मुळे आणि कुकीजसोबत खोलीत एकटे सोडले आणि एका लहानशा सहजी न दिसणाऱ्या खिडकीतून त्यांचे निरीक्षण केले. मुळ्याची अट असलेल्या लोकांनी मोहाशी स्पष्टपणे संघर्ष केला. अनेकांनी अनिच्छेने मुळा चावण्यापूर्वी कुकीजकडे लांबून पाहिले. काहींनी कुकी उचलली आणि वास घेतला, नुकत्याच भाजलेल्या चॉकलेटच्या आनंदाचा अनुभव घेतला. एक-दोघांनी चुकून कुकी खाली पाडली आणि नंतर ती पटकन भांड्यात परत ठेवली, जेणेकरून त्यांच्या मनात पाप आल्याबद्दल कोणाला कळू नये. पण कोणीही त्या खाण्यास मनाई असलेल्या पदार्थाला तोंड लावले नाही. काही जणांच्या बाबतीत अगदी थोड्या फरकाने का होईना; पण मोह नेहमी टाळला गेला. प्रयोगाच्या दृष्टीने हे सर्व चांगले होते. यातून हे दिसून आले की, कुकीज खरोखरच मोहक होत्या आणि लोकांना त्यांचा विरोध करण्यासाठी त्यांची इच्छाशक्ती वापरावी लागली.

त्यानंतर विद्यार्थ्यांना दुसऱ्या खोलीत नेण्यात आले आणि त्यांना भूमितीची कोडी सोडवायला दिली. विद्यार्थ्यांना वाटले की, त्यांच्या बुद्धिमत्तेची चाचणी घेतली जात आहे; पण प्रत्यक्षात ती कोडी न सुटणारी होती. चाचणी हे पाहण्यासाठी होती की, ते हार मानण्यापूर्वी किती वेळ काम करतात. ताणावर संशोधन करणारे संशोधक आणि इतरांनी अनेक दशकांपासून हे तंत्र एक मानक म्हणून वापरले आहे, कारण ते एकूण चिकाटी दर्शवणारे एक विश्वसनीय सूचक आहे. (इतर संशोधनांतून दिसून आले आहे की, जो कोणी ही अशक्य कोडी सोडवण्याचा प्रयत्न करत राहतो, तो खरोखर सोडवता येणाऱ्या कामांवरही जास्त काळ काम करतो.)

ज्या विद्यार्थ्यांना चॉकलेट चिप कुकीज आणि कँडी खाण्याची परवानगी होती, त्यांनी साधारणपणे वीस मिनिटे कोड्यांवर काम केले. तसेच, कोणत्याही प्रकारचे अन्न न दिलेल्या गटातील उपाशी असलेल्या विद्यार्थ्यांनीही तेवढाच वेळ काम केले. मात्र, ज्या मुळे खाणाऱ्यांनी मोठ्या कष्टाने मोहांना विरोध केला होता, त्यांनी या कामात फक्त आठ मिनिटांत हार मानली. प्रयोगशाळेतील प्रयोगांच्या मानकांनुसार हा खूप मोठा फरक होता. त्यांनी कुकीज आणि चॉकलेटच्या मोहांना यशस्वीरीत्या विरोध केला होता; पण या प्रयत्नामुळे त्यांच्याकडे कोडी सोडवण्यासाठी कमी ऊर्जा शिल्लक राहिली होती. इच्छाशक्तीबद्दल असलेलं जुनं लोकज्ञान स्वतःबद्दलच्या

नवीन आणि अधिक चमकदार असलेल्या मानसशास्त्रीय सिद्धान्तांपेक्षा अधिक बरोबर असल्याचे दिसून आले.

इच्छाशक्ती ही फक्त एक रूपक आहे, असं वाटत नव्हतं. ती जणू एका स्नायूप्रमाणे दिसत होती, जी जास्त वापरल्याने थकू शकते. जसे शेक्सपिअरने 'ट्रोइलस अँड क्रेसिडा'मध्ये दाखवले होते. ट्रोजन योद्धा ट्रोइलसला खात्री होती की, क्रेसिडा ग्रीक सैनिकांच्या आकर्षणाने 'अतिशय कुशलतेने' भुलली जाईल. तो तिला सांगतो की, तिच्या निष्ठावान राहण्याच्या इच्छेवर त्याचा विश्वास आहे, पण ताणाखाली तिला हार मानावी लागेल, याची त्याला काळजी आहे. आपल्या निश्चयाची ताकद कायम स्थिर असते असे गृहीत धरणे हा मूर्खपणा आहे, असं तो तिला समजावून सांगतो आणि ती कमकुवत झाली, तर काय होईल याबाबत सावध करतो, 'जे आपल्याला नको आहे, असं काहीतरी घडू शकेल.' आणि अपेक्षेप्रमाणेच, क्रेसिडा एका ग्रीक योद्ध्याच्या प्रेमात पडते.

जेव्हा ट्रोइलस इच्छाशक्तीच्या 'बदलत्या सामर्थ्या'बद्दल बोलतो, तेव्हा तो कुकीजच्या प्रलोभनाला सामोरे जाणाऱ्या वियार्थ्यांमध्ये दिसलेल्या चढ-उतारांचे वर्णन करतो. मुळ्याचा प्रयोग आणि इतर प्रयोगांमुळे या संकल्पनेची ओळख झाल्यानंतर, अनेक वैद्यकीय मानसशास्त्रज्ञांना ती लगेच समजण्यास सोपी आणि पटणारी वाटली. नॉर्थ कॅरोलिनाच्या चॅपल हिलमधील अनुभवी वैवाहिक समुपदेशक असलेले डॉन बॉकम हे त्यांपैकी एक. ते म्हणाले की, बाउमिस्टरच्या या संशोधनाने त्यांना त्यांच्या प्रॅक्टिसमध्ये अनेक वर्षांपासून जाणवत असलेली, पण कधीही पूर्णपणे न समजलेली गोष्ट स्पष्टपणे समजली. त्यांनी पाहिले होते की, अनेक विवाहांमध्ये समस्या येत होत्या, कारण पतिपत्नी दोघेही नोकरी करणारे होते, आणि ही जोडपी दररोज संध्याकाळी अगदी क्षुल्लक वाटणाऱ्या मुद्द्यांवर भांडत. कधीकधी ते अशा जोडप्यांना कामावरून लवकर घरी जाण्याचा सल्ला द्यायचे. हा सल्ला विचित्र वाटू शकतो, त्यांना एकमेकांशी भांडायला जास्त वेळ का द्यायचा? पण बॉकमना संशय होता की, कामाचे जास्त तास त्या नवराबायकोला थकवत आहेत. त्यांची मानसिक आणि भावनिक शक्तीच संपत चालली होती.

ते थकूनभागून घरी पोहोचल्यावर, त्यांच्याकडे इतकीही ताकद उरलेली नसायची की, त्यांच्या जोडीदाराच्या त्रासदायक सवयींकडे दुर्लक्ष करता यावं, अचानक सौम्य आणि विचारशील राहता यावं, किंवा जोडीदार काही टोचून बोलला, तर स्वतःवर ताबा ठेवून प्रत्युत्तर देऊ नये. बॉकमने ओळखले की, अशा जोडप्यांनी त्यांच्याकडे थोडी ऊर्जा शिल्लक असताना घरी परतायला हवं. ज्या वेळी कामावरचा ताण सर्वाधिक असतो त्या काळात अनेक विवाह बिघडतात हे त्यांना समजले. लोक त्यांची सर्व इच्छाशक्ती कामावर वापरत होते. त्यांनी कार्यालयात तिचा खूप वापर केला आणि त्यांच्या घराला त्याचे परिणाम भोगावे लागले.

मुळ्याच्या प्रयोगानंतर, वेगवेगळ्या गटांमध्ये केलेल्या प्रयोगांनंतर असेच परिणाम पुन्हा पुन्हा दिसून आले. संशोधकांनी अधिक गुंतागुंतीच्या भावनिक कामांवर हे निरीक्षण लागू केलं आणि जसे लोकांच्या शारीरिक सहनशक्तीचे मोजमाप करतात तसे माणसांच्या मानसिक शक्तीचे मोजमाप करण्याच्या इतर मार्गांचा शोध घेतला. मॅरेथॉन धावण्यासारख्या सततच्या व्यायामासाठी केवळ शारीरिक तंदुरुस्तीपेक्षा अधिक काही लागते. तुम्ही कितीही तंदुरुस्त असलात तरी, एका क्षणी तुमच्या शरीराला विश्रांती हवी असते, आणि तुमच्या मनाला त्याला धाव, धाव, धाव असे सांगावे लागते. त्याचप्रमाणे, हाताचा व्यायाम करण्याचे साधन घेऊन व्यायाम करताना ते पकडून स्प्रिंगच्या शक्तीविरुद्ध दाबून ठेवण्यासाठी केवळ शारीरिक शक्तीपेक्षा अधिक काही लागते. थोड्या वेळानंतर, हात थकून जातो आणि हळूहळू स्नायूंमध्ये वेदना जाणवू लागतात. नैसर्गिक प्रेरणा म्हणजे आराम करणे; पण जोपर्यंत तुमचे मन इतर भावनांना दडपण्यात खूप व्यग्र नसेल तोवर तुम्ही ते यंत्र दाबून ठेवण्याची इच्छाशक्ती दाखवू शकता. जसे की, एका दुःखी इटालिअन चित्रपटाशी संबंधित प्रयोगात घडले.

चित्रपट पाहण्यापूर्वी, प्रयोगात सहभागी होणाऱ्यांना सांगण्यात आले की, ते चित्रपट पाहत असताना त्यांच्या चेहऱ्यावरील हावभावांचे कॅमेऱ्याद्वारे चित्रित केले जातील. काही लोकांना त्यांच्या भावना दाबून ठेवण्यास आणि कोणतेही हावभाव न दाखवण्यास सांगितले गेले. इतरांना त्यांच्या भावनिक प्रतिक्रिया जरा जास्त वाढवण्यास सांगितले गेले, जेणेकरून त्यांचे चेहऱ्यावरील हावभाव त्यांच्या भावना प्रकट करतील. तिसऱ्या नियंत्रित गटाला, कोणत्याही अटीशिवाय ते नेहमी जसा चित्रपट पाहतात तसा पाहण्याची परवानगी होती.

त्यानंतर सर्वांनी मोंडो केन या चित्रपटामधील काही भाग पाहिला. हा चित्रपट म्हणजे अणुकचऱ्याचा वन्यजीवांवर जे परिणाम होतात त्यावरील माहितीपट होता. त्यातील एका अविस्मरणीय दृश्यात, महाकाय समुद्री कासव त्यांची दिशा ओळखण्याची क्षमता गमावतात, वाळवंटात भटकतात आणि असहायपणे आपले पर निष्फळपणे फडफडवत मरतात, कारण त्यांना समुद्रच सापडत नाही. हा निःसंशयपणे डोळ्यांत पाणी आणणारा भाग होता; पण प्रत्येकाला रडण्याची परवानगी नव्हती. काहींनी निर्देशानुसार शांतता राखली; काहींनी जास्तीत जास्त अश्रू ढाळले. त्यानंतर सर्वांनी हाताचा व्यायाम दाबून सहनशक्तीची चाचणी दिली आणि संशोधकांनी परिणामांची तुलना केली.

या चित्रपटाचा नियंत्रित गटाच्या सहनशक्तीवर कोणताही परिणाम झाला नाही. या लोकांनी चित्रपटापूर्वीच्या चाचणीत जितका वेळ हँडल दाबले होते, तितकाच वेळ दाबले. पण इतर दोन गटांनी खूप लवकर हार मानली. मग त्यांनी त्यांच्या

भावना दाबून ठेवल्या होत्या की, त्या गरीब कासवांबद्दलचा शोक अधिक प्रमाणात व्यक्त केला होता, याने परिणामात काही फरक पडला नाही. दोन्ही पद्धतींत, त्यांच्या भावनिक प्रतिक्रिया नियंत्रित करण्याच्या प्रयत्नाने त्यांची इच्छाशक्ती कमी केली. खोटं वागणं विनामूल्य नव्हते.

तसेच, 'पांढऱ्या अस्वलाचे आव्हान' या एका अत्युत्कृष्ट मानसिक व्यायामाचाही परिणाम झाला. डॅन वेग्नरने एक आख्यायिका ऐकली की, तरुण टॉल्स्टॉयने किंवा आवृत्तीवर अवलंबून, तरुण दोस्तोयेव्स्कीने त्याच्या लहान भावाला आव्हान दिले की, तो पांढऱ्या अस्वलाचा विचार न करता पाच मिनिटे राहू शकत नाही. मानवी मानसिक शक्तींबद्दलचा एक गोंधळात टाकणारा शोध लागल्यामुळे त्या भावाला टॉल्स्टॉयला पैसे द्यावे लागले. तेव्हापासून पांढरे अस्वल मानसशास्त्रज्ञांसाठी एक प्रकारचा शुभंकर बनला आहे. आपल्याला वाटते की, आपण आपल्या विचारांवर नियंत्रण ठेवतो, पण तसे नाही. पहिल्यांदा ध्यान करणारे लोक त्यांच्या मनाला केंद्रित करण्याचा प्रामाणिक प्रयत्न करूनही त्यांचे मन किती वेळा भटकते हे पाहून आश्चर्यचकित होतात. जास्तीतजास्त काय, तर आपल्या विचारांच्या प्रवाहावर आपण काही अंशीच नियंत्रण ठेवू शकतो. सध्या हार्वर्डमध्ये असलेल्या वेग्नर यांनी लोकांना त्यांच्या विचारांमध्ये जेव्हा पांढरे अस्वल येते तेव्हा घंटा वाजवण्यास सांगितली. काही युक्त्या, लक्ष विचलित करण्याची तंत्रे आणि प्रोत्साहन यामुळे त्या प्राण्याला थोड्या काळासाठी दूर ठेवता आले, पण शेवटी प्रत्येकाकडून घंटा वाजलीच.

या प्रकारचा प्रयोग क्षुल्लक वाटू शकतो. मानवांना त्रास देणाऱ्या सर्व मानसिक रोगांमध्ये, 'नको असलेले पांढऱ्या अस्वलाचे विचार' काही फार वरच्या क्रमांकावर नाहीत. तरीही, रोजच्या जीवनापासूनचे हे अंतरच त्याला संशोधकांसाठी एक उपयुक्त साधन बनवते. लोक त्यांच्या विचारांवर किती चांगले नियंत्रण ठेवतात हे समजून घेण्यासाठी, सामान्य विचार न निवडणे चांगले. जेव्हा एका पदवीधर विद्यार्थ्याने वेग्नरच्या प्रयोगाची एक आवृत्ती वापरली, ज्यात लोकांना त्यांच्या आईबद्दल विचार न करण्यास सांगितले होते, तेव्हा तो प्रयोग त्याच्या उद्देशात अपयशी ठरला आणि फक्त हेच सिद्ध झाले की, कॉलेजचे विद्यार्थी त्यांच्या आईबद्दल विचार न करण्यात अत्यंत कुशल आहेत.

आई आणि पांढरे अस्वल यांत काय फरक असतो? कदाचित विद्यार्थी त्यांच्या पालकांपासून भावनिकरीत्या स्वतःला वेगळे करण्याचा प्रयत्न करत असतील. कदाचित, त्यांना अनेकदा अशा गोष्टी करायच्या असतील ज्यांना त्यांच्या आईचा विरोध असेल, आणि म्हणून त्यांना आईला त्यांच्या मनातून दूर ठेवावे लागते. किंवा कदाचित त्यांना त्यांच्या आईला पाहिजे तितका कॉल न केल्याबद्दल अपराधी वाटून

घेणे टाळायचे असेल. पण लक्षात घ्या की, आई आणि पांढरे अस्वल यांच्यातील फरकासाठीची ही सर्व संभाव्य स्पष्टीकरणे आईबद्दलची आहेत. संशोधकाच्या दृष्टीने हीच समस्या आहे. आई हा शुद्ध संशोधनासाठी चांगला विषय नाही, कारण तिच्यासोबत खूप भावनिक ओझे – खूप मानसिक आणि भावनिक संबंध – जोडलेले आहेत. तुम्ही तुमच्या आईबद्दल विचार करता किंवा करत नाही याची कारणे अनेक, बदलणारी आणि खूप विशिष्ट अशी असतात, त्यामुळे त्यांचे सामान्यीकरण करणे सोपे नाही. याउलट, जर लोकांना पांढऱ्या अस्वलाचे विचार दाबून ठेवण्यास त्रास होत असेल; असे प्राणी जे सरासरी अमेरिकन कॉलेज विद्यार्थी आणि संशोधन सहभागीच्या दैनंदिन जीवनात किंवा वैयक्तिक इतिहासात कोणतीही भूमिका बजावत नाहीत; तर हे स्पष्टीकरण अनेक विषयांना लागू होण्याची शक्यता आहे.

या सर्व कारणांमुळे, लोक त्यांच्या विचारांवर कसे नियंत्रण ठेवतात याचा अभ्यास करणाऱ्या आत्मनियंत्रण संशोधकांना पांढरे अस्वल आकर्षित करते. आणि अपेक्षेप्रमाणेच, लोकांनी पांढऱ्या अस्वलाचा विचार न करण्याचा प्रयत्न केल्यानंतर, त्यांनी कोडी सोडवताना लवकर हार मानली (ज्या लोकांना कोणत्याही गोष्टीचा विचार करण्याची मुभा होती त्यांच्या तुलनेत). तसेच, दुसऱ्या एका किंचित अवघड प्रयोगात त्यांना त्यांच्या भावना नियंत्रित करणे अधिक कठीण झाले होते. तो प्रयोग होता, सॅटर्डे नाइट लाइव्हमधील उत्कृष्ट स्किट आणि रॉबिन विल्यम्सचा एकपात्री विनोदी कार्यक्रम (स्टँड-अप रूटीन) पाहताना शांत राहण्यास भाग पाडणे. प्रेक्षकांच्या चेहऱ्यावरील प्रतिक्रिया चित्रित केल्या गेल्या आणि नंतर संशोधकांनी पद्धतशीरपणे त्यांचा अभ्यास केला. पुन्हा एकदा, ज्या लोकांनी यापूर्वी पांढऱ्या अस्वलाचा व्यायाम केला होता, त्यांच्यावर परिणाम स्पष्टपणे दिसून आले : जेव्हा विल्यम्सने त्याचे एक विनोद सुरू केले, तेव्हा ते हसण्यापासून किंवा कमीतकमी हसण्यापासून स्वतःला रोखू शकले नाहीत.

तुमचा बॉस मूर्ख सूचना देत असेल तर तुम्ही हा परिणाम लक्षात ठेवू शकता. पुढील बैठकीत चेहऱ्यावर औपरोधिक हसू येणे टाळण्यासाठी, त्यापूर्वी कोणतेही कठोर मानसिक व्यायाम करणे टाळा. तुम्हाला हवे असलेल्या सर्व पांढऱ्या अस्वलांचा विचार करण्यास तुम्ही मोकळे आहात.

त्या भावनेला नाव द्या

एकदा प्रयोगांनी इच्छाशक्तीचे अस्तित्व सिद्ध केले, तेव्हा मानसशास्त्रज्ञ आणि मेंदू वैज्ञानिकांचे समोर नवीन प्रश्न उभे राहिले. इच्छाशक्ती नेमकी काय होती? मेंदूचा कोणता भाग यात गुंतलेला होता? मज्जातंतूंच्या जाळ्यामध्ये काय घडत होते? इतर कोणते शारीरिक बदल होत होते? इच्छाशक्ती कमी झाल्यावर कसे वाटायचे?

सर्वांत तातडीचा प्रश्न होता, 'बदलणारे सामर्थ्य' किंवा 'कमजोर इच्छाशक्ती' की 'सैतानाने मला असे करायला लावले' यापेक्षा अधिक अचूक काहीतरी असेल असे, या प्रक्रियेला काय नाव द्यावे? अलीकडील वैज्ञानिक साहित्याकडून फारशी मदत मिळाली नाही. बाउमिस्टरला ऊर्जेच्या संकल्पनांचा समावेश असलेल्या 'स्व'च्या मॉडेलसाठी फ्रॉइडकडे जावे लागले. नेहमीप्रमाणेच, फ्रॉइडच्या कल्पना, लक्षणीयरीत्या पूर्वदर्शी आणि पूर्णपणे चुकीच्या असल्याचे सिद्ध झाले. त्याने असा सिद्धान्त मांडला की, मानव ऊर्ध्वपातन नावाच्या प्रक्रियेचा वापर करून ऊर्जेला तिच्या मूलभूत नैसर्गिक स्रोतांपासून अधिक सामाजिक मान्यता असलेल्या स्रोतांमध्ये रूपांतरित करतात. अशा प्रकारे, फ्रॉइडने सांगितले की, महान कलाकार त्यांची लैंगिक ऊर्जा त्यांच्या कामात वळवतात. हे एक हुशारीने केलेले अनुमान होते, पण 'स्व'चे ऊर्जा मॉडेल विसाव्या शतकात मानसशास्त्रज्ञांमध्ये लोकप्रिय झाले नाही आणि ऊर्ध्वपातनाच्या विशिष्ट सिद्धान्ताचेही तसेच झाले.

जेव्हा बाउमिस्टर आणि सहकाऱ्यांनी फ्रॉइडच्या सैद्धांतिक यंत्रणांची आधुनिक संशोधन साहित्याशी तुलना केली, तेव्हा त्यांना आढळले की, ऊर्ध्वपातनाचे परिणाम सर्वांत वाईट होते. त्यासाठी मूलतः कोणताही पुरावा नव्हता आणि सत्य याच्या उलट असल्याचे विचार करण्यास अनेक कारणे होती. उदाहरणार्थ, जर ऊर्ध्वपातनाचा सिद्धान्त बरोबर असेल, तर कलाकारांच्या वसाहती त्यांच्या कामुक इच्छांचे ऊर्ध्वपातन करणाऱ्या लोकांनी भरलेल्या असाव्यात आणि त्यामुळे तिथे लैंगिक क्रियाकलाप तुलनेने कमी असावेत. लैंगिकतेच्या अभावासाठी ओळखल्या जाणाऱ्या कलाकारांच्या वसाहतीबद्दल तुम्ही कधी ऐकले आहे का?

तरीही, फ्रॉइड 'स्व'च्या त्याच्या ऊर्जा मॉडेलमध्ये काहीतरी महत्त्वाचे सांगत होता. कलाकारांच्या वसाहतींमधील संबंध स्पष्ट करण्यासाठी ऊर्जा हा एक आवश्यक घटक आहे. लैंगिक इच्छांवर नियंत्रण ठेवण्यासाठी ऊर्जा लागते आणि सर्जनशील कामासाठीही ऊर्जा लागते. जर तुम्ही तुमच्या कलेत ऊर्जा ओतली, तर तुमच्याकडे तुमच्या कामवासनेवर नियंत्रण ठेवण्यासाठी कमी ऊर्जा उपलब्ध असते. ही ऊर्जा कुठून येते आणि ती कशी कार्य करते याबद्दल फ्रॉइडच्या म्हणण्यात थोडी संदिग्धता होती; पण किमान त्याने 'स्व'च्या सिद्धान्तात तिला एक महत्त्वाचे स्थान दिले होते. फ्रॉइडच्या या दिशेतील अंतर्दृष्टीला एक प्रकारचा सन्मान देण्यासाठी म्हणून, बाउमिस्टरने 'स्व'साठी फ्रॉइडचा शब्द वापरण्याचे निवडले : अहं (ego). अशा प्रकारे 'अहं क्षीणता'(अहंशक्तीची कमतरता)चा जन्म झाला. बाउमिस्टरने या संज्ञेचा वापर लोकांच्या विचार, भावना आणि कृती नियंत्रित करण्याची कमी झालेली क्षमता वर्णन करण्यासाठी केला. लोक कधीकधी मानसिक थकवा दूर करू शकतात, पण बाउमिस्टरला आढळले की, जर त्यांनी इच्छाशक्ती वापरून (किंवा निर्णय घेऊन, जो अहं क्षीणतेचा दुसरा प्रकार आहे ज्यावर आपण नंतर

चर्चा करू) ऊर्जा खर्च केली असेल, तर ते शेवटी हार मानतील. हा शब्द नंतर हजारो वैज्ञानिक शोधनिबंधांमध्ये दिसला, कारण मानसशास्त्रज्ञांना विविध प्रकारच्या वर्तनाचे स्पष्टीकरण देण्यासाठी अहं क्षीणतेची उपयुक्तता समजली.

मेंदूमध्ये अहं क्षीणता कशी होते, हे सुरुवातीला एक रहस्य होते. टोरंटो विद्यापीठातील दोन संशोधक, मायकल इन्झलिच्ट आणि जेनिफर गुटसेल यांनी त्याचा उलगडा केला. त्यासाठी त्यांनी अशा लोकांचे निरीक्षण केले, ज्यांनी डोक्यावर इलेक्ट्रोड आणि तारांचे दाट जाळे असलेली टोपी घातली होती. इलेक्ट्रोएन्सेफेलोग्राफिक रेकॉर्डिंग (ईईजी) नावाच्या या पद्धतीमुळे शास्त्रज्ञांना मेंदूतील विद्युत क्रियाकलाप शोधता येतात. हे कोणाचे मन वाचू शकत नाही, पण मेंदू विविध समस्यांशी कसा व्यवहार करतो हे नकाशाद्वारे दर्शविण्यात मदत करते. टोरंटोच्या संशोधकांनी सिन्युलेट कॉर्टेक्स नावाच्या मेंदूच्या भागावर विशेष लक्ष दिले, जो तुम्ही काय करत आहात आणि तुमचा काय हेतू होता यातील विसंगती शोधतो. याला सामान्यतः संघर्ष-निरीक्षण प्रणाली (conflict-monitoring system) किंवा त्रुटी-शोध प्रणाली (error-detection system) म्हणून ओळखले जाते. हा मेंदूचा तो भाग आहे जो धोक्याची घंटा वाजवतो. उदाहरणार्थ, जर तुम्ही एका हातात हॅम्बर्गर आणि दुसऱ्या हातात सेल फोन धरला असेल आणि तुम्ही सेल फोन चावण्यास सुरुवात केली. मेंदूतील ही धोक्याची घंटा वाजल्याने विद्युत क्रियाकलापांमध्ये वाढ दिसते. (याला मेंदूची नकारात्मक प्रतिक्रिया म्हणतात.)

टोरंटोमधील लोकांनी त्यांच्या कवटीला तारा जोडलेल्या असताना, प्राण्यांचे दुःख आणि मृत्यू दर्शवणारे काही त्रासदायक माहितीपट पाहिले. अर्ध्या लोकांना त्यांच्या भावनिक प्रतिक्रिया दाबून ठेवण्यास सांगितले गेले, ज्यामुळे ते अहं क्षीणतेच्या स्थितीत गेले. बाकीच्यांनी फक्त चित्रपट काळजीपूर्वक पाहिला. त्यानंतर सर्व जण दुसऱ्या, वरवर पाहता असंबंधित क्रियाकलापाकडे वळले. क्लासिक स्ट्रूप टास्क (Stroop task) (मानसशास्त्रज्ञ जेम्स स्ट्रूपच्या नावावरून), ज्यात त्यांना काही अक्षरे कोणत्या रंगात छापली आहेत हे सांगायचे होते. उदाहरणार्थ, XXXs ची एक ओळ लाल रंगात दिसू शकते आणि योग्य उत्तर 'लाल' असेल, जे पुरेसे सोपे आहे. पण जर हिरवा (green) हा शब्द लाल शाईत छापलेला असेल, तर अतिरिक्त प्रयत्न करावे लागतात. तुम्हाला अक्षरे वाचून आलेल्या पहिल्या विचाराला (हिरवा) दाबून टाकावे लागते आणि स्वतःला शाईचा रंग, 'लाल' ओळखण्यास भाग पाडावे लागते. अनेक अभ्यासांतून दिसून आले आहे की, अशा परिस्थितीत लोक उत्तर देण्यासाठी जास्त वेळ घेतात. खरं तर, शीतयुद्धादरम्यान अमेरिकेच्या गुप्तचर अधिकाऱ्यांसाठी स्ट्रूप टास्क एक साधन बनले होते. एक गुप्त एजंट रशियन बोलत नसल्याचा दावा करू शकतो, पण रंगांसाठी रशियन शब्द पाहताना त्याला योग्य उत्तर देण्यासाठी जास्त वेळ लागेल.

दुःखी प्राण्यांच्या चित्रपटादरम्यान ज्या लोकांनी त्यांची इच्छाशक्ती आधीच क्षीण केली होती, त्यांना योग्य रंग निवडणे विशेष अवघड गेले. त्यांनी प्रतिसाद देण्यासाठी जास्त वेळ घेतला आणि अधिक चुका केल्या. त्यांच्या कवटीला जोडलेल्या तारांनी संघर्ष-निरीक्षण प्रणालीत लक्षणीयरीत्या संथ क्रियाकलाप दर्शविला, त्यांचे विसंगतीसाठी धोक्याचे संकेतही कमकुवत होते. या परिणामांनी दाखवले की, अहं क्षीणता सिन्ग्युलेट कॉर्टेक्समध्ये समोरच्या बाजूला मंदता निर्माण करते. हा मेंदूचा आत्मनियंत्रणासाठी महत्त्वाचा असणारा भाग आहे. मेंदू मंदावतो आणि त्याची त्रुटी-शोध क्षमता खराब होते, तेव्हा लोकांना त्यांच्या प्रतिक्रिया नियंत्रित करण्यात अडचण येते. जर अहं क्षीण झाले नसते, तर जी कामे अधिक सहजपणे पूर्ण झाली असती, ती पूर्ण करण्यासाठी त्यांना संघर्ष करावा लागतो.

अहं क्षीणतेमुळे मेंदूच्या सर्किटमध्ये मंदपणा येतो हे मेंदू वैज्ञानिकांना आकर्षित करत असेल; पण बाकी उरलेल्या आपल्यासारख्या लोकांसाठी, कवटीला तारा आणि इलेक्ट्रोड न जोडता अहं क्षीणता ओळखणे अधिक उपयुक्त ठरेल. तुमच्या जोडीदाराशी भांडण करण्यापूर्वी किंवा हागेन-डाझ कंपनीच्या आइसक्रीमचा एक चतुर्थांश डबा संपवण्यापूर्वी तुमचा मेंदू नियंत्रणासाठी तयार नाही यासाठी तुम्हाला सावध करू शकतील, अशी कोणती लक्षणे आहेत? अगदी अलीकडच्या काळापर्यंत, संशोधक याबाबतीत फारशी मदत करू शकले नाहीत. डझनभर अभ्यासांमध्ये, त्यांनी विशिष्ट भावनिक प्रतिक्रिया शोधण्याचा प्रयत्न केला, पण त्यांना एक तर विरोधाभासी परिणाम मिळाले किंवा काहीच मिळाले नाही. अहं क्षीण झाल्यामुळे लोकांना सातत्याने उदास किंवा राग आल्यासारखे किंवा असमाधानी वाटत नव्हते. २०१०मध्ये, जेव्हा संशोधकांच्या एका आंतरराष्ट्रीय संघाने ऐंशीहून अधिक अभ्यासांच्या परिणामांचे विश्लेषण केले, तेव्हा त्यांनी असा निष्कर्ष काढला की, वर्तनावर अहं क्षीणतेचे परिणाम मजबूत, मोठे आणि विश्वसनीय होते; पण वैयक्तिक भावनांवर होणारे परिणाम लक्षणीयरीत्या कमकुवत होते. क्षीण झालेल्या अवस्थेतील लोकांनी जास्त थकवा, दमणूक आणि नकारात्मक भावना नोंदवल्या, पण ते फरक काही फार मोठे नव्हते. या परिणामांमुळे अहं क्षीणता कोणतीही लक्षणे नसलेल्या आजारासारखी वाटली, अशी स्थिती जिच्यात 'काहीही जाणवत नाही'.

पण आता असे दिसून आले आहे की, अहं क्षीणतेची काही चिन्हे आहेत. बाउमिस्टर आणि त्यांची दीर्घ काळची सहकारी, मिनेसोटा विद्यापीठातील मानसशास्त्रज्ञ कॅथलीन व्होस यांच्या नेतृत्वाखालील गटाने केलेल्या काही नवीन प्रयोगांमुळे ती समजली. या प्रयोगांमध्ये, अहं क्षीण झालेल्या व्यक्तींनी (पुन्हा एकदा) कोणतीही स्पष्ट अशी भावना दर्शविली नाही, पण त्यांनी सर्व प्रकारच्या गोष्टींना अधिक तीव्रतेने प्रतिसाद दिला. एका दुःखी चित्रपटाने त्यांना खूप दुःखी केले. आनंदी चित्रांनी त्यांना अधिक आनंदित केले आणि त्रासदायक चित्रांनी

त्यांना अधिक घाबरवले आणि बेचैन केले. ज्या लोकांचा अहं क्षीण झाला नव्हता, त्यांच्यापेक्षा त्यांना बर्फाचे थंड पाणी अधिक वेदनादायक वाटले. भावनांसोबतच त्यांच्या इच्छाही तीव्र झाल्या. एक कुकी खाल्ल्यानंतर, लोकांनी दुसरी कुकी खाण्याची तीव्र इच्छा नोंदवली आणि संधी मिळाल्यावर त्यांनी खरोखरच जास्त कुकीज खाल्ल्या. भेटवस्तू गुंडाळलेले पॅकेज पाहताना, त्यांना ते उघडण्याची तीव्र इच्छा झाली.

त्यामुळे जर तुम्हाला संकटाची आगाऊ सूचना हवी असेल, तर एका लक्षणाऐवजी तुमच्या भावनांच्या एकूण तीव्रतेत होणारा बदल पहा. जर तुम्हाला त्रासदायक घटनांमुळे विशेषतः त्रास होत असेल, किंवा अप्रिय विचारांमुळे दुःख होत असेल, किंवा काही चांगल्या बातम्यांमुळे अधिक आनंद होत असेल, तर कदाचित तुमच्या मेंदूचे सर्किट्स नेहमीप्रमाणे भावनांवर नियंत्रण ठेवत नाहीत. तीव्र भावनाही खूप आनंददायक असू शकतात आणि त्या जीवनाचा एक आवश्यक भाग आहेत. आम्ही तुम्हाला भावनिक एकसुरीपणासाठी प्रयत्न करण्यास सांगत नाही आहोत (जोपर्यंत तुम्ही विख्यात विज्ञान-मालिका स्टारट्रेकमधील मिस्टर स्पॉकच्या वल्कन शांततेची आकांक्षा बाळगत नाही). पण या भावनांचा अर्थ काय असू शकतो याची जाणीव ठेवा. जर तुम्ही प्रलोभने टाळण्याचा, त्यांना विरोध करण्याचा प्रयत्न करत असाल, तर तुमच्या विरोध करण्याच्या क्षमतेत घट झाली असतानाच तुम्हाला त्या मनाई असलेल्या इच्छा अधिक तीव्रतेने जाणवू शकतात. अशा प्रकारे अहं क्षीणता दुहेरी फटका देते : तुमची इच्छाशक्ती कमी होते आणि तुमच्या तीव्र इच्छा नेहमीपेक्षा अधिक मजबूत होतात.

विशेषतः व्यसनाशी संघर्ष करणाऱ्या लोकांसाठी ही समस्या तीव्र असू शकते. संशोधकांनी बऱ्याच काळापासून पाहिले आहे की, व्यसनमुक्तीच्या काळात तीव्र इच्छा विशेषतः मजबूत असतात. अलीकडे त्यांना हेदेखील लक्षात आले आहे की, व्यसनमुक्तीच्या काळात इतर अनेक भावना तीव्र होतात. व्यसनमुक्तीच्या काळात, व्यसन सोडवणारी व्यक्ती सवय मोडण्यासाठी इतकी इच्छाशक्ती वापरत असते की ती तीव्र, दीर्घ काळ चाललेल्या अहं क्षीणतेच्या स्थितीत असते आणि त्याच अवस्थेमुळे तिला ड्रगची इच्छा अधिक तीव्रतेने जाणवते. शिवाय, इतर घटनांचाही नेहमीपेक्षा जास्त परिणाम होतो, ज्यामुळे अतिरिक्त त्रास होतो आणि सिगरेट, दारू किंवा ड्रगची आणखी तीव्र ओढ लागते. त्यामुळे व्यसन सोडू पाहणारा माणूस पुन्हा सहज व्यसनाकडे वळतो आणि व्यसन सोडल्यावर लोकांना खूप विचित्र वाटते यात आश्चर्य नाही. मानसशास्त्रज्ञांनी अहं क्षीणता ओळखण्यापूर्वी, ब्रिटिश विनोदकार सर ए.पी.हर्बर्ट यांनी परस्परविरोधी लक्षणांचे वर्णन छान केले होते :

'देवाला धन्यवाद, मी पुन्हा धूम्रपान सोडले आहे!' त्याने जाहीर केले. ''देवा! मला खूप तंदुरुस्त वाटते. हत्या करण्याची इच्छा होते, पण तंदुरुस्त. एक

वेगळा माणूस. चिडचिडा, लहरी, उदास, उद्धट, घाबरलेला; पण कदाचित फुप्फुसे ठीक आहेत.''

घाणेरड्या मोज्यांचे रहस्य

१९७०च्या दशकात, मानसशास्त्रज्ञ डॅरिल बेम यांनी वर्तणुकीची एक यादी तयार करून कर्तव्यनिष्ठ लोकांमध्ये आणि इतरांमध्ये फरक करण्याचा प्रयत्न केला. त्यांनी गृहीत धरले की, 'शाळेतील प्रकल्प वा गृहपाठ वेळेवर पूर्ण करणे' आणि 'स्वच्छ मोजे घालणे' यांच्यात सकारात्मक संबंध असेल, कारण या दोन्ही गोष्टींचे मूळ कर्तव्यनिष्ठतेत आहे. पण जेव्हा त्यांनी ते शिकवत असलेल्या स्टॅनफोर्डमधील विद्यार्थ्यांकडून डेटा गोळा केला, तेव्हा त्यांना एक मोठा नकारात्मक संबंध आढळला.

''वरवर पाहता...,'' त्यांनी थट्टा केली, ''विद्यार्थी एक तर त्यांचे गृहपाठ पूर्ण करू शकत होते किंवा दररोज त्यांचे मोजे बदलू शकत होते, पण दोन्ही गोष्टी करू शकत नाहीत.''

त्यांनी याबद्दल फारसा विचार केला नाही, पण काही दशके उलटल्यानंतर इतर संशोधकांना वाटले की, या थट्टेत काहीतरी तथ्य आहे. दोन ऑस्ट्रेलियन मानसशास्त्रज्ञ, मेगन ओटेन आणि केन चेंग यांनी विचार केला की, विद्यार्थी मुळ्याच्या प्रयोगात दिसलेल्या अहं क्षीणतेमुळे त्रस्त असावेत. या मानसशास्त्रज्ञांनी शैक्षणिक सत्राच्या वेगवेगळ्या वेळी विद्यार्थ्यांची प्रयोगशाळेतील आत्मनियंत्रण चाचणी करायला सुरुवात केली. गृहीत धरल्याप्रमाणे, परीक्षेच्या तयारीच्या आणि प्रकल्प पूर्ण करण्याच्या ताणामुळे त्यांची इच्छाशक्ती क्षीण झाल्यामुळे, सत्राच्या शेवटी विद्यार्थ्यांनी तुलनेने वाईट कामगिरी केली. पण ही घट केवळ अगम्य अशा प्रयोगशाळेतील चाचण्यांपुरती मर्यादित नव्हती. जेव्हा त्यांना त्यांच्या जीवनातील इतर पैलूंबद्दल विचारले गेले, तेव्हा हे स्पष्ट झाले की बेमचा घाणेरड्या मोज्यांचा शोध केवळ एक योगायोग नव्हता. परीक्षेच्या काळात विद्यार्थ्यांचे आत्मनियंत्रण कमी झाल्यामुळे सर्व प्रकारच्या चांगल्या सवयी सोडल्या गेल्या.

त्यांनी व्यायाम करणे थांबवले. त्यांनी जास्त सिगरेट ओढल्या. त्यांनी इतका कॉफी आणि चहा प्यायला की, त्यांचे कॅफिनचे सेवन दुप्पट झाले. अतिरिक्त कॅफिनला अभ्यासासाठी मदत म्हणून माफ केले जाऊ शकते; पण जर ते खरोखर जास्त अभ्यास करत असतील, तर त्यांनी कमी दारू प्यायला पाहिजे, पण तसे झाले नाही. परीक्षेच्या वेळी पार्ट्या कमी असल्या तरी, विद्यार्थ्यांनी नेहमीप्रमाणेच दारू प्यायली. त्यांनी निरोगी आहार सोडला आणि जंक फूडचे सेवन ५० टक्क्यांनी वाढवले. त्यांनी अचानक बटाटा चिप्सला मेंदूसाठी योग्य अन्न मानले असे नाही. तर जेव्हा ते परीक्षांवर लक्ष केंद्रित करत होते, तेव्हा त्यांनी फक्त अपायकारक,

चरबी वाढवणाऱ्या अन्नाची काळजी करणे थांबवले. त्यांनी आलेल्या/मिस केलेल्या फोनेला उत्तरे देणे, भांडी धुणे किंवा फरशी साफ करणे यांबद्दलची काळजीही कमी केली. अंतिम परीक्षेच्या काळात अभ्यासलेल्या वैयक्तिक स्वच्छतेच्या प्रत्येक पैलूमध्ये घट झाली. विद्यार्थ्यांनी दात घासणे आणि फ्लॉसिंग करणे यांबद्दल कमी काळजी घेतली. त्यांनी केस धुणे आणि दाढी करणे सोडले आणि, होय, त्यांनी घाणेरडे मोजे आणि इतर न धुतलेले कपडे घातले.

या सर्वांमुळे केवळ त्यांच्या प्राधान्यांमध्ये किंचितसा अहितकर, पण एक व्यावहारिक बदल झाला होता का? ते अभ्यास करण्यासाठी वेळ वाचवत होते का? तसे नाही. परीक्षांच्या वेळी, विद्यार्थ्यांनी अभ्यासाऐवजी मित्रांसोबत वेळ घालवण्याची प्रवृत्ती वाढल्याचे नोंदवले, जे व्यावहारिक आणि योग्य असण्याच्या अगदी उलट होते. काही विद्यार्थ्यांनी तर परीक्षेच्या वेळी त्यांच्या अभ्यासाच्या सवयी खराब झाल्याचे नोंदवले, जो खरं तर त्यांचा हेतू असायला नको होता. त्यांनी त्यांची बरीच इच्छाशक्ती अधिक अभ्यास करण्यासाठी समर्पित केली असावी, तरीही त्यांनी कमी अभ्यास केला. त्याचप्रमाणे, त्यांनी झोपेचे प्रमाण आणि भावनेच्या भरात पैसे खर्च करणे वाढल्याचे नोंदवले. परीक्षेच्या काळात खरेदी करणे व्यावहारिकदृष्ट्या अर्थपूर्ण नव्हते, पण त्यांच्याकडे खर्चावर नियंत्रण ठेवण्याची शिस्त कमी होती. ते अधिक चिडचिडे, लहरी आणि राग किंवा निराशा अशा दोन्ही भावनांसाठी प्रवृत्त झाले होते. त्यांनी त्यांच्या रागाचा दोष परीक्षेच्या ताणाला दिला असावा; कारण ताणामुळे अशा भावना येतात असा एक सामान्य गैरसमज आहे. मात्र, ताण खरोखर काय करतो, तर तो इच्छाशक्ती क्षीण करतो, ज्यामुळे तुमच्या त्या भावनांवर नियंत्रण ठेवण्याची क्षमता कमी होते.

अहं क्षीणतेचे परिणाम नुकतेच जर्मनीमध्ये झालेल्या बीपर अभ्यासात अधिक अचूकपणे दर्शविले गेले, ज्याचा उल्लेख आपण आधी केला आहे. दिवसभर लोकांच्या इच्छांबद्दल विचारण्यासाठी बीपरचा वापर करून, बाउमिस्टर आणि त्यांच्या सहकाऱ्यांनी दिवस जसजसा पुढे सरकत होता तसतसे किती इच्छाशक्ती वापरली जात आहे हे पाहिले. अपेक्षेप्रमाणेच, लोकांनी जितकी जास्त इच्छाशक्ती खर्च केली, तितके ते पुढील मोहांना बळी पडण्याची शक्यता वाढली. जेव्हा त्यांना 'मला हे करायचे आहे, पण मी करता कामा नये' अशा प्रकारचा अंतर्गत संघर्ष निर्माण करणाऱ्या नवीन इच्छेचा सामना करावा लागला, तेव्हा त्यांनी आधीच्या मोहांना टाळले असल्यास आता अधिक सहजपणे हार मानली. नवीन प्रलोभन जर आधीच्या प्रलोभनानंतर कमी वेळात समोर आले असेल, तर हे विशेषत्वाने दिसून आले.

जर्मन प्रौढ तसेच अमेरिकेतील कॉलेज-विद्यार्थी जेव्हा शेवटी प्रलोभनांना बळी पडले, तेव्हा आपल्या चुकांसाठी त्यांनी त्यांच्या व्यक्तिमत्त्वातील काही

उणिवांना – जसे की, 'माझ्याकडे पुरेशी इच्छाशक्ती नाही' – दोष दिला असावा. पण दिवसाच्या सुरुवातीला, किंवा सत्राच्या सुरुवातीला, त्यांच्याकडे अशाच प्रलोभनांना विरोध करण्यासाठी पुरेशी इच्छाशक्ती होती. तिचे काय झाले होते? ती खरोखरच संपली होती का? कदाचित, पण अहं क्षीणतेच्या संशोधनाचा अर्थ लावण्याचा दुसरा मार्गही होता. कदाचित, लोकांची इच्छाशक्ती फक्त संपत नव्हती. कदाचित ते जाणीवपूर्वक किंवा अजाणतेपणे तिची बचत करत होते. बाउमिस्टरच्या पदवीधर विद्यार्थ्यांपैकी एक, मार्क मुरावेन यांनी तिच्या जतनाच्या प्रश्नाची दखल घेतली आणि अल्बानी येथील स्टेट युनिव्हर्सिटी ऑफ न्यू यॉर्कमध्ये ते कायमस्वरूपी प्राध्यापक म्हणून नियुक्त होईपर्यंत त्याचा अभ्यास करत राहिले. त्यांनी नेहमीप्रमाणेच, प्रयोगात सहभागींची इच्छाशक्ती क्षीण करण्यासाठी सराव फेरीने सुरुवात केली. त्यानंतर, जेव्हा त्यांनी दुसऱ्या फेरीसाठी सहभागींची तयारी करायला सुरुवात केली, तेव्हा त्यांनी लोकांना आगाऊ सूचना दिली की नंतर आणखी कामे असलेली तिसरी फेरी असेल. लोकांनी दुसऱ्या फेरीत ढिलाई दाखवून प्रतिक्रिया दिली. जाणीवपूर्वक किंवा अजाणतेपणे ते अंतिम प्रयत्नासाठी ऊर्जा वाचवत होते.

त्यानंतर मुरावेनने प्रयोगाच्या दुसऱ्या फेरीत आणखी एक बदल केला. लोकांची चिकाटी तपासण्यापूर्वी, त्यांनी त्यांना माहिती दिली की, चांगली कामगिरी केल्यास ते पैसे जिंकू शकतात. रोख रकमेने आश्चर्यकारक काम केले. लोकांनी त्वरित चांगली कामगिरी करण्यासाठी आपल्या शक्तीचा साठा शोधला. प्रयोगातील सहभागी चिकाटीने काम करताना पाहून, त्यांची इच्छाशक्ती आधी क्षीण झाली होती हे कोणालाही कळले नसते. ते मॅरेथॉन धावपटूंसारखे होते, ज्यांना अंतिम रेषेवर असलेले बक्षीस दिसताच पुन्हा नवी ऊर्जा मिळाली.

पण समजा, बक्षिसाजवळ पोहोचल्यावर, मॅरेथॉन धावपटूंना अचानक सांगण्यात आले की, अंतिम रेषा प्रत्यक्षात आणखी एक मैल पुढे आहे, तर? मुरावेनने दुसऱ्या फेरीत त्यांच्या चिकाटीसाठी रोख रक्कम जिंकलेल्या लोकांबरोबर हेच केले. त्यांच्या उत्कृष्ट कामगिरीनंतर त्यांनी त्यांना सांगितले की, त्यांचे काम अजून संपलेले नाही – चिकाटीच्या चाचण्यांची आणखी एक फेरी असेल. त्यांना ही सूचना अगोदर दिली गेली नव्हती, त्यामुळे त्यांनी कोणतीही ऊर्जा वाचवली नव्हती. पुढील फेरीत त्यांच्या अत्यंत वाईट कामगिरीतून हे दिसून आले. खरं तर, त्यांनी दुसऱ्या फेरीत जितकी चांगली कामगिरी केली होती, तितकीच वाईट कामगिरी त्यांनी तिसऱ्या फेरीत केली. आता ते अशा मॅरेथॉन धावपटूंसारखे होते ज्यांनी खूप लवकर त्यांची शेवटची ताकद वापरण्यास सुरुवात केली होती आणि ते कसेबसे अंतिम रेषेजवळ पोहोचत असतानाच इतर सर्वांनी त्यांना मागे टाकले.

रस्त्यावरील आणि प्रयोगशाळेतील धडे

आपल्या बोहेमियन मर्यादा उल्लंघनांसाठी ओळखली जाणारी अमांडा पामर एका बाबतीत पूर्णपणे बुर्झ्वा (संयमित, मध्यम वर्गीय) आहे. तिला इच्छाशक्तीबद्दल विचारा, ती तुम्हाला सांगेल की तिच्याकडे कधीच पुरेशी इच्छाशक्ती नव्हती. ''मी स्वतःला शिस्तबद्ध व्यक्ती मानत नाही,'' ती म्हणते. पण जर तुम्ही तिच्यावर दबाव आणला, तर ती मान्य करेल की जिवंत पुतळा म्हणून तिच्या सहा वर्षांच्या अनुभवाने तिचा निश्चय मजबूत केला.

''रस्त्यावरच्या अभिनयाने मला निर्धार आणि भरपूर धैर्य दिले,'' ती म्हणते. ''बॉक्सवरच्या त्या तासांनी मला लक्ष केंद्रित करण्याची सवय लावली. कलाकार असणे म्हणजे स्वतःला वर्तमानातील क्षणाशी बांधून ठेवणे आणि लक्ष केंद्रित करणे. दीर्घकालीन धोरणात्मक नियोजनाच्या बाबतीत मी खूप वाईट आहे, पण माझ्याकडे कामाबद्दलच्या नैतिकतेचा एक खूप मजबूत ब्रँड आहे आणि मी एकाच गोष्टीवर लक्ष केंद्रित करणारी खूप शिस्तबद्ध व्यक्ती आहे. जर एका वेळी एकच प्रकल्प असेल, तर मी त्यावर तासन्तास लक्ष केंद्रित करू शकते.''

प्रयोगशाळेत आणि बाहेरही हजारो लोकांचा अभ्यास केल्यानंतर संशोधकांना कमी-अधिक प्रमाणात हेच आढळले. प्रयोगांनी सातत्याने दोन धडे दर्शविले :

१. तुमच्याकडे इच्छाशक्तीचा एक मर्यादित साठा आहे, जो तुम्ही वापरता तसतसा कमी होत जातो.
२. तुम्ही सर्व प्रकारच्या कामांसाठी इच्छाशक्तीचा तोच साठा वापरता.

तुम्हाला वाटेल की, तुमच्याकडे कामासाठी आत्मनियंत्रणाचा एक साठा आहे, आहारासाठी दुसरा, व्यायामासाठी तिसरा आणि कुटुंबाशी चांगले वागण्यासाठी चौथा. पण मुळ्याच्या प्रयोगाने दाखवून दिले की, दोन पूर्णपणे असंबंधित क्रियाकलाप - चॉकलेटला विरोध करणे आणि भूमितीचे कोडे सोडवणे - ऊर्जेच्या एकाच स्रोतावर अवलंबून होते आणि हा अनुभव वारंवार सिद्ध झाला आहे. तुम्ही दिवसभर करत असलेल्या अत्यंत भिन्न गोष्टींमध्ये गुप्त संबंध आहेत. त्रासदायक वाहतूक, भुरळ घालणारे अन्न, त्रासदायक सहकारी, कठोर आणि कामात काटेकोर बॉस, रुसलेली मुले यांच्याशी व्यवहार करण्यासाठी तुम्ही इच्छाशक्तीचा तोच साठा वापरता. दुपारच्या जेवणात मिष्टान्नाला विरोध केल्याने तुमच्या बॉसच्या विचित्र केशभूषेचे कौतुक करण्यासाठी तुमच्याकडे कमी इच्छाशक्ती शिल्लक राहते. 'निराश कामगार घरी जाऊन कुत्र्याला लाथ मारतो', ही जुनी म्हण अहं क्षीणतेच्या प्रयोगांशी जुळते. जरी आधुनिक कामगार त्यांच्या पाळीव प्राण्यांशी इतके वाईट वागले नाहीत तरी ते घरातील माणसांना काहीतरी वाईट बोलण्याची शक्यता जास्त असते.

अहं क्षीणता तुमच्या हृदयाच्या ठोक्यांवरही परिणाम करते. जेव्हा प्रयोगशाळेतील लोक मानसिक आत्मनियंत्रण वापरतात, तेव्हा त्यांची नाडी अधिक अनियमित होते; याउलट, ज्या लोकांची नाडी एरवीही तुलनेने अधिक बदलणारी असते, त्यांच्याकडे आत्मनियंत्रणासाठी अधिक आंतरिक ऊर्जा उपलब्ध असते, कारण ते स्थिर हृदयाचे ठोके असलेल्या लोकांपेक्षा चिकाटीच्या प्रयोगशाळेतील चाचण्यांमध्ये चांगली कामगिरी करतात.

इतर प्रयोगांनी दाखवले आहे की, एखादी दीर्घ काळ असणारी शारीरिक वेदना लोकांची इच्छाशक्ती सातत्याने कमी करत असते, कारण वेदनांकडे दुर्लक्ष करण्याच्या संघर्षामुळे त्यांचे मन खूप क्षीण होते.

आपण इच्छाशक्तीच्या वापराचे चार विस्तृत श्रेणींमध्ये विभाजन करू शकतो, ज्याची सुरुवात विचारांवर नियंत्रण करण्यापासून होते. कधीकधी हा संघर्ष हरवू शकणारा असतो, मग तुम्ही एखाद्या गंभीर गोष्टीकडे दुर्लक्ष करण्याचा निष्फळ प्रयत्न करत असाल ('जा रे शापित डागा, नाहीसा हो!' – लेडी मॅकबेथ) किंवा डोक्यात अडकलेलं एखादे त्रासदायक गाणे ('आय गॉट यू बेब' – सनी शेर यांचे सुप्रसिद्ध गाणे) काढून टाकण्याचा प्रयत्न करत असता. पण जेव्हा प्रेरणा मजबूत असते तेव्हा तुम्ही लक्ष केंद्रित करायलाही शिकू शकता. लोक अनेकदा आपली इच्छाशक्ती जपतात– पूर्ण किंवा सर्वोत्तम उत्तर शोधण्यासाठी नव्हे, तर आधीच ठरवलेल्या निष्कर्षापर्यंत पोहोचण्यासाठी. धर्मतज्ज्ञ आणि श्रद्धावान लोक आपला विश्वास अबाधित राहावा म्हणून त्या श्रद्धेच्या 'बदलता न येणाऱ्या' तत्त्वांशी सुसंगत ठरेल अशा प्रकारे आपल्या जगाची निवड करतात. सर्वोत्तम विक्रेते अनेकदा स्वतःला फसवून यशस्वी होतात. धोकादायक कर्ज प्रकरण करणारे बँकर स्वतःला पटवून देतात की 'कमाई नाही – मालमत्ता नाही' या गटात वर्गीकृत केलेल्या, अप्रमाणित कर्जदारांना गहाणखत देण्यात कोणतीही अडचण नाही. टायगर वुड्सने स्वतःला पटवून दिले, की एकाधिकारशाहीचे नियम त्याला लागू होत नाहीत, आणि जगातील सर्वांत प्रसिद्ध खेळाडूच्या प्रेमसंबंधांकडे कोणीही लक्ष देणार नाही.

दुसरी विस्तृत श्रेणी म्हणजे भावनांवर नियंत्रण! विशेषतः हे जेव्हा मनःस्थितीवर केंद्रित असते तेव्हा मानसशास्त्रज्ञ त्याला 'परिणाम नियमन' म्हणतात. सामान्यतः, आपण वाईट मनःस्थिती आणि अप्रिय विचारांपासून सुटका मिळवण्याचा प्रयत्न करतो, जरी आपण कधीकधी आनंदीपणा टाळण्याचा प्रयत्न करतो (जसे की, जेव्हा आपण अंत्यसंस्कारासाठी किंवा वाईट बातमी देण्यासाठी तयार होत असतो), आणि आपण कधीकधी रागाच्या भावनांना धरून ठेवण्याचा प्रयत्न करतो (जेणेकरून आपण तक्रार दाखल करण्यासाठी योग्य स्थितीत असू). भावनिक नियंत्रण हे विशेष कठीण आहे, कारण सामान्यतः तुम्ही इच्छाशक्तीच्या कृतीने तुमची मनःस्थिती

बदलू शकत नाही. तुम्ही कशाबद्दल विचार करता किंवा कसे वागता हे तुम्ही बदलू शकता, पण तुम्ही स्वतःला आनंदी होण्यास भाग पाडू शकत नाही. तुम्ही तुमच्या सासू-सासऱ्यांशी नम्रपणे वागू शकता; पण त्यांच्या महिनाभर सुरूच असलेल्या वास्तव्याबद्दल किंवा भेटीबद्दल आनंद व्यक्त करण्यास स्वतःला भाग पाडू शकत नाही. उदासीनता आणि राग टाळण्यासाठी, लोक अप्रत्यक्ष धोरणे वापरतात, जसे की इतर विचारांनी स्वतःचे लक्ष विचलित करणे, किंवा जिममध्ये व्यायाम करणे, किंवा ध्यान करणे. ते टीव्ही शो पाहण्यामध्ये स्वतःला हरवून बसतात आणि स्वतःला चॉकलेट खाऊन आणि खरेदी करून आनंदित करतात. किंवा मग ते दारू पितात.

तिसरी श्रेणी अनेकदा आवेग नियंत्रण म्हणून ओळखली जाते, जी बहुतेक लोक इच्छाशक्तीशी जोडतात : दारू, तंबाखू, सिन्नाबॉन्स (गोड केकचा एक लोकप्रिय प्रकार) आणि मदिराक्षी यांसारख्या प्रलोभनांना विरोध करण्याची क्षमता. अगदी काटेकोरपणे सांगायचे तर, 'आवेग नियंत्रण' हे चुकीचे नाव आहे. तुम्ही खऱ्या अर्थाने आवेगांवर नियंत्रण ठेवत नाही. बराक ओबामासारखा जन्मजात शिस्तबद्ध माणूसही सिगरेट पिण्याच्या अनावर आवेगांना टाळू शकत नाही. तो कशावर नियंत्रण ठेवू शकतो, तर तो कसा प्रतिक्रिया देतो यावर : तो त्या आवेगाकडे दुर्लक्ष करतो, की निकोरेट चघळतो, की लपून सिगरेट ओढायला जातो? (व्हाइट हाऊसच्या मते, त्यांनी सहसा सिगरेट ओढणे टाळले आहे; पण त्यांच्याकडून काही वेळा त्या ओढल्याही गेलेल्या आहेत.)

शेवटी, एक श्रेणी आहे ज्याला संशोधक कामगिरी नियंत्रण म्हणतात : आपले लक्ष सध्याच्या कामावर केंद्रित करणे, गती आणि अचूकता यांचा योग्य समन्वय साधणे, वेळेचे व्यवस्थापन करणे, हार मानून सोडून देण्याची इच्छा असतानाही चिकाटी ठेवणे. पुस्तकाच्या उर्वरित भागात, आपण कामावर आणि घरी कामगिरी सुधारण्यासाठीच्या धोरणांवर चर्चा करू आणि इतर सर्व श्रेणींमध्ये - विचार, भावना, आवेग - आत्मनियंत्रण सुधारण्यासाठीची तंत्रेही पाहू.

पण कोणत्याही विशिष्ट सल्ल्याकडे जाण्यापूर्वी, आम्ही अहं क्षीणतेच्या अभ्यासावर आधारित एक साधे मार्गदर्शन करू शकतो. अमांडा पामरने तोच दृष्टिकोन स्वीकारला आहे : 'एका वेळी एकाच प्रकल्पावर लक्ष केंद्रित करा'.

जर तुम्ही एकापेक्षा जास्त स्वयंसुधारणेची ध्येये निश्चित केलीत, तर तुम्ही काही काळ साठलेल्या ऊर्जेचा वापर करून यशस्वी होऊ शकता, पण त्यामुळे तुम्ही जास्त क्षीण होता आणि नंतर गंभीर चुका होण्याची शक्यता वाढते.

जेव्हा लोकांना त्यांच्या जीवनात मोठा बदल करायचा असतो, तेव्हा ते इतरही काही बदल करण्याचा प्रयत्न करत असतील तर त्यांचे प्रयत्न कमी होतात. उदाहरणार्थ, धूम्रपान सोडण्याचा प्रयत्न करणारे लोक त्याच वेळी इतर सवयी

बदलत नसतील तर त्यांना यशस्वी होण्याची चांगली संधी मिळते. जे लोक धूम्रपान सोडण्याचा प्रयत्न करतानाच त्यांचे खाणे नियंत्रित करतात किंवा दारू कमी करतात, ते कदाचित त्यांच्या इच्छाशक्तीकडे एकाच वेळी खूप मागण्यांचा भार असल्यामुळे तिन्हीमध्ये अपयशी ठरतात. संशोधनातून हेदेखील आढळले आहे की, जे लोक त्यांचे दारू पिणे नियंत्रित करण्याचा प्रयत्न करतात, त्यांना इतर प्रलोभने येतात त्यादिवशी ते अपयशी ठरतात. त्याच्या तुलनेत ज्या दिवशी ते त्यांची सर्व इच्छाशक्ती दारू मर्यादित ठेवण्यासाठी वापरू शकतात त्या दिवशी त्यांना दारू न पिण्यात अथवा ती नियंत्रित करण्यात यश मिळते.

सर्वांत महत्त्वाचे म्हणजे, नवीन वर्षाचे संकल्प तयार करू नका. दरवर्षी १ जानेवारीला, आशेने भारलेले किंवा हँगओव्हर असलेले लाखो लोक सकाळी लवकर उठण्याबरोबरच कमी खाण्याचा, जास्त व्यायाम करण्याचा, कमी पैसे खर्च करण्याचा, कार्यालयात अधिक मेहनत करण्याचा, घर अधिक स्वच्छ ठेवण्याचा आणि तरीही चमत्कारिकरीत्या रोमँटिक डिनर आणि समुद्रकिनाऱ्यावरील लांब चालण्यासाठी अधिक वेळ मिळवण्याचा संकल्प करतात.

१ फेब्रुवारीपर्यंत, त्यांना ती यादी पाहतानाही लाज वाटते. पण त्यांच्या इच्छाशक्तीच्या कमतरतेबद्दल शोक करण्याऐवजी, त्यांनी त्या दोषाचा ठपका यादीवर टाकला पाहिजे. एवढ्या यादीसाठी कोणाकडेही पुरेशी इच्छाशक्ती नसते. जर तुम्ही नवीन शारीरिक व्यायाम कार्यक्रम सुरू करणार असाल, तर त्याच वेळी तुमची आर्थिक परिस्थिती सुधारण्याचा प्रयत्न करू नका. जर तुम्हाला नवीन नोकरीसाठी; उदाहरणार्थ, समजा अमेरिकेचे अध्यक्षपद; तुमच्या ऊर्जेची गरज असेल, तर सिगरेट अचानक सोडण्याची ही आदर्श वेळ नसावी. कारण तुमच्याकडे इच्छाशक्तीचा एकच साठा आहे, त्यामुळे नवीन वर्षाचे वेगवेगळे संकल्प एकमेकांशी स्पर्धा करतात. प्रत्येक वेळी तुम्ही एकाचे पालन करण्याचा प्रयत्न करता, तेव्हा तुम्ही इतर संकल्पांसाठीची तुमची क्षमता कमी करता.

एक चांगली योजना म्हणजे एक संकल्प करा आणि त्याला चिकटून रहा. तेवढे आव्हान पुरेसे आहे. असे काही क्षण येतील जेव्हा तो एकच संकल्पही पाळायला खूप अवघड वाटेल; तेव्हा तुम्ही अमांडा पामर हिचा विचार करून स्वतःला प्रेरित ठेवू शकता. ती स्वतःला शिस्तप्रिय व्यक्ती मानत नसेल; परंतु जेव्हा ती दारू पिऊन टोमणे मारणाऱ्या आणि स्पर्श करायला धडपडणाऱ्या माणसांच्या गर्दीत उभी राहायची त्या दिवसांनी तिला माणसांबद्दल काहीतरी प्रेरणादायी शिकायला मिळालं.

''तुम्हाला माहीत आहे, मानवांमध्ये अविश्वसनीय गोष्टी करण्याची क्षमता आहे,'' ती म्हणते. ''जर तुम्ही फक्त असे ठरवले की तुम्ही हलणार नाही, तर तुम्ही खरंच हलत नाही.''

२

इच्छाशक्तीमध्ये शक्ती कुठून येते?

'प्रिझर्वेटिव्ह्ज आणि साखरेचे प्रमाण जास्त असलेले अन्न सेवन केल्याने तुमच्या व्यक्तिमत्त्वात बदल होतो किंवा त्यामुळे तुम्ही आक्रमक पद्धतीने वागू लागता का, हे मला माहीत नाही. मी क्षणभरासाठीही तुम्हाला असे सुचवणार नाही की, असे घडते. परंतु मानसोपचार क्षेत्रातील अल्पसंख्याकांचे मत आहे की या दोन गोष्टींचा परस्परात काहीतरी संबंध नक्कीच आहे.'

–खुनी डॅन व्हाइटच्या खटल्यात बचाव पक्षाचा शेवटचा युक्तिवाद. डॅनच्या जंक फूडच्या आवडीमुळे 'ट्विंकी डिफेन्स' हा शब्द तयार झाला.

'मला भयानक पीएमएस (मासिक पाळीपूर्व होणारा शारीरिक-भावनिक बदल) आहे, म्हणून मी थोडी वेड्यासारखी वागले.'

–अभिनेत्री मेलनी ग्रिफिथ; तिने डॉन जॉन्सनपासून घटस्फोटासाठी अर्ज का केला होता आणि तो लगेच मागे का घेतला; याचे स्पष्टीकरण देताना म्हणाली :

जर इच्छाशक्ती ही केवळ एक रूपक नसेल, जर या सद्गुणाला चालना देणारी काही खरी शक्ती असेल तर ती कुठून येते? या प्रश्नाचे उत्तर अपघातानेच सापडले. मार्डी ग्रा आणि 'लेंट'च्या पूर्वसंध्येला झालेल्या साजऱ्या होणाऱ्या उत्सवापासून प्रेरित असलेल्या एका अयशस्वी प्रयोगातून ते समोर आले. मार्डी ग्रा म्हणजे फॅट ट्युजडे, अर्थात खाण्यापिण्याचा मंगळवार- 'ऐश बुधवार'च्या आधीचा दिवस (लेंट हा ४० दिवसांचा उपवास ज्या बुधवारपासून सुरू होतो त्याच्या आधीचा दिवस, जेव्हा लोक मनसोक्त खाणेपिणे-नाचगाणे करतात. ही परंपरा आहे.), जेव्हा लोक बिनधास्त त्यांच्या इच्छा पूर्ण करून येणारा उपवास

आणि आत्मसंयमनाच्या कालावधीची तयारी करतात. काही ठिकाणी हा दिवस 'पॅनकेक डे' म्हणून ओळखला जातो. सकाळी पॅनकेकच्या नाश्त्याने त्याची सुरुवात होते, जेव्हा लोक चर्चमध्ये जाऊन हवे तेवढे खाऊ शकतात. अनेक बेकर हा प्रसंग साजरा करण्यासाठी खास गोड पदार्थ तयार करतात. प्रत्येक संस्कृतीनुसार त्यांची नावे वेगवेगळी असतात; परंतु जवळपास सगळ्याच पाककृतींमध्ये मोठ्या प्रमाणावर साखर, अंडी, पीठ, लोणी आणि स्वयंपाकात वापरण्याची डुकराची चरबी असते आणि हे अतिखाणे म्हणजे फक्त सुरुवात असते.

व्हेनिसपासून न्यू ऑर्लीन्सपर्यंत आणि रिओ द जनेरोपर्यंत, लोक त्यानंतर अधिक मनोरंजक इच्छा-वासनांकडे वळतात – कधीकधी ते पारंपरिक मुखवटे घालून फिरतात; पण बहुतेक वेळा खुलेपणाने रस्त्यावर नाचतात. हा एक दिवस असा असतो ज्या दिवशी तुम्ही मण्यांचे मुकुट घालून रस्त्यावर फिरू शकता आणि तिथे फक्त मद्यधुंद लोकांचे आनंदी स्वरातील ओरडणे ऐकू येत असते. त्या दिवशी स्वतःवरील संयम गमावणे हाच जणू सद्गुण ठरतो. मेक्सिकोमध्ये या दिवशी विवाहित पुरुषांना अधिकृत सुट्टी मिळते. या दिवसाला 'एल दिया दे मारिदो ओप्रिमिडो' म्हणजेच 'पीडित पतीचा दिवस' म्हणतात. लेंटच्या पूर्वसंध्येला, सर्वांत कठोर अँग्लो-सॅक्सन चर्चला जाणारेदेखील क्षमाशील मनःस्थितीत असतात. ते त्याला 'श्रॉव्ह ट्युजडे' म्हणतात. श्रॉव्ह हा शब्द श्राइव्ह या क्रियापदापासून तयार झाला आहे, ज्याचा अर्थ 'पापांसाठी मुक्तता मिळवणे' असा होतो.

धर्मशास्त्रीय दृष्टिकोनातून पाहताना हे थोडे गोंधळात टाकणारे आहे. धर्मगुरूंनी लोकांना पापाची आधीच क्षमा मिळेल, अशा सार्वजनिक वर्तनाला प्रोत्साहन का द्यावे? जाणूनबुजून केलेल्या पापाचे बक्षीस का द्यावे? आणि दयाळू, परोपकारी देव आधीच जास्त वजन असलेल्या लोकांना तळलेले पदार्थ खाण्यास का प्रोत्साहित करेल?

पण मानसशास्त्रज्ञांच्या मते, त्यामागे काही एक तर्क होता. लेंटच्या आधी जर लोकांनी मनासारखे वर्तन केले, आराम केला, तर कदाचित ते पुढील काही आठवड्यांच्या आत्मसंयमनासाठी आवश्यक असलेली इच्छाशक्ती साठवू शकतील. हाच तो मार्डी ग्रा सिद्धान्त. मोरपिसाच्या टोप्या घालून पॅनकेक खाणाऱ्यांमध्ये तो जेवढा प्रसिद्ध होता तेवढा तो वैज्ञानिकांमध्ये फारसा लोकप्रिय नव्हता; परंतु त्यांना तो प्रयोग करून पाहण्यासारखा वाटला. फॅट ट्युजडे ब्रेकफास्टऐवजी, बाउमिस्टरच्या प्रयोगशाळेतील शेफने त्या दिवशी चविष्ट असे घट्ट आइसक्रीम मिल्कशेक तयार केले. हे मिल्कशेक्स त्यांनी सहभागींच्या त्या गटाला दिले, जे दोन प्रयोगांमध्ये विश्रांती घेत होते आणि ज्यांना त्या इच्छाशक्तीची आवश्यकता होती. दरम्यान, इतर कमी नशीबवान गटातील सहभागींना तो मध्यांतराचा काळ कंटाळवाण्या जुन्या

मासिकांचे वाचन करण्यात किंवा कमी चरबीयुक्त दुग्धजन्य पदार्थांचे चव नसलेले मिश्रण पिण्यात घालवावा लागला. तो चवहीन मिल्कशेक पिणे जुन्या मासिकांच्या वाचनापेक्षाही कमी आनंददायी होते.

मार्डी ग्रा सिद्धान्ताप्रमाणे आइसक्रीमवाल्या मिल्कशेकने लोकांच्या पुढील कामगिरीत सुधारणा करून त्यांची इच्छाशक्ती वाढवल्यासारखे वाटले. मिल्कशेक पिणाऱ्या लोकांमध्ये स्वतःवरील नियंत्रण जास्त होते, तर जुनी मासिके वाचणाऱ्या लोकांमध्ये त्याचे प्रमाण कमी होते. इथवर सगळे ठीक होते. मात्र, नंतर लक्षात आले की, ते चवहीन पेयदेखील तेवढेच प्रभावी होते. याचाच अर्थ, इच्छाशक्ती वाढवण्यासाठी 'आनंददायक पदार्थ'च खाण्याची गरज नव्हती. 'मार्डी ग्रा' सिद्धान्त चुकीचा ठरला. त्यामुळे आनंदाने खाण्याचे निमित्त काढून घेणे बंद झाले. न्यू ऑर्लीन्सच्या रस्त्यांवरून नाचत जाण्याच्या कल्पनेसारखे काहीच घडले नाही. उलट, हा निकाल संशोधकांसाठी लाजिरवाणा ठरला. हे संशोधन करणारा पदवीधर विद्यार्थी मॅथ्यू गेलियटने उदासपणे खाली आपल्या पायांकडे पाहत, बाउमिस्टरला या अपयशाबद्दल सांगितले.

बाउमिस्टर मात्र आशावादी होता. त्याला वाटले, कदाचित हा प्रयोग अयशस्वी झाला नसेल. त्यात काही ना काहीतरी घडलेच असेल. संशोधकांना, लोकांनी आत्मसंयम वापरल्यावर पुढच्या क्षणी आत्मसंयमाची क्षमता कमी होते, हा परिणाम कमी करण्यात यश आले होते. समस्या अशी होती की, त्यात त्यांना फारच चांगले यश मिळाले होते. अजिबात चव नसलेल्या मिल्कशेकनेही काम केले होते, पण कसे? मग संशोधकांनी आत्मनियंत्रण वाढण्यासाठीचे आणखी एक संभाव्य स्पष्टीकरण विचारात घेण्यास सुरुवात केली. जर ती बाब आनंद नसेल, तर त्या कॅलरीज असू शकतील का?

सुरुवातीला ही कल्पना थोडी वेडगळपणाची वाटली. फक्त थोडे कमी चरबीयुक्त दूध प्यायल्याने प्रयोगशाळेतील कामगिरी कशी सुधारेल? अनेक दशकांपासून मानसशास्त्रज्ञ लोकांच्या मानसिक कामगिरीचा अभ्यास करत होते. ग्लासभर दुधामुळे ती प्रभावित होईल, असा विचारही कोणाच्या मनात आला नव्हता. त्यांना मानवी मन हे संगणकासारखे वाटत असे, जे येणाऱ्या माहितीवर प्रक्रिया करते. मात्र संगणकाच्या चिप्स आणि सर्किट्ससारखा 'मानवी मेंदू' समजून घेताना त्यांनी ऊर्जेचा स्रोत या एका महत्त्वाच्या गोष्टीकडे दुर्लक्ष केले.

ऊर्जेच्या स्रोताशिवाय चिप्स आणि सर्किट बोर्ड निरुपयोगी आहेत. त्याचप्रमाणे मेंदूदेखील निरुपयोगी आहे. मानसशास्त्रज्ञांना हे समजण्यासाठी थोडा वेळ लागला आणि संगणक मॉडेल्समधून नव्हे तर जीवशास्त्रातून हे आकलन त्यांना झाले. जीवशास्त्रीय कल्पनांवर आधारित मानसशास्त्राचे परिवर्तन म्हणजे विसाव्या शतकाच्या उत्तरार्धातील प्रमुख घडामोडींमधील एक बाब होती. काही संशोधकांना

असे आढळून आले की, जनुकांचा व्यक्तिमत्त्व आणि बुद्धिमत्तेवर लक्षणीय प्रभाव पडतो. इतरांनी असे दाखवण्यास सुरुवात केली की, लैंगिक आणि प्रणयी वर्तन हे उत्क्रांतीच्या सिद्धान्ताशी सुसंगत आहे आणि अनेक प्राण्यांच्या प्रजातींमध्ये तसेच वर्तन आढळून येते. मेंदू वैज्ञानिकांनी मेंदूच्या कार्यपद्धतीचे नकाशे तयार करण्यास सुरुवात केली. संप्रेरके वर्तनात कसे बदल घडवतात, हे इतरांनी शोधून काढले. मानसशास्त्रज्ञांना वारंवार आठवण करून देण्यात आली की, मानवी मन जैविक शरीरात अस्तित्वात आहे.

या नव्या जैविक दृष्टिकोनामुळे 'मिल्कशेक प्रयोग' करणाऱ्यांना आपले निष्कर्ष नाकारण्यापूर्वी पुन्हा विचार करायला भाग पाडले. त्यांनी विचार केला की, त्या दुधाच्या पेयाकडे दुर्लक्ष करण्याआधी त्यांनी त्यातील घटकांकडे आणि जिम टर्नरसारख्या लोकांच्या कथांकडे लक्ष द्यायला हवे.

मेंदूचे इंधन

विनोदी कलाकार जिम टर्नरने चित्रपट आणि टेलिव्हिजन मालिकांमध्ये डझनावारी भूमिका केल्या आहेत, जसे की एचबीओच्या आर्लिस मालिकेतील फुटबॉल स्टार ते क्रीडा एजंट असा प्रवास करणारे पात्र. परंतु त्याचा सर्वांत संस्मरणीय अभिनय त्याने आपल्या पत्नीसमोर केला. एका रात्री त्याला एक स्वप्न पडले, ज्यामध्ये जगातील सर्व चुकीच्या गोष्टी दुरुस्त करण्याची जबाबदारी त्याच्यावर आहे. स्वप्नातही ते एक थकवणारे कार्य होते, परंतु नंतर त्याला स्वप्नातच टेलिपोर्टेशनचा शोध लागला. कुठेही प्रवास करण्यासाठी, त्याला फक्त त्या जागेचा विचार करायचा होता आणि तो जादूने तिथे प्रकट व्हायचा. तो आयोवा येथील त्याच्या जुन्या घरी, न्यू यॉर्कला, ग्रीसला, अगदी चंद्रावरही गेला. झोपेतून जागा झाल्यानंतरही त्याला खात्री होती की, त्याच्याकडे अजूनही ही शक्ती आहे. तो आपल्या पत्नीला ते शिकवण्याचा प्रयत्न करू लागला. तो वारंवार सांगू लागला – "तू फक्त विचार कर, तिथे जा आणि तू तिथे पोहोचशील."

त्याची पत्नी मात्र वास्तववादी होती. त्याला मधुमेह आहे हे जाणून तिने त्याला फळांचा रस पाजण्याचा प्रयत्न केला. तो अजूनही इतका वेडावला होता की, त्याने त्या रसातील काही रस स्वतःच्या चेहऱ्यावर ओतला, उठला आणि पुन्हा आपली 'शक्ती' सिद्ध करायला सज्ज झाला. हवेत एक उडी मारून तो परत बेडवर येऊन पडला. शेवटी, एकदाचा कसाबसा फळांचा रस त्याच्या पोटात गेला आणि तिला खूप दिलासा मिळाला. तो शांत झाला असे त्याच्या पत्नीला वाटले, किमान त्याचा वेडा उन्माद काही प्रमाणात कमी झाला होता. पण प्रत्यक्षात तो शांत झाला नव्हता. उलट रसातील साखरेने त्याला अतिरिक्त ऊर्जा दिली होती.

अधिक स्पष्टपणे सांगायचे तर, रसातील ऊर्जा ग्लुकोजमध्ये रूपांतरित होते. शरीरात फक्त गोड पदार्थांपासूनच नव्हे तर सर्व प्रकारच्या अन्नातून साधी साखर तयार होत असते. पचनाद्वारे तयार होणारे ग्लुकोज रक्तप्रवाहात मिसळले जाते आणि संपूर्ण शरीरात फिरवले जाते. हृदय आणि यकृताप्रमाणेच स्नायूही भरपूर ग्लुकोज वापरतात, यात आश्चर्य नाही. क्वचित कधी रोगप्रतिकारक शक्तीही याचा वापर मोठ्या प्रमाणात करते. जेव्हा तुम्ही तुलनेने निरोगी असता, तेव्हा तुमची रोगप्रतिकारक शक्ती तुलनेने कमी प्रमाणात ग्लुकोज वापरू शकते; परंतु जेव्हा तुमचे शरीर सर्दीशी लढत असते तेव्हा ते त्याचा भरपूर वापर करू शकते. म्हणूनच आजारी लोक इतके झोपतात. शरीर रोगाशी लढण्यासाठी शक्य असलेली सर्व ऊर्जा वापरते आणि ते व्यायाम करण्यासाठी, प्रेम करण्यासाठी किंवा वाद घालण्यासाठी जास्त ऊर्जा देऊ शकत नाही. ते जास्त विचारदेखील करू शकत नाही; कारण या प्रक्रियेसाठी रक्तप्रवाहात भरपूर ग्लुकोज आवश्यक असते. ग्लुकोज स्वतः मेंदूत प्रवेश करत नाही; परंतु ते न्यूरोट्रांसमीटरमध्ये रूपांतरित होते, जे तुमच्या मेंदूच्या पेशी सिग्नल पाठवण्यासाठी वापरतात. जर तुमच्याकडचे न्यूरोट्रांसमीटर संपले तर तुमचे विचार करणे थांबेल.

हायपोग्लायसेमिया असलेल्या लोकांच्या, म्हणजेच रक्तातील साखरेची पातळी कमी असण्याची प्रवृत्ती असलेल्या लोकांच्या अभ्यासात ग्लुकोज आणि आत्मनियंत्रण यांच्यातील संबंध दिसून आला. संशोधकांनी असे नोंदवले की, हायपोग्लायसेमिक लोकांना भडकवले, तर त्यांना लक्ष केंद्रित करण्यास आणि त्यांच्या नकारात्मक भावनांवर नियंत्रण ठेवण्यास त्रास होण्याची शक्यता सर्वसामान्य व्यक्तींपेक्षा जास्त असते. एकंदरीत, ते सर्वसामान्य माणसापेक्षा जास्त चिंताग्रस्त आणि कमी आनंदी असण्याची शक्यता असते. गुन्हेगार आणि इतर हिंसक व्यक्तींमध्ये नेहमीपेक्षा जास्त प्रमाणात हायपोग्लायसेमिया असल्याचेदेखील नोंदवले गेले आणि काही हुशार वकिलांनी आपल्या अशिलाच्या बचावासाठी रक्तातील साखर कमी असल्याचे संशोधन न्यायालयात मांडले.

१९७९मध्ये सॅन फ्रान्सिस्कोमधील दोन शहर अधिकाऱ्यांच्या हत्येप्रकरणी डॅन व्हाइटवर खटला सुरू असताना हा मुद्दा कुप्रसिद्ध झाला. महापौर जॉर्ज मॉस्कोन आणि पर्यवेक्षण मंडळाचे सदस्य आणि अमेरिकेतील प्रमुख समलैंगिक राजकारणी हार्वे मिल्क या दोघा अधिकाऱ्यांची हत्या झाली होती. बचाव पक्षाच्या वतीने साक्ष देणाऱ्या एका मानसोपचारतज्ज्ञाने व्हाइटने हत्येच्या आधीच्या काळात ट्विंकीज आणि इतर जंक फूड खाल्ल्याचे उद्धृत केले तेव्हा, पत्रकारांनी व्हाइटची खिल्ली उडवली कारण त्याने 'ट्विंकी डिफेन्स' असे स्वतःला माफ करण्याचा प्रयत्न केला. खरं तर, व्हाइटचा मुख्य बचाव या युक्तिवादावर आधारित नव्हता की, ट्विंकीजने

त्याच्या रक्तातील साखरेची पातळी एकदम वेगाने वाढवून आणि नंतर एकदम खाली आणून त्याला खुनी बनवले. त्याच्या वकिलांनी असा युक्तिवाद केला होता की, तो दयेला पात्र आहे कारण तो तीव्र नैराश्यामुळे 'क्षमता कमी होण्या'ने ग्रस्त होता आणि त्यांनी त्याच्या सवयींमधील इतर बदलांसह त्याचे जंक- फूड सेवन त्याच्या नैराश्याचा पुरावा म्हणून सादर केले, खुनाचे कारण म्हणून नाही. पण जेव्हा व्हाइटला तुलनेने हलकी शिक्षा मिळाली, तेव्हा लोकांमध्ये असा समज पसरला की, ट्विंकीजच्या बचावाने काम केले आणि त्यामुळे जनता संतापली.

इतर बचाव पक्षाच्या वकिलांनी, आपल्या अशिलाच्या रक्तातील साखरेच्या समस्या विचारात घेतल्या पाहिजेत, असा युक्तिवाद प्रत्यक्षात केला; परंतु त्यांना क्वचितच यश मिळाले. त्या युक्तिवादाचे कायदेशीर किंवा नैतिक गुण काहीही असोत; पण त्यात रक्तातील साखर आणि गुन्हेगारी वर्तन यांच्यातील संबंध दर्शविणारा वैज्ञानिक डेटा निश्चितच होता. एका अभ्यासात अलीकडेच ताब्यात घेतलेल्या ९० टक्के किशोरवयीन गुन्हेगारांमध्ये ग्लुकोजची पातळी सरासरीपेक्षा कमी आढळून आली. इतर अभ्यासांमध्ये असे आढळून आले आहे की, हायपोग्लायसेमिया असलेल्या लोकांना विविध प्रकारच्या गुन्ह्यांसाठी दोषी ठरवले जाण्याची शक्यता जास्त असते. जसे की : वाहतूक उल्लंघन, सार्वजनिकरीत्या शिवीगाळ, दुकानातून चोरी, मालमत्तेचे नुकसान, अश्लील शरीरप्रदर्शनाची विकृती, सार्वजनिक ठिकाणी हस्तमैथुन करणे, अपहार, जाळपोळ, जोडीदारावर अत्याचार आणि बाल शोषण.

एका उल्लेखनीय अभ्यासात, फिनलंडमधील संशोधकांनी तुरुंगात जाऊन ज्या कैद्यांची लवकरच सुटका होणार होती, अशा कैद्यांची ग्लुकोज सहनशीलता मोजली. त्यानंतर शास्त्रज्ञांनी त्यापैकी कोणत्या गुन्हेगारांनी नवीन गुन्हे केले याचा मागोवा घेतला. अर्थातच, माजी गुन्हेगार सुधारतो की नाही यावर परिणाम करणारे अनेक घटक आहेत : समवयस्कांचा दबाव, लग्न, नोकरीची शक्यता, ड्रग्जचा वापर. तरीही ग्लुकोज चाचणीतील निष्कर्षांना धरून, कोणते गुन्हेगार पुढे हिंसक गुन्हे करतील याबाबतचे अंदाज ८० टक्क्यांहून अधिक अचूकतेने संशोधक लावू शकले. या पुरुषांमध्ये स्पष्टपणे कमी आत्मसंयम होता कारण त्यांची अपुरी ग्लुकोज सहनशीलता; एक अशी स्थिती ज्यामध्ये शरीराला खाल्लेल्या अन्नाचे वापरण्यायोग्य ऊर्जेमध्ये रूपांतर करण्यास त्रास होतो. अन्न ग्लुकोजमध्ये रूपांतरित होते, परंतु रक्तप्रवाहात फिरत असलेले ग्लुकोज शरीरात शोषले जात नाही. परिणामी, रक्तप्रवाहात ग्लुकोजचे प्रमाण जास्त असते, जे फायदेशीर वाटेल, प्रत्यक्षात त्याची गत भरपूर सरपण आहे; पण पेटवायला काडेपेटी नाही अशी होते. त्यामुळे मेंदू आणि स्नायूंच्या क्रियाकलापांमध्ये रूपांतरित होण्याऐवजी ग्लुकोज निरुपयोगी राहते. जर हे जास्तीचे ग्लुकोज बऱ्यापैकी वरच्या पातळीपर्यंत पोहोचले, तर त्या स्थितीला मधुमेह म्हटले जाते.

अर्थात, सगळेच मधुमेही हे गुन्हेगार नसतात. बहुतेक जण स्वतःचे निरीक्षण करून आणि गरज पडल्यास इन्सुलिन वापरून त्यांच्या ग्लुकोजच्या पातळीला पर्यायाने स्वतःला नियंत्रणात ठेवतात. हॉलीवुडमध्ये चांगले जीवन जगणाऱ्या दुर्मीळ अभिनेत्यांपैकी एक असलेल्या जिम टर्नरप्रमाणे, तेदेखील कठीण प्रयत्नांमध्ये यशस्वी होऊ शकतात. परंतु त्यांना सरासरीपेक्षा जास्त आव्हानांचा सामना करावा लागतो, विशेषतः जर त्यांनी स्वतःचे काळजीपूर्वक निरीक्षण केले नाही तर. व्यक्तिमत्त्वाचा अभ्यास करणाऱ्या संशोधकांना असे आढळून आले आहे की, मधुमेही लोक त्यांच्या वयाच्या इतर लोकांपेक्षा अधिक आवेगी म्हणजे भावनांच्या आहारी जाणारे असतात आणि त्यांचा स्वभाव अधिक तापट असतो. वेळखाऊ काम करताना त्यांचे लक्ष विचलित होण्याची शक्यता जास्त असते. त्यांना मद्यपान, चिंता आणि नैराश्याच्या समस्या जास्त असतात. रुग्णालये आणि इतर संस्थांमध्ये, मधुमेही इतर रुग्णांपेक्षा जास्त रागावतात. दैनंदिन जीवनात, तणावपूर्ण परिस्थितीला तोंड देणे मधुमेहींना अधिक कठीण वाटते. ताणतणावाचा सामना करण्यासाठी सहसा आत्मनियंत्रण लागते आणि जर तुमचे शरीर तुमच्या मेंदूला पुरेसे इंधन देत नसेल तर ते कठीण असते.

'डायबेटीज : माय स्ट्रगल विथ जिम टर्नर' या एकपात्री कार्यक्रमात जिम टर्नर त्याच्या आत्मनियंत्रणाच्या समस्या स्पष्टपणे मांडतो आणि विनोदी पद्धतीने हाताळतो. त्याच्या किशोरवयीन मुलाशी झालेल्या वादाचे काही क्षण तो आठवून सांगतो, ज्यात शेवटी त्याला हार मानावी लागली होती. वरकरणी तो प्रौढ होता, पण तरी तो इतका रागावला की, बाहेर जाऊन त्याने गाडीवर ठोसा मारला आणि घरच्या गाडीला कायमचा पोचा आला. टर्नर म्हणतो, ''अशा अनेक वेळा येतात जेव्हा माझा मुलगा पाहू शकतो की, मी स्वतःवरचे नियंत्रण गमावतो आहे. जेव्हा त्याला भीती वाटते की, माझे मन थाऱ्यावर नाही तेव्हा त्याला मला थोडा ज्यूस प्यायला भाग पाडावे लागते''. कारवर पोचा पाडल्याचा दोष टर्नर आपल्या या शारीरिक स्थितीला देत नाही, तो ट्विंकीच्या बचावाचा वापर करत नाही. त्याचप्रमाणे त्याला स्वतःबद्दल वाईटही वाटत नाही. एकंदरीतच, तो त्याचा मधुमेह नियंत्रणात ठेवतो आणि म्हणतो की, या आजाराने त्याला आनंदी राहण्यापासून आणि त्याची स्वप्ने पूर्ण करण्यापासून रोखले नाही (अपवाद फक्त टेलिपोर्टेशनबद्दलचा). पण त्याला ग्लुकोजचे भावनिक दुष्परिणामदेखील भोगावे लागले आहेत. ''कुटुंबाशी जोडले जाण्याचे असे अनेक छोटे क्षण मी गमावले आहेत.'' तो म्हणतो, ''मी माझ्या मुलासाठी उपलब्ध नव्हतो कारण मी रक्तातील साखर कमी होण्याच्या प्रकाराला सामोरे जाण्यात गुंतलो होतो आणि आपल्यासोबत नेमके काय होत आहे हे शोधताना खूप थकलो होतो. ही या आजाराची सर्वांत मोठी मनाला चटका लावणारी गोष्ट आहे''.

त्या क्षणांमध्ये टर्नरचे नेमके काय होते? मधुमेही आणि इतर गटांमधील आत्मनियंत्रणाच्या समस्या सरासरीपेक्षा जास्त असल्याचे दर्शविणाऱ्या कोणत्याही लहानशा घटनेवरून किंवा अगदी मोठ्या अभ्यासातूनही तुम्ही निश्चित निष्कर्ष काढू शकत नाही. सहसंबंध म्हणजे कारण नाही. सामाजिक शास्त्रात, सर्वांत ठाम निष्कर्ष फक्त तेव्हाच काढता येतात जेव्हा संशोधक असे प्रयोग वापरतात, ज्यात लोकांना वेगवेगळ्या जे उपचार (परिस्थिती) किंवा गटांमध्ये कोणताही नियम न लावता विभागले जाते, जेणेकरून व्यक्तिगत फरक समान होतात किंवा तटस्थ राहतात. काही लोक प्रयोगासाठी आले तेव्हा इतरांपेक्षा जास्त आनंदी, किंवा अधिक आक्रमक होते; तर काही जण इतर विचारांत गुंतलेले आणि चित्त विचलित असलेले होते. सरासरीच्या नियमावर अवलंबून राहून एका प्रायोगिक स्थितीत सरासरी व्यक्ती दुसऱ्या प्रायोगिक स्थितीत सरासरी व्यक्तीसारखीच असेल याची हमी देता येत नाही. जर संशोधकांनी कोणत्याही नियमांशिवाय उपचार आणि नियंत्रण गटांमध्ये लोकांना विभागले, तर फरकाची सरासरी समान वा कमी होऊ शकते.

उदाहरणार्थ, जर तुम्हाला ग्लुकोजचा आक्रमकतेवर होणारा परिणाम तपासायचा असेल, तर तुम्हाला हे लक्षात घ्यावे लागेल की, काही लोक आधीच आक्रमक असतात, तर काही शांत आणि सौम्य असतात. ग्लुकोजमुळे आक्रमकता निर्माण झाली हे दाखवण्यासाठी, तुम्हाला ग्लुकोज असलेल्या आणि ग्लुकोज नसलेल्या परिस्थितीत समान संख्येने आक्रमक लोक आणि शांत लोक हवे असतील. कोणतेही नियम न लावता केलेली नियुक्ती सहसा हे चांगले करते. एकदा तुमच्याकडे लोकांचे प्रतिनिधी गट तयार झाले की, तुम्ही पाहू शकता की वेगवेगळ्या उपचारांमुळे त्यांच्यावर कसा परिणाम होतो.

प्राथमिक शाळांमध्ये अन्नप्रयोग करताना पोषणतज्ज्ञांनी ही पद्धत वापरली. एका सकाळी वर्गातील सर्व मुलांना नाश्ता करणे टाळण्यास सांगण्यात आले आणि नंतर, मुलांचे दोन गट करून एका गटाला शाळेत चांगला नाश्ता देण्यात आला, तर दुसऱ्या गटाला काहीही दिले गेले नाही. सकाळच्या पहिल्या भागात, नाश्ता करणाऱ्या मुलांचे शिकण्याकडे जास्त लक्ष होते आणि त्यांनी कमी गैरवर्तन केले (हे निरीक्षण अशा मॉनिटर्सनी केले, ज्यांना माहीत नव्हते की कोणत्या मुलांनी खाल्ले आहे आणि कोणत्या मुलांना खाणे मिळाले नाही). नंतर, माध्यान्हीच्या वेळी सर्व विद्यार्थ्यांना भरपेट खायला दिल्यानंतर, जणू जादू व्हावी तशा प्रकारे दोन्ही गटांमधील फरक नाहीसा झाला.

इतर प्रयोगांमध्ये, स्क्रीनच्या तळाशी शब्दांची मालिका दर्शवणारा व्हिडिओ पाहण्यासारखी साधी कामे करण्यापूर्वी आणि नंतर लोकांमध्ये ग्लुकोजची पातळी मोजून हा जादूचा घटक वेगळा करण्यात आला. या प्रयोगात काही लोकांना

शब्दांकडे दुर्लक्ष करण्यास सांगण्यात आले; तर काहींना आराम करण्यास आणि त्यांना हवे तसे पाहण्यास मोकळे होते. त्यानंतर, ग्लुकोजची पातळी पुन्हा मोजण्यात आली आणि एक मोठा फरक दिसून आला : आरामशीर प्रेक्षकांमध्ये पातळी स्थिर राहिली; परंतु शब्द टाळण्याचा प्रयत्न करणाऱ्या लोकांमध्ये ती लक्षणीयरीत्या कमी झाल्याचे दिसून आले. आत्मनियंत्रणाचा तो छोटासा व्यायाम मेंदूच्या ग्लुकोजच्या इंधनात मोठ्या प्रमाणात घट होण्याशी संबंधित होता.

कारण आणि परिणाम निश्चित करण्यासाठी, संशोधकांनी प्रयोगांच्या मालिकेत लिंबूपाण्यात साखर किंवा इतर स्वीटनर मिसळून मेंदूला इंधन पुरवण्याचा प्रयत्न केला. लिंबाच्या तीव्र चवीमुळे चव घेणाऱ्यांना खरी साखर वापरली आहे की, रासायनिक स्वीटनर वापरला आहे हे ओळखणे कठीण झाले. साखरेमुळे त्यांच्या ग्लुकोजच्या पातळीत अचानक मोठी वाढ झाली (ती जास्त काळासाठी टिकणारी नव्हती, त्यामुळे प्रयोग करणाऱ्यांना लवकरच मुद्द्यापर्यंत पोहोचावे लागले). आहारातील स्वीटनरने ना ग्लुकोज वाढले, ना त्याने कोणते आवश्यक पोषण मिळाले.

संगणक गेम खेळणाऱ्या लोकांमध्ये आक्रमकतेचा अभ्यास करताना या पेयांचे परिणाम स्पष्टपणे दिसून आले. सुरुवातीला हा खेळ सोपा वाटत होता; परंतु लवकरच तो खेळणे कठीण झाले, अगदी अशक्यप्राय वाटू लागले. खेळ पुढे सुरू राहिला तसे प्रत्येकजण निराश झाला; परंतु ज्याला साखर घातलेले लिंबूपाणी मिळाले होते तो शांतपणे पुटपुटत खेळत राहिला. इतरांनी मोठ्याने शिव्या देणे आणि संगणकावर जोरात ठोसे मारणे सुरू केले. आणि जेव्हा पूर्वनियोजित स्क्रिप्टनुसार प्रयोगकर्त्याने त्यांची कामगिरी पाहता त्यांच्याबद्दल अपमानजनक टिप्पणी केली तेव्हा ग्लुकोज न मिळालेल्या लोकांना राग येण्याची शक्यता जास्त होती.

ग्लुकोज नाही, इच्छाशक्ती नाही : संशोधकांनी अधिकाधिक परिस्थितींमध्ये अधिकाधिक लोकांची चाचणी केली तेव्हा हे नमुने वारंवार दिसून आले. त्यांनी कुत्र्यांचीही चाचणी केली. जरी आत्मनियंत्रण हा एक विशिष्ट मानवी गुण आहे. मात्र, सांस्कृतिक प्राणी बनण्याच्या प्रक्रियेत आपण तो खूप मोठ्या प्रमाणात विकसित केला आहे. असे असले तरी तो आपल्या प्रजातींसाठी एकमेवाद्वितीय नाही. इतर सामाजिक प्राण्यांनाही एकमेकांशी जुळवून घेण्यासाठी किमान काही प्रमाणात आत्मनियंत्रण आवश्यक असते. कुत्रे मानवांसोबत राहतात, त्यामुळे त्यांना संयमी होणे शिकावे लागते, त्यांना अशा नियमांचे पालन करणे शिकावे लागते, जे त्यांना अवास्तव आणि अर्थहीन वाटू शकतात, जसे की घरात आलेल्या पाहुण्यांच्या (किमान मानवी प्राण्यांच्या) पायांचा वास घेण्यास बंदी.

मानवी अभ्यासाचे अनुकरण करण्यासाठी, प्रयोगकर्त्यांनी प्रथम कुत्र्यांच्या एका गटाची इच्छाशक्ती कमी केली आणि प्रत्येक कुत्र्याला त्याच्या मालकाच्या 'बसणे'

आणि 'राहणे' या आज्ञांचे पालन करण्यास सांगितले. कुत्र्यांच्या एका नियंत्रण गटाला पिंजऱ्यात दहा मिनिटे एकटे सोडण्यात आले, जिथे त्यांना राहण्याशिवाय पर्याय नव्हता आणि म्हणून त्यांना कोणतेही आत्मनियंत्रण वापरण्याची गरज नव्हती. त्यानंतर सर्व कुत्र्यांना एक परिचित खेळणे देण्यात आले, ज्याच्या आत सॉसेज होती. सर्व कुत्रे पूर्वी या खेळण्याशी खेळले होते आणि त्यांनी यशस्वीरीत्या त्यातील सॉसेज बाहेर काढले होते. परंतु प्रयोगासाठी खेळणी अशी रचली गेली होती, त्यातील सॉसेज काढता येत नव्हते. कुत्र्यांच्या नियंत्रित गटाने ते काढण्याचा प्रयत्न करण्यासाठी काही मिनिटे घालवली; परंतु ज्या कुत्र्यांना आज्ञा पाळाव्या लागल्या होत्या त्यांनी हे करताना एका मिनिटापेक्षा कमी वेळात हार मानली. हा आत्मनियंत्रण कमी झाल्याचा परिचित परिणाम होता आणि हा नवीन शोधलेला उपायदेखील आधीपासून माहीत असलेल्या गोष्टींसारखाच प्रभावी होता. त्यानंतरच्या अभ्यासात, जेव्हा कुत्र्यांना वेगवेगळी पेये देण्यात आली, तेव्हा साखर असलेल्या पेयांनी आज्ञा पाळणाऱ्या कुत्र्यांची इच्छाशक्ती पुनर्संचयित केली. नव्याने पोषक तत्त्वे मिळालेली ती कुत्री पिंजऱ्यात बंद असलेल्या कुत्र्यांइतकीच खेळण्यासोबत टिकून राहिली. नेहमीप्रमाणे, कृत्रिम पदार्थ वापरून गोड केलेल्या पेयाचा कोणताही परिणाम झाला नाही.

या सर्व निष्कर्षांनंतरही, दिवसेंदिवस मोठा होत चाललेल्या मेंदू संशोधन करणाऱ्यांच्या समुदायाला ग्लुकोज कनेक्शनबद्दल काही शंका होत्या. यांपैकी काही जणांनी असे निदर्शनास आणून दिले की, एखादी व्यक्ती काहीही करत असली तरी मेंदूचा एकूण ऊर्जेचा वापर सारखाच राहतो. ही संकल्पना कमी झालेल्या ऊर्जेच्या कल्पनेशी सहजी जुळत नाही. या शंका घेणाऱ्या लोकांमध्ये टॉड हेदरटन होते, ज्यांनी त्यांच्या कारकिर्दीच्या सुरुवातीला बाउमिस्टरसोबत काम केले होते आणि अखेर डार्टमाउथमध्ये काम केले. तिथे मेंदूच्या प्रक्रिया आणि सामाजिक वर्तन यांच्यातील दुव्यांचा अभ्यास करून ते सामाजिक न्यूरोसायन्स नावाच्या विषयाचे प्रणेते बनले. त्यांचा आत्मनियंत्रण कमी होण्यावर विश्वास होता, परंतु ग्लुकोजच्या निष्कर्षांमध्ये भर पडली नाही.

हेदरटन आणि त्यांच्या सहकाऱ्यांनी या सिद्धान्ताची एक महत्त्वाकांक्षी चाचणी घेण्याचा निर्णय घेतला. त्यांनी आणि त्यांच्या सहकाऱ्यांनी आहारप्रेमींना नियुक्त केले आणि अन्नाच्या चित्रांवरील त्यांच्या प्रतिक्रियांचे मोजमाप केले. त्यानंतर सर्वांना विनोदी व्हिडिओ पाहताना हसण्यापासून परावृत्त करून त्यांचे आत्मनियंत्रण कमी करण्यात आले. त्यानंतर, संशोधकांनी पुन्हा एकदा चाचणी केली की त्यांचे मेंदू अन्नाच्या चित्रांवर कशी प्रतिक्रिया देतात (अन्न नसलेल्या चित्रांच्या तुलनेत). हीथ-एर्टन आणि केट डेमोस यांच्या पूर्वीच्या प्रयोगात असे दिसून आले होते की, ही

चित्रे मेंदूच्या प्रमुख ठिकाणी, जसे की न्यूक्लियस ॲकम्बन्स आणि ॲमिग्डालामध्ये विविध प्रतिक्रिया निर्माण करतात. याही वेळी पुन्हा त्याच प्रतिक्रिया आढळल्या. आहारप्रेमींमध्ये, आत्मनियंत्रण कमी झाल्यामुळे न्यूक्लियस ॲकम्बन्समधील क्रियाकलाप वाढला आणि ॲमिग्डालामध्ये तदनुसार घट झाली. या प्रयोगातील महत्त्वपूर्ण बदल म्हणजे ग्लुकोजमध्ये फेरफार. काही लोकांनी साखरेने गोड केलेले लिंबूपाणी प्यायले, ज्यामुळे रक्तप्रवाहातून आणि कदाचित मेंदूमध्ये जणू ग्लुकोजचा पूर आला.

हेदरटन यांनी नाट्यमयरीत्या, 'सोसायटी फॉर पर्सनॅलिटी अँड सोशल सायकॉलॉजी', हा जो सामाजिक मानसशास्त्रज्ञांचा जगातील सर्वांत मोठा गट आहे त्याचे नेतृत्व स्वीकारताना केलेल्या भाषणादरम्यान याचे निकाल जाहीर केले. २०११मध्ये सॅन अँटोनियो येथे झालेल्या वार्षिक बैठकीत आपल्या अध्यक्षीय भाषणात, हेदरटन यांनी नोंदवले की, आत्मनियंत्रण कमी झाल्याने मेंदूत जे बदल नोंदवले गेले होते, त्याच्या अगदी उलट परिणाम ग्लुकोजमुळे निदर्शनास आले. या निष्कर्षाने आपण अतिशय आश्चर्यचकित झालो, असेही त्यांनी सांगितले. (सोसायटीचे अध्यक्ष बनलेल्या आपल्या शिष्याच्या गौरवाचा क्षण अनुभवताना पाहण्यासाठी प्रेक्षकांमध्ये बसलेल्या बाउमिस्टरला त्यांच्या स्वतःच्या प्रयोगशाळेत पहिल्यांदा ग्लुकोजशी संबंध सापडले तेव्हा स्वतःला वाटलेले आश्चर्य आठवले.) हेदरटनच्या निकालांनी ग्लुकोज इच्छाशक्तीचा एक महत्त्वाचा भाग आहे याला पुष्टी देण्यापेक्षा अजूनही बरेच काही केले. जरी मेंदूच्या एकूण ऊर्जावापरात जागतिक बदल झाले नसले तरी ग्लुकोज कसे कार्य करू शकते, या संदर्भातील कोडे सोडवण्यास त्यांनी मदत केली. आत्मनियंत्रणाच्या अभावी किंवा ते कमी झाल्याने मेंदूच्या हालचाली एका भागातून दुसऱ्या भागात होत असल्याचे दिसते. ग्लुकोज कमी असताना तुमचा मेंदू काम करणे थांबवत नाही. तो काही गोष्टी करणे थांबवतो आणि वेगळ्या गोष्टी करायला सुरुवात करतो. यामुळे थकलेल्या लोकांना गोष्टी सर्वसामान्य लोकांपेक्षा जास्त तीव्रतेने का जाणवतात हे स्पष्ट होण्यास मदत होऊ शकते. जसा मेंदूचा काही भाग काम करणे कमी करतो, तसे दुसरा कुठलातरी भाग जास्त कार्यक्षम होतो.

शरीर आत्मनियंत्रण करताना ग्लुकोजचा वापर करत असल्याने, त्याला गोड पदार्थ खाण्याची इच्छा होऊ लागते. गोड पदार्थांपासून दूर राहण्यासाठी आत्मनियंत्रणाचा वापर करू इच्छिणाऱ्या लोकांसाठी ही वाईट बातमी आहे. जेव्हा लोकांना त्यांच्या दैनंदिन जीवनात जास्त प्रमाणात आत्मनियंत्रणाची गरज भासते, तेव्हा त्यांची गोड पदार्थांची भूक वाढते. त्यांची एकूणच भूक वाढली, इतके हे साधे नसते. त्यांना विशेषतः गोड पदार्थांची भूक असते असे दिसते. प्रयोगशाळेत,

ज्या विद्यार्थ्यांनी नुकतेच आत्मनियंत्रणाचे काम केले आहे ते अधिक गोड पदार्थ खातात; परंतु इतर (खारे) पदार्थ खात नाहीत. आत्मनियंत्रण वापरावे लागेल अशी फक्त चाहूल लागली, तरी लोकांना गोड पदार्थांची भूक लागते असे दिसते.

हे सर्व निकाल असे अजिबात सुचवत नाहीत की, प्रयोगशाळेबाहेर कोणालाही, मग तो मानव असो वा कुत्रा, साखर देणे फायदेशीर आहे. शरीराला ऊर्जा मिळविण्याचा सर्वांत जलद मार्ग म्हणून मिठाईची इच्छा असू शकते; परंतु कमी साखरेचे, उच्च प्रथिने असलेले पदार्थ आणि इतर पौष्टिक पदार्थदेखील हळूहळू काम करत असले तरी तितकेच फायदेशीर ठरतात. तरीही, ग्लुकोजच्या परिणामाचा शोध लागल्याने आत्मनियंत्रणासाठी काही उपयुक्त तंत्रे मिळू शकली. माणसाला अनेक काळापासून सतावत असलेल्या एका प्रश्नाचे उत्तरदेखील त्यात मिळू शकते. तो प्रश्न म्हणजे– महिन्याच्या काही विशिष्ट दिवशी चॉकलेट इतके हवेसे का वाटते?

आतील सैतान

जेनिफर लव्ह हेविट ही अभिनेत्री म्हणून कशी आहे याबद्दल तुमचे मत काहीही असू दे. 'द डेव्हिल अँड डॅनियल वेबस्टर' या चित्रपटात तिला भूमिका देण्यात आली तेव्हा तिच्यातील मूलभूत अभिनय कौशल्याचे श्रेय तुम्हाला तिला द्यावेच लागेल. तिला अँथनी हॉपकिन्स आणि एलेक बाल्डविन यांच्यासोबत भूमिका साकारण्याचा मान मिळाला होता. कोणत्याही तरुण अभिनेत्रीसाठी हाच एक कठीण प्रस्ताव असता; परंतु तिच्यासमोर यासोबतच डेव्हिलची भूमिका साकारण्याचे आव्हानदेखील होते. जर तुमचे ध्येय, जसे नाट्यप्रशिक्षक म्हणतात, त्याप्रमाणे 'भूमिकेत वास्तव्य करणे' हे असेल, तर एक राक्षस साकारताना पोलीस अधिकारी साकारण्यापेक्षा जास्त अडचणी येतात. सैतानासोबत स्कॉड कारमध्ये फिरून तुम्ही फील्ड रिसर्च करू शकत नाही. पण हेविटने भूमिका तयार करण्याची एक पर्यायी पद्धत शोधून काढली.

''मी स्वतःकडे आणि पीएमएस झाल्यावर मला कसे वाटले याकडे बारकाईने लक्ष देऊ लागले,'' ती म्हणाली. ''सैतानाची भूमिका साकारण्यासाठी मी याच आधारावर काम केले.''

मासिक पाळीपूर्वीच्या लक्षणांबद्दल तुमचा जर निराशाजनक दृष्टिकोन असेल, तर याचा अर्थ तुम्ही PMSCentral.com आणि इतर वेबसाइट्सवर जास्त वेळ घालवला नसेल, जिथे महिला यासंबंधीचे उपाय आणि कथांची देवाणघेवाण करतात. त्या विनोद करतात की, पीएमएस म्हणजे सायकोटिक मूड शिफ्ट, किंवा फक्त पास माय शॉटगन. किंवा ते पुढे दिली आहे त्यासारख्या खऱ्या पीएमएस कथा शेअर करतात :

> 'माझ्या आयुष्याचा बराचसा काळ यामुळे उद्ध्वस्त होतो'. 'माझे डोळे सुजलेले आहेत', 'मी सरळ विचार करू शकत नाही', 'मी चुकीचे निर्णय घेते', कुरूप भावनिक उद्रेक, तर्कहीन विचार, खरेदी केलेल्या वस्तू परत कराव्या लागतात, जास्त खर्च करणे, नोकरी सोडणे, अत्यंत थकवा, चिडचिड, रडणे, अत्यंत भावनिक संवेदनशीलता, संपूर्ण शरीर दुखणे, नसा दुखणे, रिकाम्या नजरेने पाहणे, 'आपण इथे नाही' अशी भावना, इ.

चॉकलेटच्या अतिरेकी सेवनापासून (याचा अर्थ मला खायला काहीतरी गोड पदार्थ द्या, असा होतो) हत्येपर्यंत सर्व गोष्टींसाठी पीएमएसला जबाबदार धरले जाते. सीएसआय टेलिव्हिजन शोमधील स्टार मार्ग हेल्गेनबर्गर हिचे एका पुरस्कार सोहळ्यात विचित्र रंगाच्या केसांसह छायाचित्र काढल्यानंतर, तिने स्पष्ट केले : ''तो रंग पीएमएस पिंक म्हणून ओळखला जात होता. त्या दिवशी मी पूर्णपणे पीएमएस करत होते. मी वेडी होते! मला काय वाटले, माझे हे गुलाबी केस सीएसआयच्या लक्षात येणार नाहीत?'' मेलानी ग्रिफिथने पीएमएस स्थितीचे निदान करताना 'वेडा' हा शब्ददेखील वापरला होता; कारण त्यामुळे तिने भावनेच्या भरात घटस्फोटासाठी अर्ज केला, आणि नंतर अचानक तिचा विचार बदलला. तिच्या जनसंपर्क अधिकाऱ्याने अधिक वैद्यकीय शब्द वापरणे पसंत केले, त्यांनी त्याला 'निराशा आणि रागाच्या क्षणी घडलेले एक आवेगपूर्ण कृत्य' असे म्हटले. स्त्रिया वारंवार सांगतात की, त्या काही वेळा अचानक अशा आवेगांनी व्यापून जातात जे त्यांना स्वतःलाच परके आणि विचित्र वाटतात.

या अत्यंत नकारात्मकतेने भरलेल्या मनःस्थितीतल्या बदलांनी शास्त्रज्ञांनाही गोंधळात टाकले आहे. विशेषतः गरोदरपणाच्या किंवा बाळंतपणाच्या काळात बाईला आजूबाजूच्या माणसांशी जुळवून घेता येत नाही, ही गोष्ट उत्क्रांतिवादी मानसशास्त्रज्ञांना प्रतिकूल वाटते. मुलांचे संगोपन करण्यासाठी सहानुभूती हे एक महत्त्वाचे कौशल्य नाही का? बाळाला आधार देणाऱ्या जोडीदाराशी चांगले संबंध राखणे उपयुक्त नाही का? काही शास्त्रज्ञांनी असे नमूद केले आहे की, जर स्त्री ओव्हुलेशनच्या आधीच्या टप्प्यात गर्भवती झाली नसेल तरच ती चक्राच्या या प्रीमेन्स्ट्रुअल टप्प्यात पोहोचते. वैज्ञानिकांनी असा अंदाज लावला आहे की, उत्क्रांतीच्या प्रक्रियेत ज्या स्त्रिया मूल देऊ न शकणाऱ्या पुरुषामुळे असमाधानी झाल्या त्यांची प्रवृत्ती स्वतःला, दुसरा जोडीदार शोधण्यास, मोकळे करण्याकडे गेली. हे गृहीतक निश्चितच महिलांनी पीएमएसला दिलेल्या दुसऱ्या नावाची खिल्ली उडवते : 'पॅक माय स्टफ'.(माझे सामान आवर) तरीसुद्धा उत्क्रांतिविषयक कारणांमुळे मिळणारे फायदे त्या काळातील खर्चापेक्षा जास्त होते का हे स्पष्ट होत नाही. किंवा उत्क्रांतीतील निवडक दबाव प्राचीन सवाना प्रदेशात खरोखर कार्यरत

होते की नाही, हेही निश्चित नाही. आपल्या शिकार करून अन्न गोळा करणाऱ्या पूर्वजांच्या काळात पीएमएस ही कदाचित फार मोठी समस्या नव्हती. कारण स्त्रिया त्यांच्या आयुष्यातील बराच काळ आयुष्य गर्भवती राहून किंवा मुलांना स्तनपान करण्यात घालवत असत.

ते काहीही असले, तरी आता पीएमएससाठी एक ठोस शारीरिक स्पष्टीकरण मिळाले आहे, ज्यामध्ये कोणतेही गूढ किंवा परकीय आवेग नाहीत. मासिक पाळीच्या चक्रातील या पूर्व-मासिक पाळीच्या काळात, ज्याला ल्युटिअल फेज म्हणतात, स्त्रीचे शरीर ऊर्जा मोठ्या प्रमाणात अंडाशयांकडे आणि संबंधित क्रियाकलापांकडे वळवते. जसे की, अतिरिक्त प्रमाणात महिला संप्रेरकांचे उत्पादन करण्यास सुरुवात करते. अधिक ऊर्जा आणि ग्लुकोज प्रजनन प्रणालीकडे वळवले जात असल्याने, शरीराच्या उर्वरित भागासाठी ते कमी प्रमाणात उपलब्ध असते. त्यामुळे अधिक ऊर्जेची मागणी निर्माण करून ते प्रतिसाद देते. चॉकलेट आणि इतर मिठाई लगेच आकर्षून घेतात कारण ते त्वरित ग्लुकोज प्रदान करतात. प्रत्यक्षात कुठलाही अन्नपदार्थ मदत करू शकतो म्हणूनच महिलांना या काळात भूक जास्त वाढल्याचा अनुभव येतो. एका अभ्यासात असे आढळून आले आहे की, या काळात सरासरी महिला दुपारच्या जेवणात सुमारे ८१० कॅलरीज खातात. महिन्याच्या उर्वरित काळात दुपारच्या जेवणात त्या जेवतात त्यापेक्षा सुमारे १७० कॅलरीज यामध्ये जास्त असतात.

पण बहुतेक महिलांना अजूनही पुरेशा अतिरिक्त कॅलरीज मिळत नाहीत. अमेरिकेसारख्या आधुनिक समाजात, जिथे बारीक राहण्याचा ताण जास्त असतो तिथे महिला दर महिन्याच्या या काही दिवसांत शरीराची ग्लुकोजची वाढलेली मागणी पूर्ण करण्यासाठी पुरेसे अतिरिक्त अन्न घेत नाहीत. अशा वेळी शरीराकडे जेवढी ऊर्जा आहे तेवढीच मर्यादित प्रमाणात वाटून वापरावी लागते. प्रजनन प्रणाली त्यातील बराच भाग खर्च करते ज्यामुळे इच्छाशक्तीसाठी कमी ग्लुकोज उपलब्ध राहते. सामान्य नियमानुसार, महिलांमध्ये पुरुषांपेक्षा आत्मनियंत्रण कमी होण्याची शक्यता कमी असते; परंतु अभ्यासांनी वारंवार दाखवल्याप्रमाणे, ल्युटियल टप्प्यात त्यांच्या आत्मनियंत्रणाच्या समस्या अधिकच बिकट होतात.

या कालावधीत, महिला इतर वेळेपेक्षा जास्त पैसे खर्च करतात आणि भावनेच्या भरात खरेदी करतात. त्या जास्त सिगरेट ओढतात. त्या जास्त मद्यपान करतात आणि फक्त त्यांना जास्त मद्यपान आवडते म्हणून हे होत नाही. ही वाढ विशेषतः अशा महिलांमध्ये होते ज्यांना मद्यपानाचे व्यसन आहे किंवा ज्यांच्या कुटुंबात मद्यपानाचा इतिहास आहे. या ल्युटियल कालावधीत, महिला जास्त प्रमाणात मद्यपान करतात किंवा कोकेन आणि इतर अमली पदार्थांचे सेवन करतात.

पीएमएसमुळे फक्त एकच विशिष्ट वर्तन समस्या उद्भवते असे नाही. त्याऐवजी, सगळ्याच बाबतीत आत्मनियंत्रण अपयशी ठरते असे दिसते, ज्यामुळे सर्व प्रकारच्या समस्या वाढू लागतात.

गांजा हे एक असे औषध आहे जे जास्त वेळा वापरले जात नाही. हा अपवाद काहीतरी महत्त्वाचे सत्य दाखवतो. कोकेन आणि ओपिएट्सच्या उलट काम करणारा गांजा हे सुटकेचे किंवा आनंदाचे औषध नाही. गांजा फक्त तुम्हाला आधीच वाटत असलेल्या भावना तीव्र करतो. पीएमएसमध्ये वाईट वाटत असते आणि त्या भावना अजून तीव्र करणारे औषध कुणालाही आकर्षक वाटणार नाही. शिवाय- गांजा, निकोटीन, अल्कोहोल, कोकेन आणि इतर औषधांसारख्या व्यसनाधीन इच्छा निर्माण करत नाही, म्हणून एकूणच आत्मनियंत्रण कमी झाल्याने गांजा वापरणारी व्यक्ती अशा प्रकारच्या प्रलोभनांना अधिक बळी पडेलच असे नाही.

संशोधकांना असे आढळून आले आहे की, ज्या महिलांना पीएमएसचा त्रास होत असतो त्यांनी इतर महिलांएवढेच दिवस कामावर जाण्याची शक्यता दुपटीने कमी होते. यातील काही दिवस पीएमएसशी संबंधित शारीरिक वेदनांमुळे असतात, यात शंका नाही, परंतु काही अनुपस्थिती कदाचित आत्मनियंत्रणाशी संबंधित असते. जेव्हा तुमच्या शरीरात ग्लुकोजची कमतरता असते तेव्हा नियमांचे पालन करणे अधिक कठीण असते. महिलांच्या तुरुंगात, तुरुंगाच्या नियमांचे उल्लंघन केल्यामुळे शिस्तभंगाच्या समस्या त्यांच्या मासिकपाळी चक्राच्या ल्युटियल टप्प्यात असलेल्या महिलांमध्ये सर्वाधिक असतात. ल्युटियल कालावधीत असताना पीएमएस पीडितांमध्ये कायदेशीर किंवा बेकायदेशीर हिंसक, आक्रमक कृत्ये शिगेला पोहोचतात. अर्थात, हे निश्चित आहे की, फक्त काही महिलाच कधीही हिंसक होतात; परंतु अनेक महिला या काळात भावनिक बदल नोंदवतात. या वेळी महिलांच्या भावनिक उद्रेक आणि त्रासात वाढ झाल्याचे अभ्यासात वारंवार नोंदवले गेले आहे. महिलांमध्ये जोडीदार आणि इतर नातेसंबंध असलेल्या व्यक्तींशी, तसेच कामाच्या ठिकाणी सहकाऱ्यांशी अधिक संघर्ष होतात. त्यांचे माणसांत मिसळणे कमी होते आणि त्या अनेकदा एकटे राहणे पसंत करतात. संवादातून उद्भवणारे संघर्ष टाळण्याची ही एक प्रभावी रणनीती असू शकते.

पीएमएसचे प्रमाणित स्पष्टीकरण असे आहे की, ल्युटियल फेजमुळे थेट नकारात्मक भावना निर्माण होतात; परंतु ते स्पष्टीकरण पूर्णपणे डेटामध्ये बसत नाही. सगळ्याच महिलांवर नकारात्मक भावनांचा एकसारखा परिणाम होत नाही. जेव्हा अमांडा पामर हार्वर्ड स्केअरमध्ये जिवंत पुतळ्याच्या रूपात पोज देत होती, तेव्हा तिला आढळले की, पीएमएसमुळे तिचे आत्मनियंत्रण कमकुवत झाले कारण त्यामुळे तिच्यातील सकारात्मक आणि नकारात्मक दोन्ही भावना मुक्त झाल्या.

''माझ्या पीएमएस कालावधीत मी खूपच संवेदनशील असते आणि मी रडण्याची दाट शक्यता असते, आणि तसे जर काही भावनिक घडले तर माझ्या पुतळ्याच्या कामावरही त्याचा परिणाम होई,'' पामरच्या आठवणी जाग्या झाल्या. ''म्हणजे अगदी दहा मिनिटे कुणी तिकडून चालत गेले नाही किंवा माझ्याकडे पाहिले नाही अशा किरकोळ कारणानेही मी भावनिक होत असे. मला वाटे, जग एक थंड आणि एकटे ठिकाण आहे आणि कोणीही माझ्यावर प्रेम करत नाही. दुसरे टोक म्हणजे एक पंचाण्णव वर्षांचा माणूस ताशी एक मैल अशा हळू वेगाने माझ्याकडे येत होता आणि त्याच्या पाकिटातून पाच डॉलर्सची नोट काढण्यासाठी पाच मिनिटे घेत होता, माझ्या कॅनमध्ये ठेवत होता आणि तेव्हा त्याच्या कोमेजलेल्या एकाकी वृद्ध डोळ्यांनी माझ्याकडे पाहत असेल. अशा वेळी मी माझ्यावरचे नियंत्रण गमावले असते. मी न बोलता किंवा चेहरा न हलवता माझ्याकडून जितकं जास्त प्रेम पोहोचवता येईल तितकं पोहोचवण्याचा प्रयत्न करेन.''

तिचा अनुभव ल्युटियल फेजदरम्यान इतर महिलांप्रमाणेच आहे : त्यांना विविध भावनांचा त्रास होतो आणि त्यांच्या समस्या अनेकदा एखाद्या घटनेच्या तीव्र प्रतिक्रियेमुळे उद्भवतात. त्या म्हणतात की, त्यांना अस्वस्थ व्हायचे नसते; पण क्षुल्लक गोष्टींमुळे त्या स्वतःला त्रास करून घेतात, ते त्यांना थांबवता येत नाही. त्यांच्या हे लक्षातच आलेले नसते किंवा त्यांना याची जाणीव नसते असे म्हणू की, त्यांच्या शरीराने अचानक आत्मनियंत्रणासाठी होणारा इंधन पुरवठा कमी केला आहे. त्यामुळे आपण नेहमीसारखे स्वतःवर नियंत्रण ठेवू शकत नाही याचे त्यांना आश्चर्य वाटते.

अनेक महिलांना असे वाटते की, त्यांच्या आयुष्यातील ताण वाढतो आहे: या ल्युटियल कालावधीत नकारात्मक घटना जास्त आणि सकारात्मक घटना कमी घडतात, असे त्या नोंदवतात. परंतु बाहेरचे जग काही असे दर महिन्याला ठरावीक अपेक्षित दिवसांसाठी बदलत नाही. जर एखाद्या महिलेला तिच्या समस्या हाताळण्यास नेहमीपेक्षा आपण कमी पडतो आहोत असे वाटले, तर तिचा ताण अधिक वाढेल. जर पीएमएस कमकुवत झाला तर तिच्या समस्या हाताळताना ती अधिक ताणतणावात असेल. जर पीएमएसमुळे तिचे तिच्या भावनांवरील नियंत्रण कमकुवत झाले तर ती दुर्दैवी गोष्ट तिला अधिकच अस्वस्थ करते. जर तिच्याकडे कामावर लक्ष केंद्रित करण्यासाठी पुरेशी ऊर्जाच उपलब्ध नसेल, तर नेहमीचे काम करणेदेखील अधिक आव्हानात्मक ठरते. काळजीपूर्वक नियंत्रित केलेल्या प्रयोगशाळेत एकाग्रतेची आवश्यकता असलेल्या चाचण्या घेण्यात आल्या. त्यात मासिक पाळीच्या इतर टप्प्यांवरील महिलांपेक्षा ल्युटियल टप्प्यातील महिलांची कामगिरी वाईट झाली आणि हे परिणाम केवळ पीएमएस ग्रस्त महिलांवरच नव्हे

तर सामान्य महिलांवरही आढळून आले. त्यांना पीएमएसची तीव्र लक्षणे जाणवली किंवा नसली तरी, त्यांच्या शरीरात ग्लुकोजची कमतरता होती.

आम्हाला या समस्या अतिशयोक्ती करून सांगायच्या नाहीत; कारण बहुतेक महिला कामाच्या ठिकाणी आणि घरी पीएमएसचा सामना चांगल्या प्रकारे करतात आणि आम्ही निश्चितच असे सुचवू इच्छित नाही की, महिलांची इच्छाशक्ती पुरुषांपेक्षा कमकुवत असते. पुन्हा सांगायचे तर, महिलांना पुरुषांपेक्षा आत्मनियंत्रणाच्या समस्या कमी असतात : त्या कमी हिंसक गुन्हे करतात आणि त्या मद्यपी किंवा ड्रग्ज व्यसनी बनण्याची शक्यता कमी असते. मुलींचे उच्च आत्मनियंत्रण हे कदाचित मुलांपेक्षा शाळेत चांगले गुण मिळवण्याचे एक कारण आहे. मुद्दा फक्त इतकाच आहे की, आत्मनियंत्रण शरीराच्या लयी आणि त्याच्या ऊर्जेच्या पुरवठ्यातील चढउतारांशी जोडलेले असते. संताप्रमाणे आत्मनियंत्रण असलेल्या महिलेचे संतत्व ल्यूटियल कालावधीत थोडे कमी होऊ शकते. हायपोग्लायसेमिया आणि मधुमेहासारखे पीएमएस हेही, शरीरात ग्लुकोजची कमतरता असते तेव्हा काय होते याचे एक सोईस्कर स्पष्ट उदाहरण आहे – आणि प्रत्येकातील, मग पुरुष असो वा महिला, त्यांना मधुमेह असो वा नसो, कधीकधी ग्लुकोज कमी होते. आपण सर्व जण निराशा आणि रागाला बळी पडतो. आपण सर्व जण कधीकधी अशा समस्यांशी झुंजत असतो, ज्या सोडवता येत नाहीत आणि अशा आवेगांनी आपल्याला झुकवलं जातं ज्या आपल्याला परक्या किंवा नरकासमान वाटतात.

सहसा, समस्या आत असते. जग अचानक क्रूर झाले आहे असे नाही. ल्युसिफर (सैतानाचे बायबलमधील एक नाव) आपल्याला नवीन प्रलोभने आणि भावनावेगांनी त्रास देत आहे असे नाही. सामान्य भावनावेगांना आणि दीर्घकालीन समस्यांना तोंड देण्यास आपण कमी सक्षम आहोत असेही नाही. भडका उडण्याचे कारण खरे असू शकते – तुमच्याकडे तुमच्या बॉसवर रागावण्याचे किंवा तुमच्या लग्नाचा पुनर्विचार करण्याचे कारण असू शकते. (मेलानी ग्रिफिथचा अखेर डॉन जॉन्सनशी घटस्फोट झाला.) परंतु जोपर्यंत तुम्ही तुमच्या स्वतःच्या भावनांवर नियंत्रण ठेवत नाही तोपर्यंत तुम्ही त्या इतर समस्या सोडवण्याच्या दिशेने फारशी प्रगती करू शकणार नाही आणि त्याची सुरुवात तुमच्या ग्लुकोजवर नियंत्रण ठेवण्यापासून होते.

खाण्याच्या मार्गाने आत्मनियंत्रण मिळवा

आतापर्यंत आपण ग्लुकोजच्या कमतरतेमुळे होणाऱ्या समस्या समजून घेतल्या आहेत. आता आपण त्यावरील उपायांकडे आणि चांगले जेवण आणि भरपूर झोपेसारख्या आनंददायी विषयांकडे वळू शकतो. तुमच्यासाठी ग्लुकोज कसे कार्य करते याचे काही धडे आणि धोरणे येथे आहेत :

पशूला खायला घाला. इथे आम्हाला पशू म्हणजे बीलझेबब (ख्रिश्चन परंपरेत सैतान किंवा खलनायक राक्षस) म्हणायचे नाही. तर तुमच्या किंवा तुमच्यासोबत वेळ घालवणाऱ्या कोणत्याही व्यक्तीच्या आत जागा होऊ पाहणाऱ्या संभाव्य राक्षसासाठी हे म्हटले आहे. ग्लुकोजची कमतरता सर्वांत आकर्षक साथीदाराला देखील राक्षस बनवू शकते. चांगला नाश्ता खाण्याचा जुना सल्ला कोणत्याही काळासाठी लागू होतो, विशेषतः जेव्हा तुम्ही शारीरिक किंवा मानसिक ताणतणावात असता तेव्हा. जर तुमची चाचणी असेल, एखादी महत्त्वाची बैठक असेल किंवा एखादा महत्त्वाचा प्रकल्प असेल तर ग्लुकोजचे सेवन केल्याशिवाय ते काम करू नका. दुपारचे जेवण झाल्याच्या चार तासांनंतर तुमच्या बॉसशी वाद घालू नका. रात्रीच्या जेवणापूर्वी तुमच्या जोडीदाराशी गंभीर समस्यांवर बोलू नका. जेव्हा तुम्ही युरोपमध्ये रोमँटिक ट्रिपवर असाल, तेव्हा संध्याकाळी सात वाजता भिंतींनी वेढलेल्या मध्ययुगीन शहरात गाडी चालवू नका आणि रिकाम्या पोटी तुमच्या हॉटेलमध्ये जाण्याचा प्रयत्न करू नका. कदाचित, तुमची गाडी त्या दगडी भिंतींच्या चक्रव्यूहातून वाचू शकेल; परंतु तुमचे नाते कदाचित नाही वाचणार.

सर्वांत महत्त्वाचे म्हणजे, जास्त वजन असण्यापेक्षाही गंभीर समस्यांना तोंड देण्याचा प्रयत्न करताना कॅलरीज कमी करू नका. जर तुम्ही धूम्रपान करणारे असाल, तेव्हा विशिष्ट आहार-पथ्य पाळत असताना ते सोडण्याचा प्रयत्न करू नका. खरं तर, सोडण्यासाठी तुम्ही काही कॅलरीज वाढवण्याचा विचारदेखील करू शकता, कारण निकोटीनने तुमची भूक कमी झाल्यानंतर सिगरेट ओढण्याची इच्छा होणे ही प्रत्यक्षात अन्नाची इच्छा असू शकते. जेव्हा संशोधकांनी धूम्रपान सोडण्याचा प्रयत्न करणाऱ्यांना साखरेच्या गोळ्या दिल्या आहेत, तेव्हा कधीकधी अतिरिक्त ग्लुकोजमुळे यशाचे प्रमाण जास्त असते, विशेषतः जेव्हा साखरेच्या गोळ्या निकोटीन पॅचसारख्या इतर उपचारांसह एकत्रित केल्या जातात तेव्हा.

साखर प्रयोगशाळेत काम करते, तुमच्या आहारात नाही. हे थोडे विडंबनात्मक आहे की, आत्मनियंत्रण संशोधकांना प्रयोगात सहभागी होणाऱ्यांना साखर देणे फार आवडते. त्यापैकी किती लोक गोड पदार्थांना विरोध करू शकतात हे त्यांना पाहायचे असते. अर्थात, संशोधक शास्त्रज्ञ हे फक्त अल्पकालीन सोयीसाठी करत आहेत. साखरेचे पेय ऊर्जा जलद वाढवते ज्यामुळे प्रयोगकर्त्यांना कमी वेळात ग्लुकोजचे परिणाम पाहण्यास मदत होते. संशोधक किंवा त्यांचे प्रयोगार्थी शरीराला प्रथिनांसारखे पचायला वेळ घेणारे काहीतरी देऊन ते पचण्यासाठी सुमारे एक तास वाट पाहू इच्छित नाहीत.

गणिताची परीक्षा किंवा ट्रॅक मीटसारख्या छोट्या आव्हानाला सामोरे जाण्यापूर्वी तुम्ही तुमचा आत्मसंयम वाढवण्यासाठी साखरेचा वापर करू शकता.

जर तुम्ही नुकतेच धूम्रपान सोडले असेल, तर अचानक आलेली सिगरेटची तल्लफ तत्काळ थांबण्यासाठी गोड लोझेंज वापरू शकता. परंतु साखरेचे प्रमाण अचानक वाढवल्यानंतर लगेचच एकदम खालीही येते ज्यामुळे तुम्हाला अधिक थकवा जाणवतो, त्यामुळे याचा वापर करणे हे चांगले दीर्घकालीन धोरण नाही. तुम्ही डाएट सोडाऐवजी साखर घातलेली पेये किंवा सर्वसाधारणपणे गोड स्नॅक्सकडे वळा, अशी शिफारस आम्ही नक्कीच करत नाही. हे खरे असू शकते की, साखरेची पेये तात्पुरती पीएमएसची लक्षणे कमी करतात, असे संशोधकांना आढळले; परंतु प्रयोगशाळेच्या बाहेर, गायिका मेरी जे. ब्लिगे यांनी पीएमएस आणि त्याच्याशी संबंधित मूड बदलणे आणि खरेदीसाठी अचानक मोठा खर्च करणे याबद्दल चर्चा करताना केलेल्या निरीक्षणाकडे लक्ष देणे चांगले : 'साखर ते आणखी वाईट करते'.

जेव्हा तुम्ही काही खाता तेव्हा जे अन्न हळूहळू पचते असे अन्न निवडा. म्हणजेच ज्या अन्नाचे रूपांतर जास्त काळ ऊर्जा देण्यात होईल आणि ज्याने पोट दीर्घ काळ भरलेले राहील. शरीर जवळजवळ सर्व प्रकारच्या अन्नाचे ग्लुकोजमध्ये रूपांतर करते, परंतु त्यासाठी लागणारा वेळ निरनिराळा असतो. जे पदार्थ लवकर ग्लुकोजमध्ये रूपांतरित होतात त्यांचा रक्तशर्करा निर्देशांक (ग्लायसेमिक इंडेक्स) जास्त असतो असे म्हटले जाते. यामध्ये पांढरा ब्रेड, बटाटे, पांढरा भात आणि बंद पाकिटातून मिळणारे मंची पदार्थ आणि फास्ट-फूड काउंटरवर भरपूर प्रमाणात उपलब्ध असलेले पदार्थ असतात. ते खाल्ल्याने साखरेचे प्रमाण अचानक वाढणे आणि तेवढ्याच झपाट्याने खाली येणे (बूम-अँड-बर्स्ट सायकल) असे चक्र तयार होते, ज्यामुळे तुम्हाला ग्लुकोज आणि आत्मनियंत्रणाची कमतरता भासते. त्यामुळे डोनट्स आणि कँडीमधून पटकन साखर मिळवण्याच्या भुकेच्या इच्छेला शरीर विरोध करू शकत नाही. फॅट ट्युजडेला तुम्ही जे नाश्त्याला खाऊ शकता तसे पॅनकेक ती मिरवणूक अधिक उत्साही बनवू शकतात; परंतु वर्षाच्या उर्वरित काळात ते तितकेसे उपयुक्त नसतात.

आत्मनियंत्रण कायम राखण्यासाठी, बहुतेक सगळ्या भाज्या, नट्स (जसे की शेंगदाणे आणि काजू), अनेक प्रकारची फळे (उदा., सफरचंद, ब्लूबेरी आणि नाशपाती), चीज, मासे, मांस, ऑलिव्ह ऑइल आणि इतर 'चांगली' चरबी यांसारखे कमी रक्तशर्करा निर्देशांक असलेले पदार्थ खाणे चांगले. (हे कमी रक्तशर्करा निर्देशांक असलेले पदार्थ तुम्हाला सडपातळ ठेवण्यासदेखील मदत करतात.) पीएमएस असलेल्या महिलांच्या अभ्यासात याचे अनेक फायदे दिसून आले आहेत. त्यांच्या म्हणण्यानुसार पौष्टिक अन्न खाल्ल्यानंतर त्यांची त्रासदायक लक्षणे कमी झाली होती. सुधारगृहातील हजारो किशोरवयीन मुलांवर याचे यशस्वी प्रयोग करण्यात आले आहेत. जेव्हा या सुधारगृहांत गोड पदार्थ आणि रिफाइंड पिष्टमय पदार्थांच्या

जागी मुलांना फळे, भाज्या आणि कडधान्ये देण्यात आली तेव्हा त्यांच्या पळून जाण्याच्या प्रयत्नांचा, हिंसक वागणुकीचा आणि इतरही अनेक समस्यांचा आलेख एकदम खाली आला.

जेव्हा तुम्ही आजारी असता तेव्हा तुमच्या प्रतिकारशक्तीसाठी ग्लुकोज साठवून ठेवा. पुढच्या वेळी जेव्हा तुम्ही तुमचे दुखरे शरीर घेऊन काम करण्याचा प्रयत्न करत असाल तेव्हा पुढील गोष्टी लक्षात घ्या – खूप सर्दीपडसे झालेले असताना गाडी चालवणे हे सौम्य नशा करून गाडी चालवण्यापेक्षा जास्त धोकादायक असल्याचे आढळून आले आहे. त्याचे कारण म्हणजे तुमची रोग प्रतिकारशक्ती सर्दीशी लढण्यासाठी तुमच्या शरीरातील ग्लुकोजचा मोठ्या प्रमाणावर वापर करते आणि मेंदूला त्याचा पुरेसा पुरवठा होत नाही.

जर तुम्हाला गाडी चालवण्यासारखे सोपे काम करण्यासाठीच ग्लुकोज पुरत नसेल, तर ऑफिसमध्ये जाऊन (असे गृहीत धरून की, तुम्ही तिथे सुरक्षित पोहोचला आहात) तुम्ही काय काम करू शकणार आहात? काही वेळा यामुळे कामात गोंधळसुद्धा होऊ शकतो; पण जेव्हा मेंदूला पुरेसे ग्लुकोज मिळालेले नसते अशा वेळी त्याच्यावर विश्वास ठेवू नका. जर तुम्हाला एखादी बैठक टाळणे अगदीच अशक्य असेल, तर निदान त्या वेळी आत्मनियंत्रणावर ताण येईल असे कोणतेही विषय टाळा. जर तुमच्या देखरेखीखाली एखादा निर्णायक प्रकल्प असेल, तर नंतर बदलता येणार नाही, असा कोणताही निर्णय घेऊ नका. तसेच तब्येत ठीक नसलेल्या लोकांकडून सर्वोत्तम कामगिरीची अपेक्षा ठेवू नका. जर एसएटीची परीक्षा असलेल्या दिवशी तुमच्या मुलाला खूप सर्दी झाली, तर त्याच्या परीक्षेची तारीख बदलून घ्या. (पुढच्या परीक्षेला बसवा.)

जेव्हा तुम्ही थकलेले असता तेव्हा झोप काढा. ही खूप साधी, उघड असलेली गोष्ट तुम्हाला सांगावी लागेल, हेच नवल. आता असे नाही की, फक्त चिडचिडी लहान मुलेच दुपारी झोपायला विरोध करतात. बरीच मोठी माणसेही बरेचदा कमी झोपतात. परिणामी, त्यांचे आत्मनियंत्रण कमी होते. विश्रांती घेतल्याने आपण शरीराची ग्लुकोजची मागणी कमी करतो, त्याचबरोबर रक्तप्रवाहात ग्लुकोजचा वापर करण्यासाठी एकूण क्रियाशीलता वाढते. कमी झोप ग्लुकोजच्या प्रक्रियेत बिघाड करते असे दिसून आले आहे, ज्यामुळे आत्मनियंत्रणावर तत्काळ परिणाम होतो. असे दीर्घ काळ झाल्यास मधुमेहाचा धोका वाढतो.

अलीकडील एका अभ्यासात असे आढळून आले आहे की, पुरेशी झोप न घेणारे कामगार कामावर असताना इतरांपेक्षा जास्त अनैतिक वर्तन करण्यास प्रवृत्त होतात. त्यांच्या पर्यवेक्षकांनी आणि इतरांनी असे मूल्यांकन केले आहे. उदाहरणार्थ, इतरांनी केलेल्या कामाचे श्रेय घेण्याची त्यांची शक्यता इतरांपेक्षा जास्त

होती. प्रयोगशाळेतील प्रयोगांत चाचणी देताना जेव्हा पैसे मिळण्याची शक्यता होती, तेव्हा ज्या मुलांची झोप पुरेशी झालेली नव्हती त्यांनी फसवणूक करण्याच्या संधीचा फायदा घेण्याची शक्यता इतरांपेक्षा जास्त होती. पुरेशी झोप न मिळाल्याने शरीर आणि मन या दोन्हींवर निरनिराळे वाईट परिणाम होतात. यात आत्मनियंत्रण कमकुवत होणे आणि त्याच्याशी संबंधित निर्णय घेण्यासारख्या प्रक्रिया या अध्याहृत आहेत. तुमच्या इच्छाशक्तीचा जास्तीतजास्त फायदा व्हावा म्हणून झोप घेण्यासाठी पुरेसा वेळ बाजूला ठेवा. दुसऱ्या दिवशी तुम्ही अधिक चांगले वागाल, आणि दुसऱ्या रात्री अधिक चांगल्या प्रकारे झोपी जाल.

३

देवापासून ड्यू केरीपर्यंत करावयाच्या कामांच्या यादीचा संक्षिप्त इतिहास

'सुरुवातीला देवाने स्वर्ग आणि पृथ्वी निर्माण केली, आणि पृथ्वी आकारहीन आणि रिकामी होती, आणि खोल पृष्ठभागावर अंधार होता, आणि देवाचा आत्मा पाण्याच्या पृष्ठभागावर काम करत होता.'

–उत्पत्ती १.१

सुरुवातीला यादी होती.

बायबलमध्ये सांगितल्याप्रमाणे निर्मिती ही गोष्ट काही सोपे काम नव्हते, अगदी सर्वशक्तिमान देवासाठीही. या प्रकल्पासाठी दैवी विचारांची आवश्यकता होती. याचा अर्थ असा नव्हे की, देव दु:खी होऊन त्यावर विचार करत होता. याचा अर्थ असा होता की, स्वर्ग आणि पृथ्वीला यांना अंड्याप्रमाणे उबवण्याचा काळ आवश्यक होता. या प्रकल्पाचे दैनंदिन कामांच्या वेळापत्रकात विभाजन करण्यात आले. त्याची सुरुवात सोमवारी करायच्या कामांच्या यादीपासून झाली.

१. प्रकाश असू द्या.
२. प्रकाशाचे निरीक्षण करा.
३. प्रकाश चांगला आहे, याची खात्री करा.
४. प्रकाश आणि अंधार यांत फरक करा.
५. प्रकाशाला नाव द्या (दिवस).
६. अंधाराला नाव द्या (रात्र).

अशा प्रकारे, आठवड्याची दिनदर्शिका (कॅलेंडर) लिहिली गेली : मंगळवार हा आकाश बनवण्याच्या कामांसाठी, बुधवार जमीन आणि झाडे निर्माण करण्यासाठी, गुरुवार ताऱ्यांसाठी, शुक्रवार मासे आणि पक्ष्यांसाठी, शनिवार पुरुष आणि स्त्रियांसाठी, रविवार आराम आणि पुनरुज्जीवन यांसाठी. एका वेळी एक काम केले गेले. आठवड्याच्या शेवटी त्यावर पुन्हा एकदा नजर टाकण्यात आली. 'आणि देवाने त्याने बनवलेल्या प्रत्येक गोष्टीकडे पाहिले, आणि ध्यानपूर्वक पहा, ते खूप चांगले होते.'

ती आरामदायी आठवड्याची अखेर तुमच्यासारखीच वाटते का? प्रथमदर्शनी, उत्पत्तीचे (जेनेसिस) धोरण अतिशय स्पष्ट आहे : एक ध्येय निश्चित करा; ते साध्य करण्यासाठी त्याच्या पायऱ्या ठरवा; त्या पार करा; आराम करा. पण खऱ्या अर्थाने किती सामान्य माणसे आपल्या आठवड्याच्या यादीतील सर्व गोष्टी पूर्ण करतात? यादी जसजशी मोठी होत जाते तसतसे आपले अपयशाचे प्रमाण वाढत जाते. कोणत्याही वेळी एखाद्या व्यक्तीला किमान १५० कामे करायची असतात आणि आपल्या यादीत नवी भर पडणे कधीच थांबत नाही. यादीचे काय होते आहे आणि आपल्याला पुढे काय करायचे आहे, हे आपण कसे ठरवतो? चांगली गोष्ट अशी की, यावर काही व्यावहारिक उत्तरे आहेत; पण ही धोरणे शोधणे ही प्रक्रिया फारशी सोपी नाही. मानसशास्त्रज्ञ आणि मेंदू वैज्ञानिकांच्या काही दशकांच्या संशोधनांनंतर, शतकानुशतके स्व-मदत पुस्तकांच्या वापरानंतर आणि हजारो वर्षांच्या चाचण्या आणि त्रुटींनंतर, आपण उत्पत्तीच्या करायच्या यादीतील आवश्यक घटक ओळखू शकतो.

आत्मनियंत्रणातील पहिले पाऊल म्हणजे स्पष्ट ध्येय निश्चित करणे. संशोधक आत्मनियंत्रण यासाठी आत्मसंयमन अशी संज्ञा वापरतात. यातील 'संयमन' हा भाग ध्येयाचे महत्त्व अधोरेखित करतो. नियमन म्हणजे बदलणे, पण फक्त विशिष्ट प्रकारचा, हेतुपुरस्सर अर्थपूर्ण बदल. नियमन करणे म्हणजे विशिष्ट उद्दिष्ट किंवा मानकाकडे मार्गदर्शन करणे, जसे महामार्गावर गाडीच्या वेगाची मर्यादा, कार्यालयीन इमारतीची जास्तीतजास्त उंची. ज्याप्रमाणे कोणते पदार्थ जाडी वाढवतात याची स्पष्टता नसताना आहार घेण्याचा प्रयत्न करणे जसे अर्थहीन ठरेल तसेच ध्येयाशिवाय आत्मनियंत्रण आणि इतर मानके हे ध्येयहीन बदलापेक्षा अधिक काही नसतील.

आपल्या सर्वांसाठी, ध्येयांची कमतरता ही समस्या नाही, तर त्यांची प्रचंड संख्या ही खरी समस्या आहे. आपण दररोजच्या कामांची यादी बनवतो; मात्र, दिवसभरात काहीही व्यत्यय आला नाही, तरी आपण ती यादी पूर्ण करू शकत नाही. असे नेहमीच घडते. आठवड्याच्या शेवटी पूर्वीपेक्षा जास्त कामे अपूर्ण असतात. आपण मात्र ती पुढे ढकलत राहतो आणि जादुई वा आश्चर्यकारक वेगाने ती पूर्ण होतील अशी अपेक्षा करतो. म्हणूनच उत्पादकता तज्ज्ञांना आढळून आले

आहे की, एका कार्यकारी अधिकाऱ्याच्या सोमवारच्या कामाच्या यादीत बहुतेक वेळा संपूर्ण आठवडाभरात करता येईल त्यापेक्षा जास्त कामांची यादी असते.

दीर्घ मुदतीची धोरणे आखण्याच्या बाबतीत आपण अधिकच अवास्तव असू शकतो. जेव्हा स्व-मदत क्षेत्रातले महान प्रणेते, बेंजामिन फ्रँकलिन यांनी आयुष्याच्या उत्तरार्धात आत्मचरित्र लिहिले, तेव्हा त्यांनी त्यांच्या विशीत स्वतःसाठी ठरवलेल्या ध्येयाची आठवण लिहिली, ''नैतिक परिपूर्णतेपर्यंत पोहोचण्याचा धाडसी आणि कष्टसाध्य प्रकल्प मी करणार होतो. मला कधीही कोणतीही चूक न करता जगायचे होते. नैसर्गिक प्रवृत्ती, प्रथा आणि सहवास मला ज्याकडे घेऊन जाऊ शकतील अशा सगळ्यावर मी मात करेन.'' लवकरच एक समस्या त्याच्या लक्षात आली. ''एका दोषापासून बचाव करण्यासाठी मी काळजी घेत असताना मला दुसरा दोष आश्चर्यचकित करत असे. सवयी दुर्लक्षाचा फायदा घेत. मात्र, कधीकधी इच्छाशक्तीवर निव्वळ तर्काने नियंत्रित करणे कठीण जात असे.''

म्हणूनच, फ्रँकलिनने 'फूट पाडा आणि जिंका' हा दृष्टिकोन वापरला. त्याने सद्गुणांची यादी तयार केली आणि त्या प्रत्येकासाठी एक संक्षिप्त ध्येय लिहिले, जसे की : तुमच्या सर्व वस्तूंना त्यांची जागा असू द्या, तुमच्या व्यवसायाच्या प्रत्येक भागाला त्याचा वेळ असू द्या. त्याच्या यादीत आणखी डझनभर सद्गुण होते- संयम, शांतता, संकल्प, काटकसर, उद्योग, प्रामाणिकपणा, न्याय, संतुलन, स्वच्छता, स्थैर्य, शुद्धता, नम्रता. मात्र त्याने स्वतःच्या मर्यादा ओळखल्या. ''मी ठरवले की, या सगळ्या गोष्टींवर एकाच वेळी प्रयत्न करून माझे लक्ष विचलित न करणे योग्य ठरेल.'' त्याने स्पष्ट केले, ''एका वेळी यातील एकावरच काम करून तो अंगी बाणवून घ्यावा.'' त्याचा जो परिणाम झाला त्याला त्याने 'कोर्स' असे नाव दिले. आज हेच '१३ आठवड्यांत सगळे सद्गुण' म्हणून विकले जाते. स्टीव्हन कोवेच्या सात सवयींच्या आणि चामड्याने मढवलेले दिनचर्या व कामांचे नियोजन करायचे पुस्तक येण्याच्या खूप आधी, स्ट्यूअर्ट स्मलीसारख्यांनी सांगितलेल्या दैनिक पुष्टीकरणाच्या बरेच आधी, फ्रँकलिनने 'सद्गुणांची सारणी' आणि प्रेरणादायी प्रार्थनेसह आहार-विहार व दिनचर्येची शिस्तबद्ध नियमावली तयार केली :

'हे सर्वोच्च शुभ मंगल असलेल्या, प्रकाश आणि जीवनाच्या पित्या,
मला काय चांगले आहे ते शिकव; मला तुझेच ज्ञान दे
मला मूर्खपणा, दिखावा आणि दुर्गुणांपासून वाचव
सगळ्या नीच प्रवृत्तींपासून दूर ठेव; आणि माझ्या आत्म्याला
ज्ञान, आंतरिक शांती आणि निर्मल गुणांनी भरून टाक
पवित्र, ठोस आणि कधीही फिकट न आनंद लाभो!'

फ्रँकलिनने आपल्या वहीमध्ये लाल शाईने ओळी आखून प्रत्येक सद्गुणासाठी एक याप्रमाणे तेरा आठवड्यांचे तक्ते तयार केले. प्रत्येक तक्त्यात दिवसांसाठी स्तंभ आणि सर्व सद्गुणांसाठी ओळी होत्या. त्या आठवड्यात ज्या सद्गुणाचा सराव करायचा असे, त्या सद्गुणापासून सुरुवात केली जात असे. दिवसाच्या अखेरीस तो दिवसाच्या स्तंभात एकदम खालच्या बाजूला, ज्या सद्गुणाचे तो पालन करू शकला नाही त्या ओळीत काळ्या पेन्सिलने खूण करत असे. संयम या सद्गुणासाठी ठेवलेल्या आठवड्याचा तक्ता जेव्हा तयार झाला, तेव्हा त्याने इतर अनेक सद्गुणांमध्ये स्वतःला काळ्या खुणा दिल्या – रविवारी पुरेशी शांतता आणि सुव्यवस्था नव्हती; मंगळवारी अधिक गोंधळ आणि कमी उद्योगशीलता होती; शुक्रवारी ठामपणा आणि कमी खर्च करणे यांचा भंग झाला; पण त्या आठवड्यात तो दररोज संयमाची ओळ खुणेशिवाय रिकामी ठेवण्यात यशस्वी झाला. या प्रगतीने प्रोत्साहित होऊन पुढच्या आठवड्यात त्याने दुसऱ्या सद्गुणावर काम करायला सुरुवात केली. त्याला आशा होती की, या पहिल्या आठवड्याने त्याला संयमाचा असा गुणस्वभाव दिला असेल की जो पुढे इतर सद्गुणांवर लक्ष केंद्रित करतानाही टिकून राहील. फ्रँकलिनने स्वतःची तुलना एका माळ्याशी केली, जो तेरा फुलांच्या ताटव्यांपैकी एका ताटव्यातील तण एका वेळी काढतो आणि बाकीच्याकडेही नजर टाकतो. असे करत सर्व ताटव्यांकडे पुनःपुन्हा फेरी मारतो. असे केल्याने प्रत्येक वेळी तण कमी होत जाते. फ्रँकलिनला वाटले होते, 'माझ्या वहीच्या पानांवर मलाही मी केलेल्या प्रगतीचा उत्साहवर्धक आनंद मिळेल, कारण जसजसा मी हा अभ्यास पूर्ण करत जाईन तसतसे मी एकामागे एक रेषा त्यांच्या डागांपासून पुसत जाईन आणि शेवटी अनेक फेऱ्या झाल्यावर, १३ आठवड्यांच्या दैनंदिन परीक्षणानंतर मला स्वच्छ वही पाहून आनंद होईल.'

मात्र, गोष्टी त्याला वाटल्या तशा घडल्या नाहीत. त्या काळ्या खुणा पुन्हा पुन्हा दिसत राहिल्या. खरं तर कोर्स पुन्हा चालू करताना तो काळ्या पेन्सिलच्या खुणा पुसत असे आणि पुन्हा नवी सुरुवात करत असे. असे करता करता अखेर त्याच्या कागदाला छिद्रे पडू लागली. मग त्याने पुन्हा लाल शाईचे तक्ते काढले. या वेळी त्याने अधिक मजबूत वही वापरली जिची पाने हत्तीच्या दातासारख्या पदार्थाची बनली होती, आणि ती घडीच्या पंख्यासारखी उघडता येत असे. कोर्स पूर्ण झाल्यानंतर तो ओलसर स्पंजने पेन्सिलच्या खुणा पुसू शकत असे. ती हस्तिदंती पाने आश्चर्यकारकरीत्या टिकाऊ ठरली. जवळपास ५० वर्षांनंतर, जेव्हा तो पॅरिसमधील एक मुत्सद्दी बनला होता आणि महिलांशी हसतखेळत बोलत होता, तेव्हाही ते तक्ते त्याच्याकडे होते. इतरांना ते दाखवायला त्याला आवडत असे. त्याच्या एका फ्रेंच मित्राला या 'अमूल्य पुस्तका'ला स्पर्श करताना फार आश्चर्य वाटले होते. त्याच्या या स्व-विकासावर विश्वास ठेवणाऱ्या त्याच्या अनुयायांप्रमाणे (ज्यामध्ये फ्रँकलिन कोव्ही – ३१ दिवसांच्या नियोजन वहीचे निर्माते – ज्यांनी त्याचे नाव उधार

घेतले होते, हेदेखील आहेत) फ्रँकलिनने कधीही आपल्या या वह्यांची बाजारपेठ उभारण्याचा प्रयत्न केला नाही. कदाचित, तो पॅरिसमध्ये वॉशिंग्टनच्या सैन्यासाठी मदत मिळवण्याच्या कामात फार गुंतलेला होता, हे त्यामागे कारण असू शकते. किंवा कदाचित स्त्रीसंगतीच्या त्याच्या आवडीमुळे 'पवित्रता' यासारख्या सद्गुणाचा प्रसार करणे त्याला अवघड झाले असावे. या त्रुटींव्यतिरिक्त फ्रँकलिनला त्याच्या टेबलावरील कागदपत्रे व्यवस्थित ठेवण्यात खूप अडचण येत असे. पुन्हा ज्याचा अर्थ होता जास्त काळ्या खुणा. त्याने 'पुअर रिचर्ड्स अल्मनॅक'मध्ये लिहिल्याप्रमाणे

> 'एक चांगल्या संकल्पाची चौकट बांधणे सोपे असते; पण त्या संकल्पाची अंमलबजावणी हेच मोठे कठीण काम असते.'

फ्रँकलिन कितीही प्रयत्न करत असला तरीही त्याला ती वही स्वच्छ ठेवता आलीच नसती; कारण काही उद्दिष्टे परस्परांशी विसंगत असणारच. जेव्हा तो तरुण शिकाऊ मुद्रक होता तेव्हा त्याने काटेकोर दैनंदिन कामाचे वेळापत्रक तयार करून 'सुव्यवस्था' पाळण्याचा आटोकाट प्रयत्न केला; पण त्याच्या ग्राहकांकडून येणाऱ्या अनपेक्षित मागण्यांमुळे त्याचे हे वेळापत्रक कोलमडत असे. तसेच 'उद्योगशीलता' पाळण्यासाठी त्याला आपल्या वेळापत्रकाचा बाहेर जाऊन ग्राहकांना भेटावे लागत असे. जर तो 'मितव्ययता' हा सद्गुण पाळत, म्हणजेच 'कधीही काही वाया घालवू नका' या तत्त्वानुसार स्वतःचे कपडे स्वतः शिवत असता, तर त्याला त्याच्या उद्योगातील कामासाठी किंवा वादळात पतंग उडवण्यासारख्या किंवा स्वातंत्र्याच्या जाहीरनाम्याचे संपादन करण्यासारख्या इतर उद्योगांसाठी कमी वेळ मिळाला असता. त्याने जर संध्याकाळी मित्रांना भेटण्याचे ठरवले असते तर त्याला कामाच्या वेळापत्रकात मागे पडण्याचा धोका स्वीकारावा लागला असता आणि तसे केल्यास त्याच्या 'जे ठरवता ते निर्धारपूर्वक पूर्ण करा' म्हणजेच 'ठामपणा' या सद्गुणाचे उल्लंघन झाले असते.

तरीदेखील आधुनिक काळाशी तुलना करता फ्रँकलिनची उद्दिष्टे सुसंगतच दिसतात. त्याने प्युरिटन (कर्मठ) परंपरेतील कष्ट, शिस्त, सातत्य या सद्गुणांवर आपले लक्ष केंद्रित केले होते. त्याने फारसा आनंद शोधण्याचा प्रयत्नही केला नाही, निदान कागदावर तरी नाही) त्याने समुद्रकिनाऱ्यावर लांबवर फेरफटका मारण्याचे, एखाद्या स्वयंसेवी संस्थेबरोबर स्वयंसेवक म्हणून काम करण्याचे, आपल्या परिसरात वस्तूंच्या पुनर्वापरास प्रोत्साहन देण्याचे, किंवा अगदी आपल्या मुलांसोबत दर्जेदार वेळ घालवण्याचे संकल्पदेखील केले नाहीत. त्याने फिरण्यासाठी आपल्या आवडत्या स्थळांची यादी केली नव्हती किंवा निवृत्तीनंतरचे आयुष्य फ्लोरिडामध्ये घालवण्याबद्दल स्वप्ने पाहिली नव्हती. पॅरिसच्या तहाबद्दल वाटाघाटी करताना त्याने गोल्फ शिकण्याचा संकल्पही केला नव्हता. आज मात्र अनेक प्रकारची प्रलोभने आहेत आणि ती सर्व हवी असे वाटण्याचे प्रलोभनही आहे.

संशोधक जेव्हा लोकांना त्यांच्या वैयक्तिक उद्दिष्टांची यादी करायला सांगतात, तेव्हा बहुतेक जण अगदी सहज किमान १५ उद्दिष्टांची यादी करू शकतात, त्यांना ते अजिबात अवघड जात नाही. त्यांपैकी काही उद्दिष्टे एकमेकांना पूरक असतात आणि एकमेकांशी चांगली जुळतात. उदा., धूम्रपान सोडण्याचे आणि कमी पैसे खर्च करण्याचे उद्दिष्ट. मात्र, काम आणि कुटुंबाच्या उद्दिष्टांमध्ये संघर्ष अटळ असतो. कुटुंबातही मुलांची काळजी घेण्याची जबाबदारी आणि जोडीदाराबरोबरचे चांगले नाते टिकवण्याचे प्रयत्न एकमेकांशी काही वेळा विसंगत ठरू शकतात. त्यामुळेच, पहिल्या मुलाच्या जन्मानंतर वैवाहिक समाधान कमी का होते आणि सर्वांत लहान मूल घराबाहेर पडल्यावर ते पुन्हा का वाढते, हे समजायला मदत होते. काही उद्दिष्टे तर स्वतःच संघर्ष निर्माण करतात. फ्रँकलिनने स्वत: याचे उदाहरण दिले आहे, 'जितका तुम्ही एखाद्याचा, चुकीच्या कृत्याबद्दल द्वेष करता, तितकेच तुम्हाला वाटते, की तुम्ही त्या व्यक्तीला काहीतरी इजा पोहोचवली पाहिजे.' अनेक लोकांचे उद्दिष्ट असते की, त्यांच्यावर अन्याय झाला तरी ते स्वतःच्या रागावर ताबा ठेवतील. काही अन्याय झाल्यावर ते स्वतःला काही बोलण्यापासून किंवा कृती करण्यापासून रोखतात. मात्र, नंतर त्यांना वाईट वाटते; कारण त्यांनी ना आपली बाजू मांडली, ना मूळ समस्या सुटली. अशा वेळी 'संयम' पाळण्याच्या प्रयत्नात ते फ्रँकलिनच्या 'न्याय' या दुसऱ्या सद्गुणाला धक्का देतात. विसंगत ध्येयांचा परिणाम म्हणजे कृतीऐवजी दुःखीपणा होय. मानसशास्त्रज्ञ रॉबर्ट इमन्स आणि लॉरा किंग यांनी अनेक अभ्यासांमध्ये हे दाखवून दिले. त्यांनी लोकांना त्यांची १५ मुख्य उद्दिष्टे आणि त्यांचा परस्परांतील संघर्ष लिहायला सांगितला. त्यानंतर ते त्या लोकांचे निरीक्षण करत राहिले. एका अभ्यासात सहभागी लोकांनी तीन आठवडे त्यांच्या भावना आणि शारीरिक लक्षणांची दररोज नोंद ठेवली. त्यांनी आपले मागील वर्षाचे आरोग्य अहवाल संशोधकांना दिले. संशोधकांनी त्या अहवालांची तुलना या तीन आठवड्यांच्या आरोग्य अहवालांशी केली. दुसऱ्या अभ्यासात संशोधकांनी प्रयोगात सहभागी लोकांना बीपर्स दिले होते. दिवसाच्या कोणत्याही वेळी ते वाजत. त्या वेळी सहभागी काय करत आहेत आणि त्यांच्या भावना काय आहेत याबद्दलच्या प्रश्नांची उत्तरे त्यांनी देणे अपेक्षित असे. एक वर्षानंतर ते पुन्हा प्रयोगशाळेत आले आणि त्यांनी त्या वर्षभरात काय साध्य केले, तसेच त्यांच्या आरोग्याची काय स्थिती होती, याबद्दल जास्तीची माहिती दिली. लोकांना त्यांची उद्दिष्टे विचारून आणि त्यांचे निरीक्षण करून संशोधकांनी परस्पर विसंगत उद्दिष्टाचे तीन प्रमुख परिणाम ओळखले :

पहिले म्हणजे तुम्ही खूप काळजी करता. तुमच्यासमोर जितक्या जास्त विसंगत किंवा विरोधी मागण्या असतात तितका वेळ तुम्ही त्यांच्याच विचारात घालवता. तुम्ही विचारांच्या चक्रात अडकता. ते विचार वारंवार येतात, अनैच्छिक असतात आणि विशेष सुखद नसतात.

दुसरे म्हणजे तुम्ही कमी काम करता. ज्यांचे उद्दिष्टांविषयी जास्त विचार असतात, ते तिथवर पोहोचण्यासाठी जास्त प्रयत्न करतील, असे वाटू शकते; पण प्रत्यक्षात ते कृतीऐवजी विचारांच्या भोवऱ्यात अडकतात. संशोधकांना असे आढळून आले आहे, की ज्या लोकांची उद्दिष्टे स्पष्ट असून परस्परविरोधी नसतात, ते सहजतेने पुढे जात प्रगती करतात. पण उरलेले लोक चिंता करण्यात एवढे व्यग्र होतात की, त्यांची चाल खुंटते, आणि ते अडकून पडतात.

तिसरी बाब म्हणजे तुमच्या आरोग्यावर शारीरिक आणि मानसिक दोन्हीरीत्या परिणाम होतो. अभ्यासांमध्ये विसंगत उद्दिष्टे असलेल्या लोकांनी कमी सकारात्मक भावना, जास्त नकारात्मक भावना आणि अधिक नैराश्य व चिंतेची नोंद केली. त्यांच्यात मानसिक तणावातून निर्माण होणाऱ्या शारीरिक तक्रारी आणि लक्षणेही अधिक होती. अगदी साधे शारीरिक आजारही – डॉक्टरकडे झालेल्या भेटींची संख्या आणि वर्षभरात स्वतः नोंदवलेल्या आजारांवरून मोजले असता – विसंगत उद्दिष्टे असलेल्या लोकांत जास्त आढळले. उद्दिष्टे जेवढी परस्पर विसंगत किंवा त्यांत संघर्ष जेवढा जास्त तितके लोक त्यात अडकून पडले आणि तेवढेच अधिक दुःखी व अस्वस्थ झाले.

अतिविचार केल्याची किंमत ते लोक चुकवत होते – बायबलमधील उत्पत्ती ग्रंथातील (जेनेसिस) अर्थाने नाही, तर आधुनिक अर्थाने. 'इन्क्युबेशन' या जुन्या शब्दाचा संबंध नंतर मानसिक त्रासाशी जोडला गेला; कारण बरेच लोक त्याच समस्या अनुभवत होते, ज्या नंतर मानसशास्त्रज्ञांनी मांडल्या. कोंबडी आरामात शांत बसून समाधानाने अंडी उबवू शकते; पण माणसांना तसे करणे शक्य नाही. त्यांच्या संघर्षजन्य उद्दिष्टांमुळे ते काहीही न करता बसून राहतात, आणि जोपर्यंत ते ठरवत नाहीत की, कोणती ध्येये त्यांना सर्वांत जास्त फायदा करून देणार आहेत तोपर्यंत त्या उद्दिष्टांमधील समस्या सोडवू शकत नाहीत.

कोणती ध्येये?

> जोई एका रेस्टॉरंटमध्ये कॉफीचा कप घेत बसला आहे. तो आपल्या भविष्याबद्दल विचार करत आहे, ज्यावेळी :

समजा, एक कथा सांगण्याचा प्रयोग म्हणून, तुम्ही जोईबद्दलची ती कथा तुमच्या मनाप्रमाणे पूर्ण करता. झटपट कल्पना करा की, जोच्या मनात त्या क्षणी काय सुरू असावे.

आता यासारखाच आणखी एक प्रयोग करून पहा. पुढील शब्दांनी सुरू होणारी एक कथा पूर्ण करा :

झोपेतून उठल्यानंतर, बिल त्याच्या भविष्याबद्दल विचार करू लागला.

एकूणातच, त्याची अपेक्षा होती की :

पुन्हा एकदा, तुम्हाला संपूर्ण स्वातंत्र्य आहे. बिलबद्दलची कथा पूर्ण करा आणि तुमच्या मनात जे काही आलंय ते नीटनेटके, योग्य प्रकारे रचलेले वगैरे करण्याची काळजी करू नका.

अंदाजे कल्पना पुरेशा आहेत.

पूर्ण झालं?

आता तुमच्या कथेत वर्णन केलेल्या कृतींचा विचार करा. प्रत्येक कथेत, त्या क्रिया नेमक्या किती काळाच्या कालावधीत घडल्या?

ही अर्थातच उगवत्या कादंबरीकारांसाठी घेतलेली साहित्यिक चाचणी नाही. हा पूर्वी बर्लिंग्टन, व्हरमाँट येथील एका उपचार केंद्रात हेरॉइन व्यसनी रुग्णांमध्ये मानसोपचार तज्ज्ञांनी केलेला प्रयोग आहे. संशोधकांनी हेच प्रयोग एका नियंत्रण गटालाही दिले होते, ज्यातील प्रौढ व्यक्ती व्यसनी रुग्णांसारख्याच सामाजिक-आर्थिक स्तरांतील होत्या (कोणाकडेही कॉलेजची पदवी नाही, वार्षिक उत्पन्न वीस हजार डॉलर्सपेक्षा कमी, वगैरे).

जेव्हा जोई कॉफी शॉपमध्ये बसून 'आगामी काळा'बद्दल विचार करत होता, तेव्हा नियंत्रण गटातील कथांमध्ये हा 'आगामी काळ' साधारणपणे एका आठवड्याचा असायचा, पण हेरॉइनचे व्यसन असलेल्या लोकांच्या कथांमध्ये हा कालावधी फक्त एका तासाचा होता. जेव्हा नियंत्रण गटातील लोकांनी बिलसाठी 'भविष्य' लिहिले, तेव्हा ते साधारणपणे दीर्घकालीन आकांक्षांचा उल्लेख करत, उदा., कामावर बढती मिळवणे किंवा लग्न करणे. पण व्यसनी लोकांनी नजीकच्या काळातल्या, अगदी जवळ येऊ घातलेल्या घटना लिहिल्या, उदा., डॉक्टरांची भेटीची ठरवलेली वेळ, किंवा नातेवाइकांची भेट. नियंत्रण गटातील एक सामान्य व्यक्ती भविष्याचा विचार करताना साधारण साडेचार वर्षे पुढे पाहत होती, तर एका व्यसनी व्यक्तीची भविष्यदृष्टी फक्त नऊ दिवसांपर्यंत मर्यादित होती.

हा संकुचित झालेला कालगत दृष्टिकोन सर्व प्रकारच्या व्यसनाधीन लोकांमध्ये पुन्हा पुन्हा दिसून आला आहे. प्रयोगशाळेत अमली पदार्थांचे व्यसनी लोक जेव्हा कार्डांचे खेळ खेळतात, तेव्हा जरी त्यांना दीर्घकालीन पद्धतीने लहान लहान कमाई करून जास्त पैसे मिळू शकले असते तरीही ते तत्काळ मोठा फायदा देणाऱ्या; पण जास्त धोकादायक असणाऱ्या रणनीती निवडतात. आज ३७५ मिळण्याचा पर्याय आणि एक वर्षानंतर १,००० मिळण्याचा पर्याय दिल्यास, व्यसनी लोक त्वरित पैसा निवडतात. मद्यपी, तसेच धूम्रपान करणारे यांच्यातही हेच दिसते. व्हरमाँटमध्ये या व्यसनी लोकांची चाचणी घेणारे आणि नंतर अर्कान्सॉ विद्यापीठात आपले संशोधन सुरू

ठेवणारे मानसोपचारतज्ज्ञ वॉरेन बिकल म्हणतात की, तंबाखू, मद्य आणि इतर ड्रग्सचा जास्त वापर करणाऱ्यांच्या अभ्यासांमध्ये ही अशी तत्काळ फायद्याची पसंती वारंवार दिसून आली आहे. (एकमेव अपवाद म्हणजे पुन्हा एकदा गांजा; इतर पदार्थांपेक्षा त्याचे व्यसन कमी लागत असल्याने, इतर व्यसनांसोबत आढळणारा विध्वंसक, अल्प दृष्टीचा मानसिक दृष्टिकोन तिथे आवश्यक ठरतोच असे नाही.) अल्पकालीन दृष्टिकोन तुमची व्यसनाधीन होण्याची शक्यता वाढवू शकतो, आणि नंतर व्यसन तुमची दृष्टी आणखी संकुचित करत जाते, कारण तुमचे लक्ष फक्त त्वरित मिळणाऱ्या फायद्यांवर केंद्रित होते. जर तुम्ही तुमचे व्यसन कमी केले किंवा संपवले, तर तुमचे भविष्याचे क्षितिज पुन्हा विस्तारू लागते. हे बिकल आणि त्यांच्या सहकाऱ्यांनी धूम्रपान करणारे आणि ओपिऑइड वापरणाऱ्यांवरील प्रयोगांमध्ये पाहिले आहे.

प्रयोगशाळेत, तसे प्रत्यक्ष जीवनातही, मद्यपी, व्यसनी आणि धूम्रपान करणाऱ्या व्यक्ती ही अल्पकालीन ध्येयांना असलेल्या धोक्यांची योग्य उदाहरणे आहेत. दीर्घकालीन गोष्टींकडे दुर्लक्ष करणे तुमच्या आरोग्यासाठी; शारीरिक आणि मानसिक दोन्ही; धोकादायक आहे. जोई आणि बिलवरील त्या कथांवरील आणखी एका प्रयोगात संशोधकांना आढळले की, उच्च उत्पन्न असलेले लोक कमी उत्पन्न असलेल्यांच्या तुलनेत भविष्यात खूप पुढचे पाहतात. हा फरक काही अंशी 'गरजांमुळे' असतो. जर तुम्ही भाडे भरण्यासाठी धडपडत असाल, तर विविध ४०१(k) निवृत्ती योजनांची तुलना करण्याची मुभा तुम्हाला नसते. तरीही भाडे भरता न येणे हेदेखील अल्पकालीन विचारसरणीचे परिणाम असू शकते. इसापच्या गोष्टीप्रमाणे, दूरदृष्टी असलेली मुंगी हिवाळ्यासाठी अधिक तयार असते, तर क्षणिक सुखात रमणारा गवतटोळ तसा नसतो.

तरीसुद्धा, ध्येये ठरवण्याबाबत इसापचा शब्द काही शेवटचा शब्द नाही. अनेक दशकांपासून मानसशास्त्रज्ञ जवळची वा अल्पकालीन उद्दिष्टे आणि दूरची वा दीर्घकालीन उद्दिष्टे यांचे गुणदोष यावर चर्चा करत आहेत. या क्षेत्रातील एक प्रसिद्ध प्रयोग अल्बर्ट बँडुरा यांनी केला होता. ते क्षेत्रातील दंतकथा मानले जातात (संदर्भांच्या एका सर्वेक्षणात त्यांना फ्रॉइड, स्किनर आणि पियाजे यांच्या खालोखाल चौथा क्रमांक मिळाला होता). बँडुरा आणि डेल शंक यांनी सात ते दहा वर्षे वयाच्या गणितात अडचण येणाऱ्या मुलांचा अभ्यास केला. मुलांनी स्वनिर्देशित शिक्षणाची एक पद्धत निवडली, ज्यात बऱ्याच अंकगणिताच्या सरावांचा समावेश होता. काही विद्यार्थ्यांना सांगण्यात आले की, प्रत्येक सत्रात किमान सहा पानांचे प्रश्न सोडवण्याचे अल्पकालीन ध्येय स्वतःसाठी ठरवा. इतरांना सांगितले गेले की, संपूर्ण सात सत्रांच्या शेवटपर्यंत बेचाळीस पाने पूर्ण करण्याचे एकच दीर्घकालीन ध्येय ठेवा. म्हणजे दोन्ही ध्येयांसाठी लागणारा वेग समान होता. तिसऱ्या गटाने कोणतीही ध्येये ठरवली नाहीत, आणि चौथ्या गटाने तर सरावच केला नाही.

अभ्यासक्रम संपताना जेव्हा त्यांची क्षमता तपासण्यात आली तेव्हा अल्पकालीन ध्येय असलेल्या गटाने सर्वांना मागे टाकले. त्यांनी यश मिळवले; कारण दररोजची छोटी ध्येये पूर्ण करताना त्यांचा आत्मविश्वास आणि कार्यक्षमता सातत्याने वाढत गेली. प्रत्येक सत्रासाठी विशिष्ट ध्येयावर लक्ष केंद्रित केल्यामुळे ते इतरांपेक्षा अधिक चांगले आणि जलद शिकले. सत्रागणिक त्यांनी कमी वेळ घालवला तरीही अधिक काम पूर्ण केले आणि त्यामुळे पूर्ण अभ्यासक्रमातून अधिक वेगाने प्रगती केली. शेवटी, जेव्हा त्यांच्यासमोर कठीण प्रश्न आले, तेव्हा त्यांनी अधिक चिकाटीने प्रयत्न केले आणि अगदी क्वचितच हार मानली. दीर्घकालीन ध्येय ठेवणे हे प्रत्यक्षात काही ध्येय न ठेवण्याइतकेच निष्फळ ठरले. शिकणे, आत्मकार्यक्षमता आणि कामगिरी, या तीनही बाबतींत सुधारणा फक्त अल्पकालीन ध्येयांनीच झाल्या.

पण लवकरच त्या अभ्यासाचा 'अहवाल जर्नल ऑफ पर्सनॅलिटी अँड सोशल सायकॉलॉजी' (या क्षेत्रातील सर्वांत प्रतिष्ठित आणि कठोर नियतकालिक)मध्ये प्रकाशित करण्यात आला. तो अभ्यास प्रसिद्ध झाल्यानंतर लगेचच, त्याच नियतकालिकात डच संशोधकांचा आणखी एक लेख छापला गेला, आणि त्यात किमान त्या अभ्यासातील हायस्कूलमधील मुलांसाठी तरी फायदेशीर ठरलेल्या दीर्घकालीन ध्येयांचे फायदे दाखवून दिले होते. ज्या मुलांना दीर्घकालीन उद्दिष्टांमध्ये, जसे की आकर्षक करिअर मिळवणे, भरपूर पैसा कमावणे, चांगले कुटुंबजीवन मिळवणे, उच्च सामाजिक प्रतिष्ठा मिळवणे, जास्त रस होता, ते शाळेत साधारणतः अधिक चांगली कामगिरी करत होते. जे विद्यार्थी अशा दीर्घकालीन ध्येयांबद्दल उदासीन होते, ते तुलनेने कमी दर्जाचे विद्यार्थी ठरत होते. दूरच्या मोठ्या ध्येयांवर लक्ष केंद्रित करणे हे मध्यमकालीन ध्येयांवर उदा., चांगले गुण मिळवणे, सुट्टीवर जाणे, किंवा डिप्लोमा मिळवणे लक्ष केंद्रित करण्यापेक्षा अधिक प्रभावी ठरत होते. ही दीर्घकालीन ध्येये वर्तमानकेंद्रित ध्येयांपेक्षाही उदा., इतरांना मदत करणे, ज्ञान मिळवणे अधिक उपयुक्त वाटत होती. पण गणिताच्या धड्यांवरील अभ्यासात दीर्घकालीन ध्येये कामी आली नाहीत, तर या हायस्कूल विद्यार्थ्यांमध्ये ती प्रभावी कशी काय ठरली? त्याचे एक कारण असे की, या मोठ्या विद्यार्थ्यांना दैनंदिन कामे आणि त्यांच्या दीर्घकालीन ध्येयांमधील संबंध स्पष्टपणे दिसत होता. उत्तम विद्यार्थ्यांनी केवळ दीर्घकालीन ध्येयेच अधोरेखित केली नव्हती, तर ते आपल्या सध्याच्या अभ्यासाला आणि प्रयत्नांना त्या दीर्घकालीन ध्येयांपर्यंत पोहोचण्यासाठी आवश्यक टप्पे म्हणून कमी कामगिरी करणाऱ्या मुलांपेक्षा अधिक स्पष्टपणे पाहत होते. दुसरे कारण म्हणजे मोठी मुले लहान मुलांपेक्षा भविष्यातील विचार अधिक चांगल्या प्रकारे करू शकतात.

या मुलांनी ती दूरची स्वप्ने गाठली असोत किंवा नसोत, त्यांनी किमान त्यांच्या दूरची ध्येये आणि दैनंदिन कंटाळवाण्या कामांमधील संबंध पाहून पुढे पावले टाकली आणि बहुधा त्यांना बेन फ्रँकलिनप्रमाणेच एक प्रकारचे बक्षीस मिळाले.

जीवनाच्या शेवटी फ्रँकलिन यांनी आनंदाने मान्य केले की, ते कधीच त्यांच्या अल्पकालीन उद्दिष्टापर्यंत - दर आठवड्याला वही ठेवणे - पोहोचू शकले नाहीत आणि त्यांच्या दीर्घकालीन नैतिक परिपूर्णतेच्या ध्येयापर्यंत तर नाहीच नाही. पण या दोन्ही ध्येयांमधील दुवा त्यांना संपूर्ण प्रवासात प्रेरणा देत राहिला, आणि त्यातून त्यांना समाधान मिळाले.

''एकूण पाहता...'' फ्रँकलिन म्हणाले, ''...जरी मी माझ्या तीव्र इच्छेप्रमाणे परिपूर्णतेपर्यंत कधीच पोहोचू शकलो नाही, आणि त्यापेक्षा खूपच कमी मिळवले, तरीही त्या प्रयत्नांमुळे मी शेवटी जितका चांगला आणि आनंदी मनुष्य झालो, तितका मी कधीच झालो नसतो, जर मी हे प्रयत्नच केले नसते.''

अनिश्चितता विरुद्ध काटेकोर नियोजन

एखादे ध्येय गाठण्यासाठी तुमच्या योजना किती विशिष्ट असाव्यात? एका अत्यंत नियंत्रित प्रयोगात, संशोधकांनी अभ्यासकौशल्ये सुधारण्यासाठी तयार केलेल्या कार्यक्रमात भाग घेणाऱ्या कॉलेजच्या विद्यार्थ्यांचे निरीक्षण केले. वेळ प्रभावीपणे कसा वापरायचा याबद्दल नियमित सूचना मिळण्याबरोबरच विद्यार्थ्यांची विशिष्ट विचार न करता तीन वेगवेगळ्या नियोजन गटांत विभागणी करण्यात आली. एका गटाला दररोज 'काय, कुठे आणि केव्हा अभ्यास करायचा', याच्या योजना तयार करण्यास सांगितले. दुसऱ्या गटाला याच प्रकारच्या योजना तयार करायला सांगण्यात आले, फक्त दिवसाऐवजी महिनाभराच्या आणि तिसरा गट म्हणजे नियंत्रण गट- त्यांनी काहीही योजना आखल्या नाहीत.

संशोधकांना खात्री होती की, दैनंदिन योजना सर्वांत प्रभावी ठरतील; पण त्यांची ही भाकिते चुकीची ठरली.

अभ्यासाच्या सवयी आणि वृत्ती यांत महिन्याचे नियोजन करणाऱ्या गटाने सर्वांत जास्त सुधारणा केली. कमजोर विद्यार्थ्यांमध्ये (चांगल्या विद्यार्थ्यांमध्ये नाही) महिना दर महिना असे नियोजन केल्यामुळे दैनंदिन योजनांपेक्षा गुणांमध्ये खूप मोठी सुधारणा झाली. दैनंदिन योजना करणाऱ्यांपेक्षाही महिना दर महिन्याला ही योजना करणाऱ्यांनी ही सवय बराच काळ टिकवली. या सातत्यामुळे हा सराव कार्यक्रम संपल्यानंतरही त्यांच्या कामावर परिणाम होत राहिला. वर्षभराने जेव्हा हा प्रयोग संपला, तेव्हाही दैनंदिन नियोजन करणाऱ्या मुलांपेक्षा महिन्याचे नियोजन करणाऱ्या मुलांच्या गुणश्रेणी जास्त चांगल्या राहिल्या. कारण दैनंदिन नियोजन

करणाऱ्या मुलांपैकी बहुतेकांनी दिवसाचे काय, कोणत्याही प्रकारचे नियोजन करणेच थांबवले होते.

असे का झाले असावे?

दैनंदिन योजना ही फायद्याची असते; कारण त्यामुळे व्यक्तीला नेमके काय करायचे आहे हे प्रत्येक क्षणी समजते. पण त्याची तयारी वेळखाऊ असते. कारण ३० दैनंदिन योजना तयार करणे हे एका महिन्याची व्यापक योजना तयार करण्यापेक्षा खूप जास्त वेळ घेते. दैनंदिन नियोजनाचा अजून एक तोटा म्हणजे त्यात लवचिकता नसते. त्यामुळे करणाऱ्या व्यक्तीला निवड करण्याची संधी राहत नाही आणि तिला जणू काही कठोर आणि कंटाळवाण्या कामांच्या मालिकेत अडकल्यासारखे वाटते. आपण नियोजन केल्याप्रमाणे आयुष्य क्वचितच वाटचाल करते. त्यामुळे जरा जरी वेळापत्रक चुकले तरी दैनंदिन योजना मनोबल कमी करणाऱ्या ठरू शकतात. मासिक योजनेत तुम्ही बदल करू शकता. एखाद्या दिवशी उशीर झाला तरीही तुमची योजना अबाधित राहते.

अनिश्चित, अस्पष्ट नियोजन विरुद्ध अत्यंत काटेकोर नियोजन यावरील सर्वांत व्यापक प्रयोग हे युरोपच्या रणांगणावर लष्करी नेत्यांनी चालवलेले अनियंत्रित प्रयोग होते. नेपोलियनने एकदा आपल्या लष्करी धोरणात्मक नियोजनाचा सारांश असा सांगितला होता, 'तुम्ही युद्धात उतरता, आणि मग थांबून पाहता'. शत्रूशी लढाई करताना तो परिस्थितीनुसार बदल करत, विजय मिळवत राहिला आणि त्याच्या सैन्यामुळे संपूर्ण युरोपमध्ये मत्सर (आणि भय) निर्माण झाले. त्याचे उत्तरेतील प्रतिस्पर्धी, प्रुशियन लोक, फ्रेंचांकडून वारंवार पराभूत होऊ नयेत म्हणून एखादा फायदा मिळवण्याचा प्रयत्न करू लागले. त्यांनी अधिक नियोजन करण्याची कल्पना मांडली. इतर देशांतील अधिकाऱ्यांनी, सैनिकांनी कागद-कलम घेऊन टेबलाजवळ बसून योजना आखाव्यात, ही कल्पना उपहासाने उडवून लावली; परंतु हे नियोजन खरेच उपयुक्त ठरले, आणि पुढच्या वेळी ही दोन राष्ट्रे भिडली तेव्हा प्रुशियन लोकांनी प्रभावी विजय मिळवला.

पहिल्या महायुद्धापर्यंत सर्व जण नियोजन करू लागले होते. दुसऱ्या महायुद्धापर्यंत लष्करी नेत्यांकडे इतिहासातील सर्वांत गुंतागुंतीच्या रसद-व्यवस्थापन कार्यासाठी - नॉर्मंडीवरील आक्रमणासाठी- आवश्यक असे प्रशासकीय कौशल्य आले होते. तेव्हा १,६०,००० सैनिकांची मित्रराष्ट्रांची फौज किनाऱ्यावर उतरली, जी नेपोलियनच्या मानाने मोठी नव्हती; कारण त्याने ४,००,००० हून अधिक सैनिकांसह रशियाकडे कूच केले होते; पण हे अभियान इतके अचूकपणे समयबद्ध केले गेले होते की, नियोजनकर्त्यांनी D-day रोजी अचूक H-Hourला (नौकानयनाच्या संध्याकाळनंतर १.५ तासांनी) उतरण्यासाठी स्वतःचे कॅलेंडर तयार केले होते.

करायच्या कामांच्या यादीत D-3 दिवशी होणाऱ्या बॉम्बहल्ल्यांपासून ते प्रत्यक्ष आक्रमणापर्यंतची तयारी अशा सर्व गोष्टींच्या तपशीलवार सूचना दिल्या होत्या.

ही यादी D-14 या दिवशीही सुरूच होती, आणि युद्ध सुरू झाल्यानंतर दोन आठवड्यांनी मदतनीस फौजा नेमक्या कुठे पोहोचतील हेही नमूद केले होते. या लष्करी नियोजनकर्त्यांचा आत्मविश्वास नेपोलियनला धाडसी वाटला असता; परंतु त्यांच्या यशामुळे सर्वांचा त्यांच्या क्षमतेवर विश्वास बसला.

युद्धानंतर, कॉर्पोरेट अमेरिकेला नवे नियोजन-नायक मिळाले- 'व्हिझ किड्स', दुसऱ्या महायुद्धातील अनुभवी सैनिकांचा एक गट, ज्यांनी फोर्ड मोटर कंपनीची पुनर्रचना केली. त्यांचे नेते रॉबर्ट एस.मॅकनामारा हे युद्धापूर्वी हार्वर्ड बिझनेस स्कूलमध्ये लेखाशास्त्र शिकवत होते. त्यांनी आपल्या गणिती कौशल्यांचा वापर बॉम्बहल्ल्यांच्या मोहिमांचे विश्लेषण करण्यासाठी केला. सैन्याच्या हवाई दलाच्या सांख्यिकी नियंत्रण कचेरीत (आर्मी एअर फोर्सच्या ऑफिस ऑफ स्टॅटिस्टिकल कंट्रोल)मध्ये त्याने केलेल्या कामगिरीमुळे त्याला फोर्डमध्ये नोकरी मिळाली. त्यानंतर तो पुन्हा सैन्यात परतला आणि संरक्षण सचिव झाला. या पदावर असताना त्याने 'प्रणाली विश्लेषण'(सिस्टिम्स ॲनॅलिसिस)च्या तत्त्वांवर आणि अफाट डेटावर आधारित विस्तृत (सविस्तर) नवीन नियोजन साधने पेंटागॉनमध्ये आणली. या सगळ्यामुळे जोपर्यंत त्याची व्हिएतनाम युद्धासाठीची योजना अत्यंत वाईटरीत्या अपयशी ठरली नाही, तोपर्यंत तो जणू आधुनिक योद्ध्याचा आदर्श नमुना वाटत होता. तो पेंटागॉनमध्ये बसून हानीची आकडेवारी वाचून शत्रूचा पराभव कसा होईल याची आखणी करत असताना, जंगलातले सैनिक त्या आकडेवारीवर आणि त्या योजनांवर मुळीच विश्वास ठेवू शकत नव्हते. व्हिएतनाममधील या अपयशामुळे लष्करी नेत्यांना लवचिकतेच्या गरजेचा नव्याने आदर वाटू लागला आणि इराक व अफगाणिस्तानातील घडलेल्या विपरीत योजनांनी हा धडा अधिक पक्का केला. कधीकधी, नेपोलियनने म्हटल्याप्रमाणे, 'तुम्हाला फक्त रणांगणात उतरावे लागते आणि परिस्थितीनुसार तत्काळ बदल करावे लागतात'.

'मग आधुनिक सैन्याधिकारी भविष्याची योजना नक्की कशी आखतो?' हा प्रश्न एका मानसशास्त्रज्ञाने काही सैन्याधिकाऱ्यांच्या गटाला विचारला. या मानसशास्त्रज्ञाला वेळ आणि साधनसंपत्ती व्यवस्थापनाविषयी पेंटागॉनमध्ये व्याख्यान देण्यासाठी आमंत्रित केले होते. त्या अधिकाऱ्यांच्या मनाची तयारी करण्यासाठीच त्याने त्यांना प्रथम त्यांच्या व्यवहार व्यवस्थापनाच्या दृष्टिकोनाचा एक सारांश लिहायला सांगितला. सारांश छोटा ठेवण्यासाठी, प्रत्येकाने तो पंचवीस शब्दांत किंवा त्याहून कमी शब्दांत लिहावा अशी अट ठेवली. पण हा सरावाचा भाग बहुतेकांना अडचणीत आणणारा ठरला. एकही वर्दीधारी नामांकित व्यक्ती काही लिहू शकली नाही.

केवळ एकच अधिकारी उत्तर देऊ शकली आणि ती त्या खोलीतील एकमेव महिला होती. ती आधीच एक उल्लेखनीय कारकिर्द असलेली अधिकारी होती; तिने खालच्या पदांपासून वरपर्यंत वाटचाल केली होती आणि इराकमध्ये युद्धात जखमीही झाली होती. तिने तिचा दृष्टिकोन असा सांगितला : 'सर्वप्रथम मी प्राधान्यांची यादी करते. एक, दोन, तीन आणि पुढे. मग मी तीनपासून पुढच्या सगळ्यावर काट मारते.'

इतर सैन्याधिकारी तिच्या या पद्धतीला हरकत घेऊ शकले असते; कारण प्रत्येकाकडे दोनपेक्षा अधिक ध्येये असतात, आणि काही प्रकल्प - उदा., डी-डे - दोन टप्प्यांपेक्षा फारच जास्त टप्प्यांचे असतात; पण तरीही ही जनरल बरोबर दिशेकडे इशारा करत होती. तिची पद्धत दीर्घकालीन आणि अल्पकालीन, सूक्ष्म आणि व्यापक अशा दोन्ही गोष्टींचा मेळ घालणाऱ्या धोरणाची एक साधी आवृत्ती होती. ती, 'पाण्यासारखे मन' साधण्याचा प्रयत्न करत होती. याबद्दल आपण पुढे पाहू.

ड्र्यू कॅरीचा स्वप्नांचा इन-बॉक्स

हॉलीवुडमध्ये एके दिवशी, आपल्या टेबलाकडे नेहमीप्रमाणे उदासवाण्या नजरेने पाहताना, ड्र्यू कॅरीला एक कल्पना सुचली. त्याने कागदांच्या ढिगाकडे पाहिले आणि विचार केला : 'डेव्हिड ॲलेन इथे असता तर त्याने काय केले असते?' किंवा आणखी नेमके म्हटले तर, 'मी डेव्हिड ॲलेनलाच इथे बोलावून हे सगळं हाताळायला लावू शकलो तर?'

तोपर्यंत कॅरी माहितीच्या पुरात बुडणाऱ्या अगदी सामान्य व्यक्तींपैकी एक होता, अर्थात, लोकप्रिय माणसाला 'सामान्य' म्हणता आले तर. त्याने यशस्वीरीत्या स्वतःची एक विनोदी मालिका केली होती, टीव्हीवर हजरजबाबी विनोदी कार्यक्रम चालवले होते, प्रचंड खपणारे आठवणींचे पुस्तक लिहिले होते, गेम शोचे सूत्रसंचालन केले होते, सामाजिक व राजकीय कामांमध्ये नेतृत्व केले होते, त्याच्याकडे एका फुटबॉल टीमची मालकी होती; परंतु या कोणत्याही आव्हानापेक्षा त्याचा इन-बॉक्स आणि करायच्या कामांची यादी त्याला अधिक कठीण वाटत होती. साहाय्यक असूनही तो; परत करायचे फोन कॉल्स, वाचायच्या स्क्रिप्ट्स, सांभाळायच्या मीटिंग्ज, ज्याला उपस्थित राहायचे आहे असे 'गाला डिनर्स' (एखाद्या सत्कार्यासाठी निधी उभारणीसाठी किंवा कोणाच्या सन्मानार्थ होणारी जेवणे), आणि रोजच्या डझनभर तातडीच्या ई-मेल्स यांत कायम मागे पडत होता. घरच्या ऑफिसच्या टेबलावर न भरलेली बिलं, उत्तरं न दिलेली पत्रं, अपूर्ण कामं, पूर्ण न केलेल्या वचनांचे ढीग पडलेले असत.

''काही बाबतीत माझ्याकडे स्वनियंत्रण आहे, पण काहींत अजिबात नाही'', कॅरी म्हणतो. ''ते नेमकं काय दावणीला लागलंय यावर अवलंबून असतं. माझ्या

ऑफिसमधल्या पसाऱ्याचा मला प्रचंड कंटाळा आला होता. माझ्याकडे बॉक्सभर कागदपत्रं होती आणि एक टेबल होतं ज्यातून वाट काढता येत नव्हती. संगणकाच्या दोन्ही बाजूंना रद्दी आणि जुन्या मेल्सचे ढीग होते. तुम्हाला माहीतच आहे, अशी वेळ आली होती की, मी विचारही करू शकत नव्हतो. कायम नियंत्रणाबाहेर असल्यासारखं वाटायचं. नेहमी वाटायचं काहीतरी करायचं बाकी आहे. तुम्ही एखादं पुस्तक वाचायला बसलात, रिलॅक्स व्हायचा प्रयत्न केला, तरी मनात मागे कुठेतरी विचार चालू असायचा, 'अरे, ते ई-मेल्स पाहायला हवे मला.' म्हणजे तुम्ही कधीच पूर्णपणे निवांत नसता.''

कॅरीनं डेव्हिड ॲलेनचं 'गेटिंग थिंग्ज डन : द आर्ट ऑफ स्ट्रेस-फ्री प्रॉडक्टिव्हिटी' हे पुस्तक घेतलं होतं, पण उपशीर्षकात दिलेली ताणमुक्त उत्पादकतेची कला ही अनुभूती त्याला अजूनही गाठता येत नव्हती. ''मी पुस्तक वाचत होतो आणि त्यातलं काही करतही होतो, पण सगळं नाही. मी फारच त्रासलो होतो. शेवटी मी म्हणालो, अरे बाप रे! मी श्रीमंत झालोय! आणि मी त्याला थेट फोन केला. मी त्याच्या संस्थेशी संपर्क साधला आणि विचारलं, जर डेव्हिड ॲलेन इथे आला आणि माझ्यासोबत वैयक्तिकरीत्या काम केले, तर त्याची फी किती होईल?

त्याने मला एक आकडा सांगितला आणि म्हणाला, 'इतक्या पैशांत, मी तुझ्यासोबत पूर्ण एक वर्ष काम करेन.' आणि मी म्हणालो, 'ठीक आहे, दिले.' त्याच्यासाठी मला बरीच रक्कम मोजावी लागली, पण मी त्याबद्दल क्षणभरही विचार केला नाही''.

ती रक्कम कितीही मोठी असो, GTD (ॲलेन यांच्या पुस्तकाचे संक्षिप्त रूप, जे आता काम व जीवन व्यवस्थापनाची एक पद्धत झाली आहे)च्या भक्तांसाठी कॅरीचा निर्णय अगदी सार्थ वाटतो. पण हा काही व्यक्तिमत्त्वाधारित स्व-मदत गुरूंचा किंवा प्रोत्साहक व्याख्याने देणाऱ्यांचा विशेष लोकप्रिय गट नाही. ॲलेन सात सोपे जीवननियम सांगत नाही किंवा लोकांना उत्साहाच्या उन्मादात ढकलत नाही. तो 'डोक्यात शेवट ठेवून सुरू करा' अशासारखी अस्पष्ट, अंधूक तत्त्वज्ञानाची वाक्ये देत नाही, किंवा 'आपल्या आत दडलेल्या सामर्थ्याला जागृत करा' असेही सांगत नाही. तो करायच्या कामांची यादी, फोल्डर्स, लेबल्स, इन-बॉक्सेस अशा सूक्ष्म तपशिलांवर लक्ष केंद्रित करतो.

ही अशी एक पद्धत आहे जी एका मानसिक घटनेभोवती फिरते, जिला मानसतज्ज्ञांनी काही दशकांपूर्वी 'तुमचा आतील त्रासदायक आवाज' असे नाव दिले होते. पण त्या आवाजाला कसे शांत करायचे, हे अलीकडच्या काळात बाउमिस्टर यांच्या प्रयोगशाळेत प्रयोग करेपर्यंत नीट समजले नव्हते. प्रयोगकर्ते आणि ॲलेन वेगवेगळ्या मार्गांनी प्रवास करूनही एकाच तंत्रापर्यंत पोहोचले. ॲलेन कोणत्याही

मानसशास्त्रीय सिद्धान्तावर काम करत नव्हता. तो फक्त स्वतःच्या जीवनात प्रचंड प्रयोग आणि बराचसा गोंधळ करत करत, 'प्रयत्न आणि चुका' पद्धतीने चुकांद्वारे शिकत पुढे गेला. १९६०च्या दशकात मोठा होताना त्याने झेन आणि सूफी ग्रंथांचा अभ्यास केला, बर्कले येथे इतिहासातील पदव्युत्तर शिक्षण सुरू केले, पण मध्येच सोडले, औषधांचे (ड्रग्सचे) प्रयोग केले (ज्यामध्ये एक छोटा मानसिक कोसळण्याचा टप्पाही आला), कराटे शिकवले आणि वैयक्तिक विकासाच्या कार्यशाळा घेणाऱ्या एका कंपनीत काम केले. या प्रवासादरम्यान त्याने मोपेड विक्रेता, जादूगार, बागेचे डिझाइन करून देणारा, प्रवासी प्रतिनिधी (ट्रॅव्हल एजंट), काचकाम करणारा कारागीर, टॅक्सी चालक, यू-हॉल (सामान वाहून नेण्यासाठीचे मोठे टेम्पो) विक्रेता, वेटर, व्हिटॅमिन वितरक, पेट्रोल पंपावर व्यवस्थापक, बांधकाम कामगार आणि शेफ अशा अनेक नोकऱ्या करून आपला खर्च भागवला.

"जर १९६८मध्ये कोणी मला सांगितले असते की, पुढे जाऊन मी वैयक्तिक उत्पादकतेचा सल्लागार बनेन..." तो म्हणतो, "...तर मी त्यांना म्हणलो असतो की तुम्ही ठार वेडे झाला आहात." तो या नोकरीवरून त्या नोकरीवर असा भटकत राहिला. जोपर्यंत कार्यशाळा चालवण्याच्या त्याच्या कौशल्यामुळे लॉकहीड आणि इतर काही कंपन्यांमध्ये त्याला अधिकाऱ्यांसमवेत काम करण्यासाठी बोलावले गेले नाही, तोपर्यंत म्हणजे त्याच्या पस्तिसाव्या वाढदिवसापर्यंत त्याने एकूण पस्तीस नोकऱ्या केल्या. करिअरची ही वाटचाल जरी विचित्र वाटली; तत्त्वज्ञान, मेंदू बदलणारी औषधे, कराटे, आणि मग वैयक्तिक विकास व कॉर्पोरेट मार्गदर्शन; तरी ॲलेनला हे सगळं एका धाग्यात बांधलेलं वाटतं. त्याच्या मते, हे सगळे टप्पे मन:शांती शोधण्याच्या प्रवासाचेच आहेत. कराटेमधून घेतलेला त्याचा आवडता शब्दप्रयोग म्हणजे 'पाण्यासारखं मन'.

तो उदाहरण देतो : 'शांत पाण्यात तुम्ही एक छोटासा दगड टाकलात, तर काय होईल? उत्तर आहे – पाणी त्याला त्याच्या ताकदीप्रमाणेच प्रतिसाद देईल आणि लगेच पुन्हा शांत होईल. ते ना जास्त प्रतिक्रिया देईल ना कमी'.

हे तत्त्वज्ञान त्याच्या ऑफिसमध्ये पाऊल टाकताच दिसून येतं. त्याचं ऑफिस इतकं स्वच्छ असतं की, तुम्हाला त्याविषयी प्रचंड असूया वाटावी. स्वतःच्या डेस्कबद्दल कमीपणा वाटावा. एखादा कार्यक्षमतातज्ज्ञ नीटनेटका असेल हे अपेक्षितच असतं; पण कॅलिफोर्नियातील सांता बार्बराच्या जवळ ओहाय या डोंगराळ गावात असलेल्या त्याच्या कंपनीत गेल्यावर दिसणारी स्वच्छता थक्क करणारी असते.

त्याच्या एल आकाराच्या टेबलाच्या उजव्या बाजूला तीन लाकडी ट्रे असतात, जे सगळे पूर्ण रिकामे, त्यात इन-बॉक्सही. डाव्या बाजूला दोन ट्रे असतात, ज्यात काही पुस्तकं आणि मासिकं ठेवलेली असतात, ही असते त्याची विमानप्रवासात वाचण्याची यादी. त्याच्या टेबलावर याखेरीज काहीच नसतं.

त्याच्या चार 'D' पद्धतीनुसार- पूर्ण करणे (Done), इतरांकडे सोपवणे (Delegated), गाळून टाकणे (Dropped), किंवा पुढे ढकलणे (Deferred) - जी कामं लगेच करता येत नाहीत, ती त्याच्या काही फाइलच्या कपाटात ठेवलली असतात. त्यांना वर्णक्रमाने लावलेलं असतं आणि संगणकाजवळ असलेल्या छोट्या मशीनने लेबल्स छापलेले असतात. हे सगळं पाहून तुम्हाला तो अति व्यवस्थितपणा खूप कंटाळवाणा असेल असं वाटू शकतं; पण प्रत्यक्षात ॲलेन खूप शांत, निवांत असतो.

जेव्हा त्याने सतत कामाच्या ताणात दडपलेल्या मोठ्या अधिकाऱ्यांसोबत काम सुरू केलं, तेव्हा त्याला पारंपरिक व्यवस्थापन नियोजनातील, कार्यसूत्रे (मिशन स्टेटमेंट्स) लिहिणे, दीर्घकालीन धोरणे निश्चित करणे, प्राधान्यक्रम ठरवणे वगैरे पद्धतींची मर्यादा दिसू लागली. उच्च ध्येयांची आवश्यकता असते हे त्याला मान्य होते; पण हे अधिकारी लोक इतके विचलित होते की, त्यांना चालू क्षणातील छोटंसं कामही लक्षपूर्वक करता येत नव्हतं.

ॲलेन अशा स्थितीला 'माकड-मन' म्हणतो. हा शब्द बौद्ध संकल्पनेवरून घेतलेला आहे. याचा अर्थ, जसे एखादं माकड एका फांदीवरून दुसऱ्यावर सतत उड्या मारत राहते तसे मन एका विचारावरून दुसऱ्याकडे असे भटकत राहते. कधीकधी ॲलेन असा विचार करायचा की, हे माकड तुमच्या खांद्यावर बसलंय आणि सतत तुमच्या कानात बडबड करतंय, तुमच्यासमोर वारंवार शंका आणतं, मध्येच अडवतं, इतकं की तुम्हाला ओरडून सांगावंसं वाटावं, 'कोणीतरी या माकडाला गप्प करा!'

ॲलेन म्हणतो, ''बहुतेक लोकांना असा अनुभव आयुष्यात कधीच येत नाही की त्यांच्या मनात केवळ ते जे करत आहेत तेवढंच असतं.'' पूर्वी महिन्यातून एकदा कधीतरी अशी मानसिक गडबड होत असे, आत्ताही तसेच झाले असते तरी चाललं असतं. पण आता लोक एवढे बधिर आणि मठ्ठ झालेत किंवा एवढे धावपळीत आणि तणावात आहेत की, त्यांना ही चिंता हाताळताच येत नाही.

उद्दिष्टांपासून सुरुवात करून त्यांना कसे गाठायचे हे शोधण्याऐवजी, ॲलेनने त्याच्याकडे आलेल्या लोकांना त्यांच्या टेबलावर जमा झालेल्या गोंधळातून त्यांना बाहेर काढण्याचा मार्ग शोधला. कामांचे व्यवस्थापन कसं करावं याबद्दलच्या जुन्या सल्ल्यांमध्ये असलेली अव्यवहार्यता त्याला दिसायची, उदा., 'कोणत्याही कागदपत्रांना दुसऱ्यांदा हात लावू नका' हा नियम. हा लिहिताना भारी वाटत असला तरी प्रत्यक्षात उतरवायला अशक्य असाच आहे.

उदाहरणार्थ, पुढच्या आठवड्याच्या मीटिंगबद्दलची मेमो शीट आली तर काय करणार? ठेवायचं कुठे? ॲलेनला ट्रॅव्हल एजंट म्हणून काम करत असतानाच्या नोकरीतला एक उपाय आठवला- स्मरणपत्र फाइल (टिक्लर फाइल).

मीटिंगची मेमो शीट म्हणजे विमानाच्या तिकिटासारखी – ती तुम्हाला ज्या दिवशी हवी असेल त्या दिवशीच्या फोल्डरमध्ये ठेवता येईल. असं केल्याने टेबलही स्वच्छ राहील आणि ही मेमोशीट तुम्हाला गरज लागेपर्यंत त्रासही देणार नाही. ॲलेनच्या या स्मरणपत्र फाइलमध्ये महिन्याच्या प्रत्येक दिवसासाठी ३१ फोल्डर्स आणि प्रत्येक महिन्यासाठी १२ फोल्डर्स, अशा एकूण ४३ फाइल्स असायच्या.

ही कल्पना एवढी लोकप्रिय झाली की, ॲलेनच्या अनुयायांनी यावरून एक प्रसिद्ध लाइफहॅकर वेबसाइट (ज्यात जीवन सुधारण्यासाठीच्या टिपा दिल्या आहेत.) तयार केली – 43folders.com.

ही स्मरणपत्र फाइल फक्त कागदपत्रं टेबलावरून हटवायची असं नाही, तर ती मनातील चिंतेचा एक मुख्य स्रोतही काढून टाकायची. कारण एकदा एखादी गोष्ट तिथे टाकली की योग्य दिवशी तिची आठवण नक्की होईल, हे तुम्हाला ठाऊक असायचं. मग ती हरवेल, विसरली जाईल या भीतीने तुमचं मन कुरतडलं जायचं नाही. आतला आवाज बंद करण्याचे अजून वेगळे मार्ग ॲलेनने शोधले. त्यासाठी त्याने मनात सुरू असलेली विचारचक्रे बंद करण्याचा मार्ग निवडला.

तो म्हणतो, ''मी वैयक्तिक विकासाच्या क्षेत्रातून एक महत्त्वाची गोष्ट शिकलो, ती म्हणजे तुम्ही स्वत:शी केलेले करार.

जेव्हा तुम्ही स्वत:शी केलेला करार पाळत नाही, तेव्हा तुम्ही स्वतःच्याच विश्वासाला तडा देता.

इतरांसकट तुम्ही स्वतःलाही फसवू शकता, पण त्याची किंमत तुम्हालाच चुकवावी लागणार आहे, त्यामुळे तुम्ही केलेल्या करारांची तुम्हाला जाणीव असायला हवी. म्हणूनच आम्ही ते करार लिहून काढण्यासाठी एक कार्यशाळा तयार केली.''

आपल्या जबाबदाऱ्या आणि उद्दिष्टे यांची यादी बनवण्याच्या पद्धतीत काहीही क्रांतिकारक नक्कीच नव्हते. 'यादी करा' ही युक्ती नोहाच्या जहाजापासून ते दहा आज्ञांपर्यंत प्रत्येक स्व-मदत कार्यक्रमात होती. पण ॲलेन यांनी अनुभवी व्यवस्थापन सल्लागार डीन एचशन (माजी परराष्ट्र सचिव नव्हे) यांच्या मदतीने या पद्धतीत थोडे बदल केले. त्यांच्याकडे सल्ला घ्यायला आलेल्या व्यक्तीचे लक्ष विचलित होणे कमी करण्यासाठी ॲलेन सुरुवातीला त्यांना त्यांच्या लक्षात येणाऱ्या प्रत्येक गोष्टीचे, मग त्या मोठ्या-छोट्या, कामाशी संबंधित-खाजगी, दूरच्या-जवळच्या, अस्पष्ट-तपशीलवार, कशाही असल्यातरी नाव लिहून काढायला सांगत असे. त्यांना त्या गोष्टींचे विश्लेषण, वर्गीकरण किंवा समयनियोजन करण्याची गरज नसे; पण प्रत्येक गोष्टीसाठी पुढची कृती काय असेल हे जरूर ठरवायचे असे.

''डीनने मला बसवले आणि माझ्या डोक्यातले सगळे बाहेर काढायला सांगितले,'' ॲलेन म्हणतात. ''मी खूप ध्यान केले होते आणि स्वतःला खूप व्यवस्थित समजत होतो, त्यामुळे मला वाटत होते की, माझी सगळी तयारी आधीच चांगली आहे. मात्र डीनने सांगितल्याचे जे परिणाम झाले ते पाहून मी थक्क झालो. मला वाटलं, अरे वा! हे किती प्रभावी आहे!''

ॲलेन जेव्हा पुढे स्वतःच्या ग्राहकांसोबत काम करू लागले, तेव्हा त्यांनी 'पुढील कृती'(next action)चे महत्त्व पटवून सांगितले. GTD पद्धतीत (Getting Things Done) याला "NA' असे म्हणतात. करावयाच्या कामांच्या यादीमध्ये 'आईसाठी बर्थडे गिफ्ट' किंवा 'कराचे काम करा' असे मोठे वाक्य नसावे. त्यात पुढची ठरलेली कृती हवी, जसे 'सराफाच्या दुकानात जा' किंवा 'अकाउंटंटला फोन करा.'

''तुमच्या यादीमध्ये 'थँक-यू नोट्स लिहा' असे असेल, तर ती एक चांगली पुढची कृती आहे. जर तुमच्याकडे पेन आणि कार्ड्स असतील तर...'' ॲलेन सांगतात. ''...पण जर तुमच्याकडे कार्ड्स नसतील, तर तुम्हाला मनातून कळत असते की तुम्ही हे काम लगेच करू शकत नाही, आणि मग तुम्ही ती यादी बघायलाच टाळाल, पुढे ढकलाल.''

हा वेगळेपणा ऐकायला सोपा वाटला तरी लोक यामध्ये चुकतात. जॉन टियरनी यांनी या पुस्तकामुळे प्रेरित होऊन आपल्या स्मार्टफोनमध्ये GTD ऑर्गनायझर इन्स्टॉल केले, हे ॲलेनला कळताच, त्यांनी लगेच पैज लावली, की पुढची कृती यादीतील बहुतेक गोष्टी त्यांना ताबडतोब करता येणार नाहीत. आणि नक्कीच, त्यांना ती यादी अशा गोष्टींनी भरलेली दिसते, ज्या लगेच करण्याजोग्या नव्हत्या. जसे की, 'mint.com च्या संशोधकांशी संपर्क करा' किंवा 'एस्थर डायसन यांच्याशी आत्मनियंत्रणाबद्दल सल्लामसलत करा' अशी कामं GTD च्या दृष्टीने खूपच अस्पष्ट आहेत.

''तू त्यांच्याशी कसा संपर्क करणार किंवा त्यांच्याशी सल्लामसलत कशी करणार?'' ॲलेनने विचारले. ''तुझ्याकडे नंबर आहे का ई-मेल आयडी? कॉल करायचा की मेल करायची हे नेमकं ठरलं आहे का? ह्या छोट्याशा गोष्टीही खूप महत्त्वाच्या असतात,'' ॲलेन म्हणतात.

''तुझ्या यादीतलं प्रत्येक काम तुला आकर्षित करत असतं किंवा तुला दूर ढकलत असतं. तू 'एस्टरला सल्ला माग' असं लिहून ठेवतोस, कारण पुढचं नेमकं पाऊल काय आहे हे तू पूर्ण विचार करून ठरवलं नाहीस. मग तुझ्या मनाचा एक भाग आहे, जो त्या यादीकडे बघायलाच तयार नसतो. तू आतून एक दडपण घेऊन फिरतोस. पण जर तू 'एस्टरला ई-मेल पाठव' असं लिहिलंस, तर तुझ्या डोक्यात

लगेच येतं, 'अरे वा, हे तर मी करू शकतो,' आणि तू पुढे जातोस, काहीतरी पूर्ण झाल्याचा आनंद मिळतो.''

काही वर्षांपूर्वी, तंत्रज्ञान लेखक डॅनी ओ'ब्रायन यांनी त्यांना माहीत असलेल्या 'अतिशय प्रचंड प्रमाणात काम करणाऱ्या' सत्तर लोकांना; ते त्यांच्या कामाचं व्यवस्थापन कसं करतात हे विचारण्यासाठी; एक प्रश्नावली पाठवली होती. बहुतांश लोकांनी सांगितलं की, ते कोणतंही विशेष सॉफ्टवेअर किंवा गुंतागुंतीची साधनं वापरत नाहीत. पण बऱ्याच जणांनी असंही सांगितलं की ते GTD पद्धत वापरतात, ज्यासाठी फक्त पेन, कागद आणि फोल्डर्स अशी साधी साधने पुरेशी असतात. आत्तापर्यंत GTD वापरणाऱ्या लोकांची आणि GTD न वापरणाऱ्या लोकांची थेट तुलना करणारे समकक्ष परीक्षण संशोधन उपलब्ध नाही; पण मानसशास्त्रातील साहित्यामध्ये ॲलेन यांनी निरीक्षण केलेला मानसिक ताण खरोखर अस्तित्वात असल्याचे पुरावे दिसतात. मानसशास्त्रज्ञही चंचल, उड्या मारणाऱ्या मनाला कसं शांत करायचं याचा अभ्यास करत आहेत. फक्त त्यांनी त्याला वेगळी संज्ञा दिली आहे.

झायगार्निक प्रभाव (The Zeigarnik Effect)

ही गोष्ट १९२०च्या दशकात बर्लिन विद्यापीठाजवळ एका दुपारच्या जेवणाच्या वेळी सुरू झाली, असा किस्सा मानसशास्त्रज्ञांमध्ये प्रसिद्ध आहे. विद्यापीठातील मोठा गट एका रेस्टॉरंटमध्ये गेला. सगळ्यांची ऑर्डर एकच वेटर घेत होता. त्याने काहीच लिहून घेतले नाही, फक्त मान हलवून ऑर्डर लक्षात ठेवली. तरीही त्याने प्रत्येकाला योग्य जेवण अगदी बरोबर आणून दिले. त्याची स्मरणशक्ती पाहून सगळे थक्क झाले. ते जेवून रेस्टॉरंटमधून बाहेर गेले, आणि त्या वेळी एक जण (कथेनुसार नेमका कोण ते स्पष्ट नाही) आपली विसरलेली वस्तू आणण्यासाठी परत आत आला. त्या व्यक्तीला वेटर दिसला आणि त्याची स्मरणशक्ती खूप चांगली असल्याने त्याने त्याच्याकडे मदत मागितली.

पण वेटर त्याच्याकडे काहीच न कळल्यासारखे बघू लागला. त्याला त्या ग्राहकाविषयी काहीही आठवत नव्हते – तो कोण आहे, कुठे बसला होता, काहीच नाही. तो या सगळ्या गोष्टी इतक्या पटकन कसा काय विसरला असं विचारलं असता, वेटरने सांगितलं की, तो प्रत्येक ऑर्डर फक्त ती लोकांना देईपर्यंतच लक्षात ठेवतो.

त्या अभ्यासकांपैकी एक तरुण रशियन मानसशास्त्राची विद्यार्थिनी होती, ब्लुमा झायगार्निक, आणि तिचे गुरू, प्रख्यात विचारवंत कर्ट लेविन होते. त्यांनी हा अनुभव पाहून विचार केला की, यातून एखाद्या तत्त्वाकडे निर्देश होतो का?

मानवी स्मरणशक्ती पूर्ण झालेल्या आणि अपूर्ण राहिलेल्या कामांमध्ये मोठा फरक करते का? त्यांनी जिगसॉ पझल करताना मध्येच थांबवलेल्या लोकांचे निरीक्षण सुरू केले. या संशोधनाने आणि पुढील अनेक दशकांतील इतर अभ्यासांनी एक गोष्ट निश्चित केली, जी नंतर 'झायगार्निक प्रभाव' म्हणून ओळखली जाऊ लागली. अपूर्ण कामे आणि न झालेली उद्दिष्टे सतत मनात पुन्हा पुन्हा येतात. मात्र एखादं काम पूर्ण झालं की, हे आठवणींचे लोंढे तत्काळ थांबतात.

झायगार्निक प्रभाव समजून घेण्याचा एक मजेदार मार्ग म्हणजे एखादं गाणं अर्ध्यावर बंद करणं. ते गाणं मग दिवसभर वेगळ्या वेळी आपोआप मनात वाजत राहतं. तुम्ही जर गाणं शेवटपर्यंत ऐकलं तर मन त्या गोष्टीवर 'पूर्ण' असा ठप्पा मारतं. पण ते मध्येच बंद केलंत तर मन त्याला 'अपूर्ण काम' मानतं. जणू काही सांगतं की, 'अजून हे संपलेलं नाही!' म्हणूनच मन ते गाणं पुन्हा पुन्हा विचारात आणत राहतं.

याच कारणामुळे ग्राउंडहॉग डे या चित्रपटात बिल मरे वारंवार 'आय गॉट यू बेब' हे गाणं त्याच्या रेडिओवरून अर्धवट बंद करतो, आणि ते गाणं सतत आपल्या (आणि त्याच्या!) मेंदूत वाजत राहतं आणि म्हणूनच असे 'कानात सतत वाजणारे गाणे', ज्याला इअरवर्म म्हटले जाते, बहुतेक वेळी एखादं वाईट किंवा त्रासदायक गाणंच असतं कारण आपण बहुतेक वाईट गाणंच अर्ध्यावर बंद करतो, आणि मग तेच मनात परत परत येऊन त्रास देतं.

मग मन स्वतःवरच 'आय गॉट यू बेब'सारखं गाणं का थोपवते? मानसशास्त्रज्ञांच्या मते, इअरवर्म हा एक प्रकारचा साइड इफेक्ट आहे. ते मेंदूच्या काम पूर्ण करण्याची प्रवृत्ती या उपयुक्त सवयीचे उपउत्पादन आहे.

वर्षानुवर्षे झायगार्निक प्रभाव कसा काम करतो हे विविध सिद्धान्तांनी समजावून सांगितले गेले आहे. या सिद्धान्तांपैकी दोन मुख्य सिद्धान्तांनी या चर्चेवर वर्चस्व गाजवले. एक सिद्धान्त असा होता की, आपल्या अचेतन मनाने आपले लक्ष्य लक्षात ठेवलेले आहे आणि ते साध्य होईपर्यंत मन काम करत राहते, त्यामुळे जेव्हा काही विचार आपल्या मनात अचानक येतात, ते प्रत्यक्षात हे सांगतात की, आपले अचेतन मन कामावर लक्ष ठेवून आहे. याचा प्रतिवाद करणारा दुसरा सिद्धान्त असा होता की, आपले अचेतन मन आपल्या सचेत मनाची मदत मागत आहे. जसं एक छोटं बाळ मोठ्याच्या बाहीला खेचून मदत मागते, तसेच अचेतन मन सचेत मनाला सांगत आहे की, हे काम पूर्ण कर.

पण आता झायगार्निक प्रभावाचे एक नवीन आणि अधिक योग्य स्पष्टीकरण उपलब्ध आहे, जे फ्लोरिडा स्टेट विद्यापीठातील पदवीधर विद्यार्थी ई. जे. मॅसिकँपो यांनी बाउमिस्टरसोबत केलेल्या काही प्रयोगांमुळे समजले. एका प्रयोगात, काही विद्यार्थ्यांना त्यांच्या महत्त्वाच्या अंतिम परीक्षेबद्दल विचार करण्यास सांगितले.

दुसऱ्या नियंत्रण गटात, विद्यार्थ्यांना त्यांच्या सामाजिक जीवनातील सर्वांत महत्त्वाच्या पार्टीबद्दल विचार करायला सांगितले. परीक्षेबद्दल विचार करायला सांगितलेल्या विद्यार्थ्यांपैकी अर्ध्या मुलांना ते कधी, कुठे आणि काय अभ्यास करणार याविषयी ठरावीक योजना बनवण्यास सांगितले. पण प्रयोगादरम्यान कोणीही प्रत्यक्ष अभ्यास केला नाही.

त्यानंतर सर्वांनी एक असे काम केले, ज्यात झायगार्निक प्रभावाची सूक्ष्म तपासणी होती. त्यांना काही शब्दांचे तुकडे दिले आणि ते पूर्ण करण्यास सांगितले. हे तुकडे अशा प्रकारे तयार केले गेले होते की, त्यांना अभ्यासाशी संबंधित शब्दांनी पूर्ण करता येतीलच; पण त्यांना अन्य, अप्रासंगिक शब्दांनीही पूर्ण करता येईल. उदाहरणार्थ, re_ हा तुकडा read या शब्दाने पूर्ण होऊ शकतो, पण त्याऐवजी rest, reap, किंवा reek या शब्दांनीही पूर्ण होऊ शकतो. तसेच ex_ हा तुकडा exam किंवा exit या शब्दांनी पूर्ण करता येतो. जर एखाद्याच्या मनात अभ्यासासाठी पूर्ण न झालेल्या कामाचे विचार असतील, तर झायगार्निक प्रभावामुळे ती व्यक्ती अधिक examसंबंधित शब्द तयार करेल.

खरंच, मॅसिकँपो यांना आढळले की, असे शब्द जास्त करून त्या लोकांच्या मनात येत होते, ज्यांना परीक्षेबद्दल आठवण करून दिली गेली होती पण त्यांनी अभ्यासाची योजना बनवलेली नव्हती. मात्र, ज्या विद्यार्थ्यांनी अभ्यासाची योजना बनवली होती, त्यांच्यात असा प्रभाव दिसला नाही. जरी त्यांच्याही मनात परीक्षेसंबंधित विचार होते, तरी त्यांनी योजना लिहून काढली असल्यामुळे झायगार्निक प्रभाव कमी झाला होता.

दुसऱ्या प्रयोगात, सहभागी व्यक्तींना त्यांच्या जीवनातील महत्त्वपूर्ण प्रकल्पांबद्दल विचार करण्यास सांगितले गेले. काहींना नुकतेच पूर्ण केलेल्या काही कामांबद्दल लिहिण्यास सांगितले गेले. इतरांना सांगितले गेले की, अजून पूर्ण न झालेल्या आणि जे लवकर पूर्ण करायचे आहे, त्या कामाबद्दल लिहा. तिसऱ्या गटाला अजूनही पूर्ण न झालेले काम लिहिण्यास सांगितले गेले, पण सोबतच हेही ठरवायला सांगितले गेले की, ते काम कसे पूर्ण करतील याची ठोस योजना बनवा. नंतर सर्वांना सांगितले गेले की, त्यांना जे सांगितले आहे त्यापेक्षा आता एक वेगळा आणि त्याच्याशी संबंधित नसलेला प्रयोग केला जाणार आहे. त्यांना एका कादंबरीच्या पहिल्या दहा पानांचे वाचन करण्यास सांगितले गेले. वाचन करताना, त्यांचे लक्ष कादंबरीमधून विचलित होत आहे की नाही हे तपासले गेले. नंतर त्यांना विचारले गेले की, त्यांनी कितपत लक्ष केंद्रित केले आणि जर त्यांचे लक्ष विचलित झाले असेल, तर ते कुठे वळले, हे सांगता येईल का? तसेच त्यांची वाचनसमज कितपत चांगली आहे, हेही तपासले गेले.

आणखी एकदा, योजना बनविल्यामुळे फरक पडला. ज्यांनी अजून पूर्ण न झालेले काम लिहिले होते, त्यांना कादंबरीवर लक्ष केंद्रित करण्यात जास्त अडचण आली, जोपर्यंत त्यांनी त्या कामासाठी ठोस योजना बनवलेली नव्हती. योजना बनवल्यानंतर, त्यांनी तुलनेने मनाची चंचलता कमी अनुभवली आणि त्यांची वाचनसमजही चांगली होती. जरी त्यांनी काम पूर्ण केलेले नसले किंवा कोणतीही ठोस प्रगती दिसली नसली तरी, योजना बनवण्याच्या साध्या क्रियेमुळे त्यांचे मन स्पष्ट झाले आणि झायगार्निक प्रभाव संपला.

पण ज्यांच्याकडे योजना नव्हती, त्यांच्यासाठी झायगार्निक प्रभाव कायम राहिला. त्यांचे विचार कादंबरीवरून अजूनही अपूर्ण कामांकडे वळत राहिले आणि नंतर वाचनसमज कमी झाली.

यावरून असे लक्षात आले की, अनेक दशके जो समज होता की, झायगार्निक प्रभाव हा सतत लक्षात ठेवून काम पूर्ण होईपर्यंत लक्ष विचलित करतो, असे नाही. लक्ष विचलित करणारे विचार दिसणे याचा अर्थ असा नाही की, आपले सुप्त मन काम पूर्ण करण्यासाठी काम करत आहे. किंवा असेही नाही की, सुप्त मन जागृत मनाला लगेच काम पूर्ण करण्यास सांगत आहे. उलट, सुप्त मन जागृत मनाला योजना बनवण्यास सांगत आहे. सुप्त मन स्वतःहून हे करू शकत नाही, त्यामुळे जागृत मनाने विशिष्ट वेळ, ठिकाण आणि संधीसह योजना तयार करावी म्हणून ते सतत जागृत मनाला टोचत राहते. जागृत मनाने ही योजना केली, की त्यानंतर सुप्त मन जागृत मनाला सतत आठवण करून त्रास देणे थांबवू शकते.

ॲलेनच्या प्रणालीत 'चंचल मन' (मंकी माइंड) या समस्येवर हाच उपाय आहे. त्यांच्या क्लायंटप्रमाणेच जर तुमच्याकडे साधारणपणे १५० गोष्टींची करायच्या कामांची यादी असेल, तर झायगार्निक प्रभाव तुम्हाला कामातून कामाकडे उडी मारायला भाग पाडेल, आणि फक्त मनाचा हेतू चांगला आहे म्हणून ते शांत बसणार नाही.

उदाहरणार्थ, तुमच्याकडे एखादे स्मरणपत्र असेल जे गुरुवारी सकाळी बैठकीपूर्वी वाचावे लागेल, तर सुप्त मनाला नेमके काय करायचे आहे आणि कोणत्या परिस्थितीत करायचे आहे, हे माहीत असावे लागते. पण एकदा तुम्ही योजना तयार केली, एकदा तुम्ही बैठक स्मरणपत्र बुधवारसाठीच्या स्मरणपत्र फाईलमध्ये ठेवले, एकदा तुम्ही गोष्टीसाठी पुढील कृती निश्चित केली, की त्यानंतर तुम्ही आराम करू शकता. तुम्हाला लगेच काम संपवावे लागणार नाही. तुमच्याकडे करायच्या यादीमध्ये अजूनही १५० गोष्टी आहेत, पण सध्या माकड (चंचल मन) शांत आहे आणि पाणी स्थिर आहे.

शून्य आनंद (Zero Euphoria)

ड्र्यू केरीच्या ऑफिसमध्ये पोहोचल्यावर, डेव्हिड ॲलेन यांनी ते नेहमी जशी सुरुवात करत असे त्याप्रमाणे सुरुवात केली : सगळ्या गोष्टी जमा करणे.

GTD मध्ये 'सगळ्या गोष्टी' म्हणजे असे काहीही जे तुमच्या मानसिक किंवा भौतिक जगात आहे, पण ते जिथे असायला हवे तिथे नाही, आणि ज्याकडून तुम्हाला काय परिणाम अपेक्षित आहेत ते तसेच ज्यासाठी पुढची कृतीही तुम्ही ठरवलेली नाही. केरीच्या भाषेत सांगायचं झालं, तर त्याच्या ऑफिसमधील सर्व भंगार.

यानंतर GTD प्रणालीचा दुसरा टप्पा आला : सगळ्या गोष्टींची प्रक्रिया करणे, जेव्हा केरीला ठरवावे लागले की, त्याला ती गोष्ट स्वतः करायची आहे, दुसऱ्याला द्यायची आहे, नंतर करायची आहे की सोडायची आहे.

जर एखाद्या गोष्टीवर कृतीची गरज नसेल, तर ती फेकून देता येईल किंवा भविष्यातील संदर्भासाठी फाईल करून ठेवता येईल. जर काही गोष्टी अनेक टप्प्यांच्या प्रकल्पाचा भाग असतील; जसे की केरी आर्चबिशप डेस्मंडच्या सन्मानार्थ देत असलेल्या भोजनाचे (चॅरिटी डिनरचे) आयोजन, ज्यात निधी उभारण्यात येणार होता; तर त्यासाठी योग्य नियोजन करावे लागेल.

या सगळ्या गोष्टी प्रकल्पांच्या यादीत एकाच गटात ठेवायला हव्या होत्या. त्या एका प्रकल्प यादीमध्ये, किंवा मग संगणकावरील फोल्डरमध्ये किंवा फाईलच्या कपाटात ठेवल्या. सर्व कागदपत्रे, उत्तर न दिलेले ई-मेल्स, संगणकावर किंवा मनात असलेली इतर अपूर्ण कामे या सगळ्याचा व्यवस्थित आढावा घेतल्यावर, केरीच्या लक्षात आले की, यातील वैयक्तिक आणि व्यावसायिक असे अनेक प्रकल्प अगदी सामान्य आहेत. ॲलेनचे क्लायंट्स साधारण ३० ते १०० प्रकल्पांवर काम करत असतात, प्रत्येकात किमान दोन तरी कामे असतात, आणि सुरुवातीच्या मोठ्या कामासाठी म्हणजे साफसफाई, वर्गीकरण आणि प्रक्रियेसाठी एक-दोन दिवस खर्च होतात. केरीने प्रकल्प ओळखल्यानंतर, प्रत्येक प्रकल्पासाठी पुढील ठोस 'पुढील कृती' ठरवायची गरज होती. चॅरिटी डिनरसाठी अगोदर काय करायचं? केरी या सगळ्या गोष्टी हाताळत असताना, ॲलेन संपूर्ण दिवस त्याच्या ऑफिसमध्ये बसून पाहत होता.

"तो प्रामाणिकपणे बसून मला ई-मेल्स करताना पाहायचा," केरी म्हणतो. "ज्या वेळी मी अडकत असे, तो विचारायचा, 'काय चाललंय?' आणि मी सांगायचो, तर तो म्हणायचा, 'हे कर.' आणि मी ते करायचो. तो त्याबाबतीत खूप ठाम होता. क्वचितच काही वेळा फक्त तो असं म्हणायचा, 'हे असंही होईल किंवा तसंही होईल. तुम्ही यासोबत काय करणार आहात?" ॲलेनने त्याला फोन कॉल्स आणि ई-मेल्ससाठी वेगळे फोल्डर्स तयार करायला शिकवलं, ज्याबद्दल

स्पष्टता नाही असे प्रकल्प 'कधीतरी/कदाचित' या नावाच्या फोल्डरमध्ये ठेवायला सांगितलं, आणि 'दोन मिनिटांचा नियम' पाळायला सांगितलं. तो असा आहे, 'जर काही करण्यास दोन मिनिटांपेक्षा कमी वेळ लागणार असेल, तर ते यादीत ठेवू नका. लगेच संपवा.'

''पूर्वी मला कागदांचा ढीग दिसायचा आणि त्यात काय आहे हे मला काहीच कळत नव्हतं. ते पाहून मला फक्त 'अरे देवा!' असं वाटायचं,'' केरी म्हणतो. ''ज्या दिवशी मी शून्यावर पोहोचलो, म्हणजे GTDमध्ये इन-बॉक्समधून सर्व काही शून्यावर नेणं- ना फोन मेसेज, ना ई-मेल, ना एकही कागद. त्या क्षणी मला असं वाटलं की माझ्या खांद्यावरचं सगळं ओझं हलवलं गेलं आहे. मला असं वाटलं, जणू मी वाळवंटात ध्यान करत बाहेर आलो आहे, जगात कुठलीही काळजी उरली नाही. मला खूप आनंद झाला.''

त्या दिवसापासून, ॲलेनच्या मासिक भेटींमुळे, केरी म्हणतो की, तो जवळजवळ शून्यावर राहतो. कधीकधी थोडासा अडथळा येतो आणि प्रवासानंतर गोष्टी वाढतात, पण त्याला कळतं की, ते काय आहे आणि त्याला खात्री आहे की तो ते पूर्ण करेल. कोणताही अपराधगंड न बाळगता तो पुस्तक वाचू शकतो किंवा योगा क्लासला जाऊ शकतो. रोजच्या छोट्या कामांपासून सुटका झाल्यामुळे, विनोदी संहिता लिहिण्यासारख्या महत्त्वाच्या गोष्टींवर तो पूर्ण लक्ष केंद्रित करू शकतो. केरी म्हणतो, ''जेव्हा तुमच्यासमोर एक सतत चमकणारा फोन, पत्रांचा ढीग आणि बरेच ई-मेल्स असतील, तेव्हा बसून लिहिण्यापेक्षा दुसरी वाईट गोष्ट नाही. तुम्ही तुमचं सर्वोत्तम काम करू शकणार नाही; पण जर तुम्हाला माहीत असेल की, बाकी सर्व गोष्टी नीट हाताळल्या आहेत, तर तुम्ही लेखनावर लक्ष केंद्रित करू शकता. तुम्ही अधिक सर्जनशील होऊ शकता.'' शेवटी, हाच GTDचा कॉर्पोरेट ऑफिसमध्ये आणि त्यापलीकडे मुख्य फायदा आहे. हेच कारण आहे की विनोदी कलाकार, कलाकार आणि रॉक संगीतकार ॲलेनच्या याद्यांचे आणि फोल्डर्सचे इतके उत्साहाने कौतुक करतात.

''तुम्ही बागकाम करत असाल, फोटो काढत असाल किंवा पुस्तक लिहीत असाल...'' ॲलेन म्हणतो, ''...तुमची सर्जनशील गोंधळ निर्माण करण्याची क्षमता ही तुमची सर्वांत उत्पादक अवस्था आहे. तुम्हाला कल्पना सर्वत्र फेकायच्या आहेत; पण तुम्हाला स्पष्ट आराखड्यापासून सुरुवात करता यायला हवी. एका वेळी एक गोंधळ हाताळा. दोन गोंधळ एकाच वेळी हाताळायला गेलात, तर तुम्ही अडखळाल. तुम्हाला देव शोधायचा असेल; पण जर मांजरीसाठी अन्न कमी असेल, तर आधी त्यासाठी योजना बनवणे गरजेचे आहे. नाहीतर मांजरीचे अन्न जास्त लक्ष वेधून घेईल आणि देव शोधण्यात अडथळा आणेल.''

पण 'मांजरीसाठी अन्न' हे यादीत टाकणे इतके अवघड का आहे? ॲलेनला, दिवसाला वीस हजार डॉलर्स शुल्क देऊनही, का त्याचे कॉर्पोरेट क्लायंट्स त्यांच्या टेबलावरील गोष्टींपासून पळून जाण्यासाठी कोणताही बहाणा शोधतात? कधीकधी ॲलेनला त्यांना पुरुषांच्या शौचालयात शोधावे लागते आणि ओढून परत आणावे लागते. इतके क्लायंट्स अगदी साधा निर्णय घेण्यासाठी आणि पुढील क्रिया करण्यासाठी त्रस्त होते, हे पाहून ॲलेनला कळले की, 'डिसाइड'(decide) हा शब्द 'होमीसाईड' (homicide म्हणजे हत्या) शी साम्य ठेवतो : लॅटिन शब्द caedere, ज्याचा अर्थ 'कापणे' किंवा 'मारणे' असा आहे.

''जेव्हा आपण ठरवायचा प्रयत्न करतो की, आपल्या गोष्टींचे काय करायचे किंवा कोणता चित्रपट पाहायचा...'' ॲलेन म्हणतो, ''...आपल्याला वाटत नाही की, 'हे सगळे छान पर्याय आहेत.' आतमध्ये एक शक्तिशाली भावना असते, जी सांगते, 'जर मी तो चित्रपट पाहण्याचा निर्णय घेतला, तर मी बाकीचे चित्रपट मिटवले.' त्या बिंदूपर्यंत जायच्या आधी तुम्ही नक्कीच योग्य निर्णय घेता, असे भासवू शकता, पण एकदा निर्णय घेण्यास सामोरे गेलात की, तुम्हाला तुमच्या मनातील हे खुले चक्र हाताळावे लागते : तुम्ही चुकीचे आहात, तुम्ही बरोबर आहात, तुम्ही चुकीचे आहात, तुम्ही बरोबर आहात.''

'प्रत्येक वेळेस जेव्हा तुम्ही एखादी निवड करता, तुम्ही जीवनातील एका पोकळीला सामोरे जात असता; एका अस्तित्वात्मक शून्यात पाऊल ठेवत असता.'

सामान्यतः, प्रयोगशाळेत मानसशास्त्रज्ञांसाठी अस्तित्वातील शून्यता पाहणे सोपे नसते. पण जेव्हा लोक खूप वेळ त्या शून्यात घालवतात, तेव्हा त्याचे परिणाम असे दिसू लागतात, जे मोजणे सोपे असते. एखादी व्यक्ती, इलियट स्पित्झरसारखे वागणे सुरू करू शकते. ते कसे हे आपण पुढे पाहणार आहोत.

४

सतत निर्णय घेतल्यामुळे येणारा थकवा

'जो मनुष्य खरा मनुष्य बनू इच्छितो,
त्याने स्वतःच्या साम्राज्यावर राज्य केले पाहिजे;
त्या साम्राज्यात तो सर्वोच्च असला पाहिजे,
त्याची इच्छा शमवून, आशा-भीतीच्या गोंधळावर नियंत्रण ठेवून,
स्वतःमध्ये ठाम आणि एकटा राहून.'

-शेली यांच्या 'पोलिटिकल ग्रेटनेस' या सॉनेटमधून

निर्णय घेण्यामागील विज्ञान समजून घेण्याआधी एका राजकीय उदाहरणाचा अभ्यास करू या. समजा, तुम्ही विवाहित असून अमेरिकेच्या ईशान्येकडील एका मोठ्या राज्याचे राज्यपाल आहात. तुम्ही दिवसभर खूप काम केले आहे आणि मग संध्याकाळ होताना आराम करताना इंटरनेटवर काही ना काही पाहत आहात. तेव्हा तुमच्या नजरेस एक वेबसाइट पडते, अर्थात ती अगदी योगायोगाने दिसलेली नाही. त्या वेबसाइटवर स्वतःचे वर्णन असे केलेले आहे - 'ज्यांना उत्कृष्टतेची सवय आहे अशा लोकांसाठी सर्वाधिक पसंतीची आंतरराष्ट्रीय सामाजिक ओळख सेवा.' या साइटचे नाव आहे, एम्परर्स क्लब व्हीआयपी.

क्लब म्हणतो, 'आमचे उद्दिष्ट आहे जीवन अधिक शांत, संतुलित, सुंदर आणि अर्थपूर्ण बनवणे.' या उद्दिष्टासाठी, क्लब तरुण महिलांचे फोटो दाखवते, ज्यांपैकी अनेक जणी पारदर्शक अंतर्वस्त्रात आहेत, आणि प्रत्येक महिलेला ठरावीक डायमंड-रेटिंग दिले आहे. यातील प्रत्येक महिला तुमच्यासोबत वेळ घालवू शकते, केवळ काही 'ओळख शुल्क' म्हणून घेतल्या जाणाऱ्या काही रकमेच्या बदल्यात ती उपलब्ध होऊ शकते. म्हणजे, एक निर्णय घ्यावाच लागणार. या पर्यायांपैकी कोणता पर्याय तुमच्या आयुष्यात सर्वांत जास्त 'समतोल' आणेल?

अ. तासाला एक हजार डॉलर रोखीने देऊन, सवाना नावाच्या मुलीसोबत, जी 'व्यवसायाने चित्रकार असून मनाने सर्जनशील सौंदर्यवती' आहे, चित्रांच्या संग्रहालयात शांतपणे बसून इम्प्रेशनिस्ट चित्रे पाहण्याची व्यवस्था करणे.

ब. तासाला दीड हजार डॉलर अनामिक मनी ऑर्डरद्वारे देऊन, रेनी नावाच्या मुलीसोबत रात्रीच्या जेवणासाठी जाणे, जिचे वर्णन 'इटालिअन-ग्रीक वंशाची फॅशन मॉडेल' असे केले आहे आणि जिला तुस्कनीतील दारू, गडद काळी कॉफी आणि पुरुषांच्या परफ्यूम्सचा थंड, ताजातवाना वास आवडतो.

क. तासाला एक हजार डॉलर देऊन, क्रिस्टीन नावाच्या तेवीस वर्षांच्या मुलीसोबत एका हॉटेलमध्ये संध्याकाळ घालवण्यासाठी खोली आरक्षित करणे. क्रिस्टीन स्वतःबद्दल सांगते की, तिच्यात 'अनेक स्तर आहेत', (ती विचाराने खोल असून अनेक पैलूंनी समृद्ध आहे), तिच्या अंगावर लॅटिन भाषेत टॅटू आहे. पैसे तुमच्या स्वतःच्या बँक खात्यातून थेट हस्तांतरित करावेत.

ड. संपूर्ण दिवसासाठी मायाला बुक करणे, जिला सात हिऱ्यांचे रेटिंग मिळाले आहे आणि जिचे वर्णन 'तिचे अप्रतिम रूप आणि विद्युल्लतेप्रमाणे प्रभावी उपस्थिती' असे केले आहे. यासाठी एकूण एकतीस हजार डॉलर भरून, हा खर्च राज्यपाल म्हणून मिळणाऱ्या अधिकृत खर्चखात्यात 'वैयक्तिक समतोल सल्लागार' या शीर्षकाखाली दाखवणे.

इ. तुमच्या मुख्य राजकीय सल्लागाराला विचारणे की, या महिलांपैकी तुमच्यासाठी कोण सर्वांत योग्य ठरेल.

फ. वेब पान बंद करणे, सी-स्पॅन हा राजकीय बातम्यांचा चॅनेल चालू करणे आणि थंड पाण्याने अंघोळ करणे.

हा काही फार कठीण निर्णय नाही, बरोबर? मग न्यू यॉर्कचा राज्यपाल असताना इलियट स्पिट्झर याला हा निर्णय घेताना एवढी अडचण का आली? त्याने पर्याय क (क्रिस्टीन) निवडून, अशा अनेक प्रसिद्ध, पण हुशार राजकारण्यांच्या आणि मोठ्या कंपन्यांच्या अधिकाऱ्यांच्या यादीत नाव नोंदवले, ज्यांनी अगदीच मूर्ख निर्णयांमुळे आपले करिअर संपवले. स्पिट्झर, ज्याने सरकारी वकील म्हणून काम करत असताना वेश्याव्यवसायावर कठोर कारवाई केली होती, त्याने फक्त क्रिस्टीनसोबत हॉटेलमध्ये भेट ठरवली एवढंच नाही, तर एम्परर्स क्लब व्हीआयपी नावाच्या संस्थेला आपल्या स्वतःच्या बँक खात्यातून सहज शोध लागेल अशा

पद्धतीने पैसा पाठवला. राज्यपाल म्हणून त्याच्यावर कशी कडक नजर ठेवली जाते हे त्याला ठाऊक होते; वेश्याव्यवसायाशी संबंधित धोके आणि कायदेशीर अडचणी त्याने स्वतः अनुभवल्या होत्या. राज्यपाल होण्यासाठीच्या त्याच्या दीर्घ प्रयत्नांच्या काळात, त्याने आपली राजकीय समज, कडक शिस्त आणि नैतिकतेचा एक ठसा निर्माण केला होता. मग त्याला त्याचे स्वप्न पुरे करणारे पद मिळाल्यानंतर त्याचा मार्ग का चुकला? सत्तेने त्याच्या निर्णयक्षमतेवर इतका परिणाम केला होता का, की तो स्वतःला अजिंक्य समजू लागला होता? की तो कायमच आत्ममग्न (नार्सिसिस्ट) होता? त्याने नकळत स्वतःच्या करिअरची वाट लावायची इच्छा बाळगली होती का? आतून खरंच त्याला स्वतःची किंमत कमी असल्यासारखे वाटत होते का? की हातात आलेल्या सत्तेमुळे आपल्याला जे हवे ते मिळण्याचा हक्क असल्यासारखे त्याला वाटू लागले होते?

यांपैकी कोणतेही उत्तर खरे असू शकते किंवा नसू शकते, आणि आपण काही इथे स्पिट्झरचे मनोविश्लेषण करण्याचा प्रयत्न करणार नाही. पण एक अजून कारण आपण सुचवू शकतो, जे नक्कीच त्याच्या पतनाला कारणीभूत ठरले आणि एक अशी चूक ज्यामुळे इतर अनेक उच्च पदस्थांच्या करिअर आणि कुटुंबांचे नुकसान झाले आहे. जेव्हा स्पिट्झरने काही वेळासाठी वेश्येला आरक्षित केले; जेव्हा साउथ कॅरोलिनाच्या राज्यपालाने आपल्या मैत्रिणीला भेटण्यासाठी गुपचूप ब्युनस आयर्सला उड्डाण केले, किंवा जेव्हा बिल क्लिंटनने कार्यालयातील प्रशिक्षणार्थीसोबत संबंध ठेवले, ते सगळे 'निर्णय घेणारे' असल्यामुळे येणाऱ्या व्यावसायिक धोक्याला बळी पडले होते, जसे की राष्ट्राध्यक्ष जॉर्ज डब्ल्यू. बुश एकदा स्वतःचे वर्णन करताना म्हणाले होते की, निर्णय थकवा ही समस्या कंपन्यांच्या मुख्य कार्यकारी अधिकाऱ्यांच्या करिअरपासून ते दमलेल्या न्यायाधीशांपुढे उभ्या असलेल्या गुन्हेगारांच्या शिक्षा ठरवण्यापर्यंत सगळ्या गोष्टींवर परिणाम करते. ती दररोज, अधिकारी असो वा सामान्य माणूस, प्रत्येकाच्याच वागण्यावर परिणाम करते. तरीही फार थोड्या लोकांना याची जाणीव असते. लोकांना जर विचारलं की, सतत निर्णय घेत राहिल्याने त्यांची इच्छाशक्ती कमी होईल का किंवा ते अधिक प्रलोभनांना बळी पडतील का, तर बहुतेक लोक 'नाही' म्हणतात. त्यांना हे कळत नाही, की निर्णय थकवा आल्यामुळेच साधारणपणे शहाणे असलेले लोक ऑफिसमध्ये किंवा घरी राग काढतात, कपड्यांवर जास्त पैसा उधळतात, सुपर मार्केटमध्ये जंक फूड घेतात, किंवा नवी कार घेताना विक्रेत्याने 'गंजप्रतिरोधक' लावण्याचा आग्रह केला, की तो मोह टाळू शकत नाहीत.

हा धोका सर्वप्रथम बाउमिस्टर यांच्या प्रयोगशाळेत जीन ट्वेंगे यांनी ओळखला. त्या वेळी त्या पोस्टडॉक्टोरल विद्यार्थिनी होत्या आणि स्वतःच्या लग्नाची तयारीही

करत होत्या. त्या प्रयोगशाळेतील मागच्या प्रयोगांबद्दल वाचत असताना, जसे की चॉकलेट चिप कुकीज खाण्याचा मोह टाळल्याने इच्छाशक्ती कमी होते, हे दाखवणाऱ्या प्रयोगात त्यांना स्वतःचा नुकताच घडलेला आणि थकवणारा अनुभव आठवला : लग्नासाठी गिफ्ट रजिस्ट्रेशन करणं. ही एक विचित्र परंपरा, ज्यात एक कंपनी तुम्हाला तुमच्या नातेवाइकांकडून आणि मित्रांकडून भेटवस्तू 'मिळवून देण्यात' साहाय्य करते. सांताक्लॉजकडून हव्या असलेल्या गोष्टी मागण्याच्या वयापलीकडील (म्हणजे मोठ्या) लोकांनी कुणाकडे स्वतःसाठी विशिष्ट भेटवस्तू मागणे हे उद्धटपणाचे मानले जाते; पण लग्नाच्या यादीत आपल्याला हवे असलेले सामान लिहिणे हे एक सामाजिक पद्धत म्हणून स्वीकारले गेले आहे; कारण यामुळे सगळ्यांचा ताण कमी होतो. पाहुण्यांना खरेदीसाठी धावपळ करावी लागत नाही आणि नवरा-नवरीला एकाच प्रकारच्या सदतीस सूपच्या भांड्यांसारख्या गोष्टी मिळून, एकही डाव मिळाला नाही असे प्रकार टळतात. पण हा अनुभवही पूर्णपणे ताणमुक्त असतोच असे नाही. हे ट्वेंगेला कळले, जेव्हा एका संध्याकाळी ती आणि तिचा होणारा नवरा, त्यांच्या लग्नाच्या यादीत नेमके कोणते सामान टाकायचे हे ठरवण्यासाठी दुकानातील विवाह विशेषज्ञासोबत बसले होते. त्यांच्या भांड्यांवर किती नक्षीकाम असावे? चाकू कोणत्या ब्रँडचे? टॉवेल कसे असावेत? कोणता रंग? त्यांच्या चादरीत नक्की प्रति चौरस इंच किती धागे असावेत? इत्यादी.

''अखेर...'' ट्वेंगेनं प्रयोगशाळेतील सहकाऱ्यांना सांगितलं, ''...तुम्ही मला काहीही पटवून दिलं असतं तरी मी हो म्हटलं असतं.'' तिच्या मते, इच्छाशक्ती कमी होण्याचा अनुभव कदाचित तिला त्या संध्याकाळी वाटलेल्या भावनेसारखाच असावा. मग ती आणि इतर मानसशास्त्रज्ञ विचार करू लागले, 'हे तपासायचं कसं?' मग त्यांना आठवलं की, जवळच एक डिपार्टमेंटल स्टोअर बंद होत होतं आणि तिथे क्लिअरन्स सेल लागला होता, त्यामुळे बरीच उत्पादने प्रयोगशाळेच्या बजेटमध्ये घेता येऊ शकत होती. संशोधक खरेदीला गेले आणि त्यांनी आपापल्या कारच्या डिकीत साधीशी उत्पादने भरून आणली. ती अगदी लग्नात दिली जावीत तशी महागडी नव्हती; पण कॉलेज विद्यार्थ्यांना आकर्षक वाटतील अशी नक्कीच होती.

पहिल्या प्रयोगात सहभागी विद्यार्थ्यांना या वस्तूंनी भरलेले एक टेबल दाखवण्यात आले. त्यांना सांगण्यात आले की, प्रयोगाच्या शेवटी त्यांना या वस्तूंमधील एक वस्तू मिळेल. मग काही विद्यार्थ्यांना निवड करण्यास सांगितले, ज्यामुळे त्यांना शेवटी कोणती वस्तू मिळणार हे ठरेल असं सांगितलं. त्यांनी अनेक फेऱ्यांमध्ये निवडी केल्या. प्रत्येक वेळी दोन वस्तूंमध्ये निवड करायची होती. त्यांना पेन आवडेल की मेणबत्ती? व्हॅनिला-सुगंधाची मेणबत्ती की बदाम-सुगंधाची? मेणबत्ती की टी-शर्ट? काळा टी-शर्ट की लाल?

दरम्यान, दुसऱ्या गटाला, जो 'निवड न करणारे' यांचा होता तितक्याच वेळासाठी ह्या वस्तू बघायला सांगितल्या, पण त्यांनी कोणतीही निवड करायची नव्हती. त्यांना फक्त प्रत्येक वस्तूबद्दल आपले मत द्यायचे होते आणि गेल्या सहा महिन्यांत त्यांनी अशा वस्तू किती वेळा वापरल्या याचे अंदाज द्यायचे होते.

नंतर, सगळ्यांनाच आत्मसंयमनाची एक पारंपरिक चाचणी देण्यात आली : 'तुम्ही तुमचा हात बर्फाच्या थंड पाण्यात जितक्या वेळ ठेवू शकता तितका वेळ ठेवा'. हे पाणी खूप अस्वस्थ करणारं असतं आणि हात बाहेर काढण्याची इच्छा होते, त्यामुळे हात पाण्यात ठेवण्यासाठी आत्मशिस्त लागते. या प्रयोगात असे आढळले की, ज्यांनी विविध निर्णय घेतले होते, त्यांनी इतरांपेक्षा खूप लवकर हात बाहेर काढला. इतके निर्णय घेतल्यामुळे त्यांची इच्छाशक्ती कमी झाली होती आणि हा परिणाम इतर निर्णय घेण्याच्या प्रयोगांतही दिसला.

काही प्रयोगांत, विद्यार्थ्यांना कॉलेजच्या अभ्यासक्रमांच्या यादीतून स्वत:साठी विषय निवडायचे होते. मनोविज्ञानाच्या कोर्समध्ये शिकणाऱ्या त्या विद्यार्थ्यांसाठी लगेच उपयोगी पडणारा आणखी एक प्रयोग करण्यात आला. त्यात त्यांना सत्राच्या उरलेल्या भागात त्यांचा कोर्स कसा शिकवावा याबद्दल अनेक पर्यायांमधून निवड करायची होती : कोणते चित्रपट पाहायचे, किती क्विझ घ्यायच्या. हे निर्णय घेतल्यावर काही विद्यार्थ्यांना कोडी सोडवायला दिली. काहींना सांगितले की, ते एका गणित चाचणीस सामोरे जाणार आहेत, जी त्यांच्या बुद्धिमत्तेचे महत्त्वाचे मोजमाप असेल. आणि पंधरा मिनिटे सराव केल्यास त्यांचे गुण सुधारू शकतात. पण सरावासाठी साहित्य देतानाच त्यांच्या खोलीत मासिके आणि अगदी हाताशी येतील असे व्हिडिओ गेमही ठेवले, जे त्यांचे लक्ष विचलित करतील. या सगळ्यातून वारंवार असे दिसले की, निर्णय घेण्यामुळे विद्यार्थ्यांवर परिणाम झाला. समान माहिती वाचूनही निर्णय न घेणाऱ्या विद्यार्थ्यांच्या तुलनेत, निर्णय घेणारे विद्यार्थी कोडी सोडवताना लवकर हार मानत. गणित चाचणीसाठी तयारी करण्याऐवजी ते मासिके वाचण्यात किंवा व्हिडिओ गेम खेळण्यात वेळ घालवत.

त्यांच्या सिद्धान्ताची प्रत्यक्ष जगातली अंतिम चाचणी म्हणून, संशोधकांनी निर्णय घेण्याच्या मोठ्या आधुनिक मैदानात म्हणजे मॉलमध्ये प्रवेश केला. उपनगरातील एका मॉलमधील खरेदीदारांना त्या दिवशी दुकानातला त्यांचा अनुभव विचारला आणि मग काही सोपे गणिताचे प्रश्न सोडवायला सांगितले. संशोधकांनी नम्रपणे सांगितले की, जितके जमेल तितके प्रश्न सोडवा, पण कधीही थांबू शकता आणि नेमकं तसंच आढळलं – ज्यांनी दुकानात खूप निर्णय घेतले होते, त्यांनी गणिताचे प्रश्न सोडवताना सर्वांत लवकर हार मानली. जेव्हा तुम्ही खरेदी करून थकता, तुमची इच्छाशक्तीही थकते. प्रत्यक्ष वापराच्या दृष्टीने बराच काळ चाललेल्या

खरेदीच्या फेऱ्यांमुळे काय धोके निर्माण होतात हे दाखवले होते. मात्र, सिद्धान्ताच्या पातळीवर या सर्व प्रयोगांनी एक नवीन प्रश्न निर्माण केला : 'कोणत्या प्रकारचे निर्णय सर्वांत जास्त इच्छाशक्ती कमी करतात? कोणते निर्णय सर्वांत कठीण असतात?'

रुबीकॉन पार करणे

मानसशास्त्रज्ञ मानसिक प्रक्रियांचे दोन प्रमुख प्रकारांमध्ये वर्गीकरण करतात : स्वयंचलित आणि नियंत्रित. स्वयंचलित प्रक्रिया – जसं की ४ गुणिले ७ – कोणताही विशेष प्रयत्न न करता करता येते. कुणी '४ गुणिले ७' म्हटलं की '२८.' हे उत्तर आपोआप आपल्या डोक्यात येतं. म्हणूनच यांना स्वयंचलित प्रक्रिया म्हणतात. याच्या उलट, '२६ गुणिले ३०' काढण्यासाठी टप्प्याटप्प्याने गणित करावं लागतं, आणि '७८०' या उत्तरापर्यंत पोहोचण्यासाठी मानसिक श्रम करावे लागतात. अशा कठीण गणिती क्रिया आणि इतर तर्कशुद्ध विचार, या सर्वांसाठी नियम पाळत नवी माहिती मिळवत पुढच्या टप्प्यांपर्यंत जाण्यासाठी इच्छाशक्ती लागते. निर्णय घेताना आपण हेच टप्पे पार करतो. मानसशास्त्रज्ञ या प्रक्रियेला 'रुबीकॉन मॉडेल ऑफ ॲक्शन फेजेस' म्हणतात. ह्या नावामागे एक इतिहास आहे : इटली आणि गॉल (Gaul) या रोमन प्रांतांच्या सीमेवर रुबिकॉन नावाची नदी होती. सीझर त्या नदीपर्यंत पोहोचला तेव्हा त्याला माहीत होतं की, रोमन सेनाधिकाऱ्याने आपल्या सैन्यासह परत रोमला जाण्यास कायद्याने मनाई होती. नदी ओलांडली तर युद्ध सुरू होणार, हे त्याला ठाऊक होतं. नदीच्या गॉलकडच्या तीरावर थांबलेला सीझर त्या वेळी 'निर्णयपूर्व अवस्थे'त होता. तो आपले उद्दिष्ट, शक्यता आणि त्यांचे फायदे-तोटे शांतपणे विचारात घेत होता. मग एक क्षणी त्याने विचार थांबवला आणि सैन्यासह नदी पार केली. त्या क्षणानंतर तो 'निर्णय-पश्चात अवस्थे'त पोहोचला, आणि हा टप्पा सीझरने खूप सुंदर शब्दांत सांगितला : 'एकदा निर्णय / मार्ग ठरला आहे.'

ही संपूर्ण निर्णयप्रक्रिया कोणाच्याही इच्छाशक्तीला थकवू शकते. पण यातील कोणता भाग सर्वांत जास्त थकवतो? निर्णय घेण्याआधीची सगळी गणिते, त्यांचे हिशोबच जास्त थकवतात का? या वेळेपर्यंत ट्वेंग आणि इतर अनेक संशोधक स्वतःच या दीर्घ प्रकल्पामुळे थकले होते. पण त्यांच्या संशोधनाला क्षेत्रातील सर्वोच्च जर्नलमध्ये स्थान मिळावे की नाही हे ठरवणाऱ्या समीक्षकांना अजून अधिक उत्तरं हवी होती. म्हणूनच कॅथलीन व्होह्स हिने हा प्रकल्प ताब्यात घेतला आणि शेवटच्या टप्प्यापर्यंत नेण्यासाठी संपूर्ण योजना तयार केली. ती एक अनुभवी 'क्लोजर' (विक्रीचा शेवटचा टप्पा पार पडणारी, विक्रीचा सौदा सफल करणारी व्यक्ती) म्हणून ओळखली जात असे आणि अडचणीत आलेल्या प्रकल्पांना शेवटपर्यंत यशस्वीपणे पोहोचवण्यात तरबेज होती. तिने डेल कंपनीच्या संगणक विक्रीसाठीच्या स्वयंसेवा

वेबसाइटचा वापर करून एक प्रयोग तयार केला. dell.comवर ग्राहक हार्ड ड्राइव्हचा आकार, स्क्रीनचा प्रकार आणि अशा इतर अनेक गोष्टी निवडून स्वतःसाठी संगणक तयार करू शकतात. प्रयोगात सहभागी झालेल्या लोकांनी डेलच्या ग्राहकांसारख्याच काही पायऱ्या पार पाडल्या (फक्त शेवटी कोणीही संगणक विकत घेतला नाही).

त्यानंतर यादृच्छिक पद्धतीने, प्रयोगातील प्रत्येक सहभागीस तीन कामांपैकी एक दिले गेले. काहींना संगणकाशी संबंधित अनेक वैशिष्ट्ये पाहायला सांगितले, पण निर्णय घेऊ नका असे सांगितले. पर्याय आणि किमती यांचा विचार करा, मनात पसंती-नापसंती तयार करा, पण अंतिम निर्णय घेऊ नका, असे त्यांना सांगण्यात आले. या गटाचा उद्देश होता, प्रत्यक्ष निर्णय न घेताही 'निर्णय घेण्यापूर्वीचा विचार' हा टप्पा तसाच ठेवणे.

दुसऱ्या गटाला, काही निवडींची यादी देऊन त्याप्रमाणे संगणक कॉन्फिगर करा असे सांगितले. त्यांना खूप कटकटीचा, पायरी-पायरीने चालणारा प्रकार करावा लागला, उपलब्ध असणाऱ्या विविध पर्यायांमधून विशिष्ट वैशिष्ट्ये शोधून योग्य ठिकाणी क्लिक करणे, यासारख्या बाबी कराव्या लागल्या. या गटाचा उद्देश होता 'निर्णय झाल्यानंतरचे प्रत्यक्ष काम', म्हणजेच निवड अमलात आणणे, हा टप्पा तयार करणे.

तिसऱ्या गटाला स्वतःसाठी संगणकातील कुठली वैशिष्ट्ये हवी हे निवडण्यास सांगितले. त्यांनी फक्त विचार करायचा नव्हता किंवा इतरांच्या निवडी अमलात आणायच्या नव्हत्या. त्यांना स्वतःच अंतिम निर्णय घ्यावा लागला आणि हे काम सर्वांत दमछाक करणारे ठरले. नंतर प्रत्येकाची आत्मनियंत्रण क्षमता तपासण्यासाठी त्यांना शक्य तितकी 'अक्षरफेर कोडी' (अनाग्राम्स) सोडवायला सांगितले. ज्यांनी खरेखुरे निर्णय घेतले होते, त्यांनी इतर गटांच्या तुलनेत लवकर हार मानली. म्हणजे 'रुबिकॉन ओलांडणे' तो छोटा असो वा मोठा निर्णय, मानसिकदृष्ट्या कठीण काम ठरते, मग ते साम्राज्याचे भविष्य ठरवणे असो किंवा संगणकाच्या ड्राइव्हचा आकार निवडणे असो.

पण समजा युद्ध सुरू करणे किंवा संगणकाची आतील रचना विचारात घेणे यापेक्षा निवड जर अशा गोष्टींबाबत असेल, ज्या खूप सोप्या किंवा रोचक असतील. समजा, निवड करणे तुम्हाला मजेदार वाटत असेल. तरीही त्या निवडी तुमची इच्छाशक्ती कमी करतील का? हे शोधण्यासाठी संशोधकांनी 'ब्रायडल-रजिस्ट्रेशन'च्या प्रयोगाचा आणखी एक प्रकार करून पाहिला; पण या वेळी प्रयोगात सहभागी असलेल्या लोकांच्या कामाबद्दलच्या भावना खूप वेगवेगळ्या होत्या. काही तरुण मुलगे आणि मुली स्वतःसाठी लग्नाच्या भेटवस्तू निवडण्याच्या कल्पनेबद्दल जीन ट्विंगपेक्षा खूप जास्त उत्सुक होते. त्यांनी सांगितले की, त्यांना निवड करायला

आवडते, आणि निवड झाल्यावर त्यांनी ही प्रक्रिया आनंददायक वाटल्याचे सांगितले. त्याच प्रयोगातील इतर काही लोक मात्र चिनी मातीच्या आणि चांदीची भांडी–चमचे आणि उपकरणे निवडण्याच्या संपूर्ण प्रक्रियेचा पूर्णतः तिरस्कार करत होते.

तुमच्या अंदाजाप्रमाणे, ज्यांना निवड करणे आवडत होते त्यांच्यासाठी ही प्रक्रिया इतकी थकवणारी नव्हती; पण तेही एक मर्यादेपर्यंतच. जर सहभागी लोकांना चार मिनिटांत पूर्ण करता येतील अशा छोट्या यादीतील निवडी करण्याची संधी दिली, तर भेटवस्तू निवडायला आवडणारे लोक सहजपणे त्या निवडी पार करून कोणत्याही प्रकारे इच्छाशक्ती वाया न घालवता पुढे गेले. पण ज्या लोकांना अशा प्रकारे भेटवस्तू रजिस्टर करण्याची कल्पनाच आवडत नव्हती, ते त्या छोट्याशा सरावानेही नेहमीप्रमाणेच थकले. पण जेव्हा यादी मोठी झाली आणि प्रक्रिया बारा मिनिटांत चालली, तेव्हा दोन्ही गट समान प्रमाणात थकले (म्हणजेच, त्यांनी केलेल्या स्वनियंत्रणाच्या चाचण्यांमध्ये त्यांचे गुणही तेवढेच कमी झाले जेवढे, लग्नाच्या भेटवस्तूंबद्दल एकही निवड केली नव्हती अशा नियंत्रण गटाचे झाले होते). काही आनंददायक निवडी खूप थकवणाऱ्या नसतात हे खरं आहे, पण दीर्घ काळासाठी पाहिलं, तर स्वतःसाठी निर्णय घेताना 'फुकट निर्णय' असं काही नसतंच.

पण दुसऱ्यांसाठी निर्णय घेणे नेहमी एवढं कठीण नसतं. तुमच्या स्वतःच्या हॉलसाठी योग्य फर्निचर निवडताना तुम्ही खूप विचार कराल, पण तेच एखाद्या ओळखीच्या व्यक्तीसाठी सजावटीचे निर्णय घ्यायला सांगितले, तर तुम्ही फार ऊर्जा खर्च करणार नाही. जेव्हा संशोधकांनी लोकांना घराच्या सजावटीबद्दल अनेक प्रश्न विचारले आणि नंतर त्यांची इच्छाशक्ती तपासली, तेव्हा दिसलं की, स्वतःसाठी निर्णय घेण्यापेक्षा एखाद्या ओळखीच्या व्यक्तीसाठी निर्णय घेणे खूपच कमी थकवणारं होतं. जरी तुम्हाला त्या व्यक्तीची आवड माहीत नसल्यामुळे तिच्यासाठी सोफा निवडणं कठीण वाटू शकतं; तरीही तुम्हाला त्या निर्णयाच्या परिणामाची फारशी काळजी नसल्यामुळे हा कठीणपणा कमी होतो. शेवटी, तुम्ही रोज काही तो सोफा पाहणार नसता. जेव्हा रुबीकॉनच्या दुसऱ्या बाजूला दुसरा कुणीतरी जाणार आहे, हे माहीत असतं तेव्हा त्या बाजूला जाणे तेवढे भीतिदायक वाटत नाही.

न्यायाधीशांची अडचण (आणि कैद्यांची चिंता)

इस्रायलमधील तुरुंगात शिक्षा भोगत असलेल्या चार पुरुषांनी अलीकडेच सशर्त मुक्ततेसाठी (पॅरोल) मुक्त करण्याची विनंती केली. त्यांची प्रकरणे तपासण्यासाठी एक समिती नेमली होती, ज्यात एक न्यायाधीश, एक गुन्हाशास्त्रज्ञ आणि एक समाजकार्यकर्ता होते. ही समिती नियमितपणे दिवसभर चालणाऱ्या बैठकीत कैद्यांच्या अशा अर्जांवर निर्णय घेत असे. या चार प्रकरणांमध्ये काही बाबतींत समानता

होती. प्रत्येक कैदी हा पुन्हा गुन्हा करून तुरुंगात आलेला होता. त्याने यापूर्वीही एका वेगळ्या गुन्ह्यासाठी तुरुंगवास भोगलेला होता. प्रत्येकाने आपल्या सध्याच्या शिक्षेतील दोनतृतीयांश काळ पूर्ण केला होता आणि सशर्त मुक्तता मिळाल्यास प्रत्येक जण पुनर्वसन कार्यक्रमात सहभागी होऊ शकला असता; पण त्यांच्यात काही फरकही होते. शेवटी मंडळाने त्या चौघांपैकी फक्त दोन जणांना सशर्त मुक्तता मंजूर केली. खाली दिलेल्या चार प्रकरणांवरून तुम्ही अंदाज लावून बघा – यापैकी कोणत्या दोन कैद्यांना सशर्त मुक्तता नाकारण्यात आली आणि त्यांना तुरुंगातच राहावे लागले?

प्रकरण १ (सकाळी ८:५० वाजता ऐकले) :
फसवणुकीसाठी ३० महिन्यांची शिक्षा भोगणारा एक अरब-इस्रायली पुरुष.

प्रकरण २ (दुपारी १:२७ वाजता ऐकले) :
हल्ल्याच्या गुन्ह्यासाठी १६ महिन्यांची शिक्षा भोगणारा एक ज्यू-इस्रायली पुरुष.

प्रकरण ३ (दुपारी ३:१० वाजता ऐकले) :
हल्ल्याच्या गुन्ह्यासाठी १६ महिन्यांची शिक्षा भोगणारा एक ज्यू-इस्रायली पुरुष.

प्रकरण ४ (सायंकाळी ४:२५ वाजता ऐकले) :
फसवणुकीसाठी ३० महिन्यांची शिक्षा भोगणारा एक अरब-इस्रायली पुरुष.

या समितीने दिलेल्या निर्णयांमध्ये एक ठरावीक नमुना दिसून येतो, पण तो कैद्यांची पार्श्वभूमी, गुन्हा किंवा शिक्षा पाहून लक्षात येणार नाही. हा विशेष नमुना शोधताना, कायदा कसा काम करतो याबद्दलचा एक जुना वाद लक्षात ठेवा. कायद्यावरील एक पारंपरिक विचारवंतांचा गट असे मानतो की, कायदा म्हणजे काही निश्चित नियमांचे तटस्थपणे प्रशासन करणे, डोळ्यांना पट्टी बांधलेल्या 'लेडी जस्टिस'चा तराजू याचे प्रतीक आहे. तर दुसऱ्या गटाच्या मान्यतेनुसार निकाल ठरवताना मानवी दोषामुळे होणाऱ्या त्रुटी या सैद्धांतिक नियमांपेक्षा जास्त प्रभाव टाकतात. या गटाला 'कायदेशीर वास्तववादी' (लीगल रिॲलिस्ट) म्हणतात. हे लोक कधीकधी उपहासाने म्हणतात की, त्यांच्यासाठी न्याय म्हणजे 'न्यायाधीशाने सकाळी काय खाल्ले'.

आता मानसशास्त्रज्ञांच्या एका गटाने त्यांच्या या मताची चाचणी केली आहे. कोलंबिया विद्यापीठातील जोनाथन लेव्हाव आणि बेन-गुरियन विद्यापीठातील शाय डांझिगर यांनी या गटाचे नेतृत्व केले. त्यांनी एका इस्रायली तुरुंगातील

सशर्त माफीनामा देण्यासाठीच्या समितीत असलेल्या न्यायाधीशांनी घेतलेल्या १० महिन्यांच्या काळातल्या हजारांहून अधिक निर्णयांचा अभ्यास केला. प्रत्येक न्यायाधीश, जेव्हा तुरुंगातील कैद्यांचे अपील (विनंती) ऐकत असे, तेव्हा गुन्हेतज्ज्ञ आणि सामाजिक कार्यकर्ता यांचे सल्ले घेई. मग कैद्याला पॅरोलवर सोडायचे की नाही याचा निर्णय तो घेत असे. सशर्त माफीनामा मंजूर केल्याने न्यायाधीश कैद्याला, त्याच्या कुटुंबाला आनंद देऊ शकत होते. त्याचबरोबर करदात्यांचे पैसे वाचत असत. पण त्याचबरोबर, या काही अटींवर मोकळ्या सोडलेल्या कैद्याने 'पुन्हा गुन्हा केला तर?...' हा धोकाही होता.

सरासरी, प्रत्येक न्यायाधीश सुमारे तीनपैकी फक्त एका कैद्यालाच ही सशर्त सुटका मंजूर करत असे; पण संशोधकांना सर्व न्यायाधीशांच्या निर्णयांमध्ये एक आश्चर्यकारक नमुना दिसला. सकाळी लवकर ज्यांचे अर्ज सुनावणीसाठी येत त्यांपैकी सुमारे ७० टक्के कैद्यांना सशर्त सुटका मिळत असे. तर दुपारी उशिरा आलेल्यांना १० टक्क्यांपेक्षा कमी वेळा ही संधी प्राप्त होई. म्हणजे, केस १मधील कैद्याला, जो सकाळी ८:५० वाजता, दिवसातील दुसऱ्या केससाठी आला, त्याला सशर्त सुटका मिळण्याची शक्यता जास्त होती आणि प्रत्यक्षात त्याला तशी मिळालीच. पण केस ४मधील कैद्याला, जो त्याच गुन्ह्यासाठी आणि त्याच शिक्षेसाठी तुरुंगात होता, तो दुपारी ४:२५ वाजता (वेगळ्या दिवशी) आला. त्याला सशर्त सुटका मिळण्याची शक्यता कमी होती. जसे दुपारी आलेल्या इतर कैद्यांना बहुतेक वेळा ती नाकारली जात असे, त्यालाही ती मिळू शकली नाही.

हा सकाळ ते दुपारमध्ये झालेला बदलही स्थिर वा एकसारख्या गतीने झाला नाही. दिवसभरात याचे अजून काही आश्चर्यकारक नमुने दिसले. सकाळी साधारण १०:३०च्या अगोदर ही समिती विश्रांती घेत असे आणि न्यायाधीशांना सँडविच व फळ दिले जात असे. त्यामुळे त्यांच्या रक्तातील ग्लुकोज पातळी वाढत असे. (तो अभ्यास आठवा, ज्यात जी मुले नाश्ता वगळतात, त्यांनी थोड्या वेळाने काही खाल्ले की, त्यांचे वर्तन आणि शिकणे सुधारते.) जे कैदी त्या विश्रांतीपूर्वी आले, त्यांना सशर्त सुटका मिळण्याची शक्यता वाढली. सकाळी मध्यांतरापूर्वी आलेल्या कैद्यांना सशर्त सुटका मिळण्याची शक्यता फक्त सुमारे २० टक्के होती, म्हणजे अंदाजे सातपैकी फक्त एक जण बाहेर जाऊ शकत होता. त्याउलट, जे कैदी खाण्याच्या सुट्टीनंतर आले, त्यांना सशर्त सुटका मिळण्याची शक्यता सुमारे ६५ टक्के होती, म्हणजे अंदाजे तीनपैकी दोन जण ही सुटका मिळवू शकत होते.

हीच स्थिती दुपारी जेवणाच्या वेळेसही घडली. दुपारी १२:३० वाजता, जेवणापूर्वी, सशर्त सुटका होण्याची शक्यता फक्त २० टक्के होती, पण जेवणानंतर लगेच आलेल्या कैद्यांसाठी ही शक्यता ६० टक्क्यांपेक्षा जास्त होती. केस २मधील

कैदी नशीबवान ठरला कारण तो जेवणानंतर लगेच पहिला आलेला होता आणि त्याला खरोखरच माफीनामा मिळाला. केस ३मधील कैदी त्याच गुन्ह्यासाठी आणि तीच शिक्षा चालू असताना दुपारी ३:१० वाजता आला. तो जेवणानंतर लगेच आलेला पहिला कैदी नसून, त्याचा सहावा क्रमांक होता आणि उशिराच्या नेहमीच्या नियमाप्रमाणे त्याला ही सशर्त सुटका नाकारली गेली.

न्यायनिवाडा करणे हे मानसिकदृष्ट्या कठीण काम आहे. न्यायाधीशांनी एक निर्णयानंतर दुसरा निर्णय घेतल्यामुळे त्यांच्या मेंदू आणि शरीराने ग्लुकोज वापरले, जो इच्छाशक्तीसाठी अत्यंत महत्त्वाचा घटक आहे, ज्याबद्दल आपण आधी चर्चा केली होती. त्यांचे वैयक्तिक तत्त्वज्ञान काही असो, त्याचा काही फरक पडत नाही – मग ते गुन्ह्यांसाठी कडक असोत किंवा पुनर्वसनाची संधी देण्यास सहानुभूती बाळगणारे असोत – त्यांच्याकडे पुढील निर्णय घेण्यासाठी कमी मानसिक ताकद शिल्लक राहिली होती. आणि म्हणून, असे दिसते की, ते कमी धोके असणारा पर्याय निवडत असतात (अर्थात, त्यांच्यासाठी सुरक्षित असा). कैद्यांसाठी हे केवढे अन्यायकारक वाटते. केवळ न्यायाधीशाचा नाष्टा न झाल्यामुळे का तो तुरुंगात खितपत पडावा? असा पूर्वग्रह हा अपवादात्मक प्रसंग नसून अनेक ठिकाणी आढळतो. वेगवेगळ्या परिस्थितींत हे सहजतेने घडते. इच्छाशक्ती आणि निर्णय घेणे यांतील संबंध दुहेरी असतात; निर्णय घेण्याने तुमची इच्छाशक्ती कमी होते, आणि एकदा इच्छाशक्ती कमी झाली की, तुम्ही पुढील निर्णय घेण्यास कमी सक्षम असता. जर तुमच्या कामात तुम्हाला संपूर्ण दिवस कठीण निर्णय घ्यावे लागत असतील, तर एखाद्या क्षणी तुम्ही थकता आणि ऊर्जा वाचवण्याचे मार्ग शोधायला सुरुवात करता. तुम्ही निर्णय टाळण्यासाठी किंवा पुढे ढकलण्यासाठी कारण शोधाल. तुम्ही सर्वांत सोपा आणि सुरक्षित पर्याय निवडाल, जो बहुतेकदा स्थिती आहे तशीच ठेवणे असतो : कैद्याला तुरुंगात ठेवणे.

सशर्त सुटका नाकारणे न्यायाधीशासाठी सोपे वाटू शकते; कारण त्यामुळे अधिक पर्याय खुले राहतात. न्यायाधीशाकडे हा पर्याय उरतो की, त्या कैद्याची पुढच्या एखाद्या तारखेला सुटका करता येईल आणि त्याच वेळी आत्ता तरी त्याला तुरुंगात सुरक्षित ठेवण्याचा पर्यायही खुला राहतो. निर्णय घेण्याला विरोध असण्यामागे, किंवा निर्णय घेणे टाळण्यामागे काही प्रमाणात पर्याय गमावण्याची भीती असते. एखादा निर्णय घेताना जितक्या गोष्टी तुम्ही सोडून देता, तितकंच तुम्हाला एखाद्या महत्त्वाच्या गोष्टीपासून वंचित राहण्याची जास्त भीती वाटते. काही विद्यार्थ्यांनी कॉलेजमध्ये दोन मुख्य विषय निवडलेले असतात. हे करण्यामागे त्यांना काही सिद्ध करून दाखवायचे आहे, किंवा भविष्यातील करिअरसाठी मोठी योजना आखली आहे, असं नाही, तर त्यांना फक्त एखाद्या पर्यायाला 'नाही' म्हणणे कठीण

जाते, उदा., राज्यशास्त्र किंवा जीवशास्त्र. खरं तर ते कोणत्याही एका पर्यायाची निवडच करू शकत नाहीत. कोणत्याही पर्यायाला 'नाही' म्हणणे त्यांना जमत नाही. एकच मुख्य विषय निवडणे म्हणजे दुसऱ्या विषयावर निर्णय घेऊन तो विषय बंद करणे होय. आजवर अनेक संशोधनांमधून हे दिसून आले आहे की, लोकांना पर्याय गमावणे कठीण जाते, अगदी ते पर्याय त्यांच्यासाठी अजिबात उपयुक्त नसले तरीही. जेव्हा इच्छाशक्ती कमी असते, तेव्हा पर्याय गमावण्याची ही अडचण अधिक वाढते. निर्णय घेण्यासाठी इच्छाशक्ती लागते आणि ती कमी झालेल्या अवस्थेत लोक निर्णय पुढे ढकलण्याचे किंवा टाळण्याचे मार्ग शोधतात.

एका प्रयोगात, लोकांना काही वस्तू खरेदी करायच्या असल्यास अनेक वस्तू दाखवून त्यात निवड करण्यास सांगितले गेले. आधीच्या आत्मनियंत्रणाच्या कृतींमुळे ज्यांची इच्छाशक्ती कमी झालेली होती, अशा लोकांनी इतर लोकांच्या तुलनेत निर्णय टाळून अधिकतर काहीही खरेदी न करण्याचा मार्ग स्वीकारला. दुसऱ्या अभ्यासात, लोकांना कल्पना करण्यास सांगितले की, त्यांच्याकडे बचत खात्यात दहा हजार डॉलर्स आहेत, ज्याची त्यांना सध्या गरज नाही. नंतर त्यांना एक गुंतवणूक संधी दिली गेली, जी सरासरी जोखमीची होती, पण सरासरीपेक्षा जास्त परतावा देत होती. ही संधी चांगली गुंतवणूक ठरते कारण जोखीम आणि परतावा साधारणत: संतुलित असतात. जेव्हा लोकांची इच्छाशक्ती कमी नव्हती, बहुतेक लोक म्हणाले की, ते गुंतवणूक करतील. इच्छाशक्ती कमी झालेल्या लोकांनी मात्र पैसे बचत खात्यातच ठेवायचे ठरवले. त्यांचा निर्णय आर्थिकदृष्ट्या योग्य नव्हता, कारण ते कमी उत्पन्न देणाऱ्या खात्यात पैसे ठेवून खरं तर पैसे गमावत होते; पण त्यांच्यासाठी निर्णय घेण्यापेक्षा ते सोपे होते.

या प्रकारची चालढकल समजावून सांगते की, बऱ्याच लोकांनी त्यांच्या आयुष्यातील, जोडीदार निवडीचा, सर्वांत मोठा निर्णय उशिरा का घेतला. विसाव्या शतकात, बहुतेक लोक त्यांच्या विशीच्या सुरुवातीला विवाह करत असत. पण मग दोन्ही लिंगांसाठी अधिक पर्याय खुले झाले. स्त्रिया आणि पुरुष दोघांनी शिक्षणात जास्त वेळ घालवला आणि अशी करिअर निवडली ज्यासाठी खूप तयारी करावी लागली. गर्भनिरोधक गोळ्या आणि बदलत्या सामाजिक मूल्यांमुळे, लोकांना लग्नाचा निर्णय न घेताही लैंगिक संबंध ठेवता येण्याचा पर्याय मिळाला. लोक मोठ्या महानगरांमध्ये स्थायिक होत गेल्यामुळे, त्यांना संभाव्य जोडीदारांच्या संदर्भात जास्त पर्याय मिळाले आणि म्हणून गमावण्याची भीतीही वाढली. १९९५मध्ये, एका स्तंभलेखनासाठी टियरनी यांनी विज्ञानाचा काही अंशी आधार घेऊन न्यू यॉर्कच्या एका घटनेचे सर्वेक्षण केले : खूप हुशार आणि आकर्षक लोक अशी तक्रार करत होते की, प्रेमळ (रोमँटिक) जोडीदार मिळणे अशक्य आहे. मॅनहॅटन हा अमेरिकेत

सर्वाधिक एकल लोकांचे प्रमाण असलेला भाग होता, याला अपवाद फक्त मुळात कुष्ठरोग्यांसाठी वसवल्या गेलेल्या हवाईतील एका बेटाचा.

न्यू यॉर्कवासीयांना एकमेकांपासून काय दूर ठेवत होते? टियरनी यांनी बोस्टन, बाल्टिमोर, शिकागो, लॉस एंजेलिस आणि न्यू यॉर्क या शहरांच्या मासिकांमधील वैयक्तिक जाहिरातींचे सर्वेक्षण केले. त्यांना आढळले की, सर्वांत मोठ्या शहरातील एकल लोकांकडे फक्त सर्वाधिक पर्याय होतेच असे नव्हते, तर ते आपल्या इच्छित जोडीदारांच्या गुणवैशिष्ट्यांमध्येही सर्वांत चोखंदळ होते. न्यू यॉर्क मासिकातील सरासरी वैयक्तिक जाहिरातीत जोडीदाराकडे गुणवैशिष्ट्यांचे ५.७ निकष आवश्यक असल्याचे नमूद केले जात होते, जे दुसऱ्या क्रमांकावर असलेल्या शिकागोच्या सरासरी (४.१)पेक्षा खूप जास्त होते, आणि इतर तीन शहरांच्या सरासरीच्या सुमारे दुप्पट होते.

न्यू यॉर्कमधील एका स्त्रीने तिच्या जाहिरातीत लिहिले : 'सध्याच्या परिस्थितीत समाधानी नाही? मीही नाही!' तिने व्यक्ती म्हणून स्वतःचे असे वर्णन केले की, जी 'न्यू यॉर्ककडून मिळालेल्या सर्व गोष्टींचा आनंद घेते,' पण तिच्या 'सर्व'च्या व्याख्येत फक्त असे पुरुष नव्हते, जे स्मार्ट, यशस्वी, पाच फूट नऊ इंचांपेक्षा जास्त उंचीचे आणि वय २९ ते ३५ दरम्यानचे नसतील. दुसऱ्या न्यू यॉर्करला असा पुरुष हवा होता, जो पाच फूट दहा इंचांपेक्षा उंच असेल आणि पोलो खेळेल. एका वकिलाने आपल्या 'राजकुमारी'मध्ये हव्या असलेल्या २१ आवश्यक गुणांची यादी केली होती आणि त्याला अद्यापिही कुणी भेटले नसल्याने आपण एकटेच असल्याचे आश्चर्य तो व्यक्त करत होता.

हे वैयक्तिक जाहिरातींचे सर्वेक्षण म्हणजे फक्त एक अनौपचारिक अभ्यास होता, पण अलीकडे काही संशोधन संघांनी लोकांच्या प्रेमातल्या निवडीबद्दल खूप काळजीपूर्वक केलेल्या विश्लेषणातून सारखाच निष्कर्ष काढला आहे. त्यांनी ऑनलाइन डेटिंग सेवा किंवा स्पीड-डेटिंग कार्यक्रमांमधून प्रेम शोधणाऱ्या लक्षावधी लोकांचे निरीक्षण केले आहे. ऑनलाइन डेटिंग सेवेत, ग्राहकांनी त्यांच्या गुणवैशिष्ट्यांविषयी एक विस्तृत प्रश्नावली भरली होती.

त्यांचे गुणधर्म. तात्त्विकदृष्ट्या, या सविस्तर माहितीमुळे लोकांना योग्य जोडीदार शोधायला मदत व्हायला हवी होती; पण प्रत्यक्षात त्याने इतकी माहिती आणि इतके पर्याय पुरवले की, लोक निवडीबाबत फारच चोखंदळ होत गेले. शिकागो विद्यापीठातील गंटर हिट्श आणि अली होर्टाकसू आणि ड्यूक विद्यापीठाचे डॅन एरिली, या संशोधकांना आढळले की, ऑनलाइन ग्राहक सहसा ज्या लोकांची माहिती ते तपासतात त्यातील १ टक्क्याहून कमी लोकांनाच डेटसाठी भेटायला जातात. प्रेम शोधणाऱ्यांना स्पीड-डेटिंग कार्यक्रमात खूप चांगले यश मिळते, जे

सहसा १२ ते २४ लोकांपुरते मर्यादित असतात. प्रत्येक व्यक्ती संभाव्य जोडीदारांशी काही मिनिटे बोलते. नंतर सर्व सहभागी एक स्कोअरकार्ड भरतात, ज्यात त्यांना पुन्हा कुणाला भेटण्यात रस आहे हे ते सांगतात आणि मग ज्या लोकांना परस्पर रस असतो त्यांना एकमेकांशी जोडून दिले जाते. सरासरी प्रत्येक सहभागी त्यांना भेटलेल्या लोकांपैकी दहापैकी कमीतकमी एकाशी जुळवून घेतो, आणि काही अभ्यासांमध्ये हेच प्रमाण दहापैकी दोन किंवा तीन असे असल्याचे दिसून आले आहे. जोडीदाराचे पर्याय कमी असल्याने आणि मुदतीच्या निर्णयाला तत्काळ सामोरे जावे लागल्यामुळे, स्पीड डेट करणारे लोक पटकन संभाव्य जोडीदार निवडतात; पण ऑनलाइन जोडीदार शोधणाऱ्यांकडे खूप पर्याय असल्यामुळे, एरिली म्हणतो, 'ते फक्त ब्राउझ करत राहतात'.

''जेव्हा तुम्हाला सर्व हे निकष लक्षात घ्यावे लागतात, आणि इतके लोक निवडायचे असतात, तेव्हा तुम्ही परिपूर्णतेसाठी प्रयत्न करू लागता,'' तो म्हणतो. ''तुम्हाला एखाद्या व्यक्तीसोबत नात्यात स्थिरावायचे नसते, जर तुमच्या मते ती उंची, वय, धर्म आणि इतर ४५ पैलूंमध्ये आदर्श नसेल.'' लोकांना एक संगणक खेळ खेळताना पाहून एरिलीने पर्याय सोडण्याच्या या अनिच्छेचा अभ्यास आणखी केला. या खेळात लोक बक्षीस असलेली खोली निवडतात आणि खऱ्या पैशाचे बक्षीस कमावतात. यासाठी सर्वोत्तम धोरण म्हणजे संगणकाच्या स्क्रीनवरील तीन दरवाजांपैकी प्रत्येक दार उघडणे, सर्वांत जास्त लाभदायक बक्षीस असलेली खोली शोधणे आणि मग त्या खोलीत राहणे. पण जरी खेळाडूंनी हे धोरण शिकले असले तरी, त्यांना त्याचे पालन करणे कठीण झाले, जेव्हा खेळात एक अतिरिक्त वैशिष्ट्य जोडले गेले : 'जर एखाद्या खोलीत काही वेळ राहिले नाही, तर तिचा दरवाजा हळूहळू लहान होईल आणि शेवटी नाहीसा होईल. म्हणजेच दरवाजा कायमस्वरूपी बंद होईल'. हा धोका खेळाडूंना इतका त्रासदायक वाटला की, त्यांनी दरवाजा उघडा ठेवण्यासाठी लगेच खोलीत परत येणे पसंत केले. या कृतीमुळे त्यांना मिळणारे एकूण पैसे कमी होणार असले तरीही त्यांनी हा पर्याय निवडला.

'एखाद्या पर्यायावर दरवाजा बंद करणे म्हणजे तो गमावल्यासारखा अनुभव येतो आणि तो भावनात्मक त्रास टाळण्यासाठी लोक किंमत भरायला तयार असतात,' अशी माहिती एरिली देतो. कधीकधी हे समजावून घेता येते, पण अनेकदा आपले पर्याय कायम खुले राहावेत यासाठी आपण एवढे उत्सुक असतो की, आपण आपल्याला किंवा इतरांना त्यांची दीर्घकालीन किंमत काय मोजावी लागणार आहे हे लक्षातच घेत नाही. जेव्हा तुम्ही परिपूर्ण जोडीदाराचीच वाट पाहत थांबता, तेव्हा तुम्हाला कोणताही जोडीदार मिळत नाही. जेव्हा पालक ऑफिसमधील प्रकल्पांना

कधीही नाही म्हणू शकत नाहीत, तेव्हा त्यांच्या मुलांना घरात त्रास सहन करावा लागतो. जेव्हा न्यायाधीश स्वतः सशर्त सुटकेबाबत कठीण निर्णय घेऊ शकत नाही, तेव्हा तो प्रत्यक्षात कैद्याच्या तुरुंगाचा दरवाजा बंद करत असतो.

सोप्या निवडी अर्थात आळशीपणाने घेतलेले निर्णय

माणसात तडजोड करण्याची क्षमता असते. प्राण्यांच्या जगात तुम्हाला शिकारी आणि त्याचे सावज यांच्यात दीर्घ काळ चालणाऱ्या वाटाघाटी फारशा दिसत नाहीत. तडजोड करण्याची क्षमता ही विशेष प्रगत आणि कठीण निर्णय घेण्याची क्षमता आहे आणि म्हणूनच ही क्षमता आपली इच्छाशक्ती कमी झाल्यावर प्रथम कमी होते, विशेषतः जेव्हा आपण थकलेले असताना स्वतःहून खरेदीला जातो.

दुकानदारांना सातत्याने गुणवत्ता आणि वस्तूंच्या किमती यांच्यात तडजोडी कराव्या लागतात, ज्या नेहमी एकाच वेळी एकाच प्रमाणात बदलतात असे नाही. अनेकदा किंमत गुणवत्तेपेक्षा जास्त वेगाने वाढते. प्रत्येक बाटलीसाठी २० या किमतीच्या वाइनपेक्षा १०० एका बाटलीसाठी, अशी विकली जाणारी वाइन चांगली असते, पण ती पाच पट चांगली आहे का? १,००० प्रतिरात्र हॉटेल खोल्या २०० प्रतिरात्री खोलीपेक्षा पाच पट सुंदर आहेत का? याचे कोणतेही वस्तुनिष्ठ उत्तर नाही. हे सगळं तुमच्या आवडीनुसार आणि बजेटनुसार असते; पण १०० ची वाइन आणि १,०००च्या हॉटेल खोल्यांची तुलनेने कमतरता दाखवते की, बहुतेक लोक अतिरिक्त गुणवत्ता किमतीसारखी मोलाची नाही, असे मानतात. ठरावीक बिंदूपर्यंत, किमतीत वाढ गुणवत्ता वाढीसारखी फायदेशीर नसते. त्या बिंदूची निवड करणे ही सर्वोत्तम निर्णय प्रक्रिया आहे. पण तो बिंदू कुठे आहे हे ठरवणे खूप कठीण काम आहे.

जेव्हा तुमची इच्छाशक्ती कमी असते, तुम्ही हे समायोजन करण्यासाठी कमी सक्षम असता. तुमची ऊर्जा वाचवण्यासाठी तुम्ही तडजोड टाळता आणि संशोधक ज्याला 'विचार कमी करणारा मेंदू' (म्हणजे माणूस जास्त विचार न करता, सहज आणि कमी मानसिक मेहनतीने निर्णय घेतो) म्हणतात तसे तुम्ही बनता. तुम्ही फक्त एकाच निकषावर आधारित निवड करू लागता, जसं की किंमत : 'सगळ्यात स्वस्त द्या.' किंवा कधी गुणवत्ता पाहून म्हणता, ''मला सर्वांत उत्तम जे असेल ते हवंय'' (विशेषतः जेव्हा त्याचे पैसे दुसरा कोणी भरत असतो तेव्हा).

निर्णय थकवा आपल्याला त्या विक्रेत्यांसमोर असुरक्षित बनवतो ज्यांना विक्रीची अचूक वेळ कोणती हे बरोबर माहीत असतं. हे कोलंबियाच्या मानसशास्त्रज्ञ जोनाथन लेव्हाव यांच्या काही प्रयोगांत दिसून आलं. हे प्रयोग खास तयार केलेल्या सूट्स आणि नवीन कार्सवर होते. या प्रयोगांची कल्पना, जीन ट्वेंगप्रमाणे, लग्नाची

तयारी करतानाच सुचली. त्यांच्या साखरपुड्याच्या साथीदाराच्या सूचनेनुसार लेव्हाव एका टेलरकडे बिस्कोप (म्हणजे ग्राहकाच्या खास मागणीनुसार तयार केलेला) सूट बनवायला गेले आणि त्यांना कापड, अस्तराचे प्रकार, बटणांच्या स्टाइल अशा अनेक प्रकारच्या गोष्टींमध्ये निवड करायला लागली.

'तिसऱ्या कापडाच्या गठ्ठ्यावर पोहोचेपर्यंत तर मला स्वतःलाच मारून टाकावंसं वाटत होतं,' लेव्हाव आठवतात. ''मला पर्यायांमध्ये काहीच फरक दिसायचा बंद झाला होता. सगळे पर्याय सारखेच वाटू लागले होते. काही वेळाने माझा शिंप्यासाठी एकच प्रतिसाद उरला होता- 'तुम्ही काय सुचवता? मला काही सुचत नाही.'''

शेवटी लेव्हाव यांनी बिस्कोप सूट घेतलाच नाही (दोन हजार डॉलरची किंमत पाहून तो निर्णय सोपा झाला), पण त्यांनी हा अनुभव संशोधनासाठी वापरला. त्यांनी ख्रिश्चन-ऑलब्रेक्ट्स विद्यापीठातील मार्क हायटमन, स्वित्झर्लंडमधील सेंट गॅलेन विद्यापीठातील आंद्रियास हेर्मन आणि कोलंबियाच्या शीना अय्यंगार यांच्यासह दोन प्रयोग केले. एक प्रयोग स्वित्झर्लंडमधील एमबीए विद्यार्थ्यांना बिस्कोप सूट निवडायला लावण्याचा होता, आणि दुसरा जर्मन कार विक्रेत्याकडे, जिथे ग्राहक त्यांच्या नवीन सेडानसाठी पर्याय निवडताना त्यांचे शांतपणे निरीक्षण केले गेले.

कार खरेदी करणारे - हे खरेच आपले पैसे खर्च करणारे ग्राहक होते - त्यांना चार प्रकारचे गिअरशिफ्ट नॉब्स, तेरा प्रकारचे टायर्स आणि रिम्स, इंजिन आणि गिअरबॉक्सच्या पंचवीस रचना आणि कारच्या आतल्या भागासाठी छप्पन्न रंगांपैकी एक रंग अशी निवड करायची होती.

सुरुवातीला ग्राहक प्रत्येक पर्याय नीट विचार करून निवडायचे; पण जसजसा त्यांचा निर्णय थकवा वाढत गेला तसतसे ते जो मूळ पर्याय असेल, तोच पर्याय निवडायला लागायचे आणि जितक्या जास्त कठीण निवडी त्यांना सुरुवातीला कराव्या लागल्या, जसे की कारच्या आतल्या भागासाठी छप्पन्न रंगांमधून नेमका कोणता ग्रे किंवा ब्राउन रंग घ्यायचा - तितक्या लवकर लोक उभे ठाकले आणि त्यांनी सोपा मार्ग निवडला, म्हणजे मूळ पर्याय स्वीकारला. कार खरेदीदारांच्या पर्यायांच्या क्रमावर प्रयोग करून, संशोधकांनी हे शोधून काढले की, ग्राहक वेगवेगळ्या प्रकारच्या पर्यायांवर तडजोड करण्यास तयार होतात आणि त्यातील सरासरी फरक प्रतिकार पंधराशे युरो (त्या वेळच्या हिशेबाने अंदाजे दोन हजार डॉलर) इतका असतो. ग्राहकांनी फॅन्सी टायर रिमसाठी किंचित जास्त पैसे दिले की जास्त शक्तिशाली इंजिनसाठी जास्त पैसे दिले, हे त्यांना तो पर्याय कधी दिला (लवकर किंवा उशिराने) आणि ग्राहकात किती इच्छाशक्ती उरली होती यावर ठरायचे. विशेष मागणीनुसार शिवायच्या खास सूट्ससह केलेल्या प्रयोगातदेखील

याच प्रकारचे समान परिणाम आढळले : जेव्हा निर्णय थकवा झाला, तेव्हा लोक सामान्यतः शिफारस केलेला पर्याय स्वीकारत असत. जेव्हा त्यांना सुरुवातीलाच अवघड निर्णयांना सामोरे जावे लागले – ज्यांच्याकडे जास्त पर्याय होते, जसे की सूटसाठी शंभर कापडांचे पर्याय – तेव्हा ते अधिक लवकर थकले आणि जर ते सोपे निर्णय घेऊन नंतर कठीण निर्णयांकडे गेले असते तर मिळाला असता त्या तुलनेत त्यांचा खरेदीच्या अनुभवाचा आनंदही कमी झाला.

कधीकधी खरेदीदार इतके थकतात की ते खरेदी करणे थांबवतात, पण हुशार विक्रेते अनेकदा निर्णय थकव्याचा फायदा घेण्याचे मार्ग शोधतात आणि यासाठी तुम्हाला फार लांब जाण्याची गरज नाही, फक्त तुमच्या नेहमीच्या सुपर मार्केटमध्ये जाऊन बघा. जेव्हा तुम्ही रांगेत चालता आणि हजारो पौष्टिक अन्नपदार्थ आणि उपयोगी वस्तूंमधून पर्याय निवडून तुमची इच्छाशक्ती कमी होते, तेव्हा बिलाच्या काउंटरवर काय दिसते? गॉसिप करणारी छोटी मासिके आणि चॉकलेट बार्स. हे 'आवेगी खरेदी' (इम्पल्स परचेस) म्हणून ओळखले जातात. ते तिथे काही योगायोगाने ठेवले गेलेले नसतात. ते तुम्हाला अशा क्षणी दिसतात, जेव्हा निर्णय थकव्याने तुमचा मेंदू अतिशय थकलेला असून त्याला तातडीने मिळणाऱ्या ग्लुकोजची गरज आहे. अशा वेळी तुम्ही लगेच गोड खाण्यासाठी आकर्षित व्हाल, हे अगदी ठरलेले आहे.

तुमचे बक्षीस निवडा

समजा, या प्रकरणाचा अभ्यास पूर्ण केल्याबद्दल बक्षीस म्हणून, आम्ही तुम्हाला दोन धनादेशांपैकी एक निवडण्याचा पर्याय दिला आहे, जे आधीच तयार करून त्यावर तारीख घालून ठेवलेले आहेत. एक १०० डॉलरचा चेक आहे आणि तो उद्या वटवता येईल. दुसरा चेक १५० डॉलरचा आहे, पण तो उद्यापासून एक महिना पूर्ण होईपर्यंत वटवता येणार नाही. तुम्ही कोणता पर्याय निवडाल?

अर्थशास्त्रज्ञांच्या मते, 'आता पैसे घ्यायचे की नंतर जास्त पैसे घ्यायचे?' हा प्रश्न आत्मसंयमन तपासण्याचा एक पारंपरिक प्रकार आहे. तुमचे पैसे एका महिन्यात ५० टक्क्यांनी वाढवतील अशी कोणतीही खात्रीशीर गुंतवणूक (किमान कायदेशीर) साधारणपणे अस्तित्वात नसते. तुमच्याकडे एका महिन्यात पैसे दुप्पट करण्याची अत्यंत दुर्मीळ संधी नसेल, किंवा एखादी तातडीची आर्थिक अडचण नसेल आणि निधीचा दुसरा कोणताही मार्ग नसेल, तर लगेच मिळणारे १०० डॉलर न घेता एक महिना थांबून १५० डॉलर घेणे तुमच्यासाठी अधिक चांगले ठरेल. म्हणूनच साधारणपणे योग्य उत्तर म्हणजे मोठा, पण उशिरा मिळणारा मोबदला स्वीकारणे. अल्पकालीन मोह आवरून दीर्घकालीन फायद्याचा विचार करणं

ही केवळ संपत्तीची नव्हे तर संपूर्ण संस्कृतीची छुपी गुरूकिल्ली आहे. पहिल्या शेतकऱ्यांनी त्यांच्याकडील बियाण्यांचे धान्य खाऊन न संपवता शेतात जाऊन बी पेरण्यासाठी जेव्हा संयम दाखवला, तेव्हाच त्यांची प्रगती शक्य झाली, तो 'अतिशय मजबूत इच्छाशक्ती'चा पहिला प्रकार होता.

मग आजचे त्यांचे वंशज ज्यांना भरपूर अन्न मिळते आहे ते लोक प्रयोगांमध्ये १०० डॉलर लगेच का घेतात आणि एक महिना थांबून १५० डॉलर का घेत नाहीत? प्रयोगादरम्यान बऱ्याच लोकांनी हा पर्याय स्वीकारला होता. हे असे अविवेकी शॉर्टकट्स घेण्याचे एक कारण म्हणजे हेदेखील असेच आणखी एक उदाहरण आहे, जेव्हा लोकांची स्व-नियंत्रण क्षमता आधीच्या अनेक निर्णयांमुळे किंवा मानसिक थकव्यामुळे कमी होते. संशोधकांनी दाखवून दिले आहे की, निवडी करण्याच्या आधी सहभागींना थोडेसे ग्लुकोज (साखर) दिल्यास अशी अल्पकालीन अविचारी विचारसरणी कमी होते. लोकांना निवडी करण्याच्या अगोदर एक गोड पेय दिल्याने ते लगेच - थोडं विरुद्ध जास्त - नंतर अशा पर्यायांमध्ये अधिक शहाणपणाने निर्णय घेत होते.

मार्सेल विल्मन आणि मार्टिन डेली (मॅकमास्टर विद्यापीठ) यांनी केलेल्या हुशार प्रयोगातून - दुसरे कारण, ज्यामुळे लोक लगेच मिळणारे पैसे निवडतात - समोर आले. हे उत्क्रांतिविषयक मानसशास्त्रज्ञ होते. त्यांच्या प्रयोगात त्यांनी तरुण पुरुष आणि स्त्रियांना; उद्याच वटवता येणारा लहान रकमेचा धनादेश किंवा एखाद्या भविष्यातील तारखेला मिळणारा मोठ्या रकमेचा धनादेश यातून; निवड करायला सांगितले. मग, जणू एखाद्या पसंती मोजण्याच्या वेगळ्या प्रयोगाचा भाग असल्याप्रमाणे, सहभागी लोकांना काही लोकांची आणि कारची छायाचित्रे दाखवून त्यांचे मूल्यांकन करायला सांगितले. लोकांची छायाचित्रे hotornot.com या वेबसाइटवरून घेतली होती, जिथे लोक स्वतःची छायाचित्रे अपलोड करतात आणि इतर लोक त्यांना १ ते १० या आकर्षकतेच्या मापकावर रेट करतात. काही तरुण पुरुष आणि स्त्रियांना विरुद्ध लिंगाच्या अशा व्यक्तींची छायाचित्रे दाखवली गेली, ज्यांचे आकर्षकतेचे रेटिंग आधीच निश्चित केलेले होते. एका गटाला वेबसाइटवर अतिशय आकर्षक (रेटिंग ९पेक्षा जास्त) महिलांचे फोटो दाखवले; काहींना कमी आकर्षक (सुमारे ५ रेटिंग) फोटो दाखवले. इतर काहींना कारचे फोटो दाखवले- काहींना आकर्षक कार आणि काहींना जुजबी, खराब कार.

नंतर सगळ्यांना पुन्हा एकदा प्रश्न विचारण्यात आला, 'तुम्ही लगेच मिळणारे छोटे बक्षीस घ्याल की नंतर मिळणारे मोठे बक्षीस?' सहभागीच्या बक्षिसाच्या निवडीत हे फोटो पाहिल्याने काही बदल होतो का, हे संशोधकांनी पाहिले. कारचे फोटो तरुण पुरुषांवर काहीच परिणाम करू शकले नाहीत, आणि महिलांमध्येही

फारच थोडा बदल दिसला : आकर्षक कार पाहिलेल्या महिलांनी लगेच मिळणारे बक्षीस निवडण्याची थोडी जास्त शक्यता दाखवली. कदाचित चमकदार स्पोर्ट्स कार पाहून त्या महिलांना थोडी 'झटपट आनंद' घेण्याची इच्छा जास्त झाल्याचे अनुमान करता येऊ शकते; पण हा बदल इतका कमी होता की, संशोधकांनी त्यावरून कोणतेही ठोस निष्कर्ष काढले नाहीत. पुरुषांचे फोटो पाहून तर महिलांवर अजिबात परिणाम झाला नाही. आकर्षक किंवा कमी आकर्षक पुरुष पाहिल्यावरही त्यांच्या निर्णयक्षमतेत काही बदल झाला नाही. तसेच कमी आकर्षक महिलांचे फोटो पाहिल्यानंतर पुरुषांच्या निर्णयक्षमतेतही काही फरक दिसला नाही.

परंतु एक गट मात्र पूर्णपणे बदलला : आकर्षक महिलांचे फोटो पाहिलेल्या पुरुषांची निवड मोठ्या प्रमाणात बदलली- ते भविष्यातील मोठ्या बक्षिसाऐवजी लगेच मिळणारे बक्षीस निवडायला लागले. म्हणजेच, आकर्षक महिला पाहिल्यावर पुरुषांना लगेच रोख पैसा हवा असतो. ते भविष्याऐवजी वर्तमानावर लक्ष केंद्रित करतात. हा परिणाम मनोविज्ञानात आणि उत्क्रांतीत खूप खोलवर रुजलेला असावा. आधुनिक DNA संशोधन दाखवते की, भूतकाळात बहुतेक पुरुषांची पुढची पिढी टिकलीच नाही, त्यांची प्रजननाची (अपत्य होण्याची) शक्यता साधारण महिलांच्या निम्मीच होती. (प्रत्येक 'चंगेज खान' सारख्या जास्त अपत्य असणाऱ्या पुरुषासोबत अनेक असेही पुरुष होते ज्यांची वंशपरंपरा संपली.) म्हणून आजचे पुरुष हे त्या थोड्या 'यशस्वी' पुरुषांच्या वंशजांमधून आले आहेत, ज्यांनी प्रजनन करण्यात यश मिळवले. त्यामुळे त्यांचा मेंदू अजूनही अशा कोणत्याही संधीवर त्वरित प्रतिक्रिया देण्यासाठी तयार असतो, ज्या त्यांच्या प्रजननाच्या शक्यता वाढवू शकतात. इतर अभ्यासांमधून हेही दिसून आले आहे की, आकर्षक महिला पाहिल्यावर (पण कमी आकर्षक महिला पाहिल्यावर नाही) पुरुषांच्या मेंदूमधील न्यूक्लिअस ॲक्युबन्स नावाचा भाग सक्रिय होतो - हा तोच भाग आहे जो रोख रकमेची बक्षिसे किंवा गोड चवीचे पदार्थ याची अनुभूती मिळाल्यावर सक्रिय होतो. भूतकाळात, एखाद्या आकर्षक स्त्रीला पाहिल्यावर लगेच आपल्याकडील संपत्ती दाखवण्याची घाई करणे ही एक प्रकारची उत्क्रांतीदृष्ट्या फायद्याची प्रवृत्ती असू शकत होती. आजही काही प्रसंगी त्याचा उपयोग होऊ शकतो, विशेषतः जर तुम्हाला असे वाटत असेल की, त्या स्त्रीचा निर्णय तुमच्याकडे असलेल्या एखाद्या महागड्या कारमुळे बदलू शकतो. उच्च दर्जाच्या कार किंवा इतर लक्झरी वस्तू विकणाऱ्या कंपन्यांचीही हीच रणनीती असते. जाहिरात कंपन्यांनी बऱ्याच वर्षांपूर्वीच हे शोधले आहे की, सुंदर स्त्रीच्या शेजारी दाखवलेली लक्झरी वस्तू पुरुषांना जास्त खर्च करण्यास प्रवृत्त करते.

पण सर्वसाधारणपणे पाहता, आजच्या काळात असा तत्काळ फायद्याचा विचार करणे जीवनासाठी फार चांगले धोरण नाही आणि संसाधनांची काळजी

घेणाऱ्या संभाव्य जोडीदारांना आकर्षित करण्यासाठीही ते योग्य नाही. जसे मॅडोनाने 'मटेरिअल गर्ल' या गाण्यात सांगितले आहे : 'फक्त जे मुलगे बचत करतात, तेच कठीण दिवसांसाठी उपयोगी ठरतात'.

म्हणून, तुम्ही एखादे महत्त्वाचे आर्थिक निर्णय घेणारे पुरुष असाल, तर स्त्रियांच्या चित्रांकडे नव्हे तर अंकांकडे लक्ष द्या आणि जर तुम्ही स्वतःच्या प्रतिष्ठेला जपणारे, असे एखादे वरिष्ठ अधिकारी असाल, आणि ज्याची इच्छाशक्ती दिवसभर निर्णय घेत घेत आधीच संपली आहे, तर नक्कीच महागड्या गोष्टींची किंवा कोणत्याही मोठ्या दीर्घकालीन योजनांची आखणी करू नका, विशेषतः एम्परर्स क्लब VIPमधील छायाचित्रे पाहिल्यानंतर तर अजिबात नाही.

५

सगळे पैसे कुठे गेले?

'क्वांटिफाइड सेल्फ'ला माहीत आहे

(जेव्हा तुम्ही स्वतःच्या जीवनातील डेटा नोंदवता तेव्हा तुम्हाला स्वतःबद्दलची महत्त्वाची माहिती मिळते.)

'मी असा एकही मनुष्य पाहिलेला नाही, जो इतका आळशी असतो की, आपल्या कामांकडे आणि हिशोबाकडे दुर्लक्ष करतो आणि ज्याला कधीच कुठली अडचण येत नाही. जो माणूस कायम पैशांच्या अडचणीत असतो, तो क्वचितच पूर्णपणे प्रामाणिक राहतो. देव करो आणि अशी वेळ कधीच तुझ्यावर येऊ नये.'

–चार्ल्स डार्विन, आपल्या मुलाचे कर्ज फेडण्यासाठी त्याला दिलेल्या धनादेशासोबतच्या पत्रात...

लोकांना मुळी स्वतःचा हिशोबच ठेवायचा नसतो.

–ॲरॉन पॅट Pa min.t.comचा संस्थापक

अलीकडेच, खर्चीक सवयी असलेल्या एका माणसाने आपल्या क्रेडिट कार्डच्या कर्जासाठी मदत मागितली. तो एका संशोधकांच्या टीमकडे गेला, जे स्वतःला न्युरोइकॉनॉमिस्ट म्हणवीत. ते लोकांच्या मेंदूचा अभ्यास करत होते, विशेषतः लोक खरेदी करत असताना, किंवा त्यानंतर जितक्या कमीतकमी वेळात शक्य होईल तेवढ्या लवकर स्टॅनफर्ड विद्यापीठातील MRI मशीनचा वापर करून हा अभ्यास करत. संशोधकांनी मेंदूतील इन्सुला नावाच्या भागाची क्रियाशीलता मोजली, जेव्हा लोक गॅजेट्स, पुस्तके आणि इतर छोट्यामोठ्या वस्तूंपैकी एखादी वस्तू खरेदी करण्याचा विचार करत होते. पैसे खर्च करताना लोकांच्या मेंदूतील एक भाग नेहमी

सक्रिय होतो. हा मेंदूचा तोच भाग आहे जो काहीतरी अप्रिय, वाईट किंवा नकोसं वाटलं की सक्रिय होतो. अभ्यासात दिसलं की 'टाइटवॅड्स' म्हणजे पैसे खर्च करायला न आवडणारे लोक, जेव्हा वस्तूंच्या किमती पाहत होते, तेव्हा त्यांच्या मेंदूतील हा भाग जोरात सक्रिय झाला, म्हणजेच त्यांना ते भाव अप्रिय वाटले. पण 'स्पेन्डथ्रिफ्ट' म्हणजे सहज पैसे खर्च करणारे लोक, यांच्यासोबत असं घडलंच नाही. अगदी रंग बदलणाऱ्या 'मूड क्लॉक'सारख्या निरर्थक वस्तूवर त्यांनी कष्टाने मिळवलेले भरपूर पैसे खर्च करायचे असले तरी त्यांच्या मेंदूला काहीच वाईट वाटलं नाही.

कडक आर्थिक शिस्तीची एकच आशादायक घटना एका स्वतंत्र प्रयोगात दिसून आली. हा प्रयोग आपल्या खर्चीकपणाबद्दल खूप खंत वाटणाऱ्या एका व्यक्तीच्या विनंतीवरून करण्यात आला होता. खरं सांगायचं तर, ती खर्चाळू व्यक्ती म्हणजे बाउमिस्टरने आत्मनियंत्रण शिकवायला सुरुवात करण्याआधीचा टियरनीच होता. एमआरआय स्कॅनने हे दाखवले की, तो खरंच खर्चीक होता; कारण काहीही खरेदी करताना त्याच्या मेंदूतील 'इन्सुला' नावाचा भाग अगदी शांत राहत होता. त्याला पैशांची काहीच किंमत वाटत नव्हती.

पण मग संशोधकांनी एक प्रयोग केला. त्यांनी टियरनीला त्याच्या ताज्या व्हिसा कार्डच्या बिलाचं चित्र दाखवलं आणि त्यांना प्रतिक्रिया दिसली! शेवटी, त्याच्या मेंदूने किंचितसा तिरस्कार दाखवला. संशोधकांनी नोंद केली की, 'जेव्हा त्याने २,१७८.२३ एवढ्या थकबाकीकडे पाहिलं तेव्हा इन्सुलाच्या भागात लहानशी चमक दिसली.' म्हणजे किमान पैशांच्या बाबतीत त्याचा मेंदू पूर्णपणे मृत झाला नव्हता.

हे दिलासादायक होतं, पण या शोधाचा उपयोग नेमका कसा करायचा? कुणी स्टॅनफर्डचे संशोधक त्याच्या मागे मॉलमध्ये फिरत त्याला व्हिसा बिल दाखवणार तर नव्हते. मग या खर्चीक वृत्तीवर नियंत्रण कसं ठेवायचं? उत्तर एकच - जमा-खर्चाचे अंदाजपत्रक तयार करणे आणि रोजचा खर्च नोंदवणे, जसं चार्ल्स डार्विनने आपल्या खर्चीक मुलाला सांगितलं होतं. पण हे करणं तितकं सोपं नव्हतं, जोपर्यंत ॲरॉन पॅट्झर नावाचा माणूस आला नव्हता.

पॅट्झर हा डार्विनला आवडेल असा मुलगा होता - अतिशय नीटनेटका, किशोर वयातही अगदी काटेकोर हिशेब ठेवणारा, नेहमी आपल्या जमाखर्चाचा ताळेबंद ठेवणारा. मोठा झाल्यावरही तो दर रविवारी शांतपणे बसून 'क्विकेन' सॉफ्टवेअरमध्ये त्याच्या प्रत्येक खरेदीची तंतोतंत नोंद करायचा. पण पुढे सिलिकॉन व्हॅलीतील एका स्टार्ट-अपमध्ये काम करत असताना त्याने खर्चाची नोंद करणे थांबवले. नंतर जेव्हा तो पुन्हा एकदा खर्चाचा ताळमेळ पाहायला बसला, तेव्हा त्याला शेकडो व्यवहार वर्गीकृत करावे लागणार होते, आणि त्याच क्षणी त्याच्या मनात एक विचार चमकला त्याला वाटलं की, आपला वेळ घालवण्यासाठी यापेक्षा चांगला मार्ग असायलाच हवा. हा सगळा हिशोबाचा कंटाळवाणा कामाचा बोजा

एखाद्या संगणकाने का करू नये? तो हे काम बाहेरून करून घेऊ शकत नाही का? संगणकाच्या चिप्स अशा प्रकारचं कष्टाचं काम करण्यासाठीच तर असतात ना? या विचारातून Mint.com नावाची कंपनी तयार झाली, जी एवढी यशस्वी ठरली, की दोन वर्षांतच क्विकेन (Quicken) सॉफ्टवेअर बनवणाऱ्या इंट्यूट (Intuit) या कंपनीने ती १७० दशलक्ष डॉलर्सना विकत घेतली.

आज 'मिंट'चे संगणक जवळपास सहा दशलक्ष लोकांच्या आर्थिक व्यवहारांवर लक्ष ठेवतात, म्हणजेच आत्मनियंत्रणाच्या दुसऱ्या महत्त्वाच्या टप्प्यावर – स्वतःच्या वर्तनावर नजर ठेवणे – या विषयावर झालेल्या सर्वांत मोठ्या प्रयोगांपैकी एक. हे कृत्रिम बुद्धिमत्तेच्या इतिहासातील उत्तम घडामोडींमधील एक मानलं जातं. तुमचं वजन किती आहे, झोप किती चांगली होते, व्यायाम किती होतो, अशा आयुष्याच्या इतर गोष्टींचं इलेक्ट्रॉनिकली निरीक्षण करणाऱ्या बाकी कंपन्यांप्रमाणेच Mint.comदेखील संगणकांचा वापर अत्यंत मानवी उद्दिष्टासाठी करत आहे. अगदी फ्रँकनस्टाइनपासून विज्ञानकथा लेखकांनी असा विचार केला आहे की, कृत्रिम बुद्धिमत्तेला स्वतःच्या सामर्थ्याची जाणीव झाली की, ती तिला निर्माण करणाऱ्यांच्या म्हणजेच मानवाच्या विरोधात जाईल. मोठ्या प्रमाणावर संगणक पाळत ठेवत असल्यामुळे राजकीय लेखकांना 'बिग ब्रदर इज वॉचिंग!' ही भीती वाटत होती. पण आता संगणक अधिक बुद्धिमान होत आहेत, अधिकाधिक संगणक आपल्यावर नजर ठेवत आहेत, तरीही त्यांना स्वतःच्या शक्तीची जाणीव होत नाही (किमान आत्तापर्यंत तरी), आणि ते माणसांकडून सत्ता काबीज करत नाहीत. उलट, ते आपल्याला स्वतःला अधिक चांगलं समजून घेण्यासाठी मदत करत आहेत आणि आपली क्षमता वाढवत आहेत.

'स्व'ची जाणीव (self-awareness) हा जनावरांमधील एक फार विचित्र गुण आहे. कुत्रे आरशात स्वतःलाच पाहून भुंकायला लागतात, कारण त्यांना कळतच नाही की, ते स्वतःलाच पाहत आहेत. बहुतेक प्राणी ह्याच प्रकारे गोंधळतात, विशेषत: जेव्हा त्यांना 'मिरर टेस्ट' नावाची पद्धत वापरून तपासलं जातं.

या टेस्टमध्ये आधी त्या प्राण्याच्या शरीरावर वासही नसलेला रंग लावला जातो. मग त्याला आरशासमोर ठेवून पाहिलं जातं की, तो त्या रंगाच्या डागाला हात लावतो का, म्हणजेच त्याला हा डाग त्याच्या स्वतःच्या शरीरावर आहे हे कळतं का? किंवा मग तो आपलं शरीर फिरवून डाग नीट पाहण्याचा प्रयत्न करतो का?

चिंपांझी आणि इतर माकडे, डॉल्फिन, हत्ती आणि अजून काही प्राणी ही चाचणी पास करतात. पण बहुतेक प्राणी पूर्णपणे अपयशी ठरतात. जर त्यांना डागाला हात लावावासा वाटला, तर ते आरशालाच हात लावतात, स्वतःच्या शरीराला नाही. या चाचणीत मानव बाळांनाही सुरुवातीला असंच वाटतं, म्हणजेच त्यांनाही कळत नाही की, ते स्वतःलाच पाहत आहेत; पण त्यांच्या दुसऱ्या वाढदिवसापर्यंत बहुतेक मुलं ती

चाचणी पास करतात. जरी या दोन वर्षांच्या मुलांना त्यांच्या कपाळावर डाग लावला जाताना लक्षात आलं नसलं, तरी आरशातील प्रतिमा पाहताच ते लगेच स्वतःच्या कपाळाला हात लावतात, बहुतेक वेळा ती थोडी दचकतात. ही फक्त स्वत:ची जाणीव होण्याची सुरुवातीची पायरी असते. पुढे जाऊन ही जाणीव किशोरवयात एक प्रकारचा शाप बनते. लहानपणीची बिनधास्त आत्मविश्वासपूर्ण भावना, पुढे लाज आणि कमीपणाच्या भावनेने दडपली जाते, कारण किशोरवयीन मुले आपल्यातील छोट्यातल्या छोट्या कमतरतांवर खूप संवेदनशील होतात. ते आरशात पाहतात आणि तेच प्रश्न विचारतात, जे मानसशास्त्रज्ञ अनेक वर्षांपासून अभ्यासत आहेत : का? स्वत:ची जाणीव झाल्याने जर मन उदास होत असेल तर त्याचा काय फायदा!

मी स्वत:ची जाणीव असलेला, म्हणून मी...?

१९७०च्या दशकात, जेव्हा सामाजिक मानसशास्त्रज्ञांनी लोकांना आत्मचेतना निर्माण करणाऱ्या परिस्थितीत अभ्यासायला सुरुवात केली, तेव्हा मानवांमध्ये स्वत:ची जाणीव का विकसित झाली हे समजायला सुरुवात झाली. या पद्धतींचे अग्रणी संशोधक रॉबर्ट विकलुंड आणि शेली ड्युवाल यांना सुरुवातीला सहकाऱ्यांकडून थट्टेचा सामना करावा लागला; कारण सहकाऱ्यांना त्यांची ही अभ्यासपद्धती विचित्र आणि फारशी वैज्ञानिक नाही असं वाटत होतं. पण पुढे मिळालेल्या निष्कर्षांकडे दुर्लक्ष करता येत नव्हतं. लोकांना आरशासमोर बसवले, किंवा त्यांचे चित्रण केले जात आहे असे सांगितले, तेव्हा त्यांनी आपले वर्तन सातत्याने बदलले. असे आत्मजाणीव झालेले लोक प्रयोगशाळेतील कामांमध्ये अधिक मेहनत घेत. ते प्रश्नपत्रिकांना अधिक प्रामाणिक उत्तरं देत (म्हणजे त्यांची उत्तरं त्यांच्या प्रत्यक्ष वर्तनाशी जास्त जुळायची). ते त्यांच्या कृतींमध्ये जास्त सातत्य ठेवत आणि त्या कृती त्यांच्या मूल्यांशी जास्त जुळत.

एक नमुना मात्र विशेष ठळकपणे दिसला. एखादी व्यक्ती टेबल पाहून सहज विचार करेल, 'अरे, तिथे टेबल आहे'. पण स्वत:कडे तेवढे तटस्थपणे पाहणं तितकं सोपं नव्हतं. जेव्हा लोक स्वत:वर लक्ष केंद्रित करतात, तेव्हा ते स्वत:ची तुलना एखाद्या त्यांच्या मनातील 'मी कसं असायला हवं' या कल्पनेशी करतात. आरशात पाहणारी व्यक्ती आरशात पाहताना बहुतेक वेळा आपली प्रतिक्रिया फक्त, 'अरे, हा तर मी आहे,' इथेच थांबत नसे. त्यापेक्षा पुढे जाऊन ती व्यक्ती लगेच विचार करायची, 'अरेच्चा, माझे केस विस्कटलेत,' किंवा 'हा टी-शर्ट मला छान दिसतोय,' किंवा 'मला सरळ उभं राहणं लक्षात ठेवलं पाहिजे,' किंवा नेहमीच येणारा विचार, 'माझं वजन वाढलंय का?' स्व-जाणीव म्हणजे नेहमी स्वतःची तुलना अशा कल्पनांशी करावीशी वाटणं, ज्यात आपण काय असू शकतो, काय असायला हवा किंवा काय करू शकतो, याचा विचार केला जातो.

या दोन मानसशास्त्रज्ञांनी अशा कल्पनांसाठी एक शब्द दिला 'मानदंड'. स्वतःची जाणीव म्हणजे स्वतःची काहीतरी मानदंडांशी तुलना करणे. सुरुवातीला त्यांना वाटे की, हे मानदंड बहुतेक वेळा आदर्श, परिपूर्णतेची कल्पना, असायचे. यावरून ते निष्कर्ष काढू लागले की, स्वतःची जाणीव ही नेहमीच अप्रिय गोष्ट असते, कारण कोणी कधीच परिपूर्ण नसते. विकलंड आणि ड्युवाल हे काही वर्षे हा विचार मांडत राहिले की, स्वतःकडे पाहणे म्हणजे स्वभावतःच अप्रिय अनुभव आहे. हे काही अंशी खरं वाटत होतं, विशेषतः किशोरवयीन मुलांच्या बेचैनीचा विचार केला तर. पण उत्क्रांतीच्या दृष्टीने हे काहीतरी विचित्र वाटत होतं. आपल्या पूर्वजांनी स्वतःला नेहमीच अशक्य मानदंडांशी जखडून का ठेवलं असतं? स्वतःला वाईट वाटून घेण्यात काय फायदा? तसेच, स्वतःची जाणीव ही नेहमीच अप्रिय असते, हा विचारही अनेक प्रौढांना आरशात पाहताना किंवा स्वतःबद्दल विचार करताना मिळणाऱ्या आनंदाशी नीट जुळत नव्हता. नंतरच्या संशोधनात दिसून आले की, लोक स्वतःची तुलना 'सर्वसामान्य माणसाशी' करून स्वतःबद्दल चांगलं वाटून घेतात; कारण आपल्याला सर्वसाधारणपणे वाटत असतं की, आपण सर्वसामान्य माणसापेक्षा थोडे चांगलेच आहोत. आपण आपल्या वर्तमान स्वतःची तुलना आपल्या भूतकाळातील स्वतःशी करूनही आनंद मिळवतो, कारण आपल्याला वाटतं की, वाढत्या वयानुसार आपण हळूहळू अधिक चांगले होत आहोत (जरी आपले शरीर थोडे कमजोर झालेले वा जास्त झिजलेले असले तरीही).

तरीही, लोक बहुतेक वेळा स्वतःची तुलना अशा सोप्या मानदंडांशी करतात की, ज्यामुळे त्यांना चांगलं वाटतं; पण यामुळे मानवी आत्मजाणीव कशी विकसित झाली, हे स्पष्ट होत नाही. तुम्हाला चांगलं वाटतं की नाही, याचं निसर्गाला काही सोयरसुतक नसतं. निसर्ग त्या गुणांना शाबूत ठेवतो, जे फक्त जगण्यासाठी आणि प्रजोत्पादनासाठी उपयुक्त असतात. मग यात आत्मजाणिवेचा काय उपयोग? याचं उत्तम उत्तर मानसशास्त्रज्ञ चार्ल्स कार्व्हर आणि मायकेल शायर यांनी दिलं. त्यांनी एक अत्यंत महत्त्वाची गोष्ट ओळखली, ती म्हणजे आत्मजाणीव विकसित झाली, कारण ती स्वतःवर नियंत्रण ठेवण्यास मदत करते. त्यांनी लोकांना बसून काही काम करताना निरीक्षण करणारे प्रयोग केले, आणि तेथे त्यांना हा महत्त्वाचा निष्कर्ष मिळाला. ज्या टेबलावर लोक बसले होते तिथे एक आरसा ठेवलेला होता. तो आरसा फारसा महत्त्वाचा वाटत नव्हता – लोकांनी त्याची फारशी दखलही घेतली नाही. पण तरी त्याच्यामुळे त्यांच्या वर्तनात मोठे बदल घडून आले. जर लोकांना आरशात स्वतःचा चेहरा दिसत असेल, तर ते इतरांच्या आदेशांचे पालन करण्यापेक्षा स्वतःच्या आतल्या मूल्यांनुसार वागण्याची शक्यता जास्त होती. जेव्हा त्यांना दुसऱ्या व्यक्तीला धक्का देण्याचे आदेश देण्यात आले, तेव्हा आरशात स्वतःला पाहणारे लोक जास्त संयमी होते आणि आरसा नसलेल्या नियंत्रण गटातील

लोकांपेक्षा कमी आक्रमक होते. आरशामुळे ते एखादे काम अधिक वेळ आणि मेहनतीने करत राहिले. कोणीतरी त्यांच्यावर कोणत्यातरी गोष्टीबद्दलचे आपले मत बदलण्यासाठी दडपण आणले, तरी आरसा पाहिल्यावर ते दडपण झुगारून ते स्वतःच्या मतावर ठाम राहिले.

एका हॅलोविनच्या प्रयोगात, एका मानसशास्त्रज्ञाच्या घरी आलेल्या काही मुलांची नावे विचारण्यात आली, त्यांना एका बाजूच्या खोलीत नेण्यात आले आणि फक्त एक, आणि एकच गोळी घ्या, असे सांगण्यात आले. त्या खोलीत टेबलावर अनेक प्रकारच्या आकर्षक कँड्यांच्या वाट्या होत्या आणि मुलांना नियम मोडून जास्त गोळ्या घेण्यास कोणी रोखणारे नव्हते, त्यामुळे ते सहज नियम मोडू शकणार होते. खोलीतील आरसा भिंतीकडे उलटा करून ठेवला असताना अनेक मुलांनी तसेच केले. पण जर आरसा पुढे वळवून ठेवला आणि मुलांना त्यांचे स्वतःचे प्रतिबिंब दिसत होते, तर तेव्हा त्यांनी मोह आवरून नियम पाळण्याची शक्यता खूप जास्त होती. त्यांनी हॅलोविनच्या पोशाखात वेशांतर केलेले असले, तरी आरशात पाहिल्यावर ते आपल्या वागणुकीबाबत जागरूक झाले, आणि त्यांनी योग्य तेच केले.

स्व-जाणीव आणि आत्मनियंत्रण यांचा संबंध प्रौढांवर आणि मद्यपानावर केलेल्या प्रयोगातही दिसून आला. संशोधकांना असे आढळले की, मद्यपानाचा एक मोठा परिणाम म्हणजे लोकांच्या स्वतःच्या वर्तनावर लक्ष ठेवण्याच्या क्षमतेत घट होते. जेव्हा दारू पिणाऱ्या लोकांची स्व-जाणीव कमी होते, तेव्हा त्यांचा आत्मसंयम ढासळतो. त्यामुळे ते जास्त भांडतात, जास्त धूम्रपान करतात, जास्त खातात, जास्त लैंगिक चुका करतात आणि दुसऱ्या दिवशी जागे होतात तेव्हा त्यांना खूप जास्त पश्चात्ताप होत असतो. हँगओव्हरमधील सर्वांत कठीण भाग म्हणजे स्व-जाणीव परत येणे, कारण तसे झाले तरच आपण एक सामाजिक प्राणी म्हणून खूप महत्त्वाचे काम पुन्हा सुरू करतो, ते म्हणजे आपल्या वर्तनाची स्वतःच्या आणि आपल्या आजूबाजूच्या लोकांच्या मापदंडांशी तुलना करणे.

कोणत्या वस्तू कुठे ठेवल्या आहेत हे लक्षात ठेवण्यापेक्षा 'नियंत्रण ठेवणे' म्हणजे खूप अधिक असते. याचा अर्थ असा की, आपल्याला गोष्टी जिथे असायला हव्यात त्याच्या तुलनेत त्या प्रत्यक्षात कुठे आहेत हे माहिती असणे. आपले पूर्वज अशा गटात जीवन जगले, जे आपल्या सदस्यांना सामूहिक मूल्ये, नियम आणि आदर्श पाळण्याचे बक्षीस देत. म्हणूनच जे लोक स्वतःचे वर्तन त्या मानकांप्रमाणे बदलू शकत होते ते, ज्यांना त्यांच्या स्वतःच्या सामाजिक चुकांची जाणीवच नव्हती अशा लोकांपेक्षा जास्त यशस्वी ठरले. आपले वर्तन निकषांनुसार बदलण्यासाठी इच्छाशक्ती लागते, पण स्व-जाणीव नसलेली इच्छाशक्ती आंधळ्या माणसाच्या ताब्यातील तोफेसारखी निरुपयोगी ठरते. म्हणूनच आपल्या पूर्वजांमध्ये स्व-जाणीव

हा गुण नैसर्गिकरीत्या विकसित झाला आणि आजच्या अधिक धोकादायक सामाजिक वातावरणात हा गुण अजूनही अधिक विकसित होत आहे.

स्वत:विषयीचा डेटा गोळा करणे (द क्वांटिफाइड सेल्फ)

अँथनी ट्रोलोपला असे वाटत असे की, तीन तासांपेक्षा जास्त लिहिण्याची गरज नाही आणि ते योग्यही नाही. त्यांनी ब्रिटिश पोस्ट ऑफिसमध्ये पूर्ण वेळ नोकरी करत असताना इतिहासातील सर्वांत महान आणि विपुल लेखन करणाऱ्या लेखकांपैकी एक म्हणून प्रसिद्धी मिळवली. ते पहाटे साडेपाच वाजता उठत, कॉफी पिऊन ताजेतवाने होत आणि मग अर्धा तास आदल्या दिवशी केलेले लेखन वाचून लिखाणाच्या मनःस्थितीत जात. यानंतर ते अडीच तास लिहीत बसायचे. टेबलावर ठेवलेले घड्याळ पाहून ते वेळेवर नियंत्रण ठेवायचे. ते स्वतःला दर पंधरा मिनिटाला २५० शब्दांचे एक पान लिहिण्यास भाग पाडायचे. त्यासाठी ते शब्द मोजायचेही. ''माझे घड्याळ जसे व्यवस्थित चालत असे, तसेच माझे २५० शब्दही नियमितपणे लिहून होत असत,'' असे ते म्हणत. या गतीने ते नाश्त्यापूर्वी २,५०० शब्द लिहू शकत.

ते हे रोज घडेल अशी अपेक्षा करत नसत - कधी व्यावसायिक कामे असायची, तर कधी कोल्ह्यांची शिकार - पण ते आठवड्याचे ठरवलेले लक्ष्य नक्की पूर्ण करत. प्रत्येक कादंबरीसाठी ते एक कामाचा आराखडा तयार करत, साधारणपणे आठवड्याला १०,००० शब्दांची योजना बनवत आणि नंतर एका डायरीत त्याची नोंद ठेवत.

''या डायरीमध्ये मी रोज मी किती पाने लिहिली ते नोंदवले आहे. त्यामुळे जर कधी मी एखाद-दोन दिवस आळशीपणाकडे वळलो, तर त्या आळशीपणाचा नोंदीतला पुरावा माझ्याकडे डोळे वटारून पाहत राहायचा आणि माझ्याकडून अधिक प्रयत्नाची मागणी करायचा, जेणेकरून मला उरलेल्या कामाची भरपाई करता येईल.'' त्यांनी त्याचे स्पष्टीकरण दिले, ''माझ्यासमोर नेहमी माझ्या कामाचा हिशेब असे आणि एखादा आठवडा जर पुरेशा पानांशिवाय गेला, तर त्या नसलेल्या नोंदी माझ्या डोळ्याला खुपत असत; आणि जर एखादा महिना असा गेला, तर ते माझ्या मनाला फारच दुःख देणारं होतं.''

ते जणू काही फोड आल्यावर होते त्याप्रमाणे माझ्या डोळ्यात खुपत असे. निरीक्षणामुळे मनावर काय परिणाम होतो हे यापेक्षा जोरदार पद्धतीने मानसशास्त्रात कोणी सांगितलेलं नाही. ट्रोलोप हा आपल्या काळाच्या पुढचा एक सामाजिक शास्त्रज्ञ होता. पण त्याने आपल्या काम करण्याच्या पद्धतीबद्दल केलेला हा खुलासा, जो त्याच्या आत्मचरित्रात मृत्यूनंतर छापला गेला, त्याच्या साहित्यिक प्रतिष्ठेला काही काळ धक्का देणारा ठरला. समीक्षक आणि इतर लेखक - विशेषतः

जे वेळेत काम पूर्ण करू शकत नसत – त्याच्या कामाच्या या पद्धतीने थक्क झाले. एखादा कलाकार घड्याळ बघून कसा लिहू शकतो? प्रेरणा अशी काय नेमकी वेळ ठरवून नियंत्रणात ठेवता येते? पण ट्रोलोपने त्यांच्या टीकेची कल्पना आधीच करून ती आपल्या आत्मचरित्रात लिहिली होती.

तो लिहितो, 'मला सांगितलं गेलं आहे की, अशा साधनांचा वापर एखाद्या प्रतिभावंत माणसाच्या प्रतिष्ठेला साजेसा नसतो; पण मी कधी स्वतःला प्रतिभावंत मानलेलं नाही; आणि जरी मी तसा असतो तरीही मी स्वतःला या नियमांना बांधून ठेवलं असतं असंच मला वाटतं. कायद्याइतके शक्तिशाली काहीही नाही, जे उल्लंघन केले जाऊ शकत नाही. त्यात पाण्याच्या थेंबाची शक्ती आहे जी दगडालाही पोकळ करू शकते. एक लहान दैनंदिन काम, जर खरोखर दररोज केलं, तर उमेदीने, पण तुटक तुटक प्रयत्न करणाऱ्या बलदंड व्यक्तीलाही हरवू शकतं.'

ट्रोलोप हा अपवाद होता, फार कमी लोक तासाला १,००० चांगले शब्द लिहू शकतात. कधीकधी त्याने थोडं धिमं (आणि त्या २५० शब्दांच्या विषयांतरांपैकी काही कमी करून) लिहिलं असतं तरीही बरं झालं असतं, त्याला स्वतःला फायदा झाला असता. परंतु त्याने आपले आयुष्य खूप चांगल्या प्रकारे व्यतित केले, त्याच वेळी 'बारचेस्टर टॉवर्स' आणि 'द वे वी लिव्ह नाऊ'सारख्या उत्कृष्ट साहित्यकृती तयार करण्यात तो यशस्वी झाला. इतर लेखक पैसे आणि वेळेची चिंता करत बसले होते आणि आपल्या प्रकाशकांना उशिरा लेखन देताना धडपडत, तेव्हा ट्रोलोप मात्र सुखात आणि वेळेआधीच काम पूर्ण करून बसत होता. त्याचे एखादे पुस्तक मालिका स्वरूपात छापले जात असताना, त्याच्याकडे साधारणपणे एकतरी पूर्ण झालेलं कादंबरीचं हस्तलिखित असायचं, काही वेळा दोन किंवा तीनही, प्रकाशनाची वाट पाहत असलेली.

तो लिहितो, 'माझ्या संपूर्ण साहित्यिक कारकिर्दीत मी माझं काम उशिरा होण्याच्या धोक्यात कधीच पडलो नाही. 'कॉपी'बद्दल म्हणजे लिखित मजकुराबद्दल मला कधीच चिंता वाटली नाही. हव्या असलेल्या पानांचा साठा माझ्याकडे नेहमीच खूप, हो, खूपच आधी तयार असायचा. आणि ती छोटी डायरी – तिच्यातील तारखा, रेषा असलेली पानं, रोज पाहाव्या लागणाऱ्या नोंदी, तिची माझ्याकडून दररोज – आठवड्याला कष्टांची मागणी, यांनी माझ्यासाठी हे सगळं करून दाखवलं आहे.'

ट्रोलोप यांच्या वेळेचे मोजमाप करणारे घड्याळ आणि डायरी ही त्या काळातील अत्याधुनिक साधने होती आणि त्यांच्या कामासाठी ती पुरेशी प्रभावी ठरली. पण कल्पना करा, त्यांनी कागद-पेन वापरण्याऐवजी संगणकावर काम केलं असतं. समजा, एखाद्या दिवशी लेखनाच्या कामाशिवाय त्यांना सोळा वेगवेगळे प्रोग्राम वापरावे लागले असते; एवढेच नव्हे तर दिवसभरात त्यांनी चाळीस वेगवेगळ्या

वेबसाइट्स पाहिल्या असत्या आणि दिवसभरात प्रत्येक ५.२ मिनिटांनी त्यांना एखादा इंस्टंट मेसेज आला असता तर मग त्यांच्या घड्याळाचा काय उपयोग झाला असता? आणि त्यांच्या डायरीने एवढ्या कामाचा हिशोब कसा ठेवला असता?

त्यांना रेस्क्यू टाइमसारख्या नवीन साधनाची गरज भासली असती, जे वापरणाऱ्याच्या संगणकावरील प्रत्येक सेकंदावर लक्ष ठेवते. वापरणाऱ्यांना त्यांच्या वेळेचा अचूक कसा वापर झाला याचे अहवाल मिळतात आणि अनेकदा ते पाहून निराशा होते. वरील परिच्छेदात दिलेली संगणक-वापराची आकडेवारी ही रेस्क्यू टाइमने लाखो वापरणाऱ्यांचा डेटा गोळा करून काढलेली सरासरी आहे. रेस्क्यू टाइमचा संस्थापक टोनी राईटला धक्का बसला, कारण त्याच्या दिवसातील जवळजवळ तृतीयांश वेळ तो 'अनावश्यक माहितीच्या लांब शेपटावर' म्हणजे मुख्य कामाशी संबंध नसलेल्या वेबसाइट्सवर खर्च करत होता. एकेक भेट फक्त दोन मिनिटांची असली, तरी त्या सगळ्या मिळून त्याचा दिवसातील दोन-अडीच तासाचा वेळ खाऊन टाकत होत्या.

असा मागोवा घेणं काही लोकांना 'ऑरवेलियन' (जॉर्ज ऑरवेलच्या १९८४ कादंबरीतील निरीक्षणासारखी) वाटू शकते; पण हा सिलिकॉन व्हॅलीतील सर्वांत वेगाने वाढणाऱ्या उद्योगांपैकी एक आहे. स्मार्टफोन आणि इतर उपकरणांची लोकप्रियता वाढते आहे, याचा अर्थ असा की, लोक अधिकाधिक वेळ ऑनलाइन असतात, आणि मोठ्या प्रमाणात ते आपल्याच वर्तनावर नजर ठेवण्यासाठी हे तंत्रज्ञान वापरतात, म्हणजे ते काय खातात, किती चालतात, किती पळतात, किती कॅलरी जळतात, त्यांच्या नाडीचा चढ-उतार कसा असतो, ते किती कार्यक्षमतेने झोपतात, त्यांचा मेंदू किती वेगाने काम करतो, त्यांचे मूड कसे बदलतात, ते किती वेळा सेक्स करतात, कोणत्या गोष्टी त्यांच्या खर्चावर परिणाम करतात, ते किती वेळा आपल्या पालकांना फोन करतात, आणि ते किती वेळ टाळाटाळ (procrastinate) करतात, अशा सगळ्या बाबी.

२००८मध्ये केविन केली आणि गॅरी वुल्फ या दोघांनी 'क्वांटिफाइड सेल्फ' किंवा 'QS' नावाची एक वेबसाइट तयार केली. ही साइट स्वतःच्या वर्तनाची नोंद ठेवणाऱ्या आणि नियंत्रण ठेवणाऱ्या तंत्रज्ञानाचा वापर करणाऱ्या लोकांसाठी होती. QS चळवळ अजूनही लहान आहे आणि मुख्यतः तंत्रज्ञानप्रेमी लोकांमध्ये लोकप्रिय आहे, पण ती सिलिकॉन व्हॅलीच्या बाहेरही पसरायला लागली आहे. आता जगभरातील वेगवेगळ्या शहरांमध्ये याचे चाहते प्रत्यक्ष भेटून गॅजेट्सबद्दल बोलतात, आपापले डेटा शेअर करतात आणि एकमेकांना प्रोत्साहन देतात.

एस्थर डायसन, ज्या इंटरनेट तज्ज्ञ आणि गुंतवणूकदार म्हणून प्रसिद्ध आहेत, त्या क्वांटिफाइड सेल्फ चळवळीला चांगली आर्थिक गुंतवणूक आणि समाजासाठीही फायदेशीर असलेले धोरण मानतात. त्या म्हणतात की, 'हे एक असे नवे उद्योगक्षेत्र

आहे, जे लोकांच्या भल्यासाठी असलेल्या गोष्टी विकून वाढेल. डॉक्टर व हॉस्पिटलला पैसे देऊन शरीर दुरुस्त करण्यापेक्षा, आपण स्वतःची निगराणी ठेवून आजार टाळू शकतो. फास्ट फूड व तत्काळ आनंद देणाऱ्या जाहिराती ऐकण्यापेक्षा आपण असे वातावरण तयार करू शकतो, जिथे आपल्या आजूबाजूला आरोग्य आणि चांगल्या सवयींचे संदेश सतत येत राहतील.' डायसन म्हणतात, ''आतापर्यंत मार्केटिंग करणारे लोक खूप प्रभावी पद्धतींनी वस्तू आणि इतर गोष्टी विकत आहेत, ज्या पद्धती आपली इच्छाशक्ती कमकुवत करतात. आपण त्या पद्धतींचा वापर आपली इच्छाशक्ती मजबूत करण्यासाठी करायला हवा.''

डायसन स्वतः खूप शिस्तबद्ध आहेत. त्या गेली काही दशके रोज एक तास पोहत आहेत; पण नवीन इलेक्ट्रॉनिक सेन्सर्स वापरून त्या आता स्वतःचे निरीक्षण करतात, त्यामुळे हे आणखी सोपे झाले आहे. उदाहरणार्थ फिटबीट क्लिप, बॉडी मीडिया आर्मबँड आणि झिओ 'स्लीप कोच' हेडबँड. हे सेन्सर्स त्या दिवसभर किती हालचाल करतात, त्यांच्या त्वचेचे तापमान आणि ओलसरपणा, तसेच त्यांच्या मेंदूच्या लहरी मोजतात. यामुळे त्यांना कळते की, दिवसात किती ऊर्जा खर्च झाली आणि रात्री किती चांगली झोप मिळाली.

त्या म्हणतात, ''स्वतःची आकडेवारी पाहिल्यावर माझ्या वागण्यात थोडाफार बदल होतो. मला माहीत असते की, जास्त पावले चालल्यास मला अधिक पॉइंट्स मिळतात, म्हणून मी अधिक जिने चढते आणि लिफ्टचा वापर कमी करते. जर मी एखाद्या पार्टीत असले, तर मी स्वतःला सांगते, आता निघाले तर मी साडेदहा ऐवजी साडेनऊला झोपू शकेन, आणि मग मला नीट झोप मिळेल आणि सकाळी माझ्या झोपेचा आकडा चांगला दिसेल. खूप वेळा, हे मला योग्य गोष्ट करण्याची मोकळीक देते, कारण मी माझ्या वागणुकीचे कारण त्या 'आकडेवारी'वर ढकलू शकते.''

Mint.comसारख्या कंपन्यांमुळे आता लोकांना त्यांच्या आर्थिक व्यवहारांवर लक्ष ठेवणे खूप सोपे झाले आहे. चार्ल्स डार्विनने दिलेला 'पैशांचा नीट लेखाजोखा ठेवा' हा सल्ला पाळणे आज सहज शक्य आहे. पण ही नवी साधने फक्त नोंदी ठेवण्याचे कष्टाचे काम करत नाहीत, तर ती यापेक्षा बरेच काही जास्त करतात. नोंदी ठेवणे हे पहिलं पाऊल आहे, पण फक्त तेवढे पुरेसं नाही. थॉमस जेफरसन यांना जमा-खर्च केलेल्या प्रत्येक पैशाची नोंद ठेवण्याचे विलक्षण वेड होते. ४ जुलै १७७६ रोजी, म्हणजे ज्या दिवशी मानवाधिकारांच्या ऐतिहासिक जाहीरनाम्यावर अंतिम निर्णय होत होता, त्या दिवशीसुद्धा त्यांनी थर्मामीटर आणि हातमोज्यांसाठी किती पैसे खर्च केले हे आपल्या छोट्या नोंदवहीत नीट नोंदवलं. राष्ट्राध्यक्ष असताना, लुईझियाना (अमेरिकेने फ्रान्सकडून पैसे देऊन विकत घेतलेल्या मोठ्या प्रदेशाचा ऐतिहासिक व्यवहार) खरेदीसारखे मोठे निर्णय घेत असतानाच त्यांनी व्हाइट

हाउसमध्ये लागणारे लोणी आणि अंड्यांचे खर्चपण लिहून ठेवले. पण बऱ्याच उशिरापर्यंत त्यांनी या सगळ्या नोंदींचा अर्थ एकत्रितपणे समजून घेतला नाही. जेव्हा शेवटी एकदा त्यांनी बसून आपली मालमत्ता आणि कर्जे यांचा तुलनात्मक आढावा घेतला, तेव्हा त्यांना कळलं की, ते भयानक कर्जात बुडाले आहेत. सगळी माहिती लिहून ठेवली म्हणून त्यांना वाटत होतं की ते सगळं नियंत्रणात आहे; पण ते तसं नव्हतं. त्यांना 'मिंट'सारख्या साधनांनी दिलेली विश्लेषणाची मदत गरजेची होती.

मिंटला एकदा तुम्ही तुमचे बँक आणि क्रेडिट कार्ड व्यवहार पाहू दिले की, ते आपोआप त्यांचे वर्गीकरण करते आणि तुमचे पैसे नेमके कुठे जात आहेत हे दाखवते, आणि तुम्ही कमाईपेक्षा जास्त खर्च करता आहात का हेही सांगते. मिंट तुमच्या सवयी जबरदस्तीने बदलू शकत नाही (कंप्यूटर तुमचे व्यवहार फक्त वाचू शकतात, तुमचे पैसे हाताळू शकत नाहीत); पण ते तुम्हाला दोनदा विचार करायला लावू शकते. मिंट तुम्हाला आठवड्याचा आर्थिक आढावा ई-मेलने पाठवते आणि बँकेतील खात्यावरचे पैसे (बँक बॅलन्स) कमी झाल्यावर मेसेज करते.

तुम्ही रेस्टॉरंटवर जास्त खर्च करत आहात असे दिसल्यास ते 'रेस्टॉरंटवर नेहमीपेक्षा जास्त खर्च' असा ई-मेल पाठवते. कपड्यांच्या किंवा किराणाच्या बजेटपेक्षा त्यांवर जास्त खर्च झाला तर ते तुम्हाला सतर्क करते. खर्चीक लोकांच्या मेंदूला थोडी अपराधी भावना देण्याबरोबरच चांगलं वागल्यावर मिंट बक्षीससुद्धा देते. तुम्ही अल्पकालीन आणि दीर्घकालीन अशी अनेक उद्दिष्टे ठरवू शकता, जसे की सुट्टीला जाणे, घर खरेदी करणे किंवा निवृत्तीसाठी बचत करणे, इ. आणि मग त्याबद्दल प्रगती अहवाल मिळतो.

'मिंट तुम्हाला एक उद्दिष्ट ठरवायला आणि वेळापत्रक तयार करायला मदत करेल आणि मग तुमचा खर्च पाहत राहील,' पॅटझर म्हणतो. 'ते तुम्हाला सांगेल, जर तुम्ही दर महिन्याला रेस्टॉरंटवरचा खर्च शंभर डॉलरने कमी केला, तर तुम्ही १.३ वर्षे आधी निवृत्त होऊ शकता किंवा तुम्हाला तुमची बीएमडब्ल्यू गाडी ठरल्यापेक्षा बारा दिवस आधी मिळू शकते. पण तुम्ही हे मोठे ध्येय रोज विचारात घेत नाही. तुम्हाला ते iPad हवे असते. तुम्हाला ती कॉफी हवी असते. तुम्हाला तुमच्या मित्रांसोबत बाहेर जायचे असते. हे (मिंट) तुमच्या अल्पकालीन वर्तणुकीचा तुमच्या दीर्घकालीन उद्दिष्टांवर कसा परिणाम होतो हे दाखवते, ज्यामुळे तुम्ही फरक करणारे अंदाजपत्रक प्रत्यक्षात तयार करू शकता.'

हे नेमके किती प्रभावी आहे हे अजून कुणालाच ठाऊक नाही, कारण मिंट ही एक व्यावसायिक सेवा आहे, नियंत्रित प्रयोग नाही. पण काही उत्साहवर्धक लक्षणे दिसत आहेत. आम्ही मिंटच्या संशोधन कर्मचाऱ्यांना लोकांच्या खर्चाच्या सवयी मिंट वापरण्यापूर्वी आणि नंतर कशा बदलल्या हे शोधायला सांगितले. २००८ ते २०१०

दरम्यान अर्थव्यवस्थेत एक मोठा बदल घडून आला होता. २००८च्या आर्थिक घसरणीनंतर अर्थव्यवस्था सुधारू लागल्यामुळे सर्वसाधारणपणे सगळ्यांचा खर्च वाढत होता, त्यामुळे मिंटचा फरक वेगळा शोधणे हे जरा अवघड होते. तरीही तीन दशलक्ष अनामिक लोकांच्या दोन अब्ज व्यवहारांमधून मिळालेल्या आकडेवारीतून या निरीक्षणाचे काही स्पष्ट फायदे दिसले. बहुसंख्य लोकांचे (८० टक्के) सतत वाढत जाणाऱ्या खर्चाचे प्रमाण मिंट वापरायला, आणि त्यातून व्यवहारांवर लक्ष ठेवायला सुरुवात केल्यानंतर कमी झाले. त्यातही मिंटवर बजेट आणि उद्दिष्टे सेट केल्यावर बऱ्याच लोकांचा हा खर्च आणखी कमी झाला. सर्वांत मोठा फरक किराणा सामान, रेस्टॉरंट्स आणि क्रेडिट कार्डवरील व्याज यांसारख्या जिथे खर्चात कपात करणे अतिशय योग्य ठरते, अशा विभागांमध्ये दिसला.

काही लोक स्वतःचा एकूण खर्च पाहून इतके चकित होतात की, लगेच कठोर बदल करण्याची प्रतिज्ञा करतात. पण मिंटचे संस्थापक सातत्याने, पण हळूहळू बदल करण्याचा सल्ला देतात. पॅटझर म्हणतात, ''जर तुम्ही खूप जास्त आणि खूप लवकर कपात केली, तर तुम्ही ती टिकवू शकणार नाही आणि मग तुम्ही स्वतःचाच तिरस्कार कराल. जर तुम्ही रेस्टॉरंट्सवर महिन्याला ५०० खर्च करत असाल आणि तो खर्च अचानक २०० वर आणायचा प्रयत्न केला, तर तुम्ही म्हणाल, 'जाऊ दे, असं नकोच! हे खूप अवघड आहे.' पण जर हाच खर्च तुम्ही ४५० किंवा ४०० पर्यंत कमी केलात, तर तुम्ही तुमच्या जीवनशैलीत फार बदल न करताही ते करू शकता आणि पुढच्या महिन्यात आणखी ५० किंवा १०० ने कमी करू शकता. जोपर्यंत गोष्टी नियंत्रणात येत नाहीत, तोपर्यंत महिन्याला २० टक्क्यांपर्यंत बदल करत रहा''.

सोपी आणि त्रासदायक नसलेली तुलना

जेव्हा तुम्ही स्वनियंत्रणाच्या पहिल्या दोन पायऱ्या पार करता, पहिली म्हणजे लक्ष्य ठरवणे आणि दुसरी तुमच्या वर्तनाचे निरीक्षण करणे, त्यानंतर एक कायमचा प्रश्न तुमच्या समोर येतो – 'तुम्ही किती पुढे गेला आहात यावर लक्ष केंद्रित करावे की अजून किती राहिले आहे यावर?' या प्रश्नाचे सोपे, वैश्विक असे सर्वसामान्य उत्तर नाही; पण याने फरक पडतो, असे दाखवून देणारे प्रयोग युनिव्हर्सिटी ऑफ शिकागोच्या आयलेट फिशबाख यांनी केले आहेत.

तिने आणि तिच्या कोरियन सहकारी मिनजुंग कू यांनी एका कोरियन जाहिरात संस्थेतील कर्मचाऱ्यांना विचारले की, ते सध्या तिथे कोणत्या पदावर आहेत आणि सध्या कोणत्या प्रोजेक्ट्सवर काम करत आहेत. नंतर अर्ध्या लोकांना सांगितले की, जाहिरात संस्थेत कामाला लागल्यापासून आतापर्यंतच्या त्यांच्या भूमिकेत त्यांनी

काय साध्य केले आहे याचा विचार करावा. उरलेल्या अर्ध्या लोकांना सांगितले की, त्यांनी काय साध्य करायचे आहे; पण जे अजून पूर्ण केलेले नाही, याचा विचार करावा. ज्यांनी आतापर्यंत केलेल्या कामाचा विचार करून उत्तर लिहिले, त्यांना सध्याच्या कामांबद्दल आणि प्रोजेक्ट्सबद्दल अधिक समाधानी वाटले. त्यांच्या तुलनेत ज्यांनी अजून काय साध्य करायचे आहे याचा विचार केला, त्यांचा समाधानीपणा कमी होता. पण हे लोक, ज्यांनी अजून साध्य करायचे आहे याचा विचार केला, ते त्यांच्या लक्ष्यांपर्यंत पोहोचण्यासाठी अधिक प्रेरित होते आणि नंतर अधिक आव्हानात्मक नवीन प्रोजेक्ट्सकडे जात होते. ज्यांनी आधी केलेल्या गोष्टींवर लक्ष केंद्रित केले होते, त्यांना अधिक कठीण आणि आव्हानात्मक कामांमध्ये पुढे जाण्याची इच्छा नव्हती. ते त्यांच्या सध्याच्या स्थितीत आणि कामांमध्ये तुलनेने समाधानी होते. समाधानी राहण्यासाठी, स्पष्टपणे, कितपत पुढे गेला आहात हे बघणे फायदेशीर ठरते. तर, प्रेरणा आणि महत्त्वाकांक्षा वाढवण्यासाठी, पुढे जाऊन काय करायचे आहे यावर लक्ष केंद्रित करणे अधिक उपयुक्त आहे.

कुठल्याही प्रकारे, स्वतःची तुलना इतरांशी केल्यास तुम्हाला अतिरिक्त फायदे मिळू शकतात आणि हे आजकाल नेटवर्कवरील डेटामुळे सोपे झाले आहे. मिंट तुमचे भाडे, रेस्टॉरंटचे बिल, कपडे खरेदी याची तुलना तुमच्या शेजाऱ्यांशी किंवा राष्ट्रीय सरासरीशी कशी होते हे सांगेल. रेस्क्यू टाइम तुमच्या उत्पादकतेचे किंवा अयशस्वी वेब सर्फिंगचे, सरासरी वापरकर्त्यांच्या तुलनेत टक्केवारीत स्थान देईल. फ्लोट्रॅक, नायकेप्लस आणि इतर वेबसाइट्स धावपटूंना त्यांचे मैल आणि वेळ मित्रांसोबत किंवा संघातील सदस्यांसोबत सामाईक करण्यास मदत करतात.

तुम्ही गॅजेट्स आणि स्मार्टफोन ॲप्स वापरू शकता, जे तुमच्या ऊर्जा वापराची तुलना शेजाऱ्यांच्या वापराशी करतात आणि अशा तुलनांमुळे बदल होतो, हे कॅलिफोर्नियातील वापरकर्त्या ग्राहकांच्या अभ्यासातून सिद्ध झाले आहे. जेव्हा लोकांना त्यांच्या मासिक वीज बिलासोबत शेजाऱ्यांच्या घरातील सरासरी वापराची माहिती मिळाली, तेव्हा ज्या घरांचा वीज वापर सरासरीपेक्षा जास्त होता, त्या लोकांनी त्वरित वीज वापर कमी केला.

या प्रकारच्या तुलना आणखी प्रभावी होतात जेव्हा तुम्ही तुमचे डेटा इतरांसोबत मोकळेपणाने सामाईक करता. जेव्हा आम्ही या पुस्तकावर संशोधन करत होतो, तेव्हा आम्हाला अशा लोकांच्या अनेक गोष्टी ऐकायला मिळाल्या ज्यांनी स्वतःवर लक्ष ठेवून फायदा घेतला, जसे की ते दररोज किती पावले चालले याची नोंद ठेवण्यासाठी पेडोमीटरचा वापर करणे. पण यातही सर्वांत उत्साही चालणारे तेच लोक होते, जे प्रत्येक दिवसाचा चाललेल्या पावलांचा आकडा काही मित्रांसोबत सामाईक करत होते. ते एका ठोस मानसिक तत्त्वाचा वापर करत होते, जे बाउमिस्टर

यांच्या सुरुवातीच्या प्रयोगांत सिद्ध झाले होते. त्यांनी आत्मनियंत्रण अभ्यासायला सुरुवात केली त्याच्या खूप आधीची ही गोष्ट आहे. ते तत्त्व म्हणजे सार्वजनिक माहितीचा प्रभाव खाजगी माहितीपेक्षा जास्त असतो.

लोकांना स्वतःबद्दल स्वतःलाच माहीत असलेल्या गोष्टींपेक्षा, त्यांच्याबद्दल इतर लोकांना जे माहीत आहे त्याची जास्त काळजी असते. जर तुमच्या चुका किंवा आत्मनियंत्रण ढळला, ही माहिती फक्त तुम्हालाच असेल, तर ती सहजपणे लपवता येते. तुम्ही त्याचे स्पष्टीकरण देऊ शकता किंवा थेट दुर्लक्ष करू शकता. पण जर इतर लोकांना ही माहिती असेल, तर तिच्याकडे दुर्लक्ष करणे कठीण होते. शेवटी, दुसरी व्यक्ती तुमचे कारण खरे मानणार नाही, जरी तुम्हाला ते समाधानकारक वाटत असेल तरी. आणि जेव्हा तुम्ही एका व्यक्तीपेक्षा तुमच्याशी जोडलेल्या अनेक लोकांपर्यंत हे वाढवता, तेव्हा ते कारण पटवून देणे आणखी कठीण होते.

सार्वजनिक होऊन तुम्ही फक्त संभाव्य लाजेला सामोरे जात नाही. तुम्ही निरीक्षणाचे काम दुसऱ्याला दिले आहे, त्यामुळे तुमच्यावरचा ताण कमी होतो. बाहेरील व्यक्ती नेहमीच तुम्हाला प्रगतीची चिन्हे दाखवून प्रोत्साहित करू शकते, जी तुम्ही गृहीत धरून दुर्लक्षित केलेली असतात आणि जेव्हा गोष्टी खराब होत जातात तेव्हा कधीकधी सर्वोत्तम उपाय म्हणजे बाहेरची मदत घेणे. एक लोकप्रिय QS ॲप्लिकेशन, मूडस्कोप (Moodscope), एका उद्योजकाने विकसित केले जो नैराश्याशी झुंजत होता आणि त्याला त्याच्या परिस्थितीवर लक्ष ठेवण्यास मदत हवी होती. त्याने एक ॲप्लिकेशन तयार केले, जे त्याला दररोज पटकन एक चाचणी घेऊन त्याच्या मनःस्थितीचे मापन करण्यास मदत करते. याशिवाय, त्याने त्याचा वापर करून आपल्या भावनिक चढ-उतारांची नोंद ठेवली. जेणेकरून त्याला त्यातील विशेष नमुना पद्धती आणि कारणे शोधण्यासाठी मदत होईल. त्याने यात एक असा पर्याय तयार केला ज्याद्वारे त्याचे परिणाम आपोआप त्याच्या मित्रांना ई-मेल केले जातील. अशा प्रकारे, जेव्हा त्याचा मूड बिघडतो, तेव्हा मित्रांना तो डेटा पाहून त्याच्याशी संपर्क साधतात.

''डिजिटल साधने आणि डेटा हे फक्त लोकांना स्वतःला आणि एकमेकांना प्रेरणा देण्यासाठी एक उत्प्रेरक आहेत'', असे डिसन म्हणतो. ''तुमच्यासाठी जी पद्धत सर्वोत्तम काम करते ती शोधा. कदाचित तुम्ही मित्रांसोबत आकड्यांची तुलना करता कारण तुम्हाला त्यांच्या समोर लाज वाटू नये असे वाटते. किंवा तुम्ही टीमला निराश करू इच्छित नाही. वेगवेगळ्या लोकांना वेगवेगळ्या प्रकारे प्रेरणा मिळते.''

जर तुम्ही जास्त खर्चीक असाल, तर तुम्ही स्वतःवर नियंत्रण ठेवण्यासाठी तुमच्या योग्य तेवढाच खर्च करणाऱ्या मित्रांना सांगू शकता, जेणेकरून जेव्हा तुम्ही प्रचंड खर्च करायला सुरुवात कराल तेव्हा ते तुम्हाला सावध करू शकतील. आणि

जर तुम्ही दोघांनी एकत्र बसून तुमच्या खर्चाच्या पद्धतींचा अभ्यास केला, तर हा खर्चाचा स्फोट कोणत्या कारणास्तव होतो, हे तुम्हाला समजू शकेल. तुम्ही आनंदात असताना आणि तुमची इच्छाशक्ती कमी असताना अचानक खरेदी करता का? किंवा तुम्ही असे विक्षिप्त खरेदीदार आहात जे निराश किंवा असुरक्षित असताना खरेदी करतात. असे असल्यास, तुम्हाला मनोवैज्ञानिक जे म्हणतात ते चुकीचे नियंत्रण आहे, म्हणजे असा चुकीचा विश्वास की, काही खरेदी केल्याने तुमचा मूड सुधारेल, परंतु प्रत्यक्षात तुम्हाला नंतर आणखी वाईट वाटते.

जरी तुम्ही जास्त खर्चीक नसाल, तरीही तुमच्या खर्चाचा मागोवा घेणे आणि तुमच्या शेजाऱ्यांशी तुलना करणे तुम्हाला फायदेशीर ठरू शकते. तुमच्या लक्षात येऊ शकते की, तुम्ही अति बचत करणारे आहात. ही फार वाईट नसली तरीही एक समस्या आहे. आश्चर्य म्हणजे हे अगदी सामान्य आहे. वर्तनशास्त्रीय अर्थशास्त्रज्ञांना आढळले आहे की, अतिशय, गरजेपेक्षा जास्त बचत करणं (न्युरोटिक पेनी-पिंचिंग) हे अतिरिक्त खर्चापेक्षा (न्युरोटिक ओव्हरस्पेंडिंग) जास्त प्रमाणात आढळते, जवळजवळ पाचपैकी एक व्यक्तीवर याचा प्रभाव असतो. मेंदूच्या स्कॅन्सनीदेखील दोषी ओळखला : इन्सुला (insula) जे पैशांपासून दूर जाण्याच्या विचारावर अतिशय भयानक प्रतिक्रिया देते.

याचा परिणाम असा होतो की, संशोधकांनी ज्याला हायपरोपिया (मायोपियाचा उलट) असे म्हटले आहे, त्यामध्ये तुम्ही वर्तमानाच्या क्षणापेक्षा भविष्याकडे खूप लक्ष केंद्रित करता. अशा प्रकारचे पेनी-पिंचिंग वेळ वाया घालवू शकते, मित्रांपासून दूर करू शकते, तुमच्या कुटुंबाला त्रास देऊ शकते आणि तुम्हाला दुःखी बनवू शकते.

अभ्यासातून असे दिसून आले आहे की, खूप बचत करणारे लोक इतके आनंदी नसतात, जितके खर्च करणारे लोक असतात; पण जेव्हा ते मागे वळून पाहतात आणि त्यांनी सोडलेल्या सर्व संधी त्यांना दिसतात तेव्हा त्यांना 'बचत केल्याचा पश्चात्ताप' होतो. जेव्हा अंतिम निरीक्षण करण्याची वेळ येते, जेव्हा तुम्ही फक्त तुमची संपत्तीच नव्हे तर तुमचे संपूर्ण जीवनही मोजत असता, तेव्हा तुम्हाला ती जुनी म्हण आठवून दुःख होऊ नये की, 'कफनात पैशांची पाकिटे नसतात'. (अर्थात, मेल्यानंतर पैसे काहीच कामाचे ठरत नाहीत) स्वतःची माहिती मिळवणे (क्वान्टिफाइड सेल्फ) म्हणजे फक्त पैशांपुरते मर्यादित नाही. तर वर पाहिल्याप्रमाणे त्यात पैशातून बऱ्याच अधिनिक महत्त्वाच्या गोष्टींचादेखील समावेश आहे.

६

इच्छाशक्ती मजबूत करता येते का?

डेव्हिड ब्लेनप्रमाणे, 'वेदना न जाणवता झालं तर जास्त चांगलं'.

'शरीर जितकं दु:ख सहन करतं, तितका आत्मा अधिक फुलतो.'

– डेव्हिड ब्लेनचे तत्त्वज्ञान, जे त्यांनी पाचव्या शतकातील तपस्वी संत सिमियन स्टायलायट्सकडून घेतले आहे. हे संत बऱ्याच वर्षे सिरियाच्या वाळवंटात एका उंच खांबावर राहिले होते.

आपल्याला डेव्हिड ब्लेनसाठी एक वैज्ञानिक स्पष्टीकरण विचारात घ्यायचे आहे. आम्ही इथे ब्लेन जे करतो ते 'का' करतो याचे स्पष्टीकरण मांडत नाही. ते तर अशक्यच आहे, किमान मानसशास्त्रज्ञांसाठी तरी, आणि बहुधा मनोचिकित्सकांसाठीही. ब्लेन स्वत:ला 'सहनशक्ती कलाकार' (एन्ड्युरन्स आर्टिस्ट) म्हणतो. जेव्हा तो त्याचे प्रसिद्ध जादूचे प्रयोग करत नसतो, तेव्हा तो भ्रम वा हातचलाखी नव्हे तर इच्छाशक्तीची कसोटी पाहणारी पराक्रमाची कामे करतो. तो न्यू यॉर्कच्या ब्रायंट पार्कमध्ये जमिनीपासून ऐंशी फूट उंच, फक्त बावीस इंच रुंद गोल खांबावर, कोणतीही सुरक्षादोरी बांधलेली नसताना, सलग पस्तीस तास उभा राहिला. त्याने टाइम्स स्क्वेअरमध्ये एका भल्या मोठ्या बर्फाच्या तुकड्यात स्वत:ला बंद करून घेऊन त्रेसष्ट तास झोप न घेता घालवले. त्याने एकदा डोक्यासाठी फक्त सहा इंच जागा मोकळी राहील अशा शवपेटीत स्वत:ला एक आठवडा पुरून घेतले होते. त्या आठवड्यात त्याने पाण्याशिवाय बाकी काहीच घेतले नाही. नंतर त्याने आणखी एक फक्त– पाणी पिऊन राहायचा असा उपवास केला, ज्याचा अहवाल 'न्यू इंग्लंड जर्नल ऑफ मेडिसिन'मध्ये प्रकाशित झाला. ४४ दिवसांत ५४ पाउंड वजन कमी झाले. हे ४४ दिवस तो अन्नाशिवाय टेम्स नदीवर ठेवलेल्या एका

सीलबंद पारदर्शक पेटीत राहिला होता. त्या पेटीतील तापमान कधी शून्यापेक्षा खाली जात असे, तर कधी ११४°F (फॅरेनहाइट) इतके गरम होत असे.

''नेहमी कम्फर्ट झोन तोडल्यावरच माझी वाढ होते'', असे ब्लेन म्हणतो, आणि सेंट सिमियन यांच्या त्या विचाराची पुनरावृत्ती करतो की, त्रास म्हणजे आत्म्याचे फूल उमलण्यासारखे आहे. त्याच्या या तत्त्वज्ञानाचे विश्लेषण करण्याचा आपण प्रयत्न करणार नाही. तो असे का करतो, हे आपल्या आकलनापलीकडे आहे.

आपल्याला तो हे 'कसे' करत राहतो, हे महत्त्वाचे आहे. ब्लेनची ही कृत्ये 'कशी' चालतात, हे जाणून घेणे त्या लोकांना उपयोगी पडेल जे 'तग धरण्याची क्षमता असलेले, सहनशक्ती असलेले कलाकार' नाहीत. त्याच्या कसोट्यांविषयी किंवा मनोवृत्तीविषयी काहीही वाटो; पण तो हे कसे करू शकतो हे शोधणे उपयोगी ठरेल. जर आपण शोधू शकलो की, ४४ दिवस उपवास करण्याचे त्याचे गुपित काय होते, तर कदाचित आपल्यापैकी काही जण रात्रीच्या जेवणापर्यंत त्याचा वापर करू शकतील. जर त्याने एक आठवडा जिवंत पुरले जाणे कसे सहन केले हे आपल्याला कळले, तर आपणही दोन तासांच्या कंटाळवाण्या बजेट मीटिंगमध्ये बसू शकू. तो नेमके काय करतो, ज्यामुळे त्याची इच्छाशक्ती एवढी मजबूत राहते? उदाहरणार्थ, श्वास रोखण्याचा जागतिक विक्रम मोडताना सगळे काही चुकत गेले तेव्हाही ब्लेनने लगेच हार कशी मानली नाही? या कामगिरीसाठी त्याने वर्षभरापेक्षा जास्त वेळ तयारी केली होती – शुद्ध ऑक्सिजनने फुप्फुसे पूर्ण भरायची आणि मग पाण्याखाली पूर्णपणे निश्चल राहायचे, म्हणजे ऑक्सिजन फार कमी खर्च होईल. ब्लेन मानसिक आणि शारीरिक दोन्ही प्रकारे इतका शांत राहू शकत असे की, त्याचा हृदयाचा ठोका ५०पेक्षा खाली, कधीकधी २०पेक्षा खालीही जायचा. ग्रँड केमन आयलंडवरील स्विमिंग पूलमध्ये झालेल्या सरावात, श्वास रोखताच त्याचा नाडीचा वेग ५० टक्क्यांनी कमी झाला आणि त्याने तब्बल सोळा मिनिटे डोकं पाण्यात ठेवले, तेही फारसा ताण न येता. तो जवळपास जागतिक विक्रम (१६ मिनिटे ३२ सेकंद) गाठून बाहेर आला, अगदी शांत दिसत होता आणि म्हणाला की, त्याला काहीच वेदना जाणवल्या नाहीत आणि शरीर किंवा आसपासचे वातावरण याचीही जाणीव फारशी झाली नाही.

पण काही आठवड्यांनी, जेव्हा तो 'ओप्रा शो'मध्ये गिनेसचा जागतिक विक्रम मोडण्याचा प्रयत्न करायला गेला, तेव्हा टीव्ही प्रेक्षकांसमोर परफॉर्म करण्याच्या ताणाव्यतिरिक्त आणखी काही अडचणी होत्या. तलावात पाण्यावर चेहरा खाली ठेवून तरंगण्याऐवजी, त्याला एका प्रचंड काचेच्या गोलामध्ये उभे राहून प्रेक्षकांना सामोरे जावे लागत होते. वर तरंगून जाऊ नये म्हणून, त्याला गोलाच्या तळाशी असलेल्या पट्ट्यांमध्ये पाय अडकवून ठेवावे लागत होते. जेव्हा तो आपल्या

फुफ्फुसांत ऑक्सिजन भरत होता, तेव्हा उभे राहण्यासाठी लागणारा स्नायूंचा ताण जास्त ऑक्सिजन वापरेल, अशी त्याला काळजी वाटत होती. त्याचा नाडीचा ठोका नेहमीपेक्षा जास्त होता आणि जेव्हा त्याने श्वास रोखायला सुरुवात केली, तेव्हा नाडी खाली जाण्याऐवजी १००च्या वरच राहिली. परिस्थिती आणखी वाईट झाली कारण त्याचा हृदयाचे ठोके दाखवणारा मॉनिटर गोलाजवळच ठेवला गेला होता, आणि त्याच्या त्या बीप-बीप-बीप आवाजामुळे तो सतत विचलित होत होता. दुसऱ्याच मिनिटाला, त्याची नाडी १३०च्या वर गेली आणि त्याला कळले की, तो ती नियंत्रित करू शकणार नाही. मिनिटामिनिटाला त्याचे शरीर ऑक्सिजन वापरत राहिले आणि नाडी १०० च्या वरच होती. ध्यानासारख्या शांत अवस्थेत जाण्याऐवजी, त्याला स्वतःची धडधडणारी नाडी आणि शरीरात वाढत जाणारा कार्बन डायऑक्साइडचा त्रास तीव्रपणे जाणवत होता.

आठव्या मिनिटाला, तो विक्रमाच्या अर्ध्याही अंतरावर पोहोचला नव्हता आणि आता तो यशस्वी होणार नाही, याची त्याला खात्री वाटू लागली. दहाव्या मिनिटाला, शरीर आतील महत्त्वाच्या अवयवांना रक्त पुरवण्यासाठी हातपायातील रक्त मागे खेचू लागलं, आणि त्यामुळे बोटांना मुंग्या येऊन ती झिणझिणू लागली. बाराव्या मिनिटाला त्याच्या पायांना तीव्र वेदना होत होत्या आणि कानात घंटानादासारखा आवाज येत होता. तेराव्या मिनिटाला त्याचे हात सुन्न होऊ लागले आणि छातीत वेदना होऊ लागल्या. हे हृदयविकाराचे संकेत असू शकतात, अशी भीती त्याला वाटू लागली. एक मिनिटानंतर त्याला छातीत आकुंचन जाणवू लागले आणि त्याला श्वास घेण्याची जोरदार इच्छा होऊ लागली. पंधराव्या मिनिटाला त्याच्या हृदयाचे ठोके चुकू लागले होते आणि नाडीही अनियमित झाली होती. ती कधी एकदम १५०वर तिथून एकदम खाली ४०वर, पुन्हा १०० वर अशी जात होती. आता आपल्याला हृदयविकाराचा झटका येणार आहे, याची त्याला खात्री पटली. त्यामुळे त्याने आपले पाय पट्ट्यांतून काढले, जेणेकरून तो बेशुद्ध पडताच आपत्कालीन पथक त्याला बाहेर खेचू शकेल. आता आपण कोणत्याही क्षणी बेशुद्ध पडू अशी अपेक्षा करत तो वर तरंगू लागला, तरीही स्वतःला पाण्याच्या पृष्ठभागाखालीच थांबवण्याचा प्रयत्न तो करत होता. तेव्हाच त्याने प्रेक्षकांचा जल्लोष ऐकला.

त्याला कळले की, त्याने जुन्या १६:३२ मिनिटांच्या विक्रमाला मागे टाकले आहे. त्याने घड्याळाकडे पाहिले आणि आणखी एक मिनिट तग धरला. शेवटी तो पाण्याबाहेर आला तेव्हा त्याने १७:०४ मिनिटांचा नवा गिनीज विक्रम प्रस्थापित केला होता.

''ही एक पूर्णपणे वेगळ्याच पातळीवरची वेदना होती'', तो नंतर म्हणाला. ''अजूनही असं वाटतंय की कुणीतरी मला पोटात जीव खाऊन शक्य तितक्या जोरात ठोसा मारला आहे.''

मग त्याने हे सगळं कसं सहन केलं?

''इथंच प्रशिक्षण उपयोगी येतं,'' तो म्हणाला. ''ते तुम्हाला असा आत्मविश्वास देते की, कठीण परिस्थितीतूनही आपण निभावून जाऊ शकतो.''

जरी गेल्या वर्षभरात त्यांची संख्या बरीच होती, तरी प्रशिक्षण म्हणताना तो फक्त अलीकडच्या श्वास रोखण्याच्या सरावाबद्दल बोलत नव्हता. दर सकाळी तो साध्या हवेत (शुद्ध ऑक्सिजनमध्ये नाही) श्वास रोखण्याचे काही प्रयत्न करायचा, मध्ये मध्ये थोडी विश्रांती घ्यायचा आणि हळूहळू वेळ आणि वेदना वाढवत जायचा. साधारण एका तासात तो एकूण अठ्ठेचाळीस मिनिटे श्वास न घेता राहायचा आणि मग उरलेल्या दिवसभर त्याचे डोके दुखत राहायचे. या रोजच्या सरावामुळे त्याच्या शरीराला आतमध्ये 'कार्बन डायऑक्साइड' साचल्यामुळे निर्माण होणारी वेदना सहन करण्याची सवय झाली. पण त्याचबरोबर मागील तीन दशकांपासून म्हणजे वयाच्या पाचव्या वर्षापासून तो करत असलेले इतर प्रकारचे सरावही तितकेच महत्त्वाचे होते. त्याला नेहमीच वाटत असे की, इच्छाशक्ती ही एखाद्या स्नायूसारखी आहे – तिला अधिक मजबूत करता येते. ही कल्पना त्याला अंशतः त्याच्या बालपणीच्या हिरो हूडिनीबद्दल वाचून मिळाली होती आणि अंशतः तो ती स्वतःच्या प्रयत्नांमधून शिकला होता.

ब्रुकलिनमध्ये वाढत असताना, ब्लेन स्वतःला तासन्तास, दिवसेंदिवस कार्डचे प्रयोग शिकण्यास भाग पाडायचा. तो पोहोताना तरण तलावात अजिबात पाण्यावर न येता श्वास रोखून पोहू शकत होता. हे शिकल्याने तो पोहण्याच्या शर्यती जिंकायला लागला. बराच सराव करून त्याने एकदा तरणतलावाच्या लांबीत सलग पाच वेळा पाण्याखाली पोहोण्याची पैज जिंकून ५०० डॉलर जिंकले होते. हिवाळ्यात तो कोट घालत नसे. बर्फाळ थंड हवेतही तो फक्त टी-शर्ट घालून मैलोन्मैल चालत असे. तो नियमितपणे थंड पाण्याने अंघोळ करायचा आणि कधीकधी नुसत्या अनवाणी पायाने बर्फात धावायचा. तो आपल्या खोलीतील लाकडी जमिनीवर झोपायचा आणि एकदा तर तो सलग दोन दिवस कपाटात बसून राहिला (त्याच्या सहनशील आईने त्याला आतमध्ये जेवण आणून दिले होते). नेहमी काही ना काही ध्येय समोर ठेवून; जसं की, दररोज अमुक इतकं धावणं किंवा एखाद्या झाडाखालून जाताना त्याच्या फांदीवरील पानाला उडी मारून स्पर्श करणं; ते पूर्ण करण्यासाठी प्रयत्न करायचे अशी त्याला सवयच लागली होती. अकराव्या वर्षी, हर्मन हेस यांच्या 'सिद्धार्थ' कादंबरीत उपवासाबद्दल वाचल्यानंतर त्याने स्वतः उपवास करण्याचा प्रयत्न केला आणि लवकरच तो फक्त पाण्यावर चार दिवस राहू लागला. अठराव्या वर्षी त्याने फक्त पाणी आणि वाइन पिऊन दहा दिवसांचा उपवास केला. जेव्हा तो 'सहनशक्तीचे प्रयोग करणारा व्यावसायिक कलाकार' (एन्ड्युरन्स आर्टिस्ट) झाला,

तेव्हा आपल्या प्रत्येक स्टंटच्या आधी तो हेच उपाय पुन्हा करू लागला. सोबत काही लहानशा कृतीही करायचा, ज्यांचा त्या स्टंटशी थेट संबंधही नसे.

''जेव्हा मी एखाद्या दीर्घ काळ चालणाऱ्या आव्हानासाठी तयारी करतो, तेव्हा माझ्यात थोडंसं OCD (ऑब्सेसिव्ह-कम्पल्सिव्ह डिसऑर्डर) सारखं काहीतरी सुरू होतं,'' त्याने आम्हाला सांगितले. ''मी स्वतःसाठी खूप विचित्र उद्दिष्टं बनवतो. जसं की, पार्कमधील बाइक लेनमध्ये जॉगिंग करताना, जमिनीवर सायकलच्या चित्रावरून जाताना मला ते पायाने दाबायलाच हवं आणि फक्त दाबायचं नाही, तर त्या चित्रातील सायकलस्वाराच्या डोक्यावर अगदी बरोबर पाऊल ठेवायला हवं, म्हणजे त्याचं डोकं बरोब्बर माझ्या बुटाखाली आलं पाहिजे. अशा गोष्टी माझ्यासोबत धावणाऱ्या कोणालाही त्रास देतात, पण मी हे केलं नाही, तर मी यशस्वी होणार नाही, असं मला वाटतं.''

पण असं का वाटावं? जमिनीवरील सायकलस्वाराच्या चित्रावर पाय ठेवणं तुमचा श्वास जास्त वेळ रोखायला कसं मदत करणार?

''तुमच्या मेंदूला लहान लहान उद्दिष्टं गाठण्याची सवय लागते. ज्या गोष्टी आपण साध्य करू शकत नाही असं वाटतं, त्या मोठ्या गोष्टी साध्य करण्यासाठी तुम्हाला ही सवयच मदत करते,'' तो म्हणाला. ''फक्त त्या विशिष्ट गोष्टीचा सराव करणं महत्त्वाचं नसतं. नेहमी सर्व गोष्टी असायला हव्यात त्याहीपेक्षा कठीण करणं, आणि कधीही अपयशी न होणं, यामुळे तुमच्याकडे एक अतिरिक्त शक्ती, एक 'रिझर्व्ह टँक' तयार होतो. म्हणजे तुम्हाला माहिती असतं की तुम्ही तुमच्या ठरवलेल्या उद्दिष्टापेक्षा नेहमी पुढे जाऊ शकता. माझ्यासाठी 'शिस्त' म्हणजे हेच! सततची पुनरावृत्ती आणि सराव.''

हे सराव नक्कीच ब्लेनसाठी उपयुक्त ठरलेले दिसतात; पण त्याची सहनशक्तीची कामगिरी हा काही वैज्ञानिक पुरावा नाही, किंवा इतर कुणासाठी आदर्श प्रारूपही नाही. डेव्हिड ब्लेन कुठल्याही सामान्य लोकांच्या गटापासून खूप दूर असलेला असा नमुना आहे. एखादं मूल, जे स्वतःहून थंड पाण्याने अंघोळ करतं आणि चार दिवसांचे उपवास करतं, ते कोणत्याही सामान्य लोकांचं प्रतिनिधित्व करत नाही. कदाचित, ब्लेनची कामगिरी त्याच्या प्रशिक्षणामुळे नाही, तर त्याच्याकडे जन्मतःच असलेल्या इच्छाशक्तीमुळे आहे. कदाचित, त्याचे सर्व प्रशिक्षण म्हणजे त्याच्याकडे आधीपासून असलेल्या विलक्षण शिस्तबद्ध स्वभावाचाच पुरावा असेल. व्हिक्टोरियन लोकांसारखंच त्यालाही वाटत होतं की, प्रशिक्षणाने त्याची इच्छाशक्ती एखाद्या स्नायूसारखी मजबूत होते, पण कदाचित तो सुरुवातीपासूनच खूप मजबूत इच्छाशक्ती घेऊन जन्माला आला असेल. हे प्रशिक्षण खरोखर कोणाला मदत करते का, किंवा इतर कुणाचीही इच्छाशक्ती वाढवू शकते का, हे पाहण्यासाठी, तुम्हाला

अशा लोकांची चाचणी घ्यावी लागेल, जे सहनशक्तीचे प्रयोग करणारे कलाकार, किंवा जे एखाद्या खांबावर राहणाऱ्या साधूसमान व्यक्तीला आदर्श मानणार नाहीत.

इच्छाशक्तीचे व्यायाम

सामाजिक शास्त्रज्ञांना सुरुवातीला इच्छाशक्ती मजबूत करण्याची कल्पना फार आशादायक वाटत नव्हती. कारण बाउमिस्टर यांच्या प्रयोगशाळेतील 'अहंभाव कमी वा नाहीसा होणे' (इगो डिप्लिशन) या प्रयोगांनी दाखवले होते की, इच्छाशक्तीचा वापर केल्यावर पुढील आत्मनियंत्रण कमी होते. चॉकलेट चिप कुकीजऐवजी मुळा खाण्याचा निर्णय घेतल्यावर लगेचच इच्छाशक्ती कमी होत असे, आणि अशा प्रकारचे प्रयोग करून दीर्घकालात ताकद वाढेल असे गृहीत धरण्याचे काही कारण नव्हते.

तरीही, इच्छाशक्ती मजबूत करण्याची किंचित जरी शक्यता असती, तर त्याचा फायदा खूप मोठा झाला असता. इच्छाशक्ती थकण्याचे पहिले संशोधन प्रकाशित झाल्यानंतर, संशोधकांचा गट एकत्र बसला आणि इच्छाशक्ती वाढवण्याचे मार्ग शोधू लागला. मार्क मुरावेन, हा पदव्युत्तर विद्यार्थी, ज्याने इच्छाशक्ती थकते हे दाखवणारे पहिले प्रयोग केले, त्याने आपल्या मार्गदर्शक बाउमिस्टर आणि डायान टाईस यांच्याशी तिची ताकद वाढवणाऱ्या व्यायामांबद्दल चर्चा केली. कोणत्या गोष्टीचा उपयोग होईल याची कल्पनाच नसल्यामुळे, त्यांनी एकाच वेळी अनेक दिशांनी निरनिराळे प्रयोग करत प्रयत्न करण्याचा निर्णय घेतला. वेगवेगळ्या लोकांना वेगवेगळे व्यायाम द्यायचे आणि त्यांची इच्छाशक्ती वाढते का ते पाहायचे. यात एक समस्या अशी होती की, काही लोकांकडे सुरुवातीपासूनच जास्त आत्मनियंत्रण असेल, जसे काही खेळाडू जन्मतःच जास्त ताकदवान आणि तग धरण्याची क्षमता अधिक असणारे असतात. हे नियंत्रित करण्यासाठी, संशोधकांना प्रत्येक व्यक्तीच्या स्नायुशक्ती आणि सहनशक्तीतील बदल मोजल्यासारखा दृष्टिकोन घ्यावा लागणार होता. त्यासाठी त्यांनी कॉलेजच्या विद्यार्थ्यांना आधी प्रयोगशाळेत बोलावलं. प्रथम त्यांची इच्छाशक्तीची मूळ पातळी मोजली, आणि नंतर एक लहानशी, पण थकवणारी आत्मनियंत्रण चाचणी देऊन ती पातळी किती कमी होते ते पाहिले. मग प्रत्येक विद्यार्थ्याला दोन आठवडे घरी जाऊन काहीतरी सराव करायला सांगितले जाणार होते, आणि त्यानंतर पुन्हा प्रयोगशाळेमध्ये चाचण्या घेतल्या जाणार होत्या.

'व्यक्तित्व घडवणे' म्हणजे काय, याच्या वेगवेगळ्या संकल्पना तपासण्यासाठी निरनिराळ्या सरावांचा वापर केला गेला. किंवा अधिक स्पष्टपणे सांगायचे तर, कोणते मानसिक स्रोत मजबूत करणे आवश्यक आहे हे समजण्यासाठी तसे करण्यात आले. स्वतःवर नियंत्रण ठेवण्याच्या कृती थकवणाऱ्या असतात, कारण एका प्रतिक्रियेवर दुसरी प्रतिक्रिया लादण्यासाठी ऊर्जा लागते, म्हणून? किंवा आपल्या

वर्तनावर लक्ष ठेवण्यासाठी ऊर्जा लागते म्हणून? किंवा आपली मानसिक अवस्था बदलण्यासाठी ऊर्जा लागते म्हणून?

एका गटातील विद्यार्थ्यांना पुढील दोन आठवड्यांसाठी ते कसे उभे राहतात किंवा कसे बसतात यावर, काम करण्याच्या सूचना देण्यात आल्या. जेव्हा जेव्हा त्यांना आठवेल, तेव्हा त्यांनी सरळ उभे राहण्याचा किंवा सरळ बसण्याचा प्रयत्न करायचा होता. कारण बहुतेक सगळ्याच महाविद्यालयीन विद्यार्थ्यांना नेहमीच सहजपणे वाकून बसण्याची सवय असते, त्यामुळे हा सराव त्यांना त्यांची सवयीची प्रतिक्रिया बदलण्यासाठी ऊर्जा वापरायला लावणार होता. दुसरा गट असा होता ज्यावरून स्वत:वर लक्ष ठेवणे थकवणारे ठरते का, हे तपासायचे होते. या विद्यार्थ्यांना पुढील दोन आठवड्यांत ते जे काही खातील त्याची नोंद करायची होती. त्यांना त्यांच्या आहारात बदल करण्याची गरज नव्हती, अर्थात काही जणांना लाजेखातर थोडेफार बदल करण्याची इच्छा होणे शक्य होते.

(सोमवार- पिझ्झा आणि बिअर. मंगळवार-पिझ्झा आणि वाइन. बुधवार-हॉट डॉग आणि कोक. कदाचित मध्ये कधीतरी एक सलाड किंवा सफरचंद खाल्ले तर नोंद थोडी चांगली दिसेल.) तिसरा गट असा होता, ज्यावरून मानसिक अवस्था बदलल्याने काय परिणाम होतात हे तपासायचे होते. या विद्यार्थ्यांना पुढील दोन आठवड्यांत नेहमी सकारात्मक भावना ठेवण्याचा प्रयत्न करायचा होता. जेव्हा जेव्हा त्यांना वाईट वाटेल, तेव्हा त्यांनी स्वतःला आनंदित करण्याचा प्रयत्न करायचा होता. संशोधकांना हा प्रकार जास्त यशस्वी होईल असे वाटले, म्हणून त्यांनी हा गट इतर गटांपेक्षा दुप्पट मोठा ठेवला, जेणेकरून त्या आकडेवारीच्या आधारे अधिक विश्वासार्ह परिणाम मिळतील.

पण संशोधकांचा हा अंदाज अगदीच चुकीचा ठरला. ज्या मोठ्या गटाने दोन आठवडे भावना नियंत्रित करण्याचा सराव केला, त्यांनी प्रयोगशाळेमध्ये परत आल्यावर घेतलेल्या आत्मनियंत्रण चाचण्यांमध्ये कुठलीही सुधारणा दाखवली नाही. नंतर मागे वळून पाहिल्यावर, ही अपयशी रणनीती तितकी आश्चर्यकारक वाटत नाही. भावनांवर नियंत्रण ठेवणे हे इच्छाशक्तीवर अवलंबून नसते. माणसे फक्त इच्छाशक्ती वापरून आपली भावना बदलू शकत नाहीत.

लोक स्वतःला एखाद्यावर प्रेम करायला भाग पाडू शकत नाहीत, किंवा फार आनंदी वाटायला भाग पाडू शकत नाहीत, किंवा अपराधीपणाच्या भावना थांबवू शकत नाहीत. भावनांवर नियंत्रण ठेवण्यासाठी साधारणपणे काही सूक्ष्म युक्त्या वापराव्या लागतात, जसे की, एखाद्या समस्येबद्दलचा विचार बदलणे किंवा स्वतः ला दुसऱ्या गोष्टीत गुंतवून ठेवणे. म्हणूनच, भावनांवर नियंत्रण ठेवण्याचा सराव केल्याने आपली इच्छाशक्ती वाढत नाही.

पण इतर काही व्यायाम मात्र मदत करतात. ज्या गटांतील विद्यार्थी आपली पाठ सरळ ठेवण्याचा सराव करत होते आणि रोज काय खाल्ले ते नोंदवत होते, त्या गटांमध्ये मोठा बदल दिसून आला. जेव्हा दोन आठवड्यांनंतर ते पुन्हा प्रयोगशाळेत आले, तेव्हा आत्मनियंत्रणाच्या चाचण्यांमध्ये त्यांचे गुण वाढले होते आणि हा बदल, ज्यांनी कोणताही सराव केला नव्हता, त्या नियंत्रण गटापेक्षा खूपच जास्त होता. हा परिणाम खूपच लक्षवेधी होता, आणि डेटा नीट तपासल्यावर निष्कर्ष आणखी स्पष्ट आणि मजबूत झाले. अनपेक्षितपणे, सर्वांत चांगले परिणाम 'पाठ सरळ ठेवणाऱ्या' गटात दिसले. 'सरळ बसा!' हे जुने, त्रासदायक वाटणारे सल्ले लोकांनी कधी कल्पनाही केली नसती इतके उपयुक्त निघाले. आपल्या नेहमीच्या वाकण्याच्या सवयीवर नियंत्रण ठेवून, या विद्यार्थ्यांनी इच्छाशक्ती अधिक मजबूत केली आणि पूर्णपणे वेगळ्या कामांमध्येही, ज्यांचा शरीरस्थितीशी काही संबंध नव्हता, चांगली कामगिरी नोंदवली. ज्यांनी हा सल्ला जास्त प्रामाणिकपणे पाळला होता (दैनिक नोंदीत त्यांनी कितीदा आपली पाठ सरळ ठेवली यावरून हे मोजले गेले), त्यांच्यात सुधारणा सर्वाधिक होती.

या प्रयोगातून आत्मनियंत्रणाच्या दोन प्रकारच्या ताकदीतील एक महत्त्वाचा फरकही समोर आला : शक्ती आणि तग धरण्याची क्षमता. पहिल्या सत्रात सहभागींना सुरुवातीला एक स्प्रिंग लोडेड हँडग्रिप जितक्या वेळ धरता येईल तितका वेळ दाबून धरायला सांगितले (ही चाचणी केवळ शारीरिक ताकदीची नव्हे, तर इच्छाशक्तीचीही योग्य मोजणी करते असे इतर प्रयोगांनी दाखवले आहे). मग, मेंदूची ऊर्जा खर्च करणारे एक जुने कालातीत – 'पांढऱ्या अस्वलाबद्दल विचार करू नका' – हे करून घेतले. त्यानंतर पुन्हा हँडग्रिप दाबून धरण्याची चाचणी घेऊन, इच्छाशक्ती कमी झाल्यावर त्यांची कामगिरी कशी होते ते पाहिले.

दोन आठवड्यांनंतर, पाठ सरळ ठेवण्याचा सराव करून ते पुन्हा प्रयोगशाळेत आले तेव्हा, त्यांच्या पहिल्या हँडग्रिप चाचणीतील गुणांत फारसा फरक नव्हता. याचा अर्थ त्यांची इच्छाशक्तीची 'शक्ती' वाढलेली नव्हती; मात्र त्यांच्यात तग धरण्याची क्षमता मोठ्या प्रमाणात वाढली होती, ज्यामुळे संशोधकांनी विद्यार्थ्यांना थकवण्याचा प्रयत्न केल्यानंतर घेतलेल्या हातदाब (हँडग्रिप) चाचणीत त्यांची कामगिरी सुधारली होती. विद्यार्थ्यांनी केलेल्या बैठकशैलीच्या (पोश्चर) व्यायामांमुळे त्यांची इच्छाशक्ती इतक्या लवकर कमी झाली नाही, म्हणून त्यांच्याकडे इतर कामांसाठी जास्त मानसिक शक्ती उरली.

तुम्हीही तुमची इच्छाशक्ती वाढवण्यासाठी दोन आठवड्यांचा पोश्चर प्रयोग करू शकता, किंवा इतर व्यायामही करून पाहू शकता. सरळ बसण्यात काही जादू नाही, हे नंतर संशोधकांनी दाखवून दिले, जेव्हा त्यांनी दुसऱ्या अनेक पद्धती

वापरल्या आणि त्यांचेही असेच फायदे दिसले. तुम्ही या पद्धतींपैकी हव्या त्या निवडू शकता, किंवा त्यावरून स्वतःची पद्धतही तयार करू शकता. मुख्य गोष्ट म्हणजे, एखादी रोजची सवय जाणीवपूर्वक बदलण्यावर लक्ष ठेवणे.

याची सुरुवात करण्याचा एक सोपा मार्ग म्हणजे, नियमित कामांसाठी वेगळ्या हाताचा वापर करणे. अनेक सवयी आपल्याला ज्या हाताचा वापर जास्त असतो त्या हाताशी जोडलेल्या असतात. विशेषतः उजव्या हाताने काम करणारे लोक, उजव्या हाताने कितीतरी गोष्टी कोणताही विचार न करता करतात. स्वतःला डाव्या हाताने काम करायला भाग पाडणे म्हणजे स्वनियंत्रणाचा व्यायाम. तुम्ही दात घासणे, संगणकाचा माउस वापरणे, दार उघडणे, किंवा कप उचलणे, ही कामे उजव्या ऐवजी डाव्या हाताने करण्याचा संकल्प करू शकता. हे दिवसभर करणे खूप अवघड वाटत असल्यास, एखाद्या ठरावीक वेळेसाठी करून पहा. काही संशोधनांत लोकांना सकाळी ८ ते संध्याकाळी ८ या वेळेत हात बदलून काम करण्यास सांगितले होते. यामुळे लोक संध्याकाळी त्यांची जुनी पद्धत वापरू शकतात. कारण तोवर ते शारीरिकदृष्ट्या थकलेले असतात आणि मानसिकदृष्ट्या दिवसभराच्या कामानंतर त्यांची इच्छाशक्ती कमी झालेली असते. (डावखुऱ्यांसाठी टीप : ही पद्धत तुमच्यासाठी तितकी प्रभावी नसू शकते; कारण अनेक डावखुरे लोक प्रत्यक्षात दोन्ही हात बऱ्यापैकी वापरू शकतात, आणि उजवीकडे झुकलेल्या जगात राहून त्यांनी अनेक गोष्टी उजव्या हाताने करायचीही स्वतःला सवय लावलेली असते. त्यामुळे उजवा हात वापरायला सुरुवात केल्यावर तुम्हाला तितका ताण जाणवणार नाही - ताण नसेल तर परिणामही कमी.)

आणखी एक प्रशिक्षण पद्धत म्हणजे तुमच्या बोलण्याच्या सवयी बदलणे. ह्या सवयीदेखील खूप खोलवर रुजलेल्या असतात आणि त्यात बदल करायला मेहनत लागते. उदाहरणार्थ, तुम्ही फक्त पूर्ण वाक्यांमध्ये बोलण्याचा सराव करू शकता. बोलताना वारंवार 'like', म्हणणे किंवा 'you know', 'तस-असं-अच्छा' असे शब्द टाकण्याची किशोरवयीन सवय सोडा. शब्दांची लघुरूपे, संक्षेप वापरणे टाळा, म्हणजे तुम्ही नेहमी प्रत्येक गोष्ट तिचे पूर्ण नाव घेऊन बोला. 'या', किंवा 'यप', 'ना' किंवा 'नोप' म्हणायच्या ऐवजी 'येस' आणि 'नो' म्हणा. (नाही च्या ऐवजी 'च्क' किंवा 'हो'च्या ऐवजी 'हां') परंपरागत जे शब्द उच्चारणे अयोग्य वा अशिष्ट समजले जाते, असे शब्द म्हणजे शिवी/अपशब्द टाळण्याचा प्रयत्नदेखील तुम्ही करू शकता. आजकाल ही बंदी अनेकांना जुनी, कदाचित अर्थहीन वाटते. समाज असे शब्द का तयार करतो, जे सगळ्यांना माहिती असतात; पण कुणालाही ते मोठ्याने उच्चारण्यास बंदी असते? पण अशा निषिद्ध शब्दांचे मूल्य कदाचित त्यात असते की तुम्ही ते बोलण्याची इच्छा दाबून ठेवण्याचा सराव करू शकता.

यापैकी कोणतीही तंत्रे तुमची इच्छाशक्ती सुधारतील आणि धूम्रपान सोडणे किंवा बजेट पाळणे यांसारख्या मोठ्या आव्हानांसाठी तुमची तयारी करून घेतील, पण ही तंत्रे फार काळ टिकवणे तुम्हाला अवघड जाऊ शकते. ज्या सरावांत लगेच काही फायदा दिसत नाही, असे क्लिष्ट सराव सतत करणे हे आव्हानात्मक असते, असे संशोधकांना पहिल्या इच्छाशक्ती-वाढ प्रयोगांच्या पाठपुराव्यात लक्षात आले. सुरुवातीच्या निष्कर्षांमुळे मानसशास्त्रज्ञ खूप उत्साही झाले; कारण जीवनातील अनेक क्षेत्रांत फक्त ज्या दोन गुणांमुळे फायदा होतो त्यांपैकी स्व-नियंत्रण हा एक गुण होता. दुसरा गुण, बुद्धिमत्ता. हा सुधारण्यास खूप अवघड निघाला. 'हेड स्टार्ट' (अमेरिकेत चालणारा एक शैक्षणिक आणि सामाजिक मदत कार्यक्रम)सारख्या कार्यक्रमांमुळे विद्यार्थी शिकत असताना त्यांची बौद्धिक कामगिरी सुधारली; पण त्या कार्यक्रमातून बाहेर पडल्यावर हे फायदे लवकरच कमी होत गेले. साधारणपणे पाहता, माणसाच्या जन्मतः मिळालेल्या बुद्धिमत्तेत वाढ करणे फारसे शक्य वाटत नव्हते. त्यामुळे स्व-नियंत्रण हा गुण अजूनच मौल्यवान वाटू लागला, आणि समाजशास्त्रज्ञांनी ते सुधारण्यासाठीच्या निरनिराळ्या पद्धती शोधायला सुरुवात केली. दहा वर्षांच्या कालावधीत संशोधकांना यश आणि अपयश यांचा संमिश्र अनुभव आला, कारण यात सहभागी लोकांना, त्यांना नेमून दिलेले सराव नियमितपणे करणे कठीण जात होते. फक्त असा सराव शोधणे पुरेसे नव्हते की जो सैद्धांतिकदृष्ट्या इच्छाशक्ती वाढवेल. तर तो असाही असायला हवा होता, की लोकांनी तो खरंच करावा.

शक्तीपासून अधिक शक्तीकडे

सर्वांत यशस्वी योजना मेग ओटेन आणि केन चेंग या दोन ऑस्ट्रेलियन मानसशास्त्रज्ञांनी विकसित केल्या. संशोधकांनी अशा लोकांना निवडले जे त्यांच्या आयुष्यातील एखादा विशिष्ट भाग सुधारू इच्छित होते आणि ज्यांना त्या क्षेत्रात थेट मदत देता येणार होती. त्यातील निम्म्या लोकांना लगेच मदत देण्यात आली आणि इतरांना नियंत्रण गट म्हणून थोडा वेळ थांबवण्यात आले, त्यांना मदत नंतर मिळणार होती. या पद्धतीला 'प्रतीक्षा यादी नियंत्रण गट' (वेटिंग-लिस्ट कंट्रोल ग्रुप) असे म्हणतात. यामुळे चाचणी गट आणि नियंत्रण गट यांची उद्दिष्टे आणि इच्छा एकसारख्या राहतात. सर्वांना तीच सेवा देण्यात आली होती, फक्त काहींना ती मिळण्यासाठी थोडा वेळ थांबावे लागले. त्या काळात त्यांनाही त्याच चाचण्या देण्यात आल्या आणि मोजमाप करण्यात आले, जसे इच्छाशक्ती बळकट करणाऱ्या गटाला देण्यात आले होते. हे सराव थेट त्यांच्या उद्दिष्टांशी जोडलेले होते, ज्यामुळे त्याचे फायदे दिसत असल्याने ते प्रयत्न करत राहण्यास प्रोत्साहित झाले.

एका प्रयोगात अशा लोकांचा समावेश होता जे आपली शारीरिक तंदुरुस्ती सुधारू इच्छित होते, पण नियमित व्यायाम करत नसत. काही लोकांना त्वरित जिमचे (व्यायामशाळेचे) सभासदत्व दिले गेले आणि संशोधकांपैकी एकासोबत बैठक घेऊन त्यांच्या नियमित व्यायामाचे नियोजन तयार केले. मग सहभागी लोकांना एक नोंदवही देण्यात आली, ज्यात प्रत्येक व्यायामाच्या सत्राची नोंद करायची होती. दुसऱ्या प्रयोगात अशा विद्यार्थ्यांचा समावेश होता ज्यांना आपली अभ्यासाची सवय सुधारण्याची इच्छा होती. ज्यांना त्वरित मदत मिळाली, त्यांनी संशोधकांची भेट घेऊन दीर्घकालीन उद्दिष्टे आणि कामांची यादी तयार केली, तसेच त्या कामांची लहान-लहान टप्प्यांत विभागणी केली. त्यांची अभ्यासाची योजना त्यांच्या इतर जबाबदाऱ्यांशी (जसे की, अर्ध वेळ नोकरी) जुळवून केली गेली. विद्यार्थ्यांनी अभ्यासाची नोंदपुस्तिका आणि डायरी ठेवली, ज्यामुळे प्रगतीचे निरीक्षण करता येत होते. आणखी एका प्रयोगात लोकांना त्यांचे आर्थिक व्यवस्थापन सुधारण्याची संधी देण्यात आली. त्यांनी संशोधकांची भेट घेऊन अंदाजपत्रक तयार केले आणि अधिक पैसे वाचवण्याचे मार्ग ठरवले. त्यांनी फक्त जमाखर्चाचीच नोंद ठेवली नाही, तर खर्च करताना कसे वाटले, खर्च टाळण्यासाठी कोणते प्रयत्न केले, हेही त्यांनी लिहून ठेवले. उदाहरणार्थ, दुकानाच्या दर्शनी भागात मांडून ठेवलेल्या वस्तूंच्या आकर्षणापासून वाचण्यासाठी ते बाहेर जाणे टाळत, पैसे वाचवण्यासाठी सुट्ट्या रद्द करत किंवा एरवी त्यांनी जी सहजतेने केली असती अशी खरेदी पुढे ढकलत.

या सर्व प्रयोगांमध्ये, सहभागी लोकांना त्यांच्या स्व-विकास कार्यक्रमाशी संबंध नसलेले एक काम करण्यासाठी वेळोवेळी प्रयोगशाळेत बोलावले जात असे. प्रयोगातील लोकांना संगणकाच्या स्क्रीनवर सहा काळे चौकोन दाखवले जात. त्यातील तीन चौकोन क्षणभर चमकत आणि मग स्क्रीनवर दिसणारे चौकोन आपापली जागा बदलत कसेही इकडेतिकडे सरकू लागत. पाच सेकंदांनी, सहभागी लोकांनी संगणकाच्या माउसने दाखवायचं की, सुरुवातीला कोणते चौकोन चमकले होते. त्यामुळे हे काम नीट करायचं असेल तर कोणते चौकोन पाहायचे ते लक्षात ठेवून त्यांची हालचाल लक्षपूर्वक पाहणे आवश्यक होते. हे जरा जास्त कठीण होतं; कारण हा प्रयोग चालू असताना जवळच्या टेलिव्हिजनवर एडी मर्फीचा धमाल स्टँड-अप कॉमेडी शो सुरू असायचा आणि प्रेक्षक पोट धरून हसत असायचे. जर तुम्ही त्याच्याकडे वळून पाहिलं किंवा त्याच्या विनोदांकडे जास्त लक्ष दिलं, तर तुम्हाला त्या चौकोनांचा माग ठेवणे शक्य होणार नाही. चांगले गुण मिळवायचे असतील, तर हे विनोद, हशा या सगळ्यांकडे दुर्लक्ष करून कंटाळवाण्या चौकोनांवर लक्ष केंद्रित करावं लागे. ही निश्चितच मोठी आत्मनियंत्रणाची गोष्ट होती. संशोधनात सहभागी झालेल्या लोकांनी हा चाचणी प्रत्येक सत्रात दोनदा दिली. पहिल्यांदा ते प्रयोगशाळेत

आल्या आल्या, जेव्हा ते ताजेतवाने असत. दुसरी चाचणी काही वेळाने घेतली जाई, जेव्हा त्यांची इच्छाशक्ती थकलेली असे.

या सर्व प्रयोगांमध्ये दिसून येणारा निकालांचा नमुना (पॅटर्न) जवळजवळ सारखाच होता. जसजसे आठवडे पुढे जात गेले, तसे जे लोक नियमितपणे शारीरिक व्यायाम, अभ्यास किंवा पैशाचं नीट व्यवस्थापन अशा गोष्टींमध्ये स्वतः वर नियंत्रण ठेवणारे व्यायाम करत होते, ते हळूहळू एडी मर्फीच्या कॉमेडी शोला दुर्लक्ष करण्यामध्ये आणि सरकत्या चौकोनांचा मागोवा घेण्यात अधिक चांगले होत गेले. नेमके सांगायचे, तर सर्वांत मोठी प्रगती इच्छाशक्ती थकल्यानंतरच्या परिणामांना रोखून ठेवण्यात दिसून आली (ती म्हणजे प्रयोगशाळेत आल्यानंतर आत्मनियंत्रणाच्या ज्या चाचण्या घेतल्या जात त्यातील शेवटच्या चाचणीत). त्यामुळे हे स्पष्ट झालं की, नियमित आत्मनियंत्रणाचे व्यायाम लोकांची मानसिक तग धरण्याची शक्ती वाढवत होते, ज्यामुळे मानसिक ऊर्जा कमी असतानासुद्धा ते मोहांना अधिक काळ विरोध करू शकत होते.

अर्थातच, ते त्यांची स्वतःची उद्दिष्टे गाठण्याच्या दिशेनेही पुढे वाटचाल करत होते. शारीरिक तंदुरुस्तीच्या प्रोग्राममध्ये असलेले विद्यार्थी अधिक तंदुरुस्त होत गेले, अभ्यासाची शिस्त सांभाळणारे विद्यार्थी जास्त अभ्यास करू लागले आणि पैसे नीट वापरणारा गट अधिक बचत करू शकला. एवढेच नाही, तर अजून एक छान आश्चर्याची बाब होती, ती म्हणजे त्या लोकांच्या इतर क्षेत्रांतही सुधारणा दिसत होती. अभ्यासशिस्त या कार्यक्रमात सहभागी विद्यार्थ्यांनी नोंदवलं की, ते शारीरिक व्यायामही जरा जास्त वेळा करू लागले आणि त्यांनी आपले भावनिक होऊन होणारे खर्चही कमी केले. तंदुरुस्ती आणि पैसे व्यवस्थापन सराव करणाऱ्यांनी सांगितलं की, ते अधिक अभ्यासू बनले.

एका क्षेत्रात आत्मनियंत्रणाचे व्यायाम केल्याने जीवनाच्या सर्व क्षेत्रांमध्ये सुधारणा दिसून आली. त्यांनी कमी सिगरेट्स ओढल्या आणि कमी मद्यपान केले. त्यांनी आपली घरे स्वच्छ ठेवली. वापरलेली भांडी सिंकमध्ये रचून ठेवण्याऐवजी धुतली आणि आपले कपडे नेहमीपेक्षा अधिक वेळा धुतले. त्यांनी काम किंवा जबाबदाऱ्या टाळल्या नाहीत, आणि टीव्ही पाहणे किंवा मित्रांसोबत वेळ घालवण्याऐवजी आपल्या कामांवर लक्ष केंद्रित केले. त्यांनी जंक फूड खाणे कमी केले आणि आपल्या आहाराच्या चुकीच्या सवयी बदलून आरोग्यदायी अन्न घेतले. तुम्हाला वाटू शकते की, जे लोक व्यायाम सुरू करतात, ते साहजिकच चांगला आहार घेऊ लागतात; पण इतर काही अभ्यासांमध्ये याच्या उलट झालेलंही दिसून आले आहे : एकदा तुम्ही व्यायाम सुरू केला की, तुम्हाला नैतिकदृष्ट्या चांगले वाटते आणि त्यामुळे तुम्ही स्वतःला जास्त कॅलरी पदार्थ खाण्याची परवानगी देता. (हे 'परवाना परिणाम'(लायसेंसिंग इफेक्ट)चे उदाहरण आहे, म्हणजे एका चांगल्या

कृतीमुळे तुम्ही पाप करण्यास परवानगी घेतल्यासारखे वागत आहात.) पण या प्रयोगात, व्यायाम करणारा गट त्या प्रलोभनाला बळी पडला नाही. तसेच बजेट-जागरूक लोकांनीही आपले किराणा बिल कमी करण्यासाठी स्वस्त अन्न घेण्याचे प्रलोभन स्वीकारले नाही, उलट त्यांनी ताज्या, सकस आणि आरोग्यदायी अन्नावर अधिक पैसे खर्च केल्याचे दिसून आले. याचे कारण म्हणजे एकंदरीतच त्यांच्या आत्मनियंत्रणात वाढ झाली होती.

काही लोकांनी आपला राग नियंत्रित करण्यात सुधारणा झाल्याचेही सांगितले. ही एक मनोरंजक गोष्ट होती जी ओएटन आणि नॉर्थवेस्टर्न युनिव्हर्सिटीच्या एली फिंकेल आणि इतर मानसशास्त्रज्ञांनी केलेल्या नंतरच्या अभ्यासात तपासली गेली. संशोधकांनी लोकांना विचारले की, वेगवेगळ्या परिस्थितींमध्ये, जसे की जोडीदाराने 'अपमान' केला, किंवा त्याला दुसऱ्या व्यक्तीसोबत सेक्स करताना रंगेहाथ पकडले; अशा वेळी त्यांच्या जोडीदाराबद्दलचा त्यांचा राग शारीरिकरीत्या व्यक्त करण्याची शक्यता किती आहे, जसे की थप्पड मारणे, ठोसे लागवणे किंवा एखाद्या हत्याराने हल्ला करणे, इत्यादी. नंतर संशोधकांनी एक नियंत्रण गट सोडून बाकी सहभागी लोकांना दोन आठवड्यांसाठी इच्छाशक्तीचे व्यायाम करायला सांगितले. दोन आठवड्यांनंतर, व्यायाम करणाऱ्यांनी सांगितले की, कोणत्याही कारणाने आपल्या प्रिय व्यक्तींचा प्रचंड राग आल्यावरही त्यांनी आपली हिंसक वागण्याची प्रवृत्ती कमी केली. त्यांच्या पूर्वीच्या वागण्याशी आणि हा व्यायाम न केलेल्या नियंत्रण गटाशी तुलना करता हे स्पष्ट दिसून आले. सैद्धांतिक आणि व्यावहारिक कारणास्तव, प्रत्यक्षात लोक आपल्या प्रियजनांना किती वेळा मारतात, त्यांच्यावर हल्ला करतात किंवा इतर प्रकारे दुखावतात हे मोजण्याऐवजी, संशोधकांना लोकांना हिंसक वर्तन करण्याची त्यांची प्रवृत्ती अहवालात सांगण्यापुरते समाधान मानावे लागते. सुधारलेली आत्मनियंत्रण क्षमता कमी घरगुती हिंसा दर्शवते.

एकंदरीत, हे निष्कर्ष इच्छाशक्तीचा सराव करण्याचे लक्षणीय फायदे दर्शवतात. लोकांना हे कळले नाही तरी, त्यांनी त्यांच्या जीवनातील अनेक क्षेत्रांमध्ये फायदे मिळवले, जे त्यांनी ज्या विशिष्ट व्यायामावर काम केले त्याच्याशी संबंधित नव्हते. प्रयोगशाळेतील चाचण्यांचे याबाबत स्पष्टीकरण असे होते की, त्या सहभागींची इच्छाशक्ती हळूहळू मजबूत झाली, त्यामुळे तिच्यात फारच कमी घट झाली. बेंजामिन फ्रँकलिन ते डेविड ब्लेन यांसारख्या स्व-प्रयोगकर्त्यांनी म्हटले त्याप्रमाणे, एखाद्या विशिष्ट प्रकारच्या आत्मनियंत्रणावर लक्ष केंद्रित केल्याने मोठे फायदे मिळू शकतात. प्रयोगांनी दाखवले की, हे फायदे होण्यासाठी तुमच्याकडे सुरुवातीपासूनच फ्रँकलिन किंवा ब्लेनसारखी अपवादात्मक आत्मनियंत्रण क्षमता असण्याची गरज नाही; फक्त तुम्ही कोणत्याही प्रकारच्या व्यायामासाठी प्रेरित असाल, तर तुमची एकूण इच्छाशक्ती सुधारू शकते, कमीतकमी प्रयोगाच्या कालावधीमध्ये तर नक्कीच.

पण नंतर काय? हे निकाल विलक्षण होते, मात्र हे प्रयोग फक्त काही आठवडे किंवा महिने चालले होते. स्वत:ची शिस्त कायम ठेवणे किती कठीण असू शकेल?

येथे, डेविड ब्लेनच्या प्रकरणाने पुन्हा एकदा मार्गदर्शन केले आहे.

सगळ्यात कठीण स्टंट

डेव्हिड ब्लेनला इच्छाशक्तीवरील वैज्ञानिक संशोधनाबद्दल सांगण्याआधी, आम्ही त्याला विचारले की, त्याच्या सर्व स्टंट्समध्ये सर्वांत कठीण कोणता होता? त्याला हे सांगता येणे सोपे नव्हते, हे समजण्यासारखे आहे. कारण तो अनेक कठीण प्रसंग, अनेक प्रकारच्या वेदनांना सामोरा गेला होता. ओप्रावरील सत्रात सतरा मिनिटांची श्वास रोखण्याची क्षमता अतिशय वाईट; पण थोडक्यात होती. पण त्याला सतत भीतीचा अनुभव होता. तेव्हा तो त्याच्या त्रेसष्ट तासांच्या स्तंभावर उभे राहण्याच्या वेळी, शेवटच्या टप्प्यात भ्रम आणि झोप येण्याच्या ताणाशी (आणि आठ मजल्याच्या उंचीवरून पडून मारण्याच्या धोक्यांशी) झुंज देत होता. अजून एक कष्टदायक दीर्घ काळचे सत्र, ज्यात तो टेम्स नदीवरील पारदर्शक प्लास्टिक बॉक्समध्ये चव्वेचाळीस दिवस अन्नाशिवाय बसला होता. खाली लोक आनंदाने खाणं करत आहेत हे त्याला पाहावं लागत होतं, आणि हे पुरेसे नाही म्हणून की काय, त्याच वेळी जवळच एका बॅटरीच्या जाहिरातीचा एक मोठा जाहिरातफलक होता, ज्यावर लिहिलं होतं– 'जेव्हा इच्छाशक्ती पुरेशी नसते'. सुरुवातीला त्याने त्या जाहिरातीतील विनोद समजून घेण्याचा प्रयत्न केला, पण ते दिवसेंदिवस कठीण होत गेलं. तो म्हणाला, ''अडतिसाव्या दिवशी माझ्या तोंडाला गंधकासारखी चव यायला लागली, कारण माझं शरीर स्वतःचे अवयव खाऊ लागलं होतं. संपूर्ण अंग दुखत होतं. शरीर स्वतःच्या स्नायूंना खायला लागलं, की ते जणू काही सुरीने भोसकल्यासारखं वेदनादायक असतं.''

बर्फात काढलेले ते त्रेसष्ट तास हा आपला सगळ्यात कठीण स्टंट होता, असे ब्लेनने आम्हाला सांगितले. टाइम्स स्क्वेअरमध्ये जेव्हा त्याला सहा टन वजनाच्या हिमनदीच्या बर्फात बंद करण्यात आलं, तेव्हा तो बर्फ त्याच्या चेहऱ्यापासून अर्धा इंच अंतरावर होता. त्याला अचानकच त्याच्या स्वभावात नसलेली; आत अडकण्याची प्रचंड भीती वाटू लागली, (क्लॉस्ट्रोफोबिया) आणि लगेचच तो थंडीमुळे थरथरू लागला. पुढचे तीन दिवस तो भयंकर थंडी सहन करत होता. त्याच वेळी बाहेरचं हवामान मात्र अनपेक्षितपणे गरम झालं होतं. त्यामुळे दुसरी समस्या निर्माण झाली – बर्फ वितळू लागला आणि ग्लेशियरच्या बर्फ़ाचे ते थंड पाणी त्याच्या मानेवर आणि पाठीवर सतत टपटप पडत राहिलं. ज्यामुळे त्याला हळूहळू मानसिक आणि शारीरिक वेदना होऊ लागल्या. त्या वेळी तो झोपूही शकत नव्हता,

कारण बर्फाला टेकला असता, तर त्याला हिमदंश होऊ शकला असता. झोपेचा अभाव ही शेवटच्या दिवशीची त्याची सर्वांत मोठी समस्या होती कारण त्याला प्रमुख प्रसारण वेळेच्या (प्राइम टाइम) टीव्ही शोमध्ये होणाऱ्या विशेष कार्यक्रमासाठी जागं राहावं लागणार होतं.

ब्लेन म्हणाला, ''मला वाटायला लागलं की, माझं काहीतरी बिनसलं आहे. मी अवयव निकामी होणं अनुभवलेलं आहे, पण मानसिक त्रासासारखं भयंकर काहीच नाही. मी बर्फातून बाहेर उभ्या असलेल्या एका माणसाकडे पाहिलं आणि त्याला वेळ विचारली. तो म्हणाला, 'दोन वाजलेत.' मी स्वतःशी म्हणालो, 'अरे! मला यातून दहा वाजेपर्यंत बाहेर येता येणार नाही. अजून आठ तास आहेत!' मग मी स्वतःला सांगितलं, 'एकदा फक्त सहा तास उरले की बरं वाटेल, सध्या फक्त पुढचे दोन तास पार करायचे आहेत.' असे वेळ-सरकवण्याचे (टाइम शिफ्ट) तंत्र मी वापरतो, ज्यामुळे मला हे स्टंट पार करता येतात. मी कमीतकमी दोन तास तरी तिथे खूप संयमाने वाट बघत बसलो होतो. ते खूप कठीण होतं.

मला आवाज ऐकू येऊ लागले होते. मला लोकांच्या शरीराच्या आकृत्या बर्फावर कोरल्यासारखे दिसत होते. बर्फामध्ये असताना मला कळत नव्हतं की, हे सगळं झोप न झाल्यामुळे होणारे भास (हॅल्युसिनेशन) आहेत. तुम्हाला कळत नाही की काय चाललंय, तुम्हाला ते खरंच वाटतं, कारण तुम्ही जागे असता. त्यामुळे मी दोन तास थांबलो आणि पुन्हा बर्फातून एका माणसाकडे पाहून त्याला विचारलं, 'सकाळ झाली का?'''

बर्फातून पाहत असला तरी ब्लेन अजून थोडा शुद्धीवर होता, त्यामुळे त्याला जाणवलं की हा माणूस अगदी दोन वाजता दिसलेल्या माणसासारखाच दिसतोय. मग त्याला लक्षात आलं की तो तोच माणूस होता.

''तो म्हणाला, 'दोन वाजून पाच मिनिटं,''' ब्लेन आठवत म्हणाला. ''आणि मग गोष्टी फारच वाईट झाल्या.''

तो कसाबसा प्रमुख वेळेतील टीव्ही शो संपेपर्यंत बर्फात राहिला, पण तो इतका गोंधळलेला, असंबद्ध बडबडणारा आणि कमजोर झालेला होता की, त्याला लगेच रुग्णवाहिकेतून रुग्णालयात न्यावं लागलं. ''शेवटी मला वाटायला लागलं की मी 'पर्गेटरी' (मृत्यूनंतर स्वर्गात जायच्या आधी जिथे पाप-पुण्याचा हिशेब केला जातो ती जागा)मध्ये आहे. मला खरंच वाटायला लागलं की माझा न्याय केला जातोय, आणि हे असं ठिकाण आहे जिथे मी स्वर्गात किंवा नरकात जाण्याची वाट पाहतोय. त्या शेवटच्या आठ तासांत मी आयुष्यात कधीच न अनुभवलेली अवस्था होती. इतकं भयानक काहीतरी सहन करूनही मी हार मानली नाही, हे मी एरवी करू शकत नाही असं काहीतरी होतं.''

हो, खरंच त्याने केलेल्या सगळ्या स्टंट्समध्ये ते सर्वांत कठीण होतं खरं. पण मग जेव्हा ब्लेनने बाउमिस्टर आणि इतर शास्त्रज्ञांनी केलेल्या प्रयोगांबद्दल ऐकलं तेव्हा त्याच्या मनात काहीतरी वेगळं आलं. इच्छाशक्ती वाढवणाऱ्या सरावांमुळे मिळणारे मोठे फायदे ऐकल्यावर ब्लेन मान हलवून म्हणाला, ''याला पूर्णपणे अर्थ आहे. तुम्ही शिस्त तयार करता. आता विचार करताना माझ्या लक्षात येतंय की, जेव्हा मी एखाद्या स्टंटसाठी प्रशिक्षण घेत असतो, तयारी करत असतो, आणि माझं एक ध्येय असतं, तेव्हा मी सगळं काही बदलतो. माझ्या आयुष्यातल्या प्रत्येक गोष्टीत मी स्वतःवर नियंत्रण ठेवतो. मी सतत वाचन करतो. मी अगदी योग्य अन्न खातो. मी चांगल्या गोष्टी करतो - मी रुग्णालयातील मुलांना भेटतो आणि त्यांच्यासाठी शक्य होईल तितकं करतो. माझ्यात एक वेगळीच ऊर्जा येते. पूर्ण स्व-नियंत्रण! मी पौष्टिक असलेले अन्न खातो. मी कोणत्याही गोष्टीत अति करत नाही. मी दारू पीत नाही. मुळात, मी वेळ वाया घालत नाही. पण एकदा का तो स्टंट संपला, की मी अगदी उलटे टोक गाठतो. मग माझे स्वतःवर अजिबात नियंत्रण राहत नाही, आणि ते प्रत्येक गोष्टीत दिसतं. असं वाटतं की जसं मी योग्य खाणं थांबवतो, तसं मी आधीएवढा वेळ बसून वाचूही शकत नाही. तसेच मी आधी एवढं लक्ष केंद्रित करू शकत नाही. आधीसारखा मी माझा वेळ न वापरता मी खूप वेळ वाया घालवतो. मी दारू पितो. मूर्खासारखी कामं करतो. एखादा स्टंट झाल्यावर माझं वजन १८० पाउंडवरून तीन महिन्यांत २३० पाउंडपर्यंत जातं.''

ग्रीनविच व्हिलेजमधील त्याच्या अपार्टमेंटमध्ये आम्ही गप्पा मारत होतो. आमच्या या गप्पा चालू असताना ब्लेन त्याच्या 'स्टंटच्या मधल्या' काळात होता. त्याने नुकताच त्याला लहान वाटणारा असा एक स्टंट पूर्ण केला होता, ज्यात त्याने काही दिवस, दररोज चार तास, पूर्णपणे असुरक्षित अवस्थेत उघड्या समुद्रात शार्कसोबत घालवले होते आणि आता तो काचेच्या बाटलीत बसून अटलांटिक महासागर पार करण्याच्या पुढील स्टंटचा विचार करत होता. पण ते अजून नक्की ठरलेले नव्हते. त्यामुळे तो आराम करत होता आणि वजन वाढवत होता. ''तुम्ही मला अशा वेळी भेटत आहात जेव्हा मी अजिबात शिस्तबद्ध नाहीये,'' तो म्हणाला. ''मी पाच दिवस छान खातो आणि मग दहा दिवस फारच वाईट खातो. कधी दहा दिवस अगदी योग्य खातो आणि मग वीस दिवस वेड्यासारखं खातो आणि मग जेव्हा मी पुन्हा ट्रेनिंगला तयार होतो, जेव्हा मी खरोखर गंभीर होतो, तेव्हा मी आठवड्याला तीन पाउंड वजन कमी करतो. त्यामुळे मी महिन्याला बारा पाउंड कमी करतो. अशा तऱ्हेने पाच महिन्यांत मी पूर्ण बदलतो, माझी शिस्त उच्च पातळीला पोहोचते. हे चकित करणारं आहे. कामात माझ्याकडे खूप स्वयंशिस्त आहे; पण कधीकधी माझ्या आयुष्यात ती अजिबात नसते.''

शार्कसोबत पोहणे, सतरा मिनिटं श्वास रोखणे, त्रेसष्ट तास गोठत राहून जणू एखाद्या नरकासारख्या अवस्थेत जाणे, हे सगळं तो सहज हाताळू शकत होता; पण रोजची साधी कामं त्याला त्रासदायक वाटत होती. बर्फात राहण्याच्या त्याच्या सहनशक्तीच्या कसोटीने जागतिक विक्रम मोडला होता, पण तो गिनेस बुकमध्ये गेला नाही, कारण त्याला कागदपत्रांची पूर्तता करावीशी वाटली नाही. त्याने त्यासाठीचे अर्ज कधी भरलेच नाहीत. अर्ज होते, पण तो ते भरणे कायम टाळत राहिला. त्याने लंडनमध्ये चव्वेचाळीस दिवस उपवास केला होता, पण आजकाल त्याच्याकडे स्वतःच्या फ्रिजमधल्या खाण्यापासून दूर राहण्याची इच्छाशक्ती नव्हती. याचं एक कारण म्हणजे खाणं सहज उपलब्ध असणं. तो म्हणाला, ''मला वाटत नाही, की मी या अपार्टमेंटमध्ये असतो, तर चव्वेचाळीस दिवसांचा उपवास करू शकलो असतो. लंडनमधल्या त्या बॉक्समध्ये मला खावंसं वाटेल असं काही नव्हतं, कारण तिथे खाण्याची सोयच नव्हती. आणि म्हणूनच मी ते जाहीररीत्या करायचं ठरवलं, कारण मला माहीत होतं की मग मला ते करावंच लागेल.''

पण समजा, घरी राहून अगदी आठवड्याभराचा उपवास करणं शक्य झालं नाही, तरी त्याला आपल्या रोजच्या जेवणातून थोडा भाग कमी का करता आला नाही? या क्षणी त्याला खाणे, वाचन करणे आणि काम प्रभावीपणे करणे यासाठी लागणाऱ्या शिस्तीच्या बाबतीत थोडा संयम पाळणे इतके कठीण का वाटत होते?

कारण त्याला कोणतीही प्रेरणा नव्हती. त्याला लोकांना किंवा स्वतःलाही काही सिद्ध करून दाखवायचे नव्हते. तो आणि इतर सगळे जाणत होते की, तो हवे असल्यास स्वतःवर नियंत्रण ठेवू शकतो, आणि त्याने त्याच्या स्टंटच्या मधल्या काळात विश्रांती घेतली म्हणून कुणी त्याला दोष देणार नव्हते. त्याच्याकडे अद्भुत इच्छाशक्ती असूनही, त्याला सर्वांत मोठ्या आत्मसंयमनाच्या आव्हानात, म्हणजे दिवस, आठवडे नव्हे तर वर्षानुवर्षे शिस्त पाळण्यात, इतर सामान्य लोकांप्रमाणेच अडचणी येत होत्या. यासाठी वेगळ्या प्रकारच्या सहनशक्ती कलाकारांकडून मिळालेल्या तंत्रांची आवश्यकता असते.

७

नैराश्याच्या गर्तेत स्वतःलाच हरवणे

'स्वतःवरचे नियंत्रण हे दारूगोळ्यापेक्षाही
अधिक आवश्यक असते.'

–हेन्री मॉर्टन स्टॅन्ली

१८८७ साली, हेन्री मॉर्टन स्टॅन्ली काँगो नदीवरून वर जात असताना त्याने नकळत एक विनाशकारी प्रयोग सुरू केला. १८७१मधील त्याच्या पहिल्या आफ्रिकाप्रवासाला बरीच वर्षे लोटली होती. तो तेव्हा पत्रकार म्हणून आफ्रिकेच्या अंतर्भागात गेला होता आणि तिथे एका स्कॉटिश मिशनरीला शोधून काढल्यामुळे प्रसिद्ध झाला होता. त्यांच्या भेटीत स्टॅन्लीने म्हटलेले पहिले शब्द जगप्रसिद्ध झाले होते : 'माझ्या अंदाजाप्रमाणे तुम्ही डॉ. लिव्हिंगस्टोन आहात, बरोबर?'

आता, वयाच्या सेहेचाळीसाव्या वर्षी, स्टॅन्ली हा अनुभवी शोधमोहीम राबवणारा होता आणि आफ्रिकेतील त्याची ही तिसरी शोधमोहीम होती. जेव्हा तो त्या घनदाट, अनोळखी जंगलात पुढे जात होता, तेव्हा त्याने मोहिमेतील काही लोकांना नदीकाठी तंबूमध्ये थांबवून ठेवले, जेणेकरून पुढील सामान येईपर्यंत ते तिथेच राहतील. या मागे थांबलेल्या तुकडीचे (Rear Column) नेते ब्रिटनमधील अतिशय प्रतिष्ठित कुटुंबांमधून आलेले होते, पण नंतर आंतरराष्ट्रीय स्तरावर त्यांची निंदा झाली.

आदेश देणारा स्टॅन्ली तिथे नसल्यावर त्या पुरुषांचे, तसेच तिथल्या किल्ल्यातील आणि आजूबाजूच्या परिसरात तैनात असलेल्या ब्रिटिश सैनिक आणि डॉक्टरचे, स्वतःवरचे नियंत्रण सुटले. त्यांनी लोकांना वैद्यकीय उपचार देण्यास नकार दिला. आजारी स्थानिक लोकांकडे त्यांनी दुर्लक्ष केले आणि त्यांच्या ताब्यात असलेल्या आफ्रिकन लोकांना आजार आणि विषारी अन्नामुळे विनाकारण मरू दिले. त्यांनी लहान आफ्रिकन मुलींना पळवून नेले किंवा विकत घेतले, आणि त्यांना स्वतःसाठी

लैंगिक गुलाम बनवले. एका खूप छोट्या मुलीने रडत रडत तिच्या आई-वडिलांकडे परत नेण्याची विनंती केली, पण तिच्याकडे दुर्लक्ष करण्यात आले; दुसरी एक मुलगी पळून गेली तेव्हा तिला परत आणून बांधून ठेवण्यात आले, जेणेकरून ती पुन्हा पळू नये. त्या किल्ल्याच्या ब्रिटिश कमांडरने आफ्रिकन लोकांना अत्यंत क्रूरपणे मारहाण केली आणि त्यांना अपंग केले - कधी तीक्ष्ण लोखंडी काठीने भोसकून, तर कधी किरकोळ कारणांसाठी लोकांना गोळ्या घालण्याचा किंवा जवळजवळ मृत्यू येईपर्यंत चाबकाने फटके मारण्याचा आदेश दिला. त्याच्या अधिकाऱ्यांपैकी बहुतेकांनी याला काहीही विरोध केला नाही. ब्रिटिश किल्ल्याजवळ राहणारे आफ्रिकन आदिवासींपैकी पिग्मी जमातीची एक आई आणि तिची मुले जेव्हा अन्न चोरताना पकडले गेले, तेव्हा त्यांचे कान कापण्यात आले. काही इतर चोरांना गोळ्या घातल्या गेल्या आणि त्यांचे मस्तक कापून ते इशारा म्हणून किल्ल्याबाहेर ठेवले गेले. मागच्या तुकडीतील एक अधिकारी, जो एक निसर्गतज्ज्ञ आणि जेम्सन व्हिस्की ब्रँडमुळे मिळालेल्या मोठ्या संपत्तीचा वारस होता, त्याने एका अकरा वर्षांच्या मुलीला मारून तिचे मांस नरभक्षकांनी खावे म्हणून त्यांना पैसे दिले आणि तो स्वतः त्या विधीची चित्रे काढत बसला.

याच वेळी, जोसेफ कॉनरॅड स्वतःचा काँगो प्रवास सुरू करणार होता, आणि 'हार्ट ऑफ डार्कनेस' या कादंबरीतील कुर्ट्झ - जो 'आपल्या वासनांवर कुठलाही ताबा ठेवू शकत नव्हता' कारण तो 'आतून पोकळ' होता आणि 'जंगलाने त्याची ही कमतरता उघडकीस आणली' हे पात्र निर्माण होण्यासाठी अजून दहा वर्षे जाणार होती. पण स्टॅन्लीच्या मागील तुकडीतून आलेल्या प्रत्यक्ष अहवालांनी युरोपिअन लोकांना आफ्रिकन जंगलाचे धोके आधीच स्पष्टपणे दिसू लागले होते. टीकाकारांनी अशा मोहिमा बंद करण्याची मागणी केली, आणि ही मोहीम ही अखेरची ठरली. यामुळे स्टॅन्ली फार नाराज झाला. त्याने स्वतः आपल्या माणसांच्या वागण्याचा निषेध केला. जंगलातील धोक्यांची त्याला जाणीव होती, पण ते पार करणे अशक्य आहे असे काही त्याला वाटत नव्हते.

कारण हे मागील तुकडीतील लोक जेव्हा हिंसक पद्धतीने वागत होते तेव्हा स्टॅन्ली स्वतः खूपच धोकादायक प्रदेशात शिस्त राखून होता. तो आणि मोहिमेचा पुढचा गट दाट इतुरी वर्षावनातून मार्ग शोधण्यासाठी अनेक महिने झगडत होते. प्रचंड पाऊस, कंबरेपर्यंतचा चिखल, तसंच अखंड डंख मारणाऱ्या माशा आणि त्रासदायक चावऱ्या मुंग्या, हे सगळं सहन करत ते पुढे सरकत होते. सततच्या भुकेमुळे त्यांना अशक्तपणाही जाणवत होता. त्यांच्या शरीरावर अनेक जखमा आणि व्रण झाले होते, त्यांत पू झाला होता, मलेरिया आणि अतिसारामुळे त्यांच्या शरीरातली ताकद कमी झाली होती. काही जखमी झाले, काही मारले गेले, आणि काही वेळा स्थानिक लोकांनी त्यांच्यातील काही जणांना विषारी बाण आणि भाल्यांनी हल्ले करून मारून

खाल्लेही. एका टप्प्यावर, दररोज अनेक लोक रोग आणि उपासमारीने मरत होते. ज्यांनी स्टॅन्लीसोबत या 'अंधाऱ्या आफ्रिकेत', त्याच्या म्हणण्यानुसार सूर्यप्रकाशही न पोहोचणाऱ्या त्या दाट जंगलात, प्रवासाला सुरुवात केली होती, त्याच्या सोबत्यांतील तीनपैकी एकच व्यक्ती शेवटी त्याच्यासोबत जिवंत बाहेर आली.

इतिहासात अशा कोणत्या शोधमोहीमकाराचे नाव सांगता येईल, ज्याने जंगलाच्या इतक्या आत इतका मोठा, सततचा त्रास आणि भीती सहन केली? कदाचित, यापेक्षा कठीण असा एकमेव प्रवास म्हणजे स्टॅन्लीचा याआधीचा आफ्रिका ओलांडणारा मोहिमेचा प्रवास, ज्यात त्याने नाईल आणि काँगो नद्यांचे उगमस्थान शोधले होते. पण तरीही, स्टॅन्ली अनेक वर्षे, मोहिमामागोमाग मोहिमा, या सगळ्या यातना सहन करत राहिला. त्याचे युरोपिअन साथीदार त्याच्या 'इच्छाशक्तीच्या बळा'ला दाद देत. आफ्रिकन लोक त्याला 'बुला मतारी' म्हणत, म्हणजे दगड फोडणारा. त्याच्यासोबत मोहिमांतून वाचलेले आफ्रिकन मदतनीस आणि भारवाहक नंतर पुन्हा पुन्हा त्याच्याकडे नोकरीसाठी येत. ते केवळ त्याच्या कठोर परिश्रमाचे आणि दृढ निश्चयाचे कौतुक करत नसत, तर त्याच्या दयाळूपणाचे आणि नरकासारख्या भयंकर परिस्थितीतही शांत राहण्याच्या क्षमतेचे ते आणखीनच जास्त कौतुक करत. इतर लोक जेव्हा म्हणत की, जंगल माणसाला क्रूर बनवते, तिथे स्टॅन्ली म्हणायचा की, त्याला त्या जंगलानेच घडवले : ''माझ्यात काही विशेष चांगुलपणा आहे असा मी दावा करत नाही; पण मी म्हणतो की, माझे आयुष्य एक रांगडे, कमी शिकलेले, संयम नसलेले असे सुरू झाले; आणि ज्यांना काही युरोपिअन लोक स्वभावाला हानिकारक म्हणतात, त्या आफ्रिकेतील अनुभवांनीच मला खरं शिक्षण दिलं.''

त्या शिक्षणाने त्याला काय शिकवलं? जंगलाने त्याची खरी ओळख किंवा मर्यादा का शोधली नाही? त्याच्या काळात, स्टॅन्लीची कामगिरी लोकांना चकित करत होती आणि कलाकार, बुद्धिमान लोक त्याच्या कामाने थक्क होत. मार्क ट्वेनने भविष्यवाणी केली होती, की स्टॅन्ली आपल्या पिढीतील फार थोडक्यांपैकी एक असेल ज्याचे नाव शंभर वर्षांनंतरही जिवंत असेल. ट्वेनचे निरीक्षणजन्य म्हणणे आहे की, 'जेव्हा मी माझ्या तुलनेने लहान आयुष्यात मी काय साध्य केले आहे, आणि स्टॅन्लीने त्याच्या कदाचित आणखीनही लहान आयुष्यात काय साध्य केले आहे, याची तुलना करतो, तेव्हा माझ्या स्वतःच्या कर्तृत्वाच्या दहा मजल्यांच्या इमारतीला पूर्णपणे जमीनदोस्त केल्यासारखे वाटते आणि तळघर सोडून बाकी काहीच मागे उरत नाही.'

अंतोन चेकॉव्ह म्हणाला की, एक स्टॅन्ली हा एक डझन शाळा आणि शंभर चांगली पुस्तके यांच्या एवढ्या योग्यतेचा आहे. या रशियन लेखकाला स्टॅन्लीमध्ये दिसलेली गोष्ट म्हणजे, 'अत्यंत कष्ट, धोके आणि वैयक्तिक सुखांच्या प्रलोभनांना

न जुमानता एखादे ध्येय गाठण्यासाठी जिद्दीने झटणे'. चेकॉव्ह यांच्या मते हे 'सर्वोच्च नैतिक शक्तीचे प्रतीक' होते.

पण ब्रिटनमध्ये आणि युरोपमधील अनेक ठिकाणी या अमेरिकेतून आलेल्या बिनधास्त पत्रकाराकडे नेहमीच एका सावधगिरीने आणि संशयपूर्ण दृष्टीने पाहिले जात होते. काही मत्सरी प्रतिस्पर्धीही त्याच्या संशोधन पद्धतींमधील दोष हुडकून काढण्यासाठी तयार होते, विशेषतः 'मागील तुकडी'च्या घोटाळ्यानंतर. पुढील शतकात त्याची कीर्ती मोठ्या प्रमाणात घसरली. चरित्रकार आणि इतिहासकारांनी त्याच्या मोहिमांवर आणि १८८०च्या सुरुवातीला बेल्जियमचा नफेखोर राजा लिओपोल्ड दुसरा याच्याशी असलेल्या संबंधांवर टीका केली. लिओपोल्डचे हस्तिदंताचा व्यापार करणारे व्यापारी पुढे जाऊन 'हार्ट ऑफ डार्कनेस' या कादंबरीला थेट प्रेरणा देणारे ठरले. वसाहतवाद कमी होत गेला आणि व्हिक्टोरियन काळातील व्यक्तिमत्त्व विकासाला पूर्वीएवढी लोकप्रियता उरली नाही, तसतसा स्टॅन्ली एक आदर्श आत्मनियंत्रण करणारा नायक न राहता एक स्वार्थी नियंत्रणप्रिय माणूस म्हणून दिसू लागला. त्याला एक क्रूर शोषक आणि आफ्रिकेत फिरताना, जंगलातून वाट काढताना कुठल्याही गोष्टीला – अगदी जीव घेण्यालाही – थारा न देणारा निर्दयी साम्राज्यवाद्याप्रमाणे दाखवले गेले. ह्या क्रूर विजेत्याची बहुतेक वेळा संतस्वभावाच्या डॉ. लिव्हिंगस्टन यांच्याशी तुलना केली जायची, जे एकाकी प्रवासी असून केवळ इतरांच्या मदतीसाठी आफ्रिका खंड ओलांडून फिरत होते.

पण अलीकडे स्टॅन्लीचा आणखी एक नवीन चेहरा समोर आला, जो धाडसी नायक किंवा जबरदस्त नियंत्रणप्रिय व्यक्तीचा नाही; पण आधुनिक वाचकांसाठी अधिक रोचक आहे. जंगलात तो जिंकला ते स्वार्थामुळे नव्हे, अथवा त्याची इच्छाशक्ती अजेय होती म्हणून नव्हे, तर त्याने स्वतःच्या मर्यादा ओळखल्या आणि दीर्घकालीन योजना वापरल्या, ज्यांचा अभ्यास मानसशास्त्रज्ञ आता करत आहेत.

हा नवीन स्टॅन्ली शोधून काढला तोही योग्य व्यक्तीने, डॉ. लिव्हिंगस्टन यांच्या चरित्रकार टिम जिअल यांनी. टिम जिअल हे ब्रिटिश कादंबरीकार आणि व्हिक्टोरियन काळातील ध्येयधुंद व्यक्तींवर संशोधन करणारे तज्ज्ञ. डेव्हिड लिव्हिंगस्टन यांच्या जीवनाचा अभ्यास करताना जिअल यांच्या मनात लिव्हिंगस्टन विरुद्ध स्टॅन्ली यांच्यात लोक जो भेद कित्येक वर्षे करत आले होते त्याबद्दल संशय निर्माण झाला. मागील दशकात स्टॅन्लीची हजारो पत्रे आणि कागदपत्रे उजेडात आली. त्यांचा अभ्यास करून जिअल यांनी 'स्टॅन्ली : द इम्पॉसिबल लाइफ ऑफ आफ्रिकाज ग्रेटेस्ट एक्सप्लोरर' हे अत्यंत महत्त्वाचे आणि पुनर्विचार करणारे पुस्तक लिहिले. या सुप्रसिद्ध चरित्रात त्याचे व्यक्तिमत्त्व दोषपूर्ण असल्याचे चित्रण आहे. यात तो त्याच्या महत्त्वाकांक्षा आणि असुरक्षितता, चांगुलपणा आणि फसवणूक या

मिश्रणामुळे अधिक धाडसी आणि माणुसकीपूर्ण वाटतो. त्याने मनात लपवलेल्या गुपितांचा विचार करता, जंगलात त्याने दाखवलेली आत्मनियंत्रणाची ताकद मोठी विलक्षण वाटते.

सहानुभूतीचा अभाव

आत्मनियंत्रण हा काही अंशी जन्मजात गुण असू शकेल, असे वाटते. तसे असेल, तर स्टॅन्लीच्या नशिबी मात्र ते नव्हते. त्याचा जन्म वेल्समध्ये अठरा वर्षांच्या एका तरुण अविवाहित स्त्रीच्या पोटी झाला. त्या स्त्रीला किमान दोन वेगवेगळ्या पुरुषांपासून आणखी चार 'अनैतिक' मुलं झाली. त्याला त्याच्या वडिलांविषयी काहीच माहिती नव्हती. त्याची आई त्याच्या जन्मानंतर लगेच त्याला त्याच्या आजोबांकडे सोडून गेली. हे आजोबा त्याची काळजी घेत होते, पण जेव्हा तो सहा वर्षांचा झाला तेव्हा आजोबांचेही निधन झाले. थोड्या काळासाठी त्याला दुसऱ्या एका कुटुंबाने सांभाळले. काही काळानंतर त्यातील एका पालकाने त्याला एका प्रवासाला नेले. त्याला सांगण्यात आलं होतं की, ते त्याच्या मावशीच्या घरी ज़ात आहेत. तो थोडा गोंधळलेलाच होता. प्रत्यक्षात मात्र त्याला एका मोठ्या दगडी इमारतीत नेलं गेलं. ते एक वर्कहाउस होते (मजूर राहतात अशी जागा), आणि मोठा झाल्यावरही स्टॅन्ली कधीही विसरला नाही की, त्याचा तो तथाकथित पालक निघून गेला आणि इमारतीचे दार जोरात बंद झालं, त्या क्षणी त्याने प्रथमच 'पूर्णपणे एकटा पडल्याची भयंकर भावना' अनुभवली.

त्या वेळी त्याचं नाव जॉन रोलंड्स होतं. पुढील आयुष्यात, आपल्या अनैतिक संबंधातून झालेल्या जन्मामुळे झालेली बदनामी आणि वर्कहाउसमध्ये राहण्याची वाटणारी लाज या दोन्ही गोष्टी लपवण्याचा प्रयत्न करत तो जगला. पंधराव्या वर्षी वर्कहाउस सोडून तो न्यू ऑर्लिन्सला गेला आणि तिथून त्याने स्वतःचे वेल्श असणे नाकारायला सुरुवात केली. तो अमेरिकन असल्याचा बहाणा करू लागला आणि त्याचप्रमाणे उच्चारही करू लागला. त्याने स्वतःला हेन्री मॉर्टन स्टॅन्ली म्हणायला सुरुवात केली आणि न्यू ऑर्लिन्समधील एका दयाळू, मेहनती अमेरिकन कापसाच्या व्यापाऱ्याने त्याला दत्तक घेतल्याची गोष्ट बनवली. त्याने तयार केलेल्या या काल्पनिक कुटुंबाच्या कथा सांगताना, तो म्हणायचा की, त्याच्या पालकांनी त्याला आत्मनियंत्रण शिकवलं. त्याने आपल्या खोट्या आईचे शेवटचे शब्द असे सांगितले : 'चांगला मुलगा हो'.

'तर्कशक्ती आणि नैतिक ताकद यांबद्दल बोलणे त्यांना खूप आवडायचं,' स्टॅन्लीने आपल्या काल्पनिक वडिलांबद्दल लिहिलं. 'ते म्हणत की, याचा सराव केल्याने इच्छाशक्ती मज़बूत होते. जशी स्नायूंना व्यायामाची गरज असते, तशीच

इच्छाशक्तीलाही असते. मनुष्याला वाईट इच्छा आणि नीच वासनांपासून स्वतःला वाचवण्यासाठी स्वतःला अधिक मजबूत बनवले पाहिजे. अंतःकरणासाठी किंवा विवेकबुद्धीसाठी मिळू शकणाऱ्या सर्वोत्तम साथीदारांपैकी हे एक आहे.' अर्थातच, या काल्पनिक पालकाच्या सल्ल्याचा स्टॅन्लीच्या स्वतःच्या आयुष्यातील शिस्तीशी अगदी तंतोतंत मेळ बसत होता, ज्या शिस्तीतून तो आपल्या खऱ्या पालकांच्या दोषांपासून दूर राहण्याचा प्रयत्न करत होता.

अवघ्या अकराव्या वर्षी आणि वेल्समधील वर्कहाउसमध्ये अतिशय कठीण परिस्थितीत राहत असतानाही, तो स्वतःवर इच्छाशक्तीचे प्रयोग करत होता. त्यासाठी तो स्वतःवर जाणीवपूर्वक आणखी त्रास लादत असे.

> ''मी मध्यरात्री उठून माझ्या वाईट प्रवृत्तीशी एकटाच झुंजायचो आणि माझे शाळामित्र छानपैकी झोपलेले असताना, मी गुडघ्यावर बसून मनातील सर्व काही त्या सर्वज्ञ परमेश्वराजवळ उघड करीत असे.... मी अधिक अन्नाची इच्छा न करण्याचे वचन देत असे आणि पोट व त्याच्या वेदनांकडे दुर्लक्ष करतो हे दाखवण्यासाठी, तीन जेवणांपैकी एक जेवण मी इतरांना देत असे; माझ्या वाटणीच्या सुयेट पुडिंगचा (चरबीचे पुडिंग) अर्धा भाग मी फॉल्क्सला देत असे, कारण त्याला खाणे खूप आवडत असे आणि माझ्याकडे असे काही असले की ज्यामुळे दुसऱ्याला हेवा वाटेल, तर मी ते लगेच त्याला देऊन टाकत असे.''

त्याला जाणवले की, सद्गुण जोपासायला वेळ लागतो. ''बऱ्याचदा असे वाटायचे की, वाइटाशी झुंज देण्यात काही उपयोग नाही, तरी प्रत्येक टप्प्यात अगदी सूक्ष्म अशी काहीतरी सुधारणा होत होती. माझे व्यक्तिमत्त्व हळूहळू घडत होते.''

वीस वर्षांचा होईपर्यंत तो यशस्वी युद्धवार्ता लिहिणारा पत्रकार झाला होता आणि आपल्या मित्रांना स्वयंशिस्तीचे धडे देत असे. त्यातील एका मित्राने त्याला सुट्टी घेण्याचा सल्ला दिला तेव्हा त्याने तो नाकारताना मित्राला आत्मप्रौढीने जरा जास्तच अनावश्यक असे उत्तर दिले. तो म्हणाला, ''रेल्वेच्या जलद वेगाशिवाय मी जगूच शकत नाही.'' त्याने त्याच्या मित्राला लिहिले होते की, सुट्टीवर गेला तरी त्याचे मन त्याला वेळ वाया घालवल्याबद्दल टोचत राहील, त्यामुळे त्याला सुट्टीचा आनंद घेता येणार नाही. त्याच्या ध्येयात कोणतीही गोष्ट अडथळा ठरू शकत नव्हती : ''मी माझ्या कामावर लक्ष देऊन, स्वतःवर नियंत्रण ठेवून, आणि अखंड मेहनत करूनच स्वतःचा स्वामी बनणार आहे.''

पण आफ्रिकेत पोहोचल्यावर स्टॅन्लीला जाणवले की, कुणाच्याही इच्छाशक्तीला एक मर्यादा असते. जरी त्याने आफ्रिकेतील अनुभवांनी शेवटी त्याला अधिक मजबूत बनवले असे म्हटले, तरी त्याने त्या प्रवासामुळे शरीर व मनावर झालेले मोठे नुकसानही

स्पष्टपणे पाहिले. आफ्रिकेतील कठीणपणा आणि प्रलोभनांना न सरावलेल्या लोकांवर आफ्रिकेचा मोठा परिणाम झाला. 'ज्यांनी आमच्यासारखे अनुभव घेतले नाहीत, त्यांना आमच्या आजूबाजूच्या परिस्थितीत रोज पंधरा तास आम्हाला किती आत्मसंयम ठेवावा लागत होता, हे समजणार नाही,' असं त्याने घनदाट इतुरी जंगलातून जाताना लिहिलं. जेव्हा स्टॅन्लीला मागच्या तुकडीने (Rear Column) केलेल्या क्रूरतेच्या आणि लूटमारीच्या गोष्टी पहिल्यांदा कळल्या, तेव्हा त्याने आपल्या वहीत लिहिलं की, बहुतेक लोक चुकीने असा निष्कर्ष काढतील की हे पुरुष 'मुळातच वाईट होते'. पण इंग्लंडमधील सुखसोयींमध्ये राहणाऱ्या लोकांना इंग्लंड सोडल्यानंतर या पुरुषांमध्ये काय बदल झाले होते, याची कल्पनाही येणार नव्हती.

> घरी असताना या पुरुषांना त्यांची नैसर्गिक रानटीपणा दाखवण्याची काहीच गरज नव्हती; पण अचानक त्यांना आफ्रिका आणि तिच्या दुःखांमध्ये फेकलं गेलं. त्यांच्याकडून मांस, ब्रेड, दारू, पुस्तके, वर्तमानपत्रे आणि त्यांच्या मित्रांचं सहकार्य व सल्ला, सगळं काही हिरावलं गेलं. तापाने त्यांना जखडून टाकलं, शरीर आणि मन दोन्ही थकवून टाकलं. काळजीमुळे त्यांचं चांगुलपण नष्ट झालं. सततच्या मेहनतीमुळे त्यांचा आनंद नाहीसा झाला. आतल्या वेदनांना जागा देऊन हसतमुखपणा पळून गेला आणि ते इंग्लंडमध्ये समाजात वावरताना ते जे होते, त्याच्या फक्त सावल्या – शारीरिक आणि नैतिक – उरल्या.

स्टॅन्ली इथे अर्थतज्ज्ञ जॉर्ज लोवेनस्टाइन यांनी सांगितलेल्या 'गरम-थंड सहानुभूती अंतर' ('हॉट-कोल्ड एम्पथी गॅप')ची (भावनिक स्थिती बदलल्यावर समज कमी होणे/अंदाज चुकणे) कल्पना मांडत होता. म्हणजे शांत, विचारपूर्वक, स्थिर मनःस्थितीत असताना आपण प्रलोभन किंवा तीव्र भावनांच्या क्षणी कसं वागू, याची कल्पना करता येत नाही. इंग्लंडमध्ये असताना या पुरुषांनी शांतपणे, चांगलं वागायचं ठरवलं असेल. पण जंगलात गेल्यावर त्यांच्या भावना किती बदलतील, याची त्यांना कल्पना नव्हती.

ही 'हॉट-कोल्ड एम्पथी गॅप' अजूनही आत्मसंयमासमोरील सर्वांत मोठ्या अडचणींपैकी एक आहे, जरी तिचं आजचं स्वरूप एवढं तीव्र नसलं तरीही. आज आपण ज्या समस्यांना सामोरं जातो, त्या याच प्रकारच्या पण हलक्याच असतात. जसं आमच्या एका मैत्रिणीने सांगितलं, जी कॅनडातील एका कम्यूनमध्ये (सामूहिक वसाहतीत) वाढली होती. त्या कम्यूनमधील लोक आदर्शवादी हिप्पी होते, आणि तिथे ती एकटीच मुलगी होती. त्यांच्या आदर्शांपैकी एक म्हणजे नेहमी नैसर्गिक आणि सर्वांत आरोग्यदायी अन्नच खाणं. पण तिच्या आईला वाटत होतं की, आपल्या मुलीला सुपर मार्केटमधली कुकीज (बिस्किटे) मिळायलाच हवीत.

कधीतरी ती त्या आणतही असे. बिस्किटे (कुकीज) विकत आणताना त्या आईला साखरेचे दुष्परिणाम, जंक फूड जाड करते, मोठ्या आंतरराष्ट्रीय कंपन्यांना पाठबळ देणे चुकीचे आहे, अशा गोष्टींवरून खूप टोमणे आणि उपदेश ऐकावे लागत. तरीही ती आई बिस्किटे विकत आणत होती. पण मग दुसरी समस्या निर्माण झाली, ती बिस्किटे गायब व्हायला लागली. संध्याकाळी, वाइन आणि गांजासारख्या 'नैसर्गिक पदार्थांचा' आस्वाद घेऊन घेतल्यावर कम्यूनमधील लोकांची इच्छाशक्ती कमी होत असे आणि दिवसा ज्या जंक फूडला ते वाईट म्हणत असत, तीच 'ओरिओ' बिस्किटे खाण्याची त्यांना तीव्र इच्छा होई. काही पालकांना आपल्या मुलांपासून बिस्किटे लपवावी लागतात; पण या आईला तिच्या मुलीलाच त्या बिस्किटांचे खरे ठिकाण सांगावे लागे, कारण मोठ्यांपासून ती लपवावी लागायची. ही बिस्किटे लपवावी लागत होती कारण हे मोठे लोक 'गरम-थंड सहानुभूती अंतर' (hot-cold empathy gap) या गोष्टीचे बळी होते. दिवसा शांत, तटस्थ अवस्थेत ते जंक फूडला वाईट म्हणत, पण थकल्यावर आणि नशा केल्यावर आपल्याला त्या 'वाईट' बिस्किटांची किती इच्छा होईल, याची जाणीव त्यांना नसे.

भविष्यात कसे वागायचे याचे नियम तुम्ही बहुतेक वेळा शांत, स्थिर अवस्थेत करत असता, त्यामुळे तुम्ही अवास्तव गोष्टी ठरवता. 'जेव्हा तुम्हाला भूक नसते तेव्हा डाएट करायचे म्हणून ठरवणे खूप सोपे असते,' असे कार्नेगी मेलॉन विद्यापीठातील प्राध्यापक लोवेनस्टीन सांगतात. त्याचप्रमाणे, जेव्हा तुम्हाला लैंगिक उत्तेजना नसते तेव्हा लैंगिक संयम पाळण्याचे ठरवणेही खूप सोपे असते. ही गोष्ट लोवेनस्टीन आणि डॅन एरियली यांनी एका प्रयोगातून दाखवून दिली.

त्यांनी तरुण, भिन्नलिंगी पुरुषांना काही वैयक्तिक प्रश्न विचारले. उदाहरणार्थ : त्यांना एखादी स्त्री आकर्षक वाटली आणि तिने त्यांच्यासह अजून एका पुरुषासोबत 'थ्रीसम' (तीन लोकांचा लैंगिक संबंध) करण्याविषयी विचारणा केली, तर ते तयार होतील का? त्यांच्यापेक्षा चाळीस वर्षांनी मोठ्या स्त्रीबरोबर संभोग करण्याची कल्पना त्यांना करता येईल का? बारा वर्षांच्या मुलीचे त्यांना कधी आकर्षण वाटू शकते का? एखाद्या स्त्रीला संभोगासाठी तयार करण्यासाठी ते तिच्यावर प्रेम असल्याची बतावणी करतील का? ती नाही म्हणाल्यावरही ते प्रयत्न करत राहतील का? तिला दारू पाजून किंवा एखादे औषध देऊन तिचा प्रतिकार कमी करण्याचा प्रयत्न करतील का?

जेव्हा हे पुरुष हे प्रश्न प्रयोगशाळेत संगणकासमोर बसून, म्हणजेच पूर्ण 'थंड' अवस्थेत, उत्तरत होते, तेव्हा त्यांना प्रामाणिकपणे वाटत होते की, ते यापैकी काहीही करणार नाहीत. पण प्रयोगाच्या दुसऱ्या भागात, या पुरुषांना हेच प्रश्न स्वतः हस्तमैथुन करत असताना आणि उच्च लैंगिक उत्तेजनेच्या म्हणजे 'गरम' अवस्थेत विचारले गेले. त्या गरम अवस्थेत, या सर्व गोष्टींबाबत त्यांनी त्या सर्व शक्यतांना

अधिक गुण दिले. ज्या गोष्टी घडण्याची शक्यता अगदी कमी वाटत होती, त्याही आता शक्यतेच्या मर्यादेत येऊ लागल्या. हा फक्त एक प्रयोग होता, पण यामुळे हे दिसून आले की, जंगल त्यांनाही उघडे पाडू शकते. परिस्थितीचं तापमान वाढलं की, अशक्य गोष्टीही शक्य वाटू लागतात.

आम्ही म्हटलंय की, इच्छाशक्ती ही माणसाची सर्वांत मोठी ताकद आहे, पण प्रत्येक परिस्थितीत तिच्यावर अवलंबून राहणं योग्य नाही. ती आपत्कालीन प्रसंगांसाठी वाचवून ठेवावी. स्टॅन्लीला कळलं होतं की, काही मानसिक युक्त्यांच्या आधारे तुम्ही तुमची इच्छाशक्ती जपून ठेवू शकता, त्या क्षणांसाठी ज्या वेळी ती खरोखरच अत्यावश्यक असते. गंमत म्हणजे, या युक्त्या वापरण्यासाठीही इच्छाशक्ती लागते, पण दीर्घ काळात त्या तुम्हाला कमी थकवतात आणि कठीण प्रसंगी तुमच्याकडे अधिक ताकद शिल्लक राहते.

जोडून ठेवणारी नाती

स्टॅन्लीने आफ्रिकेच्या आतल्या भागातील दुःखद अनुभव पहिल्यांदा घेतला तेव्हा तो अवघा तीस वर्षांचा होता. 'न्यू यॉर्क हेराल्ड' या वृत्तपत्राने त्याला त्या रहस्यमय खंडात कुठेतरी हरवलेल्या लिव्हिंगस्टोनचा शोध घेण्यासाठी पाठवलं होतं. प्रवासाच्या पहिल्या भागात त्याला दलदलीतून वाट काढत पुढे जावं लागलं आणि मलेरियाशी झुंज द्यावी लागली, ज्यामुळे तो संपूर्ण आठवडा भ्रमिष्ट अवस्थेत होता. त्याला त्याने 'वेड्यासारख्या कल्पना, मेंदूत वेगाने पडणारे ठोके आणि भयानक आजारपण' असं नाव दिलं. याशिवाय, संपूर्ण मोहीम एका स्थानिक गृहयुद्धात जवळजवळ ठार केली जाण्यापासून थोडक्यात बचावली. सहा महिन्यांच्या प्रवासानंतर, इतके लोक मरून गेले किंवा पळून गेले की, नवी माणसे घेतल्यानंतरही स्टॅन्लीकडे फक्त चौतीस माणसे उरली. ही मूळ मोहिमेतील सहभागींच्या संख्येपेक्षा फक्त एकचतुर्थांश आणि पुढच्या शत्रुतापूर्ण प्रदेशात जाण्यासाठी फारच धोकादायक अशी संख्या होती. स्टॅन्लीला पुन्हा तापाचे झटके येत होते आणि 'पुढे गेलात तर मराल' या अनुभवी अरब प्रवाशांनी दिलेल्या धोक्याच्या सूचनांमुळे तो निराश झाला होता. पण एका संध्याकाळी, तापाच्या दोन झटक्यांच्या मधल्या शांत क्षणी, त्याने मेणबत्तीच्या प्रकाशात स्वतःसाठी एक टिपण लिहिलं :

> 'मी एक गंभीर आणि शाश्वत शपथ घेतली आहे. जोवर मला जगण्याची आशा आहे, तोपर्यंत ही शपथ, मी पाळणार आहे. मी घेतलेला निर्णय मोडण्याचे कोणते प्रलोभनही मी सहन करणार नाही. मी अशी शपथ घेतो की, लिव्हिंगस्टन जिवंत वा निदान त्याचे मृत शरीर मिळेपर्यंत मी त्याचा शोध घेणे थांबवणार नाही. कोणताही जिवंत माणूस, किंवा माणसे मला

> हे करण्यापासून थांबवू शकत नाहीत. फक्त मृत्यू मला थांबवू शकतो. पण नाही, मृत्यूसुद्धा नाही! मी मरणार नाही, मी मरू इच्छित नाही, मी मरूच शकत नाही!'

ताप, भ्रम आणि वेडगळ दृश्ये यांचा विचार केला, तरीही आपला किंवा आपण लिहिलेल्या चिठ्ठीचा मृत्यूवर काही प्रभाव पडेल यावर स्टॅन्लीचा खरंच विश्वास होता असे वाटणे कठीण आहे. पण हे लिहिण्यामागे त्याची एक ठरलेली युक्ती होती, ती म्हणजे इच्छाशक्ती वाचवणे, जी त्याने पुन्हा पुन्हा यशस्वीपणे वापरली : 'आधीच बांधील राहणे हा पूर्वनिश्चय'.

स्वतःला आधीच चांगल्या मार्गावर ठामपणे बांधून घेणे, हे या युक्तीचे सार आहे. तुम्हाला माहीत असते की, पुढे भयंकर प्रलोभने येणार आहेत, तुम्ही मार्ग चुकू शकता आणि तुमची इच्छाशक्ती कमकुवत होईल. म्हणून तुम्ही असे काहीतरी करता की, त्या मार्गावरून बाहेर पडणे तुम्हाला अशक्य होऊन बसते किंवा मग निदान अत्यंत लाजिरवाणे, पाप केल्यासारखे वाटेल.

पूर्वनिश्चय, हीच युक्ती ओडीसीअस आणि त्याच्या लोकांनी समुद्रातील मोहक, पण मृत्यू आणणाऱ्या सायरन्सच्या घातक गाण्यांपासून वाचण्यासाठी वापरली. ओडीसीअसने स्वतःला जहाजाच्या खांबाला घट्ट बांधून घेतले आणि आपण कितीही विनवणी केली तरी तिथून अजिबात सोडू नका अशी आज्ञा त्याने सहकाऱ्यांना दिली होती. त्याच्या सहकाऱ्यांनी वेगळी पूर्वनिश्चयाची पद्धत वापरली, त्यांनी आपल्या कानात मेण भरले, जेणेकरून ते सायरन्सचे गाणे ऐकूच शकणार नाहीत. त्यांनी स्वतःला प्रलोभनापासून पूर्णपणे दूर ठेवले, जो उपाय दोन उपायांपैकी जास्त सुरक्षित आहे. उदाहरणार्थ, तुम्हाला कॅसिनोमध्ये जाऊन नक्की जुगार खेळायचा नसेल, तर कॅसिनोमध्ये न जाणेच उत्तम. तिथे जाऊन या टेबलावरून त्या टेबलवर असं फिरत राहून तुमचे मित्र तुम्हाला पैज लावण्यापासून थांबवतील यावर अवलंबून राहण्यापेक्षा हे जास्त सुरक्षित. त्याहूनही बरे म्हणजे काही राज्यांमध्ये असणाऱ्या अशा यादीत आपले नाव टाकणे, ज्यावरच्या लोकांना जर त्यांनी जिंकले तरी कॅसिनोकडून पैसे घेण्यास मनाई असते.

अर्थात, आजच्या काळात तरी कोणीही सर्व प्रलोभने आधीच ओळखून ती टाळू शकत नाही. प्रत्यक्षातील कॅसिनोपासून तुम्ही कितीही दूर राहिलात तरी तुम्ही आभासी जगाच्या कॅसिनोपासून कधीच खूप दूर नसता आणि वेबवर तर इतर असंख्य आकर्षणे सतत उपलब्ध असतात. पण ज्या तंत्रज्ञानामुळे नवी 'पापे' जन्माला येतात, त्याच तंत्रज्ञानामुळे नव्या पूर्वनिश्चयाच्या युक्त्याही मिळतात. आजचा आधुनिक ओडीसीअस स्वतःला अशा सॉफ्टवेअरद्वारे इंटरनेट ब्राउझरशी बांधून ठेवू शकतो, जे त्याला काही विशिष्ट वेबसाइट्स पाहूच देत नाही. जुन्या काळच्या शोधमोहीमकाराने

सामाजिक माध्यमांचा जसा वापर केला, तसाच आधुनिक स्टॅन्लीही वेबचा उपयोग करू शकतो.

स्टॅन्लीच्या खाजगी पत्रांमध्ये, त्याच्या वृत्तपत्रातील वार्ता आणि सार्वजनिक विधानांमध्ये तो वारंवार स्वतःला वचन देत असे की, तो आपली उद्दिष्टे नक्की पूर्ण करेल आणि प्रामाणिक वागेल. त्याला माहिती होते की, तो प्रसिद्ध झाल्यावर त्याची कुठलीही चूक लगेच वर्तमानपत्राची मुख्य बातमी बनेल. आफ्रिकेत दारू पिण्याचे दुष्परिणाम आणि लैंगिक प्रलोभनांपासून दूर राहण्याचा उपदेश तो आपल्या माणसांना करत होता. त्यामुळे त्याने एखादी जरी चूक केली असते तरी तिने लगेच लोकांचे लक्ष वेधून घेतले असते. त्याने स्वतःची 'बुला मातारी' – म्हणजे खडक फोडणारा, 'हट्टी आणि न ढळणारा', अशी सार्वजनिक प्रतिमा तयार केली. आणि स्वतःवर त्या प्रतिमेला साजेसं वागण्याचा दबाव टाकला. आपल्या शपथा आणि प्रतिमेमुळे स्टॅन्लीने 'इच्छाशक्तीच्या कमकुवतपणामुळे अपयशी होण्याचा मार्ग आधीच बंद करून टाकला,' असे जिअल म्हणतात.

आज तुम्हाला इच्छाशक्ती कमी झाल्यावर होऊ शकणाऱ्या चुकीने तुमची प्रतिमा खराब होईल असे वाटण्यासाठी प्रसिद्ध असण्याची गरज नाही. सोशल नेटवर्कवर आपले चुका किंवा सवयी सार्वजनिकपणे दिसतील अशी व्यवस्था करून तुम्ही पूर्वनिश्चय करू शकता. उदा., लेखक ड्र्यू मॅगॅरीने केलेला 'पब्लिक ह्युमिलिएशन डाएट' (सार्वजनिक अपमान आहार). त्याने रोज वजन करून त्याचा आकडा ताबडतोब ट्विटरवर टाकण्याची शपथ घेतली आणि ती मनापासून पाळली. परिणामी, पाच महिन्यांत त्याचे वजन साठ पाउंड कमी झाले. जर तुम्हाला स्वतःला असे लोकांसमोर उघड करणे नको असेल, तर 'कनेव्हेनन्ट आइज' (Covenant Eyes) नावाचे सॉफ्टवेअर तुम्ही वापरू शकता. ते तुमच्या वेब ब्राउझिंगचा माग ठेवते आणि तुम्ही कोणकोणत्या साइट्स पाहिल्यात याची यादी तुम्ही आधी ठरवलेल्या व्यक्तींना, उदा., तुमच्या बॉसला किंवा जोडीदाराला ई-मेल करते.

किंवा तुम्ही stickK.com या वेबसाइटवर 'प्रतिबद्धतेचा करार' (कमिटमेंट कॉन्ट्रॅक्ट) करू शकता. ही साइट दोन येल अर्थतज्ज्ञ- इयान आयर्स आणि डीन कार्लन आणि जॉर्डन गोल्डबर्ग या पदव्युत्तर विद्यार्थ्याने स्थापन केली आहे. येथे तुम्ही कोणतेही उद्दिष्ट ठरवू शकता- वजन कमी करणे, नखे चावणे थांबवणे, कमी जीवाश्म इंधन वापरणे किंवा पूर्वीच्या प्रिय व्यक्तीला फोन करणे थांबवणे, इ. आणि ते न पाळल्यास आपोआप लागू होणारी शिक्षाही ठरवू शकता.

तुम्ही स्वतःच्या कामगिरीचे स्वतः निरीक्षण करू शकता किंवा एखादा 'पंच' (रेफरी) ठेवू शकता, जो तुमचे यश/अपयश कळवेल. शिक्षा सोपीही असू शकते – उदा., stickK.comकडून तुमच्या मित्र-नातेवाइकांना (किंवा तुमची इच्छा

असल्यास तुमच्या शत्रूंनाही!) ई-मेल जाणे. पण तुम्ही ती आर्थिकदृष्ट्या कठीणही करू शकता, जसे की तुमच्या क्रेडिट कार्डमधून एखाद्या धर्मादाय कामासाठी आपोआप पैसे जाणे. यात तुम्हाला अधिक प्रोत्साहन हवे असेल तर, तुम्ही पैसे 'अँटी-चॅरिटी'ला देण्याची अट ठेवू शकता, म्हणजे अशा गटाला, जो तुम्हाला अजिबात आवडत नाही, ज्याला तुम्ही कधीच पाठिंबा देणार नाही. उदा., बिल क्लिंटन किंवा जॉर्ज डब्ल्यू. बुश यांच्या अध्यक्षीय ग्रंथालयाला. stickK.com या वेबसाइटचे वापरकर्ते अशा आर्थिक दंडामुळे प्रेरित होताना दिसतात, (जसे स्टॅन्लीही प्रेरित होत होता, त्याला माहीत होते की, त्याला वृत्तपत्रे आणि पुस्तके विकण्यासाठी गोष्टी तयार कराव्या लागतील) आणि एका पंचाच्या उपस्थितीमुळेही त्यांना प्रेरणा मिळते, यात काही नवल नाही. जे लोक आर्थिक दंड किंवा पंच न ठेवता करार करतात, ते फक्त ३५ टक्के वेळाच यशस्वी होतात, पण जे लोक दंड आणि पंच ठेवतात ते जवळजवळ ८० टक्के वेळा यशस्वी होतात; आणि जे लोक शंभर डॉलरपेक्षा जास्त रक्कम दंडासाठी ठेवतात ते वीस डॉलरपेक्षा कमी रक्कम ठेवणाऱ्यांपेक्षा चांगले निकाल देतात; किमान stickK.comवर नोंदवलेल्या माहितीनुसार तरी. stickK.com हे निकाल स्वतंत्रपणे तपासत नाही. यातील खऱ्या यशाचे प्रमाण बहुतेक कमीच असेल, कारण काही पंच आपल्या मित्रांना आर्थिक तोटा होऊ नये म्हणून त्यांच्या अपयशाची नोंद देण्यास कदाचित कचरतात आणि यशाचा दर काहीही असला तरी, हे लोक स्वतःहून बदल करण्यास तयार असलेल्या लोकांचे नमुने आहेत, त्यामुळे stickK.comचे करार खरोखर किती परिणाम करतात हे अचूक सांगणे कठीण आहे. पण पंच आणि आर्थिक दंड असलेले करार प्रभावी ठरतात, हे अधिक कठोर आणि सक्षम अशा ऑफलाइन प्रयोगात सिद्ध झाले आहे. हे प्रयोग कार्लन आणि इतर अर्थतज्ज्ञांनी फिलिपाइन्समध्ये धूम्रपान सोडू इच्छिणाऱ्या दोन हजारांहून अधिक सतत सिगरेट ओढणाऱ्या लोकांवर केले.

अर्थतज्ज्ञांनी फिलिपाइन्समधील या काही स्मोकर्सना बँकेसोबत एक 'प्रतिबद्धता करार' देण्याचे ठरवले. या करारानुसार, त्यांना दर आठवड्याला एका खात्यात पैसे जमा करण्याची संधी होती. या खात्यावर व्याज मिळत नव्हते. धूम्रपान करणाऱ्यांना सिगरेटवर खर्च होणारी रक्कम या खात्यात जमा करण्याचा सल्ला देण्यात आला होता. पण रक्कम पूर्णपणे त्यांच्या इच्छेवर होती. ते आठवड्याला हवे तेवढे पैसे भरू शकत होते, किंवा पैसे अजिबात न भरण्याचाही पर्याय होता (आणि अनेक स्मोकर्सनी प्रत्यक्षात काहीच पैसे जमा केले नाहीत). सहा महिने झाल्यानंतर या लोकांची एक मूत्र तपासणी केली जाणार होती. या चाचणीत जर त्यांच्या शरीरात निकोटीन आढळले, तर त्यांना या खात्यातील सर्व पैसे गमवावे लागणार होते (हे पैसे बँक दानासाठी देणार होती). फक्त आर्थिक दृष्टिकोनातून पाहता, हा करार स्वीकारणाऱ्या स्मोकर्ससाठी हा काही चांगला गुंतवणूक पर्याय नव्हता. त्यांनी

हे पैसे साध्या बचत खात्यात ठेवले असते तर त्यांना निश्चितच व्याज मिळाले असते. या करारात त्यांनी ते व्याज मिळण्याची संधी तर सोडलीच होती; पण जिथे ते सगळे पैसे गमावू शकतात, असा धोका पत्करला होता. आणि खरंच, सहा महिन्यांच्या टप्प्यावर त्यातील अर्ध्याहून अधिक लोक चाचणीत फेल झाले. धूम्रपान करण्याची इच्छा इतकी तीव्र होती की, बहुतेक लोकांनी पैसे गमावण्याची भीती असूनही धूम्रपान केले. चांगली गोष्ट ही होती की, ह्या प्रोत्साहनामुळे काही धूम्रपान करणाऱ्या लोकांना सिगरेट सोडण्यात मदत झाली आणि त्यांनी सहा महिन्यांनंतरची चाचणी पास करून पैसे मिळवल्यानंतरही सिगरेट ओढणे सोडले. त्या क्षणी, हा प्रोग्राम औपचारिकरीत्या संपला आणि सहभागी लोकांना वाटले की, आता त्यांचे निरीक्षण केले जाणार नाही. पण संशोधकांना हे परिणाम किती टिकतात हे पाहायचे होते, त्यामुळे ते आणखी सहा महिने थांबले आणि एक वर्ष पूर्ण झाल्यावर त्यांनी अचानक सर्व सहभागी लोकांना आणखी एक मूत्र चाचणी करण्यास सांगितले. जरी लोकांना आता धूम्रपान टाळण्यासाठी कोणतेही आर्थिक प्रोत्साहन नव्हते, तरीही त्या प्रोग्रामचे परिणाम अद्याप दिसत होते. ज्यांना धूम्रपान थांबवण्यासाठी वेगळा कार्यक्रम देण्यात आला होता त्या नियंत्रण गटाच्या तुलनेत, जे लोक प्रतिबद्धता करारावर होते, त्यांच्यापैकी सुमारे ४० टक्क्यांपेक्षा जास्त लोक एक वर्षानंतरही निकोटीनमुक्त होते. स्वतःला धूम्रपान टाळण्याचे तात्पुरते प्रोत्साहन दिल्यामुळे, त्यांनी त्यांच्या जीवनात कायमस्वरूपी बदल घडवण्याची अधिक शक्यता होती. एक सवय, जी सुरुवातीला एक पूर्वप्रतिबद्धता म्हणून सुरू झाली, ती नंतर काहीतरी कायमस्वरूपी आणि अधिक मौल्यवान बनली.

स्वयंचलित मेंदू

थोड्या वेळासाठी कल्पना करा की, तुम्ही हेन्री स्टॅन्ली आहात आणि एका अनिष्ट सकाळी जागे होत आहात. तुम्ही इतुरी पावसाळी जंगलातल्या तुमच्या तंबूतून बाहेर पडलात. नक्कीच अंधार आहे. चार महिन्यांपासून अंधार आहे. पूर्वीच्या आफ्रिकेतील मोहिमांमुळे परजीवी, वारंवार होणारे आजार आणि क्विनाइनसह इतर औषधांच्या मोठ्या डोसने तुमचे पोट जेवढे खराब झालेले होते त्याहीपेक्षा, आत्ता आणखी वाईट स्थितीत आहे. तुम्हाला आणि तुमच्या लोकांना फळं, मुळं, बुरशी, किडे, अळ्या, मुंग्या आणि शिंपले खाणं भाग पडलं आहे. अर्थात, तेही जेव्हा तुम्हाला ते सापडतील तेव्हाच. अलीकडील काळातील चांगल्या जेवणातला अनुभव म्हणजे तुमचं गाढव, ज्याला आपल्या गटाची भूक भागवण्यासाठी तुम्ही गोळ्या मारून खाल्ले. प्रचंड भुकेल्या माणसांनी त्याचा प्रत्येक भाग खाल्ला, अगदी त्याच्या नखांसाठीही भांडले आणि जमिनीवर पडलेले त्याचे रक्त जमिनीत शोषले जाण्याआधी चाटायला सुरुवात केली.

कितीतरी लोक भूक, आजार, जखमा आणि फोड येण्यामुळे इतके दुर्बल झाले होते की, त्यांना जंगलात, ज्याला 'उपासमार छावणी' असे भीषण नाव असलेल्या ठिकाणी मागे सोडावे लागले. तुम्ही निरोगी लोकांसह पुढे अन्न शोधायला गेलात; पण मार्गातच त्यातील काही जण मृत्यू पावत होते आणि अजूनही तुम्हाला अन्न सापडलेले नाही. तुम्हाला भीती वाटत होती की, तुम्ही एका भुकेच्या छावणीतून दुसऱ्या छावणीत गेले आहात आणि जंगलातल्या जमिनीवर पडून तुम्ही स्वतः आणि इतर माणसे कसे मृत्यू पावाल, याच्या भयानक कल्पना तपशिलात करू लागलात. तुम्ही प्रत्येक माणसाच्या मृत्यूनंतर जंगलातील किड्यांची प्रतिक्रिया कशी असेल याची कल्पना करता : 'तो थंड होण्यापूर्वी, एक गस्त घेणारा येईल, मग दोन, मग एकवीस आणि शेवटी, प्रचंड पिवळसर रंगाचे भक्षक येतील, त्यांचे डोके चमकदार शिंगांनी झाकलेले आणि मग काही दिवसांत तिथे फक्त फाटक्या चिंध्यांचा थर राहील, ज्याच्या एका टोकाला चमकणारे कवटीचे हाड असेल.'

पण आज सकाळी, तुम्ही अद्याप जिवंत आहात. छावणीत अन्न नाही; पण किमान तुम्ही जिवंत आहात. आता तुम्ही उठून सकाळचे नैसर्गिक विधी उरकले आहेत, तर पुढे काय कराल?

स्टॅन्लीसाठी, हा निर्णय सोपा होता : दाढी करणे. जंगलातही, त्याने आपल्या हातात रेजर घेतला. त्याच्या पत्नीने नंतर याची आठवण काढली होती : 'त्याने मला अनेकदा सांगितले होते की, त्याच्या विविध मोहिमांवर, त्याने काळजीपूर्वक नेहमी दाढी करण्याचा हा नियम पाळला आहे. दाट जंगलामध्ये, 'भुकेच्या छावणी'त, चकमकीच्या सकाळीही, त्याने या सवयीकडे कधीही दुर्लक्ष केले नाही. त्याने मला सांगितले की, त्याने अनेक वेळा थंड पाण्याने किंवा धार गेलेल्या रेजरनेसुद्धा दाढी केलेली आहे.' भुकेने मरणाच्या दारात पोहोचलेला माणूसही अशी रोज दाढी का करत असावा? जेव्हा आम्ही स्टॅन्लीच्या चरित्रकाराला जंगलातील त्याच्या या अत्यंत काटेकोरपणाबद्दल विचारले, तेव्हा जिअल म्हणाले की, हे त्याच्या शिस्तबद्धतेचे, सुव्यवस्थितपणाचे सामान्य प्रतीक होते.

''स्टॅन्ली नेहमी स्वच्छ दिसण्याचा प्रयत्न करत असे, अगदी कपड्यांमध्येही. तसेच त्याच्या लेखी आपले हस्ताक्षर स्पष्ट असणे, जर्नल्स आणि पुस्तके व्यवस्थित ठेवणे, आणि त्याचे सामानाचे बॉक्सेस नीट ठेवणे याला खूप महत्त्व असे,'' जिअल म्हणाला. ''त्याने लिव्हिंगस्टोन ठेवत असलेल्या तशाच नीटनेटकेपणाचे कौतुक केले. व्यवस्था निर्माण करण्याची त्याची सवय म्हणजे आजूबाजूला असलेल्या निसर्गाच्या विघातक क्षमतांविरुद्ध एक प्रकारचा प्रतिकारच असावा.'' स्टॅन्लीने स्वतःही जंगलातही दाढी करण्याची गरज का आहे याचे असेच स्पष्टीकरण दिले होते. तो म्हणाला होता, ''मी नेहमी शक्य तितका सुसंस्कृत दिसण्याचा प्रयत्न करायचो, हे स्वयंशिस्त आणि आत्मसन्मानासाठी होतं.''

आता तुम्हाला वाटेल की, जंगलात दाढी करण्यात ऊर्जा खर्च करण्याऐवजी तीच अन्न शोधण्यासाठी वापरणे अधिक योग्य ठरेल. अशा प्रकारची स्वतःवर नियंत्रण ठेवण्याची क्रिया इच्छशक्तीचा ऱ्हास करून इतर महत्त्वाच्या गोष्टींसाठी हवी असलेली इच्छाशक्ती कमी करेल का? पण अशा नियमित सवयींमुळे खरोखरच दीर्घकालीन स्व-नियंत्रण सुधारू शकते; कारण त्या आपल्या मेंदूत स्वयंचलित मानसिक प्रक्रियांना चालना देतात ज्यासाठी जास्त ऊर्जा लागत नाही.

स्टॅन्लीच्या बाह्य व्यवस्था आणि आंतरिक स्वयंशिस्त यांतील संबंधावर असलेल्या विश्वासाची अलीकडील काही प्रयोगांनी पुष्टी केली आहे. एका प्रयोगात, काही सहभागी नीटनेटक्या प्रयोगशाळेतील खोलीत बसून प्रश्नांची उत्तरे देत होते, तर इतरांना इतका पसारा असलेल्या जागेत बसवले गेले की, तशी खोली पाहिल्यावर खात्रीने पालक मुलांना ओरडतील आणि म्हणतील, ''तुझी खोली स्वच्छ कर!'' अस्वच्छ खोलीत बसलेल्या लोकांचे आत्मनियंत्रण अनेक मापदंडांवर कमी झाले होते, जसे की मोठी रक्कम मिळवण्यासाठी एका आठवडा थांबायला तयार नसणे आणि त्याऐवजी लगेच लहान रक्कम स्वीकारण्याची तयारी असणे. जेव्हा त्यांना खाण्याचे पदार्थ आणि पेये देऊ करण्यात आली, तेव्हा नीटनेटक्या प्रयोगशाळेत बसलेल्या लोकांनी पसारा असलेल्या खोलीतील लोकांप्रमाणे साखरयुक्त मिठाई आणि कोला न निवडता सफरचंद आणि दूध घेणे पसंत केले.

असाच प्रयोग ऑनलाइनदेखील केला गेला. काही सहभागी स्वच्छ, नीटनेटके डिझाइन असलेल्या वेबसाइटवर प्रश्नांची उत्तरे देत होते, जिथे सर्व काही योग्य ठिकाणी होते आणि शब्दांचे शुद्धलेखन योग्य होते. इतरांनी त्याच प्रश्नांची उत्तरे अशा ढिसाळ वेबसाइटवर दिली जिथे शुद्धलेखनाच्या अनेक चुका आणि इतर अडचणीही होत्या. गडबडीत साइटवर, लोक अचानक मिळणारी गोष्ट घेण्याऐवजी जुगार खेळणे पसंत करत आणि नंतर शिवीगाळ करून राग व्यक्त करत. काही काळ वाट पाहून नंतर मोठे बक्षीस मिळवण्याऐवजी तत्काळ मिळणारे लहानसे बक्षीस निवडत. या खराब वेबसाइटवर लोकांचे परोपकाराची दान देण्याचे प्रमाणही कमी झाले. काही अंशी दान आणि उदारतेचा संबंध आत्मसंयमनाशी आहे, कारण स्वाभाविक स्वार्थावर मात करण्यासाठी आत्म संयमन आवश्यक आहे, आणि अंशतः म्हणूनही – पुढे आपण पाहूच – इतरांचा विचार केल्याने आपल्या स्वयंशिस्तीमध्ये वाढ होऊ शकते. चांगल्या, स्वच्छ वेबसाइट्स, ज्या स्वच्छ प्रयोगशाळेच्या खोल्यांसारख्या होत्या, त्या लोकांना नकळत आत्मनियंत्रित निर्णय आणि इतरांना मदत करण्याची कृती करण्याचे सूक्ष्म संकेत देत होत्या.

दररोज दाढी करणाऱ्यांप्रमाणेच, स्टॅन्लीला या प्रकारच्या क्रमवार सूचनांचा फायदा मिळू शकत होता, ज्यासाठी त्याला फारशी मानसिक ऊर्जा खर्च करण्याची

गरज नव्हती. त्याला दररोज दाढी करण्याचा निर्णय घेण्याची आवश्यकता नव्हती. एकदा त्याने ही सवय आत्मसात केली की, ही मानसिक प्रक्रिया तुलनेने आपोआप चालू होऊ लागली आणि पुढे त्यासाठी फारशी इच्छाशक्ती लागत नव्हती. उपासमारीच्या छावणीतदेखील असे वागणे जरा अवास्तव वाटले; पण हे एका नमुन्यात बसते, ज्याचा सध्या बाउमिस्टर यांनी डेनिस डी रिडर आणि कॅट्रिन फिनकेनॉर या दोन डच संशोधकांसोबत अभ्यास केला होता. त्यांनी उच्च आत्मनियंत्रण असलेल्या लोकांवरील प्रकाशित आणि अप्रकाशित अभ्यासांच्या मोठ्या संचाचे विश्लेषण केले होते, ज्यामध्ये व्यक्तिमत्त्व चाचणीद्वारे त्यांचे आत्मनियंत्रणाचे गुण मोजण्यात आले होते. या अभ्यासांमध्ये विविध प्रकारच्या वर्तनांचा समावेश होता. संशोधकांनी त्याचे दोन प्रमुख भागांत वर्गीकरण केले : मुख्यतः स्वयंचलित किंवा मुख्यतः नियंत्रित. संशोधकांनी तर्काने असे गृहीत धरले की, ज्यांची आत्मनियंत्रण क्षमता जास्त असते, त्यांचा त्यांच्या स्वतःच्या ताब्यात असलेल्या गोष्टींबाबतच्या वागण्यात हे नियंत्रण सर्वांत जास्त दिसून येईल. तरीही जेव्हा निकाल एकत्र करून पाहिले गेले, तेव्हा उलटच दिसले. उच्च आत्मनियंत्रण असलेले लोक मुख्यतः त्यांच्या स्वयंचलित वर्तनांमुळे वेगळे होते.

सुरुवातीला संशोधक गोंधळले. त्यांचे निष्कर्ष असे सुचवत होते की, आपण नियंत्रित वर्तनांवर आत्मनियंत्रण वापरत नाही. हे कसे शक्य आहे? त्यांनी आपले वर्गीकरण (कोडिंग्स) आणि गणना पुन्हा तपासल्या आणि खरंच हा निकाल आला. केवळ जेव्हा त्यांनी मूळ अभ्यासांचे पुन्हा निरीक्षण केले, तेव्हा त्यांना या निकालाचा अर्थ समजला. त्याचा अर्थ होता, आत्मनियंत्रणाबद्दल विचार करण्याच्या पद्धतीत गंभीर बदल आवश्यक आहे.

ज्या वर्तनांना त्यांनी स्वयंचलित म्हणून वर्गीकृत केले होते, ते सहसा सवयींशी जोडलेले होते, तर अधिक नियंत्रित वर्तन साधारणतः असामान्य किंवा एकदाच होणारी क्रिया होती. आत्मनियंत्रण सर्वांत प्रभावी ठरते जेव्हा लोक चांगल्या सवयी निर्माण करण्यासाठी आणि वाईट सवयी तोडण्यासाठी त्याचा वापर करतात. उच्च आत्मनियंत्रण असलेल्या लोकांनी नियमितपणे कंडोम वापरण्याची शक्यता जास्त असते. तसेच ते धूम्रपान, वारंवार खाणे आणि जास्त मद्यपान यांसारख्या सवयी टाळतात. निरोगी वर्तनाच्या सवयी निर्माण करण्यासाठी इच्छाशक्ती लागते आणि त्यामुळे ज्यांच्याकडे जास्त इच्छाशक्ती असते, त्यांना हे सहज करता येते. पण एकदा सवयी स्थिर झाल्या की, जीवन सुलभपणे पुढे जाऊ शकते, विशेषतः काही जीवनाच्या पैलूंमध्ये.

निरनिराळ्या लोकांनी केलेल्या या विविध संशोधनांचा जेव्हा एकत्रित अभ्यास करून त्याचे विश्लेषण करण्यात आले तेव्हा त्यातून (मेटा-ॲनालिसिस) आणखी एक अनपेक्षित गोष्ट समोर आली. ती म्हणजे आत्मनियंत्रण हे माणसाचे काम

आणि शैक्षणिक कामगिरीसाठी विशेष उपयुक्त आहे, तर खाण्या-पिण्याशी संबंधित बाबींमध्ये त्याचा परिणाम सर्वांत कमी आहे. जरी तुलनेने जास्त आत्मनियंत्रण असलेले लोक वजन नियंत्रित करण्यात थोडे जास्त सक्षम होते, तरी याबाबतीत परिणाम इतर जीवनाच्या पैलूंइतका जास्त प्रभावी नव्हता. (त्या विसंगतीचे कारण आणि डाएटिंगविरुद्धचे मुद्दे आपण नंतरच्या अध्यायात पाहणार आहोत.) त्यांचे आत्मनियंत्रण भावनिकदृष्ट्या तंदुरुस्त राहण्यास मदत करीत होते (आनंदी राहणे, निरोगी आत्मसन्मान राखणे, नैराश्य टाळणे) आणि जवळचे मित्र, प्रिय व्यक्ती किंवा नातेवाइकांसोबत चांगले संबंध राखण्यास मदत करत होते; पण त्यांच्या आत्मनियंत्रणाचे सर्वांत मोठे फायदे शाळा आणि कामाच्या ठिकाणी दिसून आले. यामुळे इतर पुराव्यांनाही पुष्टी मिळते की, यशस्वी विद्यार्थी आणि कामगार चांगल्या सवयींवर अवलंबून असतात. सर्वसाधारणपणे, वेलिडिक्टोरियन (आपापल्या वर्गात पहिल्या क्रमांकावर असलेले विद्यार्थी) असे लोक जे मोठ्या परीक्षेच्या आधी संध्याकाळी, रात्रभर अभ्यास करत बसत नाहीत, तर ते संपूर्ण सत्रात नियमितपणे अभ्यास करत राहतात. जे कामगार सातत्याने दीर्घ काळ काम करतात, ते दीर्घकालीन यश मिळवतात.

उदाहरणार्थ, विद्यापीठातील प्राध्यापकांमध्ये, स्थायी नियुक्ती वा कायम पद मिळवणे हे एक मोठे आव्हान आणि टप्पा असतो, आणि बहुतेक विद्यापीठांमध्ये ही बाब मुख्यतः काही उच्च गुणवत्तेचे, मौलिक काम प्रकाशित करण्यावर अवलंबून असते. एका संशोधकाने, बॉब बोइसने तरुण प्राध्यापकांच्या लेखनाच्या सवयींचा अभ्यास केला आणि ते कसे यशस्वी झाले ते पाहिले. आश्चर्याची बाब म्हणजे, अशा नोकरीत जिथे कुणी खराखुरा बॉस नाही आणि कोणी वेळापत्रक ठरवत नाही किंवा काय करायचे ते सांगत नाही, तिथे या तरुण प्राध्यापकांनी विविध दृष्टिकोन स्वीकारले. काही लोक माहिती गोळा करत राहत आणि नंतर प्रचंड ऊर्जेच्या लहरीत, कधी एक-दोन आठवड्यांत, कधी दिवस-दिवसभर बसून तर कधी रात्री उशिरापर्यंत जागून एक हस्तलिखित लिहून काढत. तर एका ठरावीक गतीने काम करत रोज एकदोन पाने तरी लिहिण्याचा प्रयत्न करणारे काही लोक होते. काही लोक या दोन्हींच्या मध्ये होते. जेव्हा बोइसने काही वर्षांनंतर त्या गटाचा मागोवा घेतला, तेव्हा त्यांना आढळले की, त्या सगळ्यांचे मार्ग खूप वेगळे झाले होते. दररोज पानभर लिहिणाऱ्या लोकांनी चांगली कामगिरी केली, आणि त्यांपैकी बहुतेकांना कायम पद मिळाले. तर 'बिंज लेखक' (एकदम भरपूर लिहिणारे) फारसे यशस्वी झाले नाहीत, आणि त्यांपैकी बरेच जण त्यांच्या करिअरमध्ये अडचणीत आले. यात स्पष्ट असा अर्थ निघतो की, तरुण लेखक आणि कायम पदासाठी इच्छुक प्राध्यापकांसाठी सर्वोत्तम सल्ला असा आहे की, 'दररोज लिहा. तुमची इच्छाशक्ती वापरून ही सवय तयार करा. मग दीर्घकालात तुम्ही कमी प्रयत्नात जास्त निर्माण करू शकता'.

आपण बऱ्याचदा इच्छाशक्तीला नायकासारखे समजतो, जणू ती जीवनातील एखाद्या निर्णायक क्षणात केलेले एकच ऐतिहासिक काम आहे, जसे की, मॅरेथॉनच्या शेवटी वेगात धाव घेणे, प्रसूतीच्या वेदना सहन करणे, जखमेचा त्रास सहन करणे, संकटाचा सामना करणे, असंभव वाटतील असे प्रतिरोध करणे, अशक्यप्राय मुदतीमध्ये काम पूर्ण करणे, इत्यादी. या अशाच गोष्टी लक्षात राहतात आणि सर्वोत्तम कथा तयार करतात. स्टॅन्लीचे सर्वांत टीकात्मक चरित्रकारदेखील अंतिम मुदतीच्या आत येणाऱ्या त्याच्या साहित्यिक निर्मितीच्या झंझावाती क्षमतेचं कौतुक करत. इतुरी जंगलातील त्या भयंकर प्रवासानंतर आणि नागरी वातावरणात परतल्यानंतर, त्यांनी 'इन डार्केस्ट आफ्रिका' हे आपले पुस्तक लिहून काढले, जे पुढे जाऊन बेस्ट सेलर ठरले. सकाळी सहा ते रात्री अकरा वाजेपर्यंत लेखन करून, त्यांनी दोन खंडांचा, नऊशे पानांचा हा ग्रंथ फक्त पन्नास दिवसांत लिहिला. वेगाने, सलग लिहिण्याचे हे अतिमानच. त्यांना या प्रवासाचे तत्काळ वर्णन करण्यासाठी त्यांनी मार्गात नियमितपणे काढलेली टिपणे, घेतलेल्या भरपूर आणि सुव्यवस्थित नोंदी उपयुक्त ठरल्या होत्या. दररोज दाढी करण्याप्रमाणेच दररोज दैनंदिनी लिहिणे, ही त्यांनी आपली सवय बनवली होती. त्यामुळे ते रोज लिहीत राहिले आणि जंगलात पुढील वाईट आश्चर्यांना तोंड देण्यासाठी आपली इच्छाशक्ती वाचवली.

माझ्याबद्दल बोलणे पुरे

वयाच्या तेहतिसाव्या वर्षी, लिव्हिंगस्टोनला शोधल्यानंतर थोड्याच कालावधीत स्टॅन्लीला त्याचे प्रेम सापडले. आपण स्त्रियांच्या बाबतीत कायमच निष्प्रभ आहोत असा त्याचा समज होता, पण त्याला नव्याने प्राप्त झालेल्या प्रसिद्धीने लंडनला पोहोचल्यावर त्याचे समाजातील स्थान बदलले. तो अधिक प्रमाणात लोकांत मिसळू लागला आणि तिथे त्याला एलिस पाइक नावाची अमेरिकन पर्यटक भेटली. ती फक्त सतरा वर्षांची होती, म्हणजे त्याच्या अर्ध्या वयाची, आणि त्याने आपल्या डायरीत नोंदवले की, ती 'आफ्रिकेच्या भौगोलिक परिस्थितीबद्दल खूप अज्ञानी होती, आणि मला भीती वाटते की इतर सगळ्या बाबतींतही'. पण त्याचे तिच्यावर प्रेम जडले आणि एका महिन्याच्या आत त्यांनी लग्नाचा निर्णय घेतला. त्यांनी ठरवले की, स्टॅन्ली आपल्या पुढील आफ्रिकन मोहिमेवरून परतल्यानंतर ते लग्न करणार.

आफ्रिकेच्या पूर्व किनाऱ्यावरून निघताना त्याने तिचे छायाचित्र तेल-प्रतिरोधक कागदात गुंडाळून स्वतःच्या हृदयाजवळ ठेवले. नेहमीप्रमाणे त्याचे लोक २४ फूट लांब असलेल्या लेडी ॲलिस नावाच्या बोटीला कष्टाने पाण्यात ढकलत होते. स्टॅन्लीने या बोटीचा उपयोग आफ्रिकेतील मोठ्या तलावांच्या परिभ्रमणासाठी

केला, ज्यांची नोंद पहिल्यांदाच करण्यात आली होती. यानंतर साडेतीन हजार मैल प्रवास केल्यानंतर, स्टॅन्ली पश्चिमेकडे निघाला. हा प्रवासाचा सर्वांत धोकादायक भाग होता. त्याने ठरवले होते की, लेडी ॲलिसला लुआलाबा नदीत उतरवून तिच्या प्रवाहाबरोबर जात राहायचे, ते कुठे नेतात ते पाहायचे. मग ते कदाचित नाईल (लिव्हिंगस्टोनच्या सिद्धान्ताप्रमाणे), कदाचित नायजर, कदाचित कॉँगो (स्टॅन्लीचा अंदाज, जो बरोबर ठरला) असेल. याविषयी कोणालाच नेमकी माहिती नव्हती, कारण अगदी भयानक अरबी गुलाम व्यापारीही तिथल्या युद्धप्रिय नरभक्षक लोकांच्या गोष्टींनी घाबरलेले होते.

त्या नदीकडे जाण्यापूर्वी, स्टॅन्लीने आपल्या प्रेयसीला पत्र लिहिले. त्यात त्याने लिहिले की, तिला सोडून आल्यापासून त्याचे ६० पौंड वजन कमी होऊन आता त्याचे वजन फक्त ११८ पौंड झाले आहे. त्याला अनेक आजारपणं आली होती, त्यात मलेरियाचा दुसरा ॲटॅकही होता, ज्यात तो १३८ डिग्री फॅरेनहाइट तापमान असतानाही थंडीने थरथरत होता. पुढे त्याला सर्वांत अवघड संकटांचा सामना करावा लागेल, अशी त्याची अपेक्षा होती; पण तरीही आफ्रिकेच्या दुसऱ्या टोकाला पोहोचेपर्यंत पाठवता येणारे हे शेवटचे पत्र असल्याने त्याने संकटांचा विचार केला नाही. 'माझं तुझ्यावरचं प्रेम बदललेलं नाही, तू माझं स्वप्न, माझा आधार, माझी आशा आणि माझा प्रेरणास्रोत आहेस.' त्याने तिला लिहिले, 'मी तुला या प्रकाशात जपून ठेवेन, जोपर्यंत मी तुला भेटेन किंवा मृत्यू मला भेटेल'.

'लेडी ॲलिस'ला कॉँगो नदीत उतरवत, 'नियामा! नियामा!' – मांस! मांस! – असा युद्धनाद करताना नरभक्षकांच्या हल्ल्यापासून वाचत स्टॅन्लीने ती आशा आणखी साडेतीन हजार मैल टिकवून ठेवली. त्याच्या सहकाऱ्यांपैकी फक्त अर्धे लोकच ॲटलांटिक किनाऱ्यापर्यंत प्रवास पूर्ण करू शकले. या प्रवासाला जवळपास तीन वर्षे लागली आणि यात स्टॅन्ली सोडून बाकी सर्व युरोपीय व्यक्ती मृत्यूमुखी पडल्या. नागर संस्कृतीत पोहोचल्यावर स्टॅन्लीला आपल्या प्रेयसीच्या प्रेमपत्रांची अपेक्षा होती, तो त्यासाठी उत्सुक होता; पण त्याऐवजी त्याला त्याच्या प्रकाशकाकडून एक चिठ्ठी मिळाली, ज्यात एक विचित्र बातमी होती (आणि आश्चर्यचकित करणाऱ्या उच्चारबिंदूचा वापर) : 'मी आता एक नाजूक विषयावर येतो. मी स्वतःशीच बराच काळ विचार करत होतो की, याबद्दल तुला लिहावे की, तुझ्या येण्याची वाट पाहावी. पण मग मला वाटले, तुला लगेचच सांगितलेले बरे, – तुझी मैत्रीण एलिस पाइक हिचे लग्न झाले आहे'. ओहायोमधील रेल्वे डबे बनवणाऱ्या उद्योगपतीच्या मुलाशी लग्न करून, आपल्या स्वप्नातील स्त्रीने आपल्याला सोडून दिले, हे कळताच स्टॅन्ली पूर्णपणे खचून गेला. त्याच्या मोहिमेबद्दल अभिनंदन करणारी आणि अगदी सहजतेने स्वतःच्या लग्नाचा उल्लेख

करणारी तिची चिठ्ठीही त्याचे मन शांत करू शकली नाही. त्या चिठ्ठीत तिने असेही लिहिले होते की, लेडी ॲलिस (स्टॅन्लीच्या जहाजाचे नाव) हिच्यासोबतची त्याची मैत्री, जिच्यावरून हे नाव ठेवण्यात आले होते, त्या ॲलिसपेक्षाही अधिक खरी ठरली.' स्टॅन्लीला ते लग्न ठरणे हादेखील स्वतःच्या स्त्रियांच्या बाबतीतील आपल्या निष्प्रभतेचा आणखी एक पुरावा वाटला. तोवर त्याने स्वतःच्या जवळ जपून ठेवलेले छायाचित्र चुकीच्या स्त्रीचे होते, आणि त्या चुकीसहच त्याने पूर्ण आफ्रिका पार केली होती.

पण हा संबंध कितीही वाईटरीत्या संपला असला तरी स्टॅन्लीला त्या नात्यातून आणि त्या छायाचित्रातून एक गोष्ट नक्की मिळाली, ती म्हणजे स्वतःच्या दैन्यदशेतून थोड्या काळासाठी का होईना, पण मनोवेधक सुटका! ती आपल्याशी प्रामाणिकपणे वागेल, या भ्रमात तो असेलही; पण प्रवासादरम्यान त्याने जे केले ते मात्र हुशारीचे होते. त्याने त्याच्या भोवतालच्या उदास, भीषण वातावरणापासून खूप दूर असलेल्या एखाद्या 'आधारावर' आणि 'आशेच्या दिव्यावर' मन एकाग्र केले होते. हे कालातीत अशा मार्शमेलो प्रयोगात मुलांनी वापरलेल्या यशस्वी युक्तीचे अधिक विस्तारित रूप होते. जी मुले सतत मार्शमॅलोकडेच पाहत राहिली, त्यांची इच्छाशक्ती लवकरच क्षीण झाली आणि त्यांनी लगेच ते खाण्याच्या प्रलोभनापुढे शरणागती पत्करली. पण ज्यांनी खोलीत इकडेतिकडे पाहत स्वतःचे लक्ष दुसरीकडे वळवले, किंवा कधीकधी तर आपले डोळे बंद करून घेतले, अशा मुलांनी ते न खाण्यात जास्त वेळ तग धरण्यात यश मिळवले. त्याचप्रमाणे पॅरामेडिक्स रुग्णांशी त्यांच्या आजाराव्यतिरिक्त कुठल्याही विषयावर गप्पा मारून त्यांचे लक्ष वेदनेपासून दूर ठेवतात, आणि प्रसूतीला मदत करणाऱ्या सेविका प्रसूतीदरम्यान महिलांनी डोळे मिटू नयेत यासाठी प्रयत्न करतात; कारण डोळे मिटले तर त्या वेदनांवर अधिक लक्ष केंद्रित करू शकतात. स्टॅन्लीने ज्याला 'स्वतःला विसरणे' म्हटले ती गोष्ट आणि तिचे फायदे त्यांनी ओळखले होते. त्याच्या मते, 'मागील तुकडीच्या' पतनाला त्यांचा नेता जबाबदार होता, कारण त्याने जंगलात प्रवास सुरू करण्याऐवजी सतत अधिक मजुरांची वाट पाहत खूप काळ तळावरच थांबण्याचा निर्णय घेतला. 'त्यांच्या शंका आणि काळज्या बऱ्या होण्याचे औषध कृतीतच होते,' तो लिहितो, 'घटक एकसुरीपणा सहन करण्यात नव्हे'. आजारी, उपाशी आणि मृत्यूच्या दारात पोहोचलेल्या माणसांसोबत जंगलातून जाणे स्टॅन्लीसाठी जेवढे भयावह होते, तेवढेच त्यांच्या प्रवासातील 'अखंड कामांची धांदल अतिशय गुंगवून टाकणारी आणि रोचक होती. तिच्यामुळे काही वाईटसाईट विचारांना मनात जागाच उरली नाही'. स्टॅन्लीला ते काम म्हणजे मानसिक सुटकेचा मार्ग वाटत होता –

> 'निराशा आणि वेडेपणापासून स्वतःचे रक्षण करण्यासाठी मला स्वतःला विसरण्याचा आधार घ्यावा लागला. तो माझ्या कामातून मिळणाऱ्या एकाग्रतेचा आणि रुचीचा आधार होता. मी माझे सर्वोत्तम प्रयत्न करत होतो. माझ्या सहकाऱ्यांनाही या गोष्टीची जाणीव होती. हे मला मिळालेले बक्षीसच होते. आपण एकमेकांशी सामान सहानुभूती आणि सामान उद्दिष्टांनी जोडलेलो आहोत, ही जाणीव मला अधिक दृढ करत होती. त्यामुळे मला आजूबाजूच्या लोकांसाठी शक्य ते सर्व करावेसे वाटू लागले, आणि हे माझ्यासाठी नैतिकदृष्ट्या बळकटी देणारे ठरले'.

'सामाईक सहानुभूती' आणि 'शेजारधर्माच्या कृती' यांबद्दलचे हे बोलणे स्टॅन्लीसारख्या अलिप्त आणि कठोर स्वभावाचा म्हणून ओळखल्या जाणाऱ्या व्यक्तीकडून येत असल्याने थोडे स्वार्थी किंवा संशयास्पद वाटू शकते. शेवटी, हा तोच माणूस होता, ज्याच्या नावावर इतिहासातील सर्वांत थंड/निर्जीव असे स्वागत वाक्य नोंदले गेले आहे, ते म्हणजे – 'मला वाटतं, डॉ. लिव्हिंग्स्टन, बरोबर?' आफ्रिकेच्या मध्यभागी भेटलेल्या दोन इंग्लिश माणसांसाठी हे वाक्य फार कठोर, नकोसे आहे, असे अगदी व्हिक्टोरिअन काळातील लोकांनाही वाटले होते. मात्र, या सुप्रसिद्ध उद्गाराविषयी जिअल म्हणतो की, स्टॅन्लीने ते कधी उच्चारलेच नव्हते. या वाक्याचा पहिला उल्लेख स्टॅन्लीने न्यू यॉर्क हेराल्डला पाठवलेल्या अहवालात आढळतो, जो त्या भेटीनंतर बऱ्याच काळाने लिहिला गेला होता. ते वाक्य त्या दोघांच्याही दैनंदिनीत कुठेही आढळत नाही. स्टॅन्लीने स्वतःच्या डायरीतील ते महत्त्वाचे पानच फाडले. ज्या क्षणी ते एकमेकांना अभिवादन करतात, तिथेच त्याच्या नोंदी थांबतात. वर्कहाउसमध्ये वाढल्यामुळे आयुष्यभर असुरक्षितता जाणवणाऱ्या स्टॅन्लीने, स्वतःला अधिक सन्माननीय आणि देखणे भासवण्यासाठी हे वाक्य नंतर स्वतःच बनवून सांगितल्याचे दिसते. अत्यंत कठीण प्रसंगातही भावना व्यक्त करण्याचा, न खचण्याचा, शांतपणे तग धरण्याचा जो संस्कार साहसी ब्रिटिश लोकांवर आहे, त्याची तो कायम प्रशंसा करत असे. कधीकधी त्यांच्या त्या निर्विकार शांततेचे अनुकरण करण्यासाठी आपल्या साहसांकडे जणू उदासीन, भावनारहित दृष्टीने आपण पाहतो असे भासवण्याचा तो प्रयत्न करत असे. मात्र, त्याच्याकडे ती नैसर्गिक शैली आणि सावधगिरी नव्हती. आफ्रिकेतील मोहिमांच्या दरम्यान झालेल्या हिंसक चकमकी किंवा शिस्त लावण्यासाठी वापरलेल्या कठोर पद्धती, हे इतर लोक जाणीवपूर्वक वगळत किंवा अगदी कमी प्रमाणात सांगत. पण स्टॅन्ली मात्र त्या गोष्टी खूप फुगवून मांडत असे. काही अंशी स्वतःला अधिक कठोर दाखवण्यासाठी आणि काही अंशी वृत्तपत्रे आणि पुस्तके विकली जाण्यासाठी, तो असे करत असे.

याचा परिणाम असा झाला की, त्याच्या काळातील सर्वांत कठोर आणि हिंसक साहसी म्हणून स्टॅन्लीच्या वाट्याला बदनामी आली. प्रत्यक्षात मात्र जिअलने दाखवून दिल्याप्रमाणे तो आफ्रिकन लोकांशी विलक्षण माणुसकीने वागणारा होता. अगदी सौम्य स्वभावाच्या लिव्हिंगस्टनशी तुलना केली तरीसुद्धा. आपल्या काळाच्या मानाने स्टॅन्ली वांशिक पूर्वग्रहांपासून आश्चर्यकारकपणे मुक्त होता. तो स्वाहिली भाषा सहजतेने बोलत असे आणि त्याच्या आफ्रिकन सहकाऱ्यांशी त्याने आयुष्यभर टिकणारी नाती निर्माण केली होती. त्याच्या बरोबर व हाताखाली काम करणाऱ्या कृष्णवर्णीय लोकांशी गैरवर्तन करणाऱ्या गोऱ्या अधिकाऱ्यांना तो कठोर शिक्षा देत असे आणि स्थानिक गावकऱ्यांवर हिंसा किंवा इतर गुन्हे करण्यापासून आपल्या माणसांना तो कायम रोखत असे. कधीकधी चर्चा आणि भेटवस्तू देणे निष्फळ ठरल्यावर त्याला भांडण करावे लागले, हे खरे आहे. पण स्टॅन्लीने गोळ्या झाडत झाडत संपूर्ण आफ्रिका पार केली, अशी त्याची जी प्रतिमा उभी करण्यात आली, ती मात्र पूर्णपणे मिथक आहे. त्याच्या यशाचे रहस्य त्याने अत्यंत रंगवून सांगितलेल्या लढायांमध्ये नव्हते, तर ते दोन तत्त्वांमध्ये दडलेले होते. ही तत्त्वे स्टॅन्लीने आपल्या शेवटच्या मोहिमेनंतर स्वतःच संक्षेपात सांगितली होती.

> 'अत्यंत जवळून धोका अनुभवतानाच्या प्रत्यक्ष ताणातून मला दोन गोष्टी समजल्या आहेत, त्या अशा : पहिली म्हणजे आत्मसंयम हा दारुगोळ्यापेक्षाही अधिक अनिवार्य आहे, आणि दुसरी म्हणजे जोपर्यंत ज्यांच्याशी व्यवहार करायचा आहे, त्या स्थानिकांबद्दल मनापासून, खऱ्या अर्थाने सहानुभूती वाटत नाही, तोपर्यंत आफ्रिकेतील प्रवासात सतत परीक्षा पाहणाऱ्या परिस्थितीत आत्मसंयम टिकवून ठेवणे अशक्य आहे'.

स्टॅन्लीला समजले होते, तसे आत्मसंयमी असणे हा स्वार्थीपणा नाही. इच्छाशक्ती आपल्याला इतरांशी जुळवून घेण्यास मदत करते आणि स्वतःच्या तत्काळ, क्षणिक फायद्यांवर आधारित येणाऱ्या क्षणिक आवेगांना रोखून धरण्यात मदत करते. हीच शिकवण आहे, जी नौदलाच्या विशेष दलाचे सैनिक शिकतात, जे स्टॅन्लीच्या संकटांचे आधुनिक रूप आहे. नौदल प्रशिक्षणातील अत्यंत 'कठीण आठवड्याची चाचणी' देतात, ज्यात त्यांना सतत धावणे, पोहणे, सरकणे, थरथर कापणे अशा शारीरिक आणि मानसिक आव्हानांचा सामना करावा लागतो. यात त्यांना झोप मात्र ५ तासांपेक्षा कमी दिली जाते. या विशेष प्रशिक्षण वर्गातील तीनचतुर्थांश सैनिक साधारणपणे हे प्रशिक्षण पूर्ण करण्यात अपयशी ठरतात. आणि यातून जे जिवंत राहतात, त्यांच्या अंगात जवळपास स्नायू राहिलेले नसतात, असे SEAL अधिकारी एरीक ग्रेटन्स म्हणतात. आपल्या या 'कठीण आठवडा'मधील जिवंत राहिलेल्या सहकाऱ्यांना आठवत असताना, तो त्यांचे एक सामायिक वैशिष्ट्य अधोरेखित करतो,

> 'त्यांच्यात अशी क्षमता होती की, ते स्वतःच्या वेदनेपासून बाहेर पाऊल टाकू शकत, स्वतःची भीती बाजूला ठेवू शकत, आणि विचार करू शकत, की आता मी माझ्या शेजारच्या माणसाला कशी मदत करू शकेन? त्यांच्याकडे फक्त शौर्य आणि शारीरिक ताकदच नव्हती, तर त्यांच्याकडे विशाल, समृद्ध असे हृदयही होते, की ते इतरांविषयी विचार करू शकत होते'.

आपला इतिहास सांगतो की, लोकांना स्वार्थी वर्तनापासून दूर नेण्याचा सर्वांत सामान्य मार्ग म्हणजे धार्मिक शिकवण्या आणि आज्ञा होती. संशोधनातून दिसून आल्याप्रमाणे या आजही आत्मसंयम टिकवण्यासाठीचा प्रभावी उपाय आहेत. आपण नंतर याची चर्चा करू. पण जर स्टॅन्लीसारखेच तुम्हीही धर्मावर विश्वास ठेवत नसलात तर काय? लहान वयातच देवावरील आणि धर्मावरील विश्वास हरवल्यानंतर (त्याने या हरवलेल्या विश्वासाचे कारण अमेरिकन नागरी युद्धात पाहिलेल्या हत्याकांडाशी जोडले) त्याला एक प्रश्न भेडसावत राहिला, जो प्रश्न इतर व्हिक्टोरियन लोकांनाही त्रास देत असे. धर्माच्या पारंपरिक बंधनाशिवाय लोकांची नैतिकता टिकते कशी? स्टॅन्लीसारख्याच अनेक प्रसिद्ध धर्मनिरपेक्ष लोकांनी यावर असे सांगितले की, सार्वजनिकरीत्या धर्माचे शब्दांत कौतुक करत असतानाही ते 'कर्तव्य'भावना वाढवण्यासाठी धर्माशिवायच्या इतर मार्गांचाही शोध घेत राहिले. इतुरी जंगलातून भयानक प्रवास करत असताना, त्याने आपल्या माणसांना प्रोत्साहन देण्यासाठी, टेनिसनच्या त्याच्या आवडत्या कवितेच्या दोन ओळींचा उल्लेख केला,

'ओड ऑन द डेथ ऑफ द ड्यूक ऑफ वेलिंग्टन' या कवितेतील त्या ओळी अशा होत्या,

> 'आपल्या सुंदर बेटाची कहाणी सांगताना सदा, कर्तव्याचा मार्गच नेहमी यशाचा रस्ता होता.'

स्टॅन्लीची माणसे त्याच्या प्रयत्नांची कायम कदर करत असे नव्हते. टेनिसनच्या ओळी त्यांच्यापैकी अनेकांना जुन्या, कंटाळवाण्या वाटू लागल्या होत्या; पण स्वतःवर नियंत्रण ठेवण्याचा योग्य सिद्धान्त त्याच्या पद्धतीतच दडलेला होता. जो होता - उच्च विचारांवर लक्ष केंद्रित करा. या युक्तीचा परिणाम अलीकडेच न्यू यॉर्क विद्यापीठातील केंटारो फुजिता आणि त्यांचे मार्गदर्शक याकोव ट्रोप यांच्या नेतृत्वाखालील संशोधकांच्या गटाने तपासून पाहिला. लोकांच्या मानसिक प्रक्रियांना उच्च किंवा (नीच) /खालच्या स्तरावर नेण्यासाठी त्यांनी विविध पद्धतींचा वापर केला. उच्च स्तर म्हणजे संकल्पनात्मक विचार आणि दीर्घकालीन उद्दिष्टे अशी व्याख्या करण्यात आली, तर नीच स्तर त्याच्या उलट होता. उदाहरणार्थ, लोकांना

एखादी गोष्ट त्यांनी का केली यावर किंवा ती कशी केली यावर विचार करण्यास सांगितले गेले. 'का?' हे प्रश्न मनाला उच्च पातळीच्या विचारांकडे आणि भविष्यकेंद्रित दृष्टिकोनाकडे नेतात. 'कसे?' हे प्रश्न मनाला खालच्या पातळीच्या विचारणेकडे आणि वर्तमानावर केंद्रित करतात. अशाच प्रकारचे परिणाम मिळवून देणारी अजून एक पद्धत म्हणजे लोकांना दिलेल्या संकल्पनेपासून, उदा., 'गायक' या शब्दापासून वरच्या किंवा खालच्या स्तरावर विचार करण्यास प्रवृत्त करणे. उच्च स्तरीय विचारसरणी निर्माण करण्यासाठी लोकांना विचारले गेले, 'गायक हा कोणत्या गोष्टीचे उदाहरण आहे?' त्याच्या उलट नीच स्तरीय विचारसरणी निर्माण करण्यासाठी त्यांना विचारले गेले, 'गायकाचे उदाहरण म्हणून काय सांगता येईल?' अशा प्रकारे, दिलेले उत्तर त्यांना अधिक व्यापक किंवा अधिक विशिष्ट पद्धतीने विचार करण्यास भाग पाडत होते.

मन:स्थितीतील हे बदल आत्मनियंत्रणाशी थेट निगडित नव्हते. तरीसुद्धा, उच्च स्तरीय विचार करण्यास प्रवृत्त झालेल्या लोकांमध्ये आत्मनियंत्रण सुधारले आणि नीच स्तरीय विचार करणाऱ्यांमध्ये ते आधीपेक्षा खराब झाले. निरनिराळ्या प्रयोगांमध्ये वेगवेगळ्या मोजमाप पद्धती वापरण्यात आल्या, पण त्यांचे निष्कर्ष मात्र सातत्याने एकसारखेच निघाले. उच्च स्तरीय विचार केल्यानंतर लोक भविष्यात मिळणाऱ्या चांगल्या फायद्यासाठी तत्काळ मिळणारे बक्षीस नाकारण्याची शक्यता अधिक प्रमाणात दर्शवत होते. जेव्हा हँडग्रिप दाबून ठेवण्यास सांगितले गेले, तेव्हा ते अधिक काळ धरून ठेवू शकत होते. त्या निष्कर्षांनी दाखवले की, संकुचित, ठोस आणि 'इथे-आत्ता' गोष्टींवर लक्ष केंद्रित करणे आत्मनियंत्रणाच्या विरोधात काम करते, तर व्यापक, संकल्पनात्मक आणि दीर्घकालीन दृष्टिकोन आत्मनियंत्रणाला पाठबळ देतो. हेही एक कारण आहे की, धार्मिक लोक आत्मनियंत्रणाच्या मोजमापांमध्ये तुलनेने अधिक गुण मिळवतात आणि स्टॅन्लीसारखे अधार्मिक लोकही इतर प्रकारच्या उदात्त विचारांमुळे आणि दीर्घ काळ टिकणाऱ्या आदर्शांमुळे त्याचा फायदा घेऊ शकतात. स्टॅन्ली आपल्या वैयक्तिक कीर्तीच्या महत्त्वाकांक्षा आणि 'चांगला माणूस' होण्याची इच्छा; जशी त्याने मृत्युपंथाला लागलेल्या आईने त्याला सांगितल्याची कल्पना केली होती; यांना नेहमी एकत्र ठेवत असे. अरब आणि पूर्व आफ्रिकेतील गुलाम व्यापाऱ्यांच्या वाढत्या जाळ्यामुळे होत असलेले घातक परिणाम प्रत्यक्ष पाहिल्यानंतर लिव्हिंगस्टोनसोबतच त्याला आपला कल कुणीकडे आहे हे समजले. तेव्हापासून गुलामांचा व्यापार नष्ट करणे हेच त्याने आपले जीवनध्येय मानले.

शेवटी, कुटुंबाकडून, प्रेयसीकडून आणि ब्रिटिश संस्थांकडून नाकारण्यात आल्यानंतरही स्टॅन्ली जंगलात तग धरून राहू शकला, ते 'आपण एका पवित्र कार्यात गुंतलो आहोत', या गोष्टीवर असलेल्या त्याच्या दृढ विश्वासामुळेच. आधुनिक

कसोट्यांवर पाहिले, तर तो खूपच धार्मिक वाटू शकतो; पण तो प्रामाणिक होता. त्याने लिहिले, 'मला जगात फक्त आनंदी राहण्यासाठी पाठवले गेले नाही, तर मला काही विशेष कामगिरीसाठी पाठवण्यात आले आहे.' काँगोमध्ये उतरत असताना तो प्रामाणिकपणे स्वतःसाठी प्रोत्साहनपर संदेश लिहीत असे, 'मी वाइटाचा तिरस्कार करतो, आणि चांगल्यावर प्रेम करतो'. नदीच्या त्या प्रवासात, जेव्हा त्याचे दोन जवळचे सहकारी बुडाले होते तेव्हा तो खचला होता, तो स्वतःही उपासमारीने मरणासन्न झाला होता आणि अन्न मिळेल, अशी कोणतीही आशा नव्हती, तेव्हा तो त्याच्यासाठी सर्वांत वाईट क्षण होता. त्याही वेळी त्याला जेवढे शक्य झाले तेवढे त्याने पुढीलप्रमाणे सर्वोच्च विचारांनी स्वतःचे सांत्वन केले :

> माझ्या या दीन शरीराने भयंकर वेदना सहन केल्या आहेत, ते अपमानित, दुखावलेले, थकलेले आणि आजारी झाले आहे. त्यावर सोपवलेल्या कामाच्या ओझ्याखाली ते जवळपास मोडायला आले होते; पण ते म्हणजे माझ्या संपूर्ण आत्म्याचा फक्त एक लहानसा भाग होते. शरीर जरी दैनंदिन भार लादत असले तरी माझा खरा आत्मा अंधारात बंदिस्त होता, आणि तो अशा वाईट परिस्थितींमध्येही नेहमीच अभिमानी आणि उच्च प्रतीचा होता.

स्टॅन्ली त्याच्या निराशेच्या क्षणी धर्माकडे वळत होता, आणि स्वतःला आत्मा असलेला समजत होता का? कदाचित! पण त्याच्या आयुष्यभराच्या संघर्षांचा विचार करता, आणि जंगलात आपली ताकद जपण्यासाठी केलेल्या सर्व युक्त्यांचा विचार करता, असे दिसते की, त्याच्या मनात धर्मनिरपेक्षतेपेक्षा काहीतरी अधिक होते. बुला मातारीनुसार त्याचा 'खरा स्व' म्हणजे त्याची इच्छा होती.

८

एरीक क्लॅप्टन आणि मेरी कार यांना मद्यपान थांबवण्यासाठी खरोखरच एखाद्या उच्च शक्तीने मदत केली होती का?

'पवित्र माते, माझी आर्त हाक ऐक
हजारो वेळा मी तुझ्या नावाला शिव्याशाप दिल्या आहेत,
वाटते मला की, माझ्या आत्म्यात राग भरून वाहतोय
पवित्र माते, (मी स्वतःवर) नियंत्रण ठेवू शकत नाहीये!'

एरीक क्लॅप्टन – होली मदर या त्याच्या गाण्यात

तुम्ही मला अगदी एक वर्ष आधी जरी सांगितले असते, की मी शेवटी चर्चमध्ये धर्मगुरूजवळ कुजबुजत माझ्या पापांची कबुली देईन किंवा माझ्या गुडघ्यांवर बसून रोजरी म्हणत असेन, तर हसून हसून माझ्या डोळ्यांत पाणी आले असते. मी म्हणाले असते, 'तुम्ही माझी थट्टा तर करत नाही ना? त्यापेक्षा मी एक पोल डान्सर, आंतरराष्ट्रीय गुप्तहेर, अमली पदार्थांची वाहक, घातक हत्यारा बनेन, यावर माझा अधिक विश्वास बसला असता.'

मेरी कार – तिच्या आत्मचरित्रात

जेव्हा संपत्ती, कीर्ती आणि त्याचे संगीतही त्याला पुरेसे वाटत नव्हते अशा आत्महत्येच्या अनेक क्षणांमध्ये एक विचार एरीक क्लॅप्टनला टिकून राहायला मदत करत होता : जर त्याने आत्महत्या केली, तर तो दारू पिऊ शकणार नव्हता. मद्य हे त्याचे मोठे आणि दीर्घकालीन स्वप्न होते आणि त्याला मिळू शकणाऱ्या कोकेन, हेरॉइन आणि इतर सगळ्या अमली पदार्थांची याला जोड होती. तिशी

संपता संपता जेव्हा तो पहिल्यांदा हॅझेलडेन क्लिनिकमध्ये व्यसनमुक्तीसाठी दाखल झाला, तेव्हा शरीरातील अमली पदार्थ काढून टाकण्याच्या प्रक्रियेदरम्यान त्याला झटका आला. कारण त्याने वैद्यकीय चमूला सांगितले नव्हते, की तो व्हॅलिअम घेत होता. त्याच्या मते, ते महिलांचे (सौम्य) औषध होते आणि डॉक्टरांना सांगावे इतके महत्त्वाचे नाही.

व्यसनमुक्ती केंद्रातील त्या वास्तव्यानंतर एरीक क्लॅप्टन बरीच वर्षे नशामुक्त राहिला. मात्र, नंतर उन्हाळ्यातील एका संध्याकाळी, इंग्लंडमधील आपल्या घराजवळ, गर्दी असलेल्या पबजवळून तो गाडीने जात असताना त्याच्या मनात एक विचार आला. 'माझ्या निवडक स्मरणशक्तीने...' तो म्हणतो, ''मला सांगितले की, उन्हाळ्याच्या संध्याकाळी पबमधील बारजवळ उभे राहून लांब दांडीच्या उंच ग्लासातून लिंबू पिळलेली एक हलकी बिअर (लागर) पिणे म्हणजे स्वर्गसुख आहे. मग मी जाणीवपूर्वक ती रात्र विसरायचे ठरवले जेव्हा मी व्होडकाची बाटली, एक ग्रॅम कोकेन आणि एक बंदूक घेऊन आत्महत्येचा विचार करत बसलो होतो.'' त्याने एक बिअर मागवली आणि काही वेळातच तो पुन्हा अति पिणे आणि आत्महत्येच्या भावना यांकडे परतला. अशाच एका प्रचंड निराश रात्री त्याने 'होली मदर' या गाण्यावर काम सुरू केले, जे दैवी मदतीसाठी आर्त विनंती करणारे होते. त्याचे करिअर धोक्यात आले, वैवाहिक आयुष्य मोडले; पण तो आपले मद्यपान थांबवू शकला नाही. अगदी मद्यधुंद अवस्थेत गाडीच्या अपघातात गंभीर झाल्यानंतरही नाही. त्याला मुलगा झाल्यानंतर तो प्रेरित होऊन पुन्हा एकदा व्यसनमुक्ती केंद्रात गेला; पण तिथून शेवटी बाहेर पडतानाही दारूच्या बाटलीला विरोध करण्याची ताकदच त्याच्यात राहिली नव्हती.

'माझ्या मनात सतत मद्यपानच घोळत असायचे.' त्याने आपल्या 'क्लॅप्टन' या आत्मचरित्रात लिहिले. 'मी पूर्णपणे घाबरलेला आणि संपूर्ण निराश झालेलो होतो.' एका रात्री त्या केंद्रातील खोलीत एकटा असताना अचानक प्रचंड अस्वस्थ होऊन तो गुडघ्यावर बसून मदतीची याचना करू लागला. त्याला आठवते, 'मी कोणाशी बोलतो आहे, याचा मला काहीच अंदाज नव्हता, मला फक्त एवढेच माहिती होते की, आता माझी सहनशक्ती संपली आहे. माझ्याकडे लढण्यासाठी काहीच शिल्लक नव्हते. मग मला 'शरणागती'बद्दल ऐकलेली गोष्ट आठवली, ज्याची मी कधीच कल्पना केलेली नव्हती. माझा अहंकार मला ते कधी करूही देणार नव्हता. पण मला कळले की, एकट्याने यातून बाहेर पडू शकणार नाही. म्हणून मग मी मदत मागितली, आणि गुडघ्यावर बसून मी शरणागती पत्करली.' तो म्हणतो, त्या क्षणापासून त्याने पुन्हा कधीही मद्यपान करण्याचा विचारही केला नाही. अगदी त्या भीषण दिवशीही, जेव्हा न्यू यॉर्कमध्ये त्रेपन्नाव्या मजल्यावरून खाली पडून मृत्यू पावलेल्या आपल्या मुलाच्या, कॉनरच्या मृतदेहाची त्याला ओळख पटवावी लागली होती.

त्या रात्री हॅझेलडनमध्ये क्लॅप्टनला अचानक आत्मसंयमन लाभले; पण त्याला ते कसे मिळाले हे सांगणे त्याने ते कसे गमावले होते यापेक्षा जास्त कठीण आहे. त्याच्या मद्यपानाशी संबंधित समस्या अचूक शारीरिक संज्ञा वापरून सांगता येऊ शकतात. लोकांमध्ये जो समज आहे, त्याच्या अगदी उलट मद्यपान तुमच्या मूर्ख किंवा विध्वंसक गोष्टी करण्याची प्रवृत्ती वाढवत नाही, तर ते फक्त बंधने काढून टाकते. रक्तातील साखर कमी करणे आणि आत्म-जागरूकता कमी करणे, या दोन मार्गांनी ते आत्मसंयमन कमी करते. त्यामुळे ते मुख्यतः अशा वर्तनावर परिणाम करते, जे तुमच्या अंतर्गत संघर्षाचे लक्षण असते. जसे की, तुमच्या एका मनाला एखादी गोष्ट करायची असते, त्याच वेळी दुसऱ्या मनाला मात्र ती करायची नसते. उदा., चुकीच्या व्यक्तीसोबत लैंगिक संबंध ठेवणे, जास्त पैसे खर्च करणे, भांडणात सामील होणे किंवा आणखी एक पेय मागणे आणि मग आणखी एक हा एक असा संघर्ष आहे, ज्याचे वर्णन पूर्वी व्यंगचित्रकार आपल्या चित्रातून करत - 'चांगला, खरा देवदूत एका खांद्यावर आणि वाईट देवदूत दुसऱ्या खांद्यावर'; पण मद्याचे काही पेले रिचवल्यावर त्यात फारसा काही अर्थ उरत नाही. खरा देवदूत आता निष्क्रिय झाला आहे. तुम्हाला त्याच्या आधीच हस्तक्षेप करणे आवश्यक आहे, म्हणजे दारूचा फटका बसण्याआधी. हॅझलडेनसारख्या ठिकाणी तिथले कर्मचारी तुमच्या वतीने हे काम करतात. मात्र, अचानक स्वतःहून हे करण्याची ताकद तुम्हाला कशाने मिळेल? क्लॅप्टनचा 'समर्पण' करण्याचा निर्णय त्याला अधिक आत्मसंयमन का देऊन गेला?

''एखादा नास्तिक म्हणेल, की हा फक्त वृत्तीतील बदल होता,'' तो म्हणतो, ''आणि काही प्रमाणात ते खरेही आहे. पण त्यापेक्षा त्यामध्ये अजून बरेच काही होते.'' तेव्हापासून त्याला स्वतःला नम्र करण्याची गरज वाटू लागली आणि तो दररोज सकाळी आणि रात्री गुडघे टेकून मदतीसाठी प्रार्थना करू लागला. गुडघे टेकून प्रार्थना का करावी? ''सोपं आहे, त्याचा परिणाम होतो म्हणून.'' क्लॅप्टन म्हणतो. यातून सुखाचा शोध घेणाऱ्या लोकांनी हजारो वर्षांपासून नोंदवलेल्या गोष्टीची तो पुनरावृत्ती करतो. काही वेळा हे तत्काळ घडते, क्लॅप्टन किंवा संत ऑगस्टीन यांच्यासारखे, ज्यांनी सांगितले की त्यांना देवाकडून थेट आज्ञा मिळाली की दारू पिणे थांबवावे आणि त्यानंतर त्यांच्या 'सर्व शंका आणि अंधार नष्ट झाला.' कधीकधी यात थोडा वेळ लागतो, जसे की अत्यंत संशयी, अज्ञेयवादी असलेल्या मेरी कार हिच्या बाबतीत घडले. आपल्या 'द लायर्स क्लब' या सर्वाधिक खपाच्या आत्मकथेत तिने ईस्ट टेक्सासमधील तेल शुद्धीकरण प्रकल्प असलेल्या शहरात लहानाची मोठी होताना आलेल्या अनुभवांचे वर्णन केले आहे. तिची आई मद्यपी होती आणि तिने सात वेळा लग्न केले होते. तिने एकदा आपल्या मुलीच्या खेळण्यांना आग लावली होती आणि मुलीला ठार मारण्याचा प्रयत्न केला, असेही या आत्मकथेत सांगितले

आहे. कार मोठी होऊन यशस्वी कवयित्री झाली, आणि तिलाही तिच्या स्वतःच्या मद्यपानाशी संघर्ष करावा लागला. दारू पिऊन हमरस्त्यावर गाडी चालवताना एकदा तिची गाडी तिच्या नियंत्रणाबाहेर गेली. हा फटका बसल्यानंतर तिने या नशेपासून मुक्त होण्याचा निर्णय घेतला. तिने अल्कोहोलिक ॲनॉनिमसच्या सल्ल्यानुसार एका उच्च शक्तीकडे मदत मागण्याचे कर्तव्यभावनेने पालन केले. तिने जमिनीवर एक उशी ठेवली आणि त्यावर गुडघे टेकवून आयुष्यातील पहिली प्रार्थना किंवा तसे काहीतरी करण्याचा प्रयत्न केला.

तिला सर्वांत योग्य प्रकारे उच्चारता आलेले वाक्य होते, 'हे उच्च शक्ती, तू कुठे आहेस?' तिचा अजूनही कोणत्याही देवावर विश्वास नव्हता, पण तिने ठरवले होते की, ती दररोज संध्याकाळी दिवसभर नशा न केल्याबद्दल धन्यवाद देत राहील. तिने तिच्या आत्मकथेत लिहिले आहे की, सुमारे आठवडाभर अशी प्रार्थना केल्यानंतर तिने यात काही गोष्टींची भर घातली. ज्या गोष्टींबद्दल ती कृतज्ञ होती, अशा गोष्टींची यादी तिने वाढवली आणि मग पैशांसारख्या तिला हव्याशा वाटणाऱ्या गोष्टींचा उल्लेखही ती त्या वेळी करू लागली.

'मला ही याचना करणं थांबवण्यासाठी पूर्ण पाच मिनिटे लागत आणि कदाचित हे म्हणणं वेड्यासारखं वाटेल; पण साधारण आठवडाभरात प्रथमच मला अजिबात दारू हवीशी वाटली नाही.' ती लिहिते. तरीही तिच्या मनात उच्च शक्तीबद्दल संशय होताच. तिच्या AAच्या गटातील सदस्यांनी तिला 'समर्पण' करण्यास प्रवृत्त केले, तेव्हा ती आक्षेप घेत म्हणाली, ''पण माझा देवावरच विश्वास नसेल तर? हे म्हणजे असं झालं की, त्यांनी मला एका मनुष्याकृती पुतळ्यासमोर बसवले आणि सांगितले, 'याच्या प्रेमात पड.' भावना अशा जबरदस्तीने निर्माण करता येत नाहीत''. धर्म हा अवैज्ञानिक आहे, असे तिचे मत होते. तरीही जेव्हा मॉर्गन लायब्ररीत सुरू असलेल्या न्यू यॉर्कच्या साहित्यिकांच्या कॉकटेल पार्टीत तिला दारू हवीशी वाटू लागली, ती महिलांच्या स्वच्छतागृहात गेली, एका लहानशा बंद जागेत शिरली आणि चक्क तिथे गुडघे टेकून प्रार्थना करू लागली. 'कृपया मला दारूपासून दूर ठेवा. मला ठाऊक आहे, मी कधीच असं काही मागितलं नाही; पण आज मला याची खरोखरच गरज आहे. कृपा करा.' क्लॅप्टनप्रमाणेच तिच्यासाठीही ही प्रार्थना उपयुक्त ठरली. ती म्हणते, 'माझ्या डोक्यात चालू असलेला आदिम गोंगाट जणू एखाद्या जादूगाराने नाहीसा करून टाकला'.

अनेक अज्ञेयवाद्यांसाठी, ज्यात आम्हीही येतो, त्या प्रकारची जादू समजणे कठीण आहे. (आम्ही दोघेही पूर्वीचे ख्रिश्चन आहोत, जे घरी असो वा चर्चमध्ये, कोणत्याही उच्च शक्तीकडे गुडघे टेकून प्रार्थना करण्यात फार वेळ घालवत नाहीत.) पण आकडेवारी पाहिल्यानंतर, १२ पायऱ्यांची बैठक (मीटिंग) आणि धार्मिक

सेवांमध्ये काहीतरी शक्ती कार्यरत असते, यावर विश्वास ठेवण्यात आम्हाला काही अडचण वाटत नाही. जरी बरेच शास्त्रज्ञ अध्यात्माचा प्रसार करणाऱ्या संस्थांबद्दल संशय घेणारे असले आणि काही कारणाने मानसशास्त्रज्ञ धर्माबद्दल संशयी असले तरी आत्मसंयमनाचा अभ्यास करणाऱ्या संशोधकांना त्याचे व्यवहार्य परिणाम पाहून हळूहळू का होईना, पण त्याविषयी आदर वाटू लागला आहे. जरी सामाजिक शास्त्रज्ञ अतींद्रिय शक्ती वा अलौकिक श्रद्धा स्वीकारू शकत नसले, तरी ते मान्य करतात की, धर्म हा एक अतिशय प्रभावी मानवी घटक आहे, ज्याने हजारो वर्षांपासून परिणामकारक आत्मसंयमनाची तंत्रे विकसित केली आहेत. जर अल्कोहोलिक्स ॲनानिमसमध्ये काहीतरी चांगले घडत नसते, तर ते एरिक क्लॅप्टन आणि मेरी कारसारख्या लाखो लोकांना आपल्याकडे आकर्षित करू शकले नसते. पण नक्की घडते काय? एखाद्या उच्च शक्तीवरील विश्वास खरोखरच माणसाला स्वतःवर अधिक नियंत्रण देतो का, की इथे काही वेगळंच घडतं, असं काहीतरी, ज्यावर नास्तिक किंवा अज्ञेयवादीसुद्धा विश्वास ठेवू शकतील?

एएचे रहस्य

सुव्यवस्थित धर्मसंस्थांचा अपवाद वगळता, अल्कोहॉलिक्स ॲनानिमस (AA) हे कदाचित आत्मनियंत्रण सुधारण्यासाठी चालवल्या गेलेल्या सर्वांत मोठ्या कार्यक्रमांपैकी एक आहे. व्यावसायिक आणि वैद्यकीय उपचार कार्यक्रमांमध्ये एकत्रितपणे जितके समस्याग्रस्त मद्यपी येतात, त्यापेक्षा जास्त लोक एएकडे आकर्षित होतात आणि अनेक व्यावसायिक समुपदेशक आपल्या क्लायंटना नियमितपणे एएच्या बैठकांना पाठवतात. तरीही सामाजिक शास्त्रज्ञांना एएने नक्की काय साध्य केले आहे, हे अजूनही स्पष्टपणे समजलेले नाही.

आपल्या नोंदी व्यवस्थित न ठेवणाऱ्या अशा एखाद्या विकेंद्रित संघटनेचा अभ्यास करणे कठीण आहे. एएच्या स्थानिक शाखा स्वतंत्र पद्धतीने काम करतात आणि अर्थातच त्यांच्या सदस्यांची नावे जाहीर करण्यात येत नाहीत. ती गुप्त ठेवण्याचा आग्रह त्या धरतात. सर्व स्थानिक शाखा एकसारखाच १२ पायऱ्यांचा कार्यक्रम राबवतात. अर्थात या पायऱ्या प्रणालीबद्ध पद्धतीने तयार केलेल्या नव्हत्या. खरं तर त्यांची संख्या ख्रिस्ताच्या १२ शिष्यमंडळाशी जुळावी म्हणून निवडली गेली होती. संशोधकाने किमान एवढं तरी करायला हवं की, या बारा पायऱ्या एका वेळी एक अशा तपासून पाहून त्यांपैकी कोणत्या पायरीचा (होत असल्यास) प्रत्यक्ष परिणाम होतो.

एएचे सदस्य बहुधा मद्यपानाच्या व्यसनाची तुलना मधुमेह, रक्तदाब, नैराश्य किंवा अल्झायमरसारख्या आजारांशी करतात; पण ही तुलना तितकी सोपी नाही.

मद्यपानाच्या व्यसनाचे काही शारीरिक पैलू नक्कीच आहेत; काही लोकांमध्ये याची आनुवंशिक प्रवृत्तीही असते; पण एएला जाणे म्हणजे रुग्णालयात जाण्यासारखे अजिबात नाही. उपचार घेताना या लोकांसारखे मधुमेह किंवा उच्च रक्तदाबाचे रुग्ण एकत्र बसून एकमेकांना धीर देतात, असे होत नाही. विविध संशयवादी लोकांनी नमूद केल्याप्रमाणे, नैराश्यग्रस्त लोकांनी इतर नैराश्यग्रस्त लोकांसोबत बैठका घेण्यात वेळ घालवल्याने काही फायदा होईल, असे वैद्यकीय तज्ज्ञ मानत नाहीत. बहुतांशी रोगांची वाढ ही लोकांनी वारंवार स्वेच्छेने स्वतःला हानी पोहोचवणारी कृती करण्यावरच अवलंबून नसते. अचानक ठाम निर्णय घेऊन हृदयरोग किंवा अल्झायमरपासून दूर राहणे कुणालाही शक्य नाही. मात्र, मद्याचे व्यसन खूप गुंतागुंतीचे आहे आणि ह्याच गुंतागुंतीमुळे एएवर झालेल्या अभ्यासांचे परस्परविरोधी निष्कर्ष संशोधकांना गोंधळात टाकतात. काही संशोधक म्हणतात की, ठोस आणि सातत्यपूर्ण पुरावे नसल्यामुळे एएची परिणामकारकता संदिग्ध वाटते; तर इतरांचे मत आहे की, संशोधकांना अजून त्या गोंधळ निर्माण करणाऱ्या सगळ्या घटकांचा योग्य विचार करण्याची पद्धत सापडलेली नाही.

एएचे समर्थक असे दाखवून देतात, की एएच्या बैठकींना वारंवार हजेरी लावणाऱ्या मद्यपी लोकांचे मद्यपानाचे प्रमाण, हे क्वचित कधीतरी येणाऱ्यांपेक्षा साधारणपणे कमी असते. पण टीकाकारांना इथे कारण आणि परिणाम यांचा प्रश्न पडतो. वारंवार हजेरी लावल्यामुळे लोक संयम पाळतात का, की संयम पाळल्यामुळे ते बैठकीला अधिक वेळा येत राहतात? कदाचित 'परत व्यसनाकडे वळलेले' लोक इतके लज्जित होतात, की ते पुढे येण्याची हिंमत करत नाहीत. किंवा कदाचित असेही असेल की, ते सुरुवातीपासूनच कमी प्रेरित होते आणि अधिक मानसिक अडचणींनी ग्रस्त होते.

या अनिश्चितता असल्या तरीही संशोधकांना एएचा उपयोग होतो, ते काम करते याचे काही पुरावे सापडले आहेत. दोन गोष्टी एकत्र दिसत असतील आणि कोणत्या गोष्टीमुळे कोणती गोष्ट घडते हे शोधायचे असेल, तर संशोधक वेळोवेळी त्या गोष्टींचा मागोवा घेतात आणि कोणती गोष्ट आधी घडते हे पाहतात. ते गृहीत धरतात की, परिणाम नेहमी पुढे सरकतो, म्हणजे कारण आधी घडते आणि परिणाम नंतर. जॉन मॅककेलर (स्टॅनफर्ड विद्यापीठ) यांच्या नेतृत्वाखालील पथकाने मद्यपानाशी संबंधित समस्या असलेल्या दोन हजारांहून अधिक पुरुषांचा दोन वर्षे अभ्यास केला आणि निष्कर्ष काढला की, एएच्या बैठकींना उपस्थित राहणे भविष्यातील मद्यपानाच्या समस्यांमध्ये घट घडवते (उलट घडत नाही – मद्यपानाच्या समस्यांची उपस्थिती किंवा अनुपस्थिती पुढील काळातील बैठकींच्या हजेरीवर परिणाम करते, याचा कोणताही पुरावा त्यांना आढळला नाही). याशिवाय, त्या पुरुषांच्या प्रारंभिक

प्रेरणा पातळी आणि मानसिक समस्यांचा विचार केल्यानंतरही एएचे फायदे तसेच राहिले. अन्य संशोधकांचाही असा निष्कर्ष आहे, की एए किमान काहीही न करण्यापेक्षा तरी अधिक प्रभावी आहे. सदस्यांमध्ये अपयशाचे प्रमाण जरी जास्त असले, म्हणजे ते अधूनमधून पुन्हा व्यसनाकडे झुकतात, ही सामान्य गोष्ट असली, तरी ते साधारणपणे पुन्हा संयमाकडे वळतात. खरं तर, मद्यव्यसन मुक्तीसाठीचे व्यावसायिक उपचार जितके प्रभावी असतात, किमान तितके तरी प्रभावी एए दिसते.

दारूच्या व्यसनासाठी उपचार देताना, कोणत्या प्रकारच्या व्यक्तीला कोणता उपचार अधिक परिणामकारक ठरेल, हे पाहण्यासाठी सर्व उपचार परिणामकारक असतात, पण सर्वांसाठी समान प्रमाणात नाहीत, या संकल्पनेची परीक्षा घेण्यासाठी प्रोजेक्ट मॅच (MATCH) हा १९९०च्या दशकातील मोठ्या प्रमाणावरचा संशोधन प्रकल्प राबवण्यात आला होता. म्हणजे काही लोक एएमध्ये चांगली प्रगती करतील, तर इतरांना व्यावसायिक उपचारांमधून अधिक फायदा होईल. या प्रकल्पात काही मद्यपींना एएमध्ये सहभागी होण्यासाठी नियुक्त केले गेले, तर इतरांना तज्ज्ञांद्वारे दिल्या जाणाऱ्या दोन क्लिनिकल उपचारांपैकी एका उपचारात ठेवले गेले.

कॉग्निटिव्ह बिहेविअरल थेरपी (CBT) किंवा मोटिव्हेशनल एन्हान्समेंट थेरपी (MET)

काही मद्यपींना पूर्णतः अनियमित अशा पद्धतीने उपचार दिले गेले, तर काहींना त्यांच्या गरजेनुसार सर्वाधिक योग्य उपचार प्रकाराशी जुळवून नियुक्त केले गेले. काही वर्षे आणि कोट्यवधी डॉलर खर्च केल्यानंतर असे आढळले की, जवळपास सगळेच उपचार साधारणपणे तितकेच प्रभावी होते. लोकांना त्यांच्यासाठी सर्वाधिक योग्य उपचारांशी जुळवण्याचा फार काही विशेष असा फायदा दिसून आला नाही. (खरं तर, या उपचारांपैकी कोणताही उपचार काहीही न करण्यापेक्षा अधिक चांगला होता का, हेदेखील स्पष्ट झाले नाही, कारण या प्रकल्पात उपचार न मिळालेल्या लोकांचा नियंत्रण गट ठेवलेलाच नव्हता. त्यामुळे हे लोक कोणताही उपचार न घेतादेखील तेवढेच सुधारले असते का, हे सांगण्याचा कोणताही मार्ग नव्हता.)

सगळ्या गोष्टींचा विचार करता, एए हे किमान व्यावसायिक उपचारांपेक्षा चांगले वाटले नाही तरी, त्यांच्याइतके तरी चांगले नक्की दिसते आणि तेही खूपच कमी खर्चात. संशोधकांना एएने नेमकं काय साध्य केलं आहे हे पूर्णपणे समजलं नसलं, तरी त्यामुळे कशा परिचित पद्धतींनी मदत होते हे आपण ओळखू शकतो. आपल्याला माहीत आहे की, आत्मसंयमनाची सुरुवात ही मानकं किंवा उद्दिष्टं ठरवण्यापासून होते, आणि एए लोकांना पुढीलप्रमाणे एक सुस्पष्ट आणि साध्य होऊ शकणारं उद्दिष्ट ठरवायला मदत करतं. आज एकही पेग घेऊ नका. (एएचं प्रसिद्ध सूत्र आहे : 'वन डे ॲट अ टाइम' म्हणजेच एक दिवस एका वेळी किंवा आजचा दिवस सांभाळा.)

आत्मसंयमन स्वतःवर लक्ष ठेवण्यावर अवलंबून असते, आणि एए इथेही मदत करते. सदस्यांना सलग काही दिवस संयम राखल्यावर स्मरणचिन्ह दिले जाते आणि जेव्हा ते बोलण्यासाठी उभे राहतात तेव्हा ते बहुतेक वेळा त्यांनी किती दिवसांपासून मद्यपान केलेले नाही, तो आकडा सांगून त्यांच्या बोलण्याची सुरुवात करतात.

सदस्य एक मार्गदर्शकदेखील निवडतात, ज्याला तिथे 'स्पॉन्सर' म्हटले जाते. सदस्याने त्यांच्या नियमित, कधीकधी दररोजही, संपर्कात राहणे अपेक्षित असते. यामुळेही त्यांना स्वतःकडे लक्ष देण्यासाठी बळ मिळते.

याशिवाय, एएच्या बैठकींना उपस्थित राहणे आणि मद्यपान कमी होणे यांतील संबंधासाठी अजूनही काही इतर स्पष्टीकरणे दिली जातात. त्यापैकी फारसे प्रेरणादायी नसलेले एक स्पष्टीकरण म्हणजे 'वेअरहाउसिंग'. हा शब्द काही संशयवादी समाजशास्त्रज्ञ वापरतात, जे माध्यमिक शाळेचं काम काय असतं हे समजावून सांगताना हा संदर्भ देतात. त्यांच्या मते, शाळा म्हणजे दिवसभर मुलांना एका ठिकाणी ठेवणारे गोदामच जणू, ज्यामुळे मुलांना त्रासांपासून दूर ठेवले जाते. त्यामुळे शाळेचा खरा फायदा वर्गात काय शिकवलं जातं यापेक्षा, वर्गाबाहेर जे काही वाईट घडू शकतं ते न घडण्यात जास्त असतो. याच तर्कानुसार, एएच्या बैठकींना उपस्थित राहण्यात गेलेली संध्याकाळ म्हणजे दारू न पिण्यात गेलेली संध्याकाळ ठरते. एएचा सगळा फायदा किंवा त्यातील मोठा वाटा फक्त या 'वेअरहाउसिंग'मुळे होत असेल, हे आम्हाला शक्य वाटत नाही, पण त्यातून काही प्रमाणात तरी लाभ नक्कीच होत असतो, यात शंका नाही.

दुसरे, आणि अधिक उत्साहवर्धक असे स्पष्टीकरण म्हणजे या बैठका सामाजिक आधार देतात. इतर सर्वांसारखेच, मद्यपी आणि अमली पदार्थांचे व्यसनाधीन लोकही समाजमान्यता मिळवण्यासाठी असामान्य आत्मसंयमन दाखवू शकतात. खरं तर, सहकाऱ्यांकडून मान्यता मिळवण्याच्या याच इच्छेने अनेक जण सुरुवातीला अडचणीत आले होते. बहुतेक लोकांना दारूच्या पहिल्या घोटाची किंवा पहिल्यांदा घेतलेल्या तंबाखूची चव आवडत नाही. अनोळखी औषधे शरीरात टाकण्याची बहुतेकांना भीती वाटते. पहिल्यांदा स्वतःला हेरॉइनची इंजेक्शन देण्यासाठी खऱ्या अर्थाने आत्मशिस्त लागते. किशोरवयीन मुले मात्र आपल्या भीती, पालकांच्या सूचना, शारीरिक वेदना, तुरुंगात जाण्याची किंवा मरण्याची शक्यता या सगळ्यांकडे दुर्लक्ष करतात, कारण त्यांना वाटतं की, सामाजिक मान्यता मिळवण्यासाठी फक्त धोका पत्करणंच नव्हे, तर ते कूल, बेफिकीर दिसेल अशा पद्धतीने करणं आवश्यक आहे. ते आपल्या संकोचांवर मात करण्यासाठी आत्मसंयमन दाखवतात आणि आपल्या नकारात्मक भावना लपवण्यासाठी आणखी आत्मनियंत्रण वापरतात. तरुण

एरीक क्लॅप्टन जेव्हा मित्रांसोबत इंग्लंडच्या ग्रामीण भागातील जॅझ फेस्टिव्हलला गेला, तेव्हा एका पबमध्ये त्याने इतकी दारू प्यायली, की तो टेबलांवर नाचू लागला दुसऱ्या दिवशी सकाळी अनोळखी ठिकाणी तो जागा झाला तेव्हाची त्याची तीच शेवटची आठवण होती.

'माझ्याकडे पैसे नव्हते, मला मलमूत्र विसर्जनाचे भान न राहून मी स्वतःचेच कपडे खराब केले होते. माझ्याच अंगावर मी उलटी केली होती, आणि मी कुठे आहे ते मला कळतही नव्हते,' तो आठवतो. ''पण सगळ्यात विचित्र गोष्ट अशी होती, की मला हे सगळं पुन्हा अनुभवावं असं फार प्रकर्षानं वाटत होतं. मला असं वाटायचं की, दारू पिण्याच्या संपूर्ण संस्कृतीत असं काहीतरी अलौकिक आहे की, त्यामुळे मद्यपान मला कुठल्यातरी विचित्र, रहस्यमय क्लबचा सदस्य बनवतं.''

ही सहकाऱ्यांच्या दबावाची नकारात्मक बाजू आहे. सकारात्मक बाजू येते स्वीकृती आणि आधाराची इच्छा असलेल्या लोकांकडून, जसे की एए गटातील सदस्य, ज्यांनी क्लॅप्टन आणि कारला व्यसनापासून दूर राहायला मदत केली. त्या बैठकीतील लोक कदाचित बाराही पायऱ्या किंवा एखाद्या उच्च शक्तीवरील विश्वासापेक्षा जास्त महत्त्वाचे असू शकतात. कदाचित तेच उच्च शक्ती असू शकतात.

स्वर्ग (नरकाप्रमाणेच) म्हणजे इतर लोक!

मद्यपानाच्या व्यसनासंबंधी झालेल्या नवीन आणि महत्त्वाकांक्षी अभ्यासांपैकी एक अभ्यास बाल्टिमोर परिसरातील पुरुषांच्या एका गटाशी संबंधित आहे, जे मद्यपानाच्या व्यसनासाठी उपचार घेत होते. अनेकांना न्यायालयाने आदेश दिला होता की, त्यांनी व्यावसायिक उपचार घ्यावे किंवा तुरुंगात जावे, त्यामुळे ते मद्यपान सोडण्याचा प्रयत्न करणाऱ्या आदर्श लोकांमध्ये मोडत नव्हते. कदाचित, ते फक्त तुरुंगवासापासून सुटकेचा पर्याय म्हणून या प्रक्रियेचे पालन करत असतील. युनिव्हर्सिटी ऑफ मेरीलँडच्या कार्लो डिक्लेमेंटे यांच्या नेतृत्वाखालील संशोधकांनी विविध मानसशास्त्रीय घटकांची मोजणी केली, नंतर अनेक गृहीतकांची चाचणी घेण्यासाठी त्यांनी काही महिन्यांसाठी त्या लोकांचे सखोल निरीक्षण केले. त्यांची अनेक गृहीतके निष्फळ ठरली; पण संशोधकांनी एक महत्त्वाचा बाह्य घटक ओळखला, जो ठरवू शकत होता की, हे लोक व्यसनापासून दूर राहतील की नाही आणि त्यांच्याकडून होणारी व्यसनाची पुनरावृत्ती किती गंभीर असेल, म्हणजे ते पुन्हा पूर्ण व्यसनाच्या आहारी जातील की, फक्त एक-दोन ग्लास दारू पिऊन पुन्हा नियंत्रणात येतील. मद्यपान करणाऱ्यांना विचारले गेले की, त्यांनी दारू टाळण्यासाठी मदत मिळावी यासाठी आणि सामाजिक आधारासाठी इतर लोकांशी संपर्क साधला का? लक्षात असे आले की, ज्यांना इतर लोकांकडून अधिक

आधार मिळवण्यात यश आले, त्यांनी जास्त प्रमाणात संयम राखला आणि एकूण मद्यपान कमी केले.

सामाजिक आधार ही एक अद्वितीय ताकद आहे आणि ती दोन वेगवेगळ्या प्रकारे कार्य करू शकते. अनेक संशोधनांनुसार, जगात एकटे असणे तणावपूर्ण असते. जवळजवळ प्रत्येक प्रकारच्या मानसिक आणि शारीरिक आजारांमध्ये, समृद्ध सामाजिक नेटवर्कमध्ये राहणाऱ्या लोकांच्या तुलनेत, एकटे राहणाऱ्या आणि एकटेपणाने त्रस्त असलेल्या लोकांचे प्रमाण अधिक आढळते. यामागचे काही कारण असे आहे की, मानसिक आणि शारीरिक समस्या असलेले लोक कमी लोकांशी मैत्री करू शकतात आणि खरं सांगायचं तर काही संभाव्य मित्र अशा सामाजिकदृष्ट्या विसंगत वाटणाऱ्या व्यक्तीपासून दूर राहणे पसंत करतात; पण फक्त एकटं असणं किंवा एकटेपणा जाणवणंही समस्या निर्माण करू शकतं. मित्रांची कमतरता बहुतेक वेळा दारू किंवा अमली पदार्थांच्या व्यसनाला चालना देते.

तरीही, सर्व प्रकारचा सामाजिक आधार सारखाच नसतो. मित्र असणे हे मानसिक आणि शारीरिक आरोग्यासाठी चांगले असू शकते; पण जर तुमचे सगळे मित्र दारू पिणारे किंवा अमली पदार्थ घेणारे असतील, तर ते तुमच्या स्वतःच्या आवेगांना आवर घालण्यात फारसे उपयोगी ठरणार नाहीत. ते तुम्हाला थेट किंवा अप्रत्यक्षपणे दारू पिण्यास प्रवृत्त करू शकतात, कारण त्यांना तोच 'सामाजिकतेचा' (सोशलायझिंगचा) आवश्यक भाग वाटतो. उदा., एकोणिसाव्या शतकातील अमेरिकेत 'बार्बेक्यू लॉ' नावाची एक सामाजिक प्रथा होती. त्यानुसार, जे पुरुष त्या बार्बेक्यूच्या कार्यक्रमाला जमत असत, त्यांनी अक्षरशः पूर्ण नशा चढेपर्यंत दारू पिणे अपेक्षित मानले जात असे. पेयाला नकार देणे म्हणजे यजमानाचा आणि बाकी उपस्थितांचा मोठा अपमान मानला जायचा. अलीकडच्या काळात, अनेक अभ्यासांनी हे दाखवून दिले आहे की, मित्र प्रोत्साहन देतात तेव्हा लोक अधिक प्रमाणात दारू पितात. दारू किंवा अमली पदार्थांच्या समस्येशी लढू पाहणाऱ्या लोकांना न पिण्याच्या त्यांच्या निर्णयासाठी सामाजिक आधाराची गरज असते, आणि इथेच एएसारख्या गटांची भूमिका अत्यंत महत्त्वाची ठरते. दारूचे व्यसन असलेल्या लोकांनी आयुष्यात इतका काळ दारू पिणाऱ्यांच्या सहवासात घालवलेला असतो की, वेगळ्या प्रकारच्या समवयस्क दडपणाचे फायदे काय असू शकतात, याची ते कल्पनाही करू शकत नाहीत. हेझल्डेनमध्ये बंदिस्त झाल्यावरच क्लॅप्टनने पहिल्यांदा दारू सोडण्याचा प्रयत्न करण्यासाठी इतर लोकांकडून मदत घेण्याचा विचार केला. कार मात्र पहिल्यांदा दारूशिवाय प्रयत्नांत स्वतःला एका चर्चमधील काही एएच्या बैठकींना जात होती; पण सुरुवातीला तिथल्या विचित्र मिश्र जमावामुळे आणि लोकांच्या प्रामाणिक कथा ऐकून ती खूपच दचकली होती.

मात्र, एकदा प्रचंड प्रमाणात सलग दारू प्यायल्याच्या भयानक अनुभवानंतर तिने हे अंतर ठेवणं थांबवलं. एएच्या सल्ल्याप्रमाणे तिने त्या गटातील एका सदस्याला; बॉस्टनमधील तिच्याचसारख्या शैक्षणिक क्षेत्रातील व्यक्तीला आपला 'स्पॉन्सर', म्हणजेच वैयक्तिक मार्गदर्शक म्हणून निवडलं. तिची मार्गदर्शक 'उच्च शक्ती'बद्दल जे बोलत असे, ते ऐकण्याची सहनशीलता तिच्याकडे अजिबात नव्हती; पण दररोजच्या त्या संवादांचा तिच्यावर नक्कीच परिणाम झाला. ती लिहिते, 'तिच्या मार्गदर्शनामुळे, मी दोन महिने दारू प्यायले नाही. हा एक असा प्रयत्न होता, ज्यात मी दातओठ खाऊन राग आवरला, हाताच्या मुठी घट्ट वळत ताण कमी करण्याचा प्रयत्न केला आणि ज्या ठिकाणी जाण्याने बाहेरच्या कुणावरही काही परिणाम होत नाही अशा चर्चच्या तळघरात होणाऱ्या बैठकांना आठवड्यातील काही रात्री जात राहिले'. जेव्हा त्या दोन स्त्रिया कारची दोन महिन्यांची नशामुक्ती साजरी करण्यासाठी कॉफी प्यायला म्हणून भेटल्या, तेव्हा कार आपल्या एए समूहातील अपयशी आणि विचित्र लोक आणि त्यांच्या 'अर्थहीन आध्यात्मिक गोष्टीं'बद्दल तक्रार करत होती. कारच्या आठवणीनुसार, त्यानंतर तिच्या मार्गदर्शकाने उच्च शक्तीबद्दल आणि चर्चच्या तळघरातील गटाबद्दल विचार करण्याचा दुसरा मार्ग सुचवला : 'इथे...' ती म्हणाली, ''...हा काही लोकांचा समूह आहे. ते तुझ्यापेक्षा कितीतरी गोष्टींत वरचढ आहेत. त्यातील काही जण जास्त कमावतात, जास्त बलशाली आहेत. त्यामुळे, तसे पाहायला गेले तर ते तुझ्यापेक्षा मोठी शक्ती आहेत. त्यांना नशामुक्त राहण्याबद्दल नक्कीच तुझ्यापेक्षा जास्त माहिती आहे. जर तुला काही समस्या असेल, तर ती गटाकडे आण.''

गटाच्या सामर्थ्याचा एक भाग फक्त तिथे बसून ऐकण्याच्या निष्क्रिय कृतीतून येतो. नवशिक्यांसाठी एएच्या बैठका निरर्थक वाटू शकतात कारण बहुतेक वक्ते फक्त एकामागे एक असे आपापल्या कथा सांगतात, ते एकमेकांना उत्तर देत नाहीत किंवा सल्ला देत नाहीत; पण ही कथा सांगण्याची कृती तुम्हाला तुमचे विचार संघटित करण्यास, तुमच्या वर्तनावर लक्ष ठेवण्यास आणि भविष्यासाठी ध्येयांची चर्चा करण्यास भाग पाडते. एखादे वैयक्तिक ध्येय जाहीररीत्या बोलल्यावर अधिक खरे वाटू शकते, विशेषतः जर तुम्हाला माहीत असेल की, कुणीतरी तुमच्यावर लक्ष ठेवणार आहे.

मेंदूच्या विचारप्रक्रियेशी संबंधित उपचार घेणाऱ्यांवर केलेल्या अलीकडील अभ्यासात असे आढळले की, इतर लोकांच्या उपस्थितीत, विशेषतः आपल्या प्रेमाच्या जोडीदारासमोर, केलेले ठराव पाळले जाण्याची शक्यता अधिक असते. तुम्ही दारू कमी कराल, असे वचन तुमच्यावर उपचार करणाऱ्या व्यक्तीला देणे आत्मसंयमनासाठी फार प्रभावी ठरत नाही; पण तेच वचन तुमच्या पती वा पत्नीला

दिल्याने मोठा फरक पडतो, असे दिसून आले आहे. शेवटी, तुमचा पती/तुमची पत्नीच आहे, ज्याला तुमच्या श्वासाचा वास जाणून घेता येणार आहे.

सहकर्मी गटाच्या दबावाची ताकद मोजण्यासाठी, अर्थशास्त्रज्ञांनी चिलीमधील रस्त्यावर काम करणारे विक्रेते, शिवणकाम करणाऱ्या स्त्रिया आणि इतर कमी उत्पन्न मिळवणारे 'लघु उद्योजक' यांच्या गटाचा अभ्यास केला, ज्यांना एका स्वयंसेवी संस्थेकडून कर्ज मिळाले होते. हे लोक बहुतेककरून स्त्रिया आठवड्यातून किंवा पंधरवड्यातून एकदा प्रशिक्षण घेण्यासाठी आणि त्यांच्या कर्जफेडीवर लक्ष ठेवण्यासाठी गटाने भेटत असत. अर्थशास्त्रज्ञ फेलिपे कास्ट, स्टेफन मायर आणि डीना पोमेरान्झ यांनी या लोकांची वेगवेगळ्या बचत कार्यक्रमांमध्ये कशीही, काही विशेष असा विचार न करता विभागणी केली. काहींना फक्त शुल्कमुक्त बचत खाते देण्यात आले; तर इतरांना बचत खाते तसेच त्यांच्या नियमित बैठकीत स्वतःची बचत-ध्येये जाहीर करण्याची आणि नंतर त्यांच्या प्रगतीची चर्चा करून घेण्याची संधी देण्यात आली. ज्यांच्यावर समूहाची नजर होती अशा महिलांनी इतरांच्या तुलनेत जवळजवळ दुप्पट पैशांची बचत केली. हा निकाल समूहाच्या शक्तीची पुष्टी करत होता; पण ती शक्ती नक्की कुठून आली? असेच परिणाम 'आभासी सहकर्मी गटांद्वारे' साध्य होऊ शकतील का? पुढील प्रयोगात, बैठकीत आपली बचत मोठ्याने बोलून सांगण्याऐवजी, चिलीतील महिलांना नियमितपणे लिखित संदेश मिळू लागले. या संदेशांमध्ये त्यांच्या त्या आठवड्यातील प्रगतीची (किंवा प्रगती नसल्याची) नोंद असे, तसेच त्यांच्या गटातील इतर बचतदार कसे काम करत आहेत याची माहितीही दिली जात असे. आश्चर्याची गोष्ट म्हणजे, हे लिखित संदेश बैठकीइतकेच प्रभावी ठरले. कारण या संदेशांमुळे महिलांना नियमित निरीक्षण आणि आपल्या समवयस्कांशी स्वतःची तुलना करण्याची संधी, असा दोन्ही मुख्य फायद्यांचा आभासी पर्याय मिळाला होता.

सिगरेट ओढण्याकडे, अनेक वर्षांपासून धूम्रपान करणाऱ्या व्यक्तीच्या मेंदू आणि शरीरातील प्रबळ आवेगांमुळे लादली गेलेली, शरीराद्वारे जबरदस्तीने करण्यात आलेली एक वैयक्तिक कृती म्हणून पाहिले गेले आहे. म्हणूनच २००८मध्ये 'न्यू इंग्लंड जर्नल ऑफ मेडिसिन'ने एक अभ्यास प्रसिद्ध केला, ज्यात धूम्रपान सोडण्याची प्रक्रिया सामाजिक नेटवर्कमधून पसरताना दिसते, हे दाखवले गेले, तेव्हा मोठे आश्चर्य व्यक्त झाले. संशोधक निकोलस क्रिस्टाकिस आणि जेम्स फावलर यांनी असे आढळले की, ही सवय सोडणे काहीसे संसर्गासारखे पसरते. एखाद्या विवाहित जोडप्यातील एका व्यक्तीने धूम्रपान सोडले, तर दुसऱ्यानेही ते सोडण्याची शक्यता लक्षणीयरीत्या वाढत असे. भाऊ, बहीण किंवा मित्राने धूम्रपान सोडले तरी त्या व्यक्तीची स्वतः धूम्रपान सोडण्याची शक्यता वाढत असे. अगदी

सहकर्मचाऱ्यांचाही प्रभाव मोठा होता; मात्र त्यात ते लोक तुलनेने लहान कंपनीत एकत्र काम करत असत.

धूम्रपानावरील संशोधक विशेषतः त्या ठिकाणांविषयी उत्सुक राहिले आहेत जिथे फारच थोडे लोक धूम्रपान करतात, कारण असा समज होता की, उरलेले हे काही लोक नक्कीच अतिशय व्यसनी असतील. खरंच, एक लोकप्रिय सिद्धान्त असा होता की, ज्यांना सहजपणे धूम्रपान सोडता येते त्यांनी ते आधीच सोडले आहे; त्यामुळे मागे उरलेले हे लोक म्हणजे अतिशय व्यसनी धूम्रपान करणारे, ज्यांना काही झाले तरी ही सवय सोडता येत नाही. परंतु एकामागे एक समोर येणाऱ्या पुराव्यांनी या सिद्धान्ताला विरोध केला आहे. काही लोक स्वतःपुरते धूम्रपान करत राहतात, पण प्रामुख्याने धूम्रपान न करणाऱ्यांच्या सहवासात राहणारे धूम्रपान करणारे लोक मोठ्या प्रमाणात ही सवय सोडतात. यामुळे पुन्हा एकदा सामाजिक प्रभाव आणि सामाजिक पाठबळाची शक्ती अधोरेखित होते. स्थूलतेवरील अभ्यासांतही असेच सामाजिक प्रभावाचे नमुने आढळले आहेत, ज्याची चर्चा आपण पुढे करू.

पवित्र आत्मसंयमन

जर तुम्ही एखाद्या धार्मिक संघटनेत असाल आणि देवाला दीर्घायुष्याची प्रार्थना केली, तर तुम्हाला ते मिळण्याची शक्यता जास्त असते. कोणत्या देवाकडे त्यासाठी प्रार्थना केली, हे फार महत्त्वाचे नाही असे दिसते. मनोवैज्ञानिक मायकेल मॅककुलॉघ (ज्यांनी स्वतः धार्मिक श्रद्धा फारशी ठेवलेली नाही) यांच्या मते, कोणत्याही प्रकारची धार्मिक कृती तुमच्या आयुष्याचा कालावधी वाढवते. त्यांनी तीन डझनांपेक्षा जास्त अभ्यास पाहिले, ज्यामध्ये लोकांना त्यांच्या धार्मिक श्रद्धेबद्दल विचारले गेले होते आणि नंतर त्यांचा कालांतराने मागोवा घेतला गेला. तेव्हा हे समोर आले की, धर्मनिरपेक्ष लोक आधी मरण पावले, आणि एखाद्या विशिष्ट क्षणी, धार्मिक क्रियाशील व्यक्ती धर्मनिरपेक्ष व्यक्तीच्या तुलनेत २५ टक्के जिवंत राहण्याची अधिक शक्यता होती. हा फरक बराच मोठा आहे, विशेषतः जेव्हा मोजमाप जिवंत आहे की मृत, यात तुलना करून केले जाते. २०००मध्ये प्रकाशित झालेल्या या निकालाची नंतर इतर संशोधकांनीही पुष्टी केली आहे. त्या दीर्घायुषी लोकांपैकी काहींना नक्कीच वाटायचे की, देव थेट त्यांच्या प्रार्थनांचे उत्तर देत आहे; पण असा काही दैवी हस्तक्षेप असावा, अशी धारणा गृहीत धरणे सामाजिक शास्त्रज्ञांना मान्य नव्हते. त्याचे मुख्य कारण म्हणजे ही गोष्ट प्रयोगशाळेत तपासण्यासाठी खूप कठीण होती. त्यांनी अधिक भौतिक कारणे शोधली आहेत.

धार्मिक लोकांमध्ये इतर लोकांच्या तुलनेत अस्वास्थ्यदायक सवयी विकसित होण्याची शक्यता कमी असते, जसे की मद्यपान करणे, धोकादायक लैंगिक संबंध

ठेवणे, बेकायदेशीर औषधे घेणे आणि सिगरेट ओढणे. त्यांना सीट बेल्ट वापरणे, दंतवैद्याकडे जाणे आणि जीवनसत्त्वांचे सेवन करणे यांसारख्या चांगल्या सवयी असण्याची शक्यता जास्त असते. त्यांना चांगली सामाजिक मदत मिळते आणि त्यांच्याकडे असणारी श्रद्धा त्यांना दुर्दैवी परिस्थितीशी मानसिकरीत्या सामना करण्यास मदत करते. त्यांच्यात चांगले आत्मसंयमन असते, असे निष्कर्ष मायकेल मॅककुलॉघ आणि मियामी विद्यापीठातील त्यांचे सहकारी ब्रायन विलॉबी यांनी अलीकडेच काढले. त्यासाठी त्यांनी गेल्या आठ दशकांमध्ये धर्म आणि आत्मसंयमन यांवरील शेकडो अभ्यासांचे विश्लेषण केले. २००९मध्ये या क्षेत्रातील सर्वांत प्रतिष्ठित आणि काटेकोर नियतकालिक 'सायकॉलॉजिकल बुलेटिन' यामध्ये त्यांचे हे विश्लेषण प्रकाशित झाले. धर्माचे काही परिणाम आश्चर्यकारक नव्हते, जसे- धर्म कुटुंबमूल्ये आणि सामाजिक समरसता याला प्रोत्साहन देतो. काही अंशी याचे एक कारण म्हणजे काही मूल्यांचा देवाच्या इच्छेशी किंवा इतर धार्मिक मूल्यांशी संबंध जोडल्यामुळे त्यांचे महत्त्व वाढते. धर्माचा आणखी एक अस्पष्ट असा फायदा आढळला, तो म्हणजे लोकांमध्ये विविध उद्दिष्टे आणि मूल्यांमधील अंतर्गत संघर्ष कमी होतो. जसे आपण आधी नमूद केले, विरोधाभासी उद्दिष्टे आत्मसंयमनामध्ये अडथळा आणतात, त्यामुळे असे दिसते की, धर्म त्यावर विश्वास ठेवणाऱ्यांना स्पष्ट प्राधान्यक्रम प्रदान करून अशा समस्या कमी करतो.

अधिक महत्त्वाचे म्हणजे, धर्म आत्मसंयमनाच्या दोन मुख्य यंत्रणांवर परिणाम करतो. इच्छाशक्ती निर्माण करणे आणि निरीक्षण सुधारणा करणे. १९२०च्या दशकापासूनच संशोधकांनी नोंदवले आहे की, जे विद्यार्थी 'रविवार शाळे'त (मुलांना धार्मिक शिक्षण देण्यासाठी रविवारी होणारी शाळा) अधिक वेळ घालवतात, त्यांनी प्रयोगशाळेत केलेल्या आत्मशिस्तीच्या चाचण्यांमध्ये जास्त गुण मिळवले. पालक आणि शिक्षक दोघांकडूनही धर्मावर श्रद्धा ठेवणाऱ्या मुलांची आवेगशीलतेची पातळी तुलनेने कमी असल्याचे मूल्यांकन करण्यात आले. आम्हाला असे कोणतेही संशोधक माहीत नाहीत, ज्यांनी नियमित प्रार्थना किंवा इतर धार्मिक कृतींचे आत्मसंयमनावर थेट होणारे परिणाम तपासले असावेत; परंतु असे समजले जाते की, या विधी इच्छाशक्ती निर्माण करतात, त्याच प्रकारे जसे इतर अभ्यासांमध्ये अभ्यासले गेले आहे; उदाहरणार्थ, जाणीवपूर्वक स्वतःला ताठ बसायला भाग पाडणे, किंवा अधिक स्पष्ट आणि नेमके बोलणे.

धार्मिक ध्यानांमध्ये अनेकदा लक्ष केंद्रित करण्यासाठी स्पष्ट आणि प्रयत्नपूर्वक नियमन करण्याची प्रक्रिया असते. झेन ध्यानात नवशिक्या व्यक्तीसाठीचा सराव म्हणजे स्वतःचे दहा श्वास मोजणे आणि नंतर सातत्याने वारंवार त्याची पुनरावृत्ती करत राहणे. मन नैसर्गिकरीत्या भटकत असते, त्यामुळे आपल्या श्वासावर लक्ष केंद्रित

करून मन जाग्यावर आणणे याने मानसिक शिस्त निर्माण होते. त्याचप्रमाणे रोजरी म्हणणे, हिब्रू स्तोत्रांचे जप करणे, हिंदू मंत्रांची पुनरावृत्ती करणे या गोष्टीदेखील तसेच कार्य करतात. जेव्हा मेंदू वैज्ञानिक प्रार्थना करताना किंवा ध्यान करताना लोकांचे निरीक्षण करतात, तेव्हा ते मेंदूच्या दोन भागांमध्ये तीव्र क्रियाशीलता पाहतात, जे भाग आत्मसंयमन आणि एकाग्रतेचे नियमन करण्यासाठी महत्त्वाचे असतात. मनोवैज्ञानिकांना प्रभाव दिसतो जेव्हा ते लोकांचा धार्मिक शब्दांशी नकळतपणे मनावर परिणाम करणाऱ्या पद्धतीने संपर्क करवतात, म्हणजे शब्द स्क्रीनवर इतक्या वेगाने दाखवले जातात, की लोकांना आपण काय पाहिले याची जाणीव वा आकलन होत नाही. ज्या लोकांना अशा पद्धतीने 'देव' किंवा 'बायबल'सारख्या धार्मिक शब्दांचा सामना करावा लागतो, ते औषधे किंवा विवाहपूर्व लैंगिक संबंध यांसारख्या प्रलोभनांशी संबंधित शब्द ओळखण्यात मागे पडतात. ''असे दिसते की, लोक या प्रलोभनांना दडपण्याचा संबंध धर्माशी जोडतात,'' असे मॅककुलॉघ म्हणतात. ते सुचवतात, की प्रार्थना आणि ध्यानाचे विधी म्हणजे 'आत्म संयमनासाठी एक प्रकारचा ऑक्सिजनची गरज नसणारा व्यायाम' आहे.

धर्मावर श्रद्धा असणारे लोक आत्मसंयमन तयार करतात, कारण ते नियमितपणे आपल्या दैनंदिन दिनचर्येत वेळ काढून प्रार्थना करण्यासाठी स्वतःला भाग पाडतात. इस्लामसारख्या काही धर्मात दररोज ठरावीक वेळा प्रार्थना करण्याची गरज असते. अनेक धर्म उपवासाचे कालावधी ठरवतात, जसे की योम किप्पूरचा दिवस, रमजानचा महिना, आणि लेन्टचे चाळीस दिवस. धर्म विशिष्ट आहाराचे नमुने सांगतात, जसे की, यहुदी लोकांमध्ये शुद्ध मानले जाणारे कोशेर अन्न किंवा शाकाहार. काही सेवा आणि ध्यान विधींमध्ये त्यावर विश्वास ठेवणाऱ्यांना बऱ्याच वेळासाठी एखाद्या विशिष्ट प्रकारे, जसे की गुडघ्यावर बसणे किंवा पद्मासनात बसणे स्वीकारावे लागते. अशा वेळी ते अस्वस्थ होतात आणि त्यांना बैठकीचे आसन टिकवण्यासाठी शिस्त लागते.

धर्म वर्तनाचे निरीक्षण सुधारतो, जे आत्मसंयमनाच्या आणखी एका मुख्य टप्प्यापैकी एक आहे. धार्मिक लोकांना सहसा असे वाटते की, कुणीतरी महत्त्वाचे त्यांच्याकडे लक्ष ठेवून आहे. हा निरीक्षक कदाचित देव असेल, एक अलौकिक सत्ता जी तुम्ही काय करता आणि काय विचार करता याकडे लक्ष देते. ती बहुतेक वेळा तुमच्या अंतरंगातील विचार आणि कारणेदेखील जाणून घेते आणि जर तुम्ही वरवर चांगली वाटणारी एखादी गोष्ट चुकीच्या हेतूने केली असली तरी ती सहज फसवली जाऊ शकत नाही. मार्क बाल्डविन आणि त्यांच्या सहकाऱ्यांनी केलेल्या एक उल्लेखनीय अभ्यासात, पदवीचे शिक्षण घेणाऱ्या स्त्रियांना संगणकाच्या पडद्यावर स्पष्ट लैंगिक स्वरूपाचा परिच्छेद वाचण्यास दिला गेला. त्यानंतर काही महिलांना लक्षात येणार नाही अशा पद्धतीने पोपची छायाचित्र दाखवण्यात आली.

नंतर, जेव्हा त्यांना स्वतःचे मूल्यांकन करण्यास सांगितले गेले, तेव्हा कॅथलिक महिलांनी (ज्यांनी पोपच्या धार्मिक अधिकाराला मान्यता दिली आणि त्यांना देवाच्या आज्ञांशी जोडले) स्वतःला तुलनेने नकारात्मक गुण दिले, हे घडले असावे कारण बहुधा त्यांच्या अचेतन मनाने पोपची प्रतिमा नोंदवून ठेवली होती आणि त्यांना लैंगिक परिच्छेद वाचल्याबद्दल आणि कदाचित आनंद घेतल्याबद्दल त्यांच्यामध्ये नाराजीची, असमाधानाची भावना निर्माण केली.

धार्मिक लोक सर्वज्ञ देवतेवर विश्वास ठेवतात की नाही, याने फरक पडत नाही; मात्र आपल्यावर आपल्या धार्मिक समुदायातील इतर सदस्यांची नजर आहे याची त्यांना जाणीव असते. जर ते नियमितपणे धार्मिक स्थळाला भेट देत असतील, तर त्यांना समुदायाच्या नियमांनुसार आणि रूढीनुसार आपल्या वागण्यावर नियंत्रण असायला हवे हा दबाव जाणवतो. चर्चबाहेरही, धार्मिक लोक अनेकदा एकमेकांसोबत वेळ घालवतात आणि त्यांना असे वाटू शकते की, इतरांकडून त्यांचे चुकीचे वर्तन लगेच लक्षात येऊन त्याबद्दल नाराजी व्यक्त करण्यात येईल. धर्मविधींद्वारेदेखील वर्तनाचे निरीक्षण करण्यास प्रोत्साहित करतो, जसे की कॅथलिक पापस्वीकाराचा धार्मिक विधी आणि यहुदी योम किप्पूर उत्सव, जे लोकांना त्यांच्या नैतिक चुका आणि इतर कमतरतांवर मनन करण्यास भाग पाडतात.

अर्थात, एखादे धर्माचरण सुरू करण्यासाठी थोडी शिस्त नक्कीच लागते, कारण तुम्हाला विधीमध्ये सहभागी व्हावे लागते, प्रार्थना लक्षात ठेवाव्या लागतात आणि नियमांचे पालन करावे लागते. धार्मिक लोकांमध्ये आढळणाऱ्या उच्च आत्मसंयमनाच्या पातळ्यांपैकी एक कारण म्हणजे संघटनांतील लोक हे अशा लोकांचे निवडक समूह असतात, जे सुरुवातीपासून सरासरीपेक्षा जास्त आत्मसंयमन असलेले असतात, पण हा घटक लक्षात घेतल्यानंतरही, संशोधकांना असे पुरावे दिसतात की, धर्मामुळे आत्मसंयमन सुधारते आणि अनेक लोक अगदी सहज त्या निष्कर्षापर्यंत पोहोचतात. म्हणूनच जेव्हा त्यांना अधिक नियंत्रण हवे असते तेव्हा ते धर्माचे आचरण करायला सुरुवात करतात. लोक लहानपणी श्रद्धा शिकलेले असतात, पुढे काळाच्या ओघात ते ती सोडून देतात; पण वैयक्तिक अडचणींच्या काळात काही लोक त्या श्रद्धेला पुन्हा शोधतात. त्यांचे धार्मिक पुनरुत्थान कदाचित असे अस्पष्ट दुःख व्यक्त करते की, जर त्यांनी योग्य मार्गाने आयुष्य घालवले असते, तर त्यांना सध्या भेडसावणाऱ्या समस्या (दारू, औषधे किंवा कर्जासंबंधी) आल्या नसत्या; पण त्या दुःखाखाली सर्वांत महत्त्वाची बाब म्हणजे धर्माची शिस्त त्यांना पुन्हा योग्य मार्गावर आणण्यास मदत करेल, हे ओळखणे असते.

संपूर्ण आयुष्यभर अज्ञेयवादी राहणारी मेरी कार इतकी पूर्णपणे समर्पित झाली की, तिला कॅथलिक म्हणून बाप्तिस्मा दिला गेला. पुढे तिने सेंट इग्नेशियसच्या आध्यात्मिक सरावांमध्येही भाग घेतला. हे वेळखाऊ प्रार्थना आणि ध्यानाचे कठोर,

प्रगत तंत्र आहे. हे स्पष्ट आहे की, तिचा हा मार्ग सर्वांसाठी नाही. जरी तुम्ही फक्त तुमचे आत्मसंयमन सुधारण्यासाठी कॅथलिक धर्म किंवा दुसरा धर्म स्वीकारायला तयार असाल, तरीही तुम्ही त्यावर खरी श्रद्धा न ठेवता त्यातील बहुतेक फायदे मिळवू शकणार नाही. मानसशास्त्रज्ञांना आढळले आहे की, जे लोक धार्मिक विधींमध्ये, इतरांना प्रभावित करणे किंवा सामाजिक संबंध निर्माण करणे, अशा बाह्य कारणांसाठी जातात, त्यांचे आत्मसंयमन खरी श्रद्धा असणाऱ्या लोकांप्रमाणे उच्च नसते. मॅककुलघ म्हणतो, की श्रद्धा असणाऱ्या लोकांचे आत्मसंयमन फक्त देवाच्या कोपाच्या भीतीमुळे नाही, तर त्यांनी आत्मसात केलेल्या मूल्यांच्या प्रणालीमुळे येते, जी त्यांच्या वैयक्तिक उद्दिष्टांना पवित्रतेचे वलय प्रदान करते.

तो अज्ञेयवादी लोकांना त्यांची स्वतःची पवित्र मूल्ये शोधण्याचा सल्ला देतो. ती मूल्ये इतरांना मदत करण्यासाठी निष्ठावान बांधिलकी असू शकतात, जसे हेन्री स्टॅन्लीने आफ्रिकेत गुलामीचा व्यापार संपवणे हे त्याचे 'पवित्र कार्य' केले. ती निष्ठावान बांधिलकी इतरांच्या आरोग्यात सुधारणा करण्यासाठी, मानवी मूल्यांचा प्रसार करण्यासाठी, किंवा भविष्यातील पिढ्यांसाठी पर्यावरण जपण्यासाठी असू शकते. जिथे पारंपरिक धर्म कमी झाला आहे तिथे विशेषतः श्रीमंत देशांमध्ये पर्यावरण संवर्धन हा प्रवाह जास्त मजबूत आहे, हा काही योगायोग नसावा. देवासाठी असलेली भक्ती निसर्गाच्या सौंदर्य आणि श्रेष्ठतेबद्दलच्या श्रद्धेला जागा देते असे दिसते. पर्यावरणप्रेमींच्या 'वापर आणि कचरा कमी करा' या आवाहनांमुळे मुलांना धार्मिक उपदेशांमध्ये आणि व्हिक्टोरियन शिकवणीत दिल्या जाणाऱ्या काही आत्मसंयमनाच्या धड्यांचे शिक्षण मिळते. धर्माश्रित नसलेला, पूर्णपणे पर्यावरणावर आधारित असलेला हरित दृष्टिकोन सहजपणे एका प्रकारच्या शिस्तीला दुसऱ्या प्रकारच्या शिस्तीने बदलत आहे आणि एका प्रकारच्या नियमांना दुसऱ्या प्रकारच्या नियमांची जागा देत आहेत : कोषेरच्या ऐवजी सेंद्रिय, मोक्षाच्या ऐवजी शाश्वतता.

हादेखील योगायोग नाही की, जे लोक बायबल बाजूला ठेवतात, ते शेवटी आयुष्य जगण्यासाठी नवीन नियम सांगणारी इतर अनेक पुस्तके विकत घेतात. ते 'दहा आज्ञां'ना १२ पायऱ्या, अष्टांग मार्ग किंवा किंवा ७ सवयींनी बदलतात. जरी ते मोझेसच्या देवावर श्रद्धा ठेवत नसले तरी, त्यांना पवित्र तक्त्यांवरील नियमांची संकल्पना आवडते.

अशा प्रकारचे नियम आणि धर्मसिद्धान्त तुम्हाला उदास किंवा अस्वस्थ बनवू शकतात, पण त्या सर्वांना निरुपयोगी अंधश्रद्धा म्हणून फेटाळू नका. या नियमांकडे पाहण्याचा आणखी एक मार्ग आहे, जो अनेक सांख्यिकी तक्ते, गणिती खेळ सिद्धान्त आणि आर्थिक क्षेत्रातील शब्दावलीसह येतो की, सर्वांत धर्मनिरपेक्ष शास्त्रज्ञांनाही तो आनंद देईल.

सुस्पष्ट मर्यादा

जेव्हा एरीक क्लॅप्टन त्या उन्हाळ्यातील संध्याकाळी पुन्हा व्यसनाकडे वळला, जेव्हा तो पबजवळून गेला आणि दारू पिण्यापासून स्वतःला रोखू शकला नाही, तेव्हा त्याला जे झाले त्याला 'अधोरेखीय सवलत' किंवा सोप्या शब्दांत सांगायचे तर तत्काळ फायद्याला जास्त महत्त्व देण्याची प्रवृत्ती म्हणतात. आलेख आणि वक्ररेषा वापरून या संकल्पनेचे सर्वांत अचूक स्पष्टीकरण देता येईल; पण आपण एक दृश्यात्मक रूपक (जुन्या रूपकासोबत मिसळून) वापरून समजावून घेऊ.

त्या शनिवार संध्याकाळच्या एरीक क्लॅप्टनचा असा विचार करा, की तो एक पश्चात्ताप करणारा पापी आहे, जो सतराव्या शतकातील रूपक पिलग्रिम्स प्रोग्रेसच्या नायकाप्रमाणे खरोखरच मोक्षाच्या मार्गावर आहे. समजा, की तोही स्वर्गीय शहराच्या दिशेने प्रवास करत आहे. मोकळ्या ग्रामीण भागातून जात असताना, त्याला स्वर्गीय नगरीतील दूरच्या शिखरांची सुवर्ण टोके दिसतात आणि तो त्या दिशेने पुढे चालत राहतो. त्या संध्याकाळी तो पुढे पाहतो आणि त्याच्या लक्षात येते की, एका वळणावर एक पब आहे. तो पब रस्त्याच्या अशा वळणावर आहे, जिथे तो थेट प्रवाशांच्या समोर येतो. दुरून त्याला ती एक लहानशी इमारत वाटते, आणि तो अजूनही त्याच्या मागे दिसत असलेल्या स्वर्गीय नगराच्या भव्य शिखरांवर आपले लक्ष केंद्रित करून चालतो. पण जेव्हा यात्रेकरू एरीक पबच्या जवळ पोहोचतो, तेव्हा त्याला ते मोठे दिसू लागते, आणि जेव्हा तो जवळ पोहोचतो, तेव्हा त्या इमारतीवरच त्याची नजर अडकून पडते. तो आता दूरच्या सुवर्ण शिखरांना पाहू शकत नाही. अचानक, ते स्वर्गीय शहर त्याला या लहानशा इमारतीच्या तुलनेत खूप कमी महत्त्वाचे वाटू लागते. अशा प्रकारे, खरोखरच आपल्या यात्रेकरूचा प्रवास त्या पबच्या फरशीवर बेहोष होऊन पडत संपतो.

हेच तत्काळ फायद्याला जास्त महत्त्व देण्याच्या प्रवृत्तीचे परिणाम आहेत : जेव्हा प्रलोभने त्वरित उपलब्ध नसतात, तेव्हा आपण त्यांकडे दुर्लक्ष करू शकतो; पण जेव्हा ती थेट समोर येतात, तेव्हा आपला दृष्टिकोन बदलतो आणि दूरच्या उद्दिष्टांचा विसर पडतो. जॉर्ज एन्स्ली, व्हेटरन्स अफेअर्स विभागाचा एक प्रसिद्ध मानसशास्त्रज्ञ आणि वर्तनशील अर्थशास्त्रज्ञ, यांनी दीर्घकालीन आणि अल्पकालीन बक्षिसांची चाचणी करणाऱ्या परिचित प्रयोगांच्या काही हुशार रूपांतरांचा वापर करून या त्रुटीची गणितीय रचना मांडली. उदाहरणार्थ, समजा तुम्ही लॉटरी जिंकलात आणि तुम्हाला बक्षिसांच्या पर्यायांची निवड करायची आहे, तर तुम्हाला १०० सहा वर्षांनी मिळवायला आवडेल की २०० नऊ वर्षांनी मिळवायला? बहुतेक लोक २०० निवडतील. पण जर १०० आज मिळावेत की, २०० तीन वर्षांनी मिळावेत यात निवड करायला लागली तर? एक विचारशील व्यक्ती त्याच तत्त्वाचा वापर

करून पुन्हा निष्कर्ष काढेल की जास्त रक्कम मिळवण्यासाठी थोडा वेळ थांबणे फायदेशीर आहे, पण बहुतेक लोक त्याऐवजी लगेच मिळणारे १०० मागतील. आपल्या विचारशक्तीवर त्वरित रोख रकमेचे प्रलोभन इतका प्रभाव टाकते की, आपण भविष्यकाळातील बक्षिसाचे मूल्यांकन अविवेकीपणे कमी करतो. एन्स्ली यांना आढळले की, जेव्हा आपण अल्पकालीन प्रलोभनाच्या जवळ जातो, तेव्हा भविष्यकाळाचे मूल्य कमी करण्याची आपली प्रवृत्ती वक्ररेषेच्या तीव्र वक्राप्रमाणे असते, आणि म्हणूनच या प्रवृत्तीला 'हायपरबॉलिक डिस्काउंटिंग' - तत्काळ फायद्याला जास्त महत्त्व देणारी प्रवृत्ती म्हणतात. जसे तुम्ही भविष्यकाळाचे मूल्य कमी करता (व्हरमाँटमधील त्या हेरॉइन व्यसनीप्रमाणे जे पुढील तासाच्या पुढे विचार करू शकत नव्हते), तसे तुम्हाला उद्याच्या हँगओव्हरची काळजी वाटत नाही आणि तुम्ही संपूर्ण आयुष्य व्यसन न करण्याच्या आपल्या शपथेवर लक्ष केंद्रित करत नाही. सध्याचे पबमधील तत्काळ सुख पाहता, भविष्यातील फायदे आता तुच्छ वाटतात. फक्त एक पेग घेण्यासाठी थांबल्याने काय बिघडणार आहे?

नक्कीच, अनेक लोकांसाठी, फक्त एक पेग घेण्यासाठी थांबण्याने काही नुकसान होत नाही, जसे काही लोक (जास्त नाहीत) पार्टीत एक सिगरेट आनंदाने घेतात आणि पुढील काही महिन्यांपर्यंत पुन्हा धूम्रपान करत नाहीत. पण ज्यांना आपले मद्यपान किंवा धूम्रपान नियंत्रित करता येत नाही, अशा व्यक्तींपैकी तुम्हीही एक असाल, तर तुम्ही त्या पेयाकडे किंवा सिगरेटकडे स्वतंत्र घटना म्हणून पाहू शकत नाही. तुम्ही तुमच्या मित्राच्या लग्नाचा टोस्ट करत फक्त एका ग्लास शॅम्पेनचा आनंद घेऊ शकत नाही. तुम्हाला त्या एका चुकीकडे एक असे उदाहरण म्हणून पाहावे लागेल, जे दीर्घकालीन नमुना तयार करेल. आपल्या यात्रेकरूसाठी याचा अर्थ असा की, जर तो गावच्या पबमध्ये फक्त एका पेगसाठी थांबला, तर तो आणखी एक आणि मग एकावर एक असे पितच राहील, आणि कदाचित कधीच स्वर्गीय शहरापर्यंत पोहोचू शकणार नाही. म्हणून, त्या वाटेवर चालताना पबच्या खूप जवळ नेऊन त्याचा निर्णय बिघडण्याआधीच त्याला स्वतःला तयार करावे लागेल.

सर्वांत सोपे धोरण म्हणजे पबपासून दूर राहणे. पबच्या जवळ पोहोचण्यापूर्वी, तो मुख्य रस्त्याला सोडून त्याला वळसा घालून जाऊ शकतो. पण हे धोरण सातत्याने पाळले जाईल याची खात्री त्याला कशी देता येईल? समजा, तो पबला वळसा घालण्यासाठी तयार होत असताना, त्याच्या लक्षात येते की, पुढच्या रस्त्यावर, पुढील शहरात, एक सार्वजनिक मद्यगृह आहे, जे टाळता येणार नाही. ते मद्यगृह त्या नदीवर असलेल्या एकमेव पुलाजवळच आहे. तो पूल त्याला पार करणे आवश्यक आहे. त्याला भीती आहे की, तो उद्या संध्याकाळी त्या शहरातील मद्यगृहापाशी पोहोचल्यावर प्रलोभनाला बळी पडेल. स्वर्गीय शहराकडे दीर्घ काळ

व्यसनाशिवाय चालण्याचे त्याचे स्वप्न मोडण्याची शक्यता समोर दिसताच, यात्रेकरू एरीक स्वतःशीच वाटाघाटी करण्यास सुरुवात करतो, 'जर उद्या संध्याकाळी मी मद्यपान करणारच असेन, तर आत्ता एका पेग प्यायला थांबल्यास काय फरक पडतो?' आताच्या क्षणाचा आनंद घ्या! खुशाल पिऊ या! आज रात्री दारूच्या एका ग्लासला प्रतिकार करण्यासाठी, आपण उद्या प्रलोभनाला बळी पडणार नाही, याची त्याला खात्री असणे आवश्यक आहे.

त्याला 'सुस्पष्ट मर्यादा' या मदतीची आवश्यकता आहे, ही संज्ञा एन्स्लीने वकिलांकडून घेतली आहे. हे स्पष्ट, सोपे आणि निःसंदिग्ध नियम असतात. जेव्हा तुम्ही या स्पष्ट मर्यादा ओलांडता, तेव्हा तुम्हाला ते लक्षात येते; पण तुम्ही काही करू शकत नाही. जर तुम्ही स्वतःला वचन दिले की, तुम्ही 'मध्यम प्रमाणा'त दारू पिणार किंवा धूम्रपान करणार आहात, तर ती काही एक ठोस मर्यादा ठरत नाही. ही एक अस्पष्ट मर्यादा आहे, जिथे मध्यमतेतून अतिरेकाकडे कधी जातो, हे स्पष्टपणे ठरवता येत नाही. कारण हे संक्रमण खूप हळूहळू होतं आणि तुमचे मन स्वतःच्या लहान चुका सहज दुर्लक्ष करण्यात खूप निपुण असते, त्यामुळे तुम्ही कधी खूप पुढे गेलात हे लक्षातही येत नाही. त्यामुळे तुम्हाला खात्री नसते की, तुम्ही नेहमीच मध्यम प्रमाणात पिण्याचा नियम पाळाल. त्याच्या उलट, अजिबात न पिणे ही एक ठोस मर्यादा आहे : एकूण ताणमुक्तता, कोणत्याही अपवादाशिवाय, नेहमीसाठी. हे सगळ्याच आत्मसंयमन समस्यांसाठी व्यावहारिक ठरत नाही; उदाहरणार्थ, पथ्याचा आहार करणाऱ्याला सर्व अन्न खाणे थांबवता येत नाही; पण अनेक परिस्थितीत याचा चांगला उपयोग होतो. एकदा तुम्ही ठोस मर्यादेचा नियम पाळण्याचे वचन दिले की, तुमच्या वर्तमान 'स्व'ला आत्मविश्वास वाटतो, की तुमचा भविष्यातील 'स्व'देखील ते वचन पाळेल आणि जर तुम्हाला विश्वास असेल की, हा नियम देवाच्या आज्ञापत्रासारखा पवित्र आहे, किंवा एखाद्या उच्च शक्तीचा प्रश्न न विचारता पाळण्याचा कायदा आहे; तर तो विशेषतः ठोस मर्यादा बनतो. तुमच्याकडे तुमच्या भविष्यातील स्वला तो आदर देईल याची अधिक कारणे असतात आणि त्यामुळे तुमचा विश्वास हा आत्मसंयमनाचा एक प्रकार बनतो. स्वतःस पूर्ण करणारी आज्ञा. 'मी असे करणार नाही, म्हणून मी करत नाही'.

एरिक क्लॅप्टनने ही ठोस मर्यादा हॅझेलडेनमध्ये एका क्षणात शोधली आणि त्याने तिची ताकद पुन्हा एकदा जाणून घेतली, जेव्हा त्याने आपल्या मुलाच्या मृत्यूच्या काही काळानंतर एए बैठकीचे अध्यक्षपद सांभाळले. तो बारा टप्प्यांपैकी तिसऱ्या टप्प्याबद्दल बोलला – आपल्या इच्छा एखाद्या उच्च शक्तीकडे सांभाळण्यासाठी सोपवणे – आणि त्याने गटाला सांगितले की, हॅझेलडेनमध्ये त्याने गुडघे टेकून देवाची मदत मागताच त्याची पिण्याची तीव्र इच्छा क्षणात नष्ट झाली. त्याने त्यांना

सांगितले की, त्या क्षणापासून त्याला कधीच शंका उरली नव्हती की, आता त्याला कधीही मद्यपान करण्याची इच्छा होणार नाही, अगदी त्याच्या मुलाच्या मृत्यूच्या दिवशीही ती झाली नाही. त्या बैठकीनंतर एक महिला त्याच्याकडे आली.

''तुम्ही माझ्या दारू पिण्याच्या अगदी शेवटच्या कारणालाच काढून टाकलंत.'' ती त्याला म्हणाली. ''माझ्या मनाच्या एका कोपऱ्यात नेहमीच एक कारण होतं की, माझ्या मुलांबाबत काही भयंकर घडलं, तर मला मद्यपान करण्याचं एक कारण मिळेल. तुम्ही मला दाखवून दिलंत, की ते खरं नाही.'' तिचे ते बोलणे ऐकून, क्लॅप्टनला समजले की, त्याने आपल्या मुलाच्या स्मृतीचा सन्मान करण्याचा सर्वोत्तम मार्ग शोधला आहे. त्याने त्या महिलेला दिलेल्या भेटीला तुम्ही काहीही नाव द्या – सामाजिक आधार, देवावर विश्वास, उच्च शक्तीवर श्रद्धा, ठोस मर्यादा – ती भेट तिला स्वतःला वाचवण्याची इच्छाशक्ती देऊन गेली.

९

बलवान मुलं घडवणे :
आत्मसन्मान विरुद्ध आत्मसंयम

'तुम्ही सुपरस्टार आहात, तुम्ही कोण आहात किंवा कुठून आला आहात याने फरक पडत नाही! आणि तुम्ही जन्मतःच तसे आहात!'

–लेडी गागा

'त्रासदायक मुले जन्मतः तयार होत नाहीत. ती बनवली जातात.'

–डेबोरा कॅरोल उर्फ नॅनी डेब

रिॲलिटी टीव्हीच्या अद्भुततेमुळे, अमेरिकेतील मध्यम वर्गीय पालकांनी एक असा विशेष अनुभव घेतला आहे, जो पूर्वी फक्त श्रीमंतांपुरता मर्यादित होता. आपली कामे ब्रिटिश नॅनीला सोपवणे. त्यांची कथा वेगवेगळी असते, जशी आपण असमाधानी कुटुंबांपासून अपेक्षा करू शकतो; पण या प्रकारच्या प्रत्येक भागाचे मूलभूत कथाबीज समान असते, मग ती नॅनी ९११ असो किंवा सुपरनॅनी. नॅनी ९११ची सुरुवात एका घरातून होते, जिथे मुले रानटीपणे धावत आहेत, रडत, ओरडत, थुंकत, केस ओढत, सिपर कप फेकत, रेशमी कापडांवर क्रेयॉनने चित्र काढत, खेळणी मोडत, पालकांना मारण्याचा, भावंडांचा गळा दाबण्याचा प्रयत्न करत आहेत. ते खरोखर सेंट लुईसच्या उपनगरातील रँच हाउसच्या भिंतीवर चढत आहेत. नॅनी ९११ या क्लासिक भागाच्या सुरुवातीचे शीर्षक आहे, 'द लिटिल हाउस ऑफ हॉरर्स'. आणि मग काही काळाने, एक ब्रिटिश नॅनी संपूर्ण व्हिक्टोरियन पोशाखात घरात येते – काळा स्कर्ट, पिनस्ट्राइप काळा व्हेस्ट, काळ्या स्टॉकिंग्ज, बर्गंडी रंगाची लहानशी टोपी आणि त्याला मॅचिंग होणारा सोन्याची बटणे आणि साखळी असलेला लांब झगा. तेव्हाच कथावाचक गंभीर स्वरात घोषणा करतो, 'अमेरिकेतील पालकांनो, मदत येत आहे!'

ही परिस्थिती कशी निर्माण झाली?

तुम्हाला वाटेल की, या कार्यक्रमांमध्ये मुलांच्या वागण्यात खोटेपणा दाखवला जातोय, पण निर्माते सांगतात की, प्रमुख वेळेच्या प्रसारणाच्या टेलिव्हिजनच्या बंधनांमुळे त्यांना काही अतिशय वाईट प्रसंग दाखवता आले नाहीत. उदाहरणार्थ, लाँग आयलंडवरचा चार वर्षांचा एक मुलगा त्याच्या जन्मदात्या आईकडे पाहून म्हणतो, ''फक ऑफ, मॉम! ही परिस्थिती का बिघडली आहे?'' आपली पहिली प्रतिक्रिया असते, आपण लगेच पालकांना दोष देऊ इच्छितो. आपण लवकरच त्या सेंट लुईस घरातील पालकांकडे वळू. पण सर्व दोष फक्त त्यांच्यावर किंवा परदेशी मदत शोधणाऱ्या इतर पालकांवर टाकणे योग्य नाही. ही त्रासदायक मुले काही फक्त अमेरिकेतील पालकांनी एकट्यानेच तयार केली नाहीत. त्यांना देशातील आघाडीचे शिक्षक, पत्रकार आणि सर्वांत महत्त्वाचे म्हणजे मानसशास्त्रज्ञ यांचे भरपूर सहकार्य मिळाले.

आत्मसन्मानाचा सिद्धान्त हा मानसशास्त्राचा सार्वजनिक हितासाठी उपयोग करण्याचा एक चांगला प्रयत्न होता आणि सुरुवातीला तो खरंच आशादायक वाटत होता. बाउमिस्टरने आपल्या कारकिर्दीच्या सुरुवातीच्या काळात खूप वेळ आत्मसन्मानाच्या संकल्पनेवर काम केले. तो त्या संशोधनाने प्रभावित झाला होता, ज्यात दिसून आले की, ज्यांच्या आत्मसन्मानाची पातळी उच्च होती, त्यांच्या गुणश्रेणीही चांगल्या असायच्या, तर ज्यांचा आत्मसन्मान कमी असायचा, त्यांना शाळेत संघर्ष करावा लागायचा. इतर अभ्यासांमधून दिसून आले की, अविवाहित माता, अमली पदार्थांचे व्यसनी आणि गुन्हेगार यांचा आत्मसन्मान कमी असतो. हे संबंध जास्त मोठे नसले तरी ते सांख्यिकीयदृष्ट्या महत्त्वाचे होते आणि या निष्कर्षांमुळे नाथॅनियल ब्रँडनसारख्या मानसोपचारतज्ज्ञांनी पुढे नेलेल्या चळवळीला प्रोत्साहन मिळाले. 'मला अशी एकही मानसिक समस्या आठवत नाही अगदी चिंता आणि नैराश्यापासून ते भावनिक अथवा शारीरिक जवळीकतेची भीती, पती/पत्नीला मारहाण, किंवा मुलांवरील लैंगिक शोषणापर्यंत, जी कमी आत्मसन्मानाच्या समस्येशिवाय स्पष्ट केली जाऊ शकत नाही,' ब्रँडन यांनी लिहिले. कॅलिफोर्नियाच्या आत्मसन्मान कार्यदलाचे अध्यक्ष झालेले औषधोपचार तज्ज्ञ अँड्र्यू मेक्का यांनी स्पष्ट केले की, 'जवळजवळ प्रत्येक सामाजिक समस्या लोकांच्या आत्मप्रेमाच्या अभावाशी संबंधित आहे.' या सर्व उत्साहातून मानसशास्त्रज्ञ, शिक्षक, पत्रकार आणि व्हिटनी ह्युस्टनसारख्या कलाकारांनी दिलेल्या बालसंस्काराच्या एका नव्या पद्धतीचा उदय झाला. तिने हे तत्त्वज्ञान १९८०च्या दशकातील आपल्या लोकप्रिय गाण्यात, 'द ग्रेटेस्ट लव्ह ऑफ ऑल' मांडले, आणि त्यातून हे 'सर्वांत मोठे प्रेम' हे दुसऱ्या कुणावरचे नसून स्वतःच असल्याचे उघड झाले. यशाची गुरूकिल्ली म्हणजे आत्मसन्मान! ती म्हणते, 'मुलांनी यशस्वी व्हायचे असेल, तर त्यांना फक्त त्यांच्या आत दडलेले 'सर्व सौंदर्य' दाखवण्याची गरज असते.'

ही कल्पना नवी होती, पण लाखो लोकांना ती अत्यंत आकर्षक वाटली. त्यांनी मुलांच्या शैक्षणिक कौशल्यात सुधारणा करण्यासाठी त्यांना 'मी खूप चांगलं करू शकतो' असे विचार करण्यास प्रोत्साहित करणे सुरू केले. घरी, पालकांनी भरभरून कौतुक करणे सुरू केले. प्रशिक्षकांनीदेखील फक्त विजेत्यांनाच नाही, तर सर्वांना बक्षीस मिळेल याची काळजी घेतली. गर्ल स्काउट्सने 'युनिकली मी' (uniquely ME) नावाचा कार्यक्रम राबवायला सुरुवात केली. शाळेत, मुलांनी आपल्या आवडत्या गुणांचे कोलाज बनवले आणि एकमेकांबद्दल त्यांना सर्वांत जास्त काय आवडते यावर चर्चा केली. 'म्युच्युअल ॲडमिरेशन सोसायटी' हा एके काळी उपहासाने वापरला जाणारा टोमणेवजा शब्दप्रयोग होता, पण आजचे तरुण त्याला सामाजिक नियम मानत मोठे झाले आहेत.

व्हिटनी ह्युस्टनचा संदेश पुढच्या पिढीपर्यंत लेडी गागाने पोहोचवला. तिने आपल्या एका मैफलीत चाहत्यांना म्हटले, "तुम्ही सुपरस्टार आहात. तुम्ही कोण आहात किंवा कुठून आला आहात याने काही फरक पडत नाही, आणि तुम्ही जन्मतःच तसे आहात!" प्रेक्षकांनीही तिला तितक्याच उत्साहाने प्रतिसाद दिला, आणि मग लेडी गागाने हातातील तेजस्वी विजेरी उंचावली आणि तिचा प्रकाश संपूर्ण प्रेक्षकांवर फिरवला. 'मुलांनो!' ती ओरडली, "आज रात्री इथून जाताना तुम्ही माझ्यावर जास्त प्रेम करत जाऊ नका, तर स्वतःवर जास्त प्रेम घेऊन इथून निघा!"

हे परस्परांना दिले जाणारे सगळे कौतुकाचे उपक्रम पुरेसे आनंददायी होते आणि पारंपरिक धड्यांपेक्षा ते अधिक दीर्घकालीन चांगला परिणाम करतील, अशी अपेक्षा होती. कॅलिफोर्निया राज्याने संशोधकांना आत्मसन्मानावरील पुराव्यांचे मूल्यांकन करण्यास सांगितले तेव्हा, आलेल्या बातम्या आशादायी वाटत होत्या. बर्कले येथील नामांकित समाजशास्त्रज्ञ आणि अहवालाचे संपादक नील स्मेल्सर यांनी पहिल्याच पानावर जाहीर केले की, 'समाजाला त्रस्त करणाऱ्या सगळ्याच नव्हे; परंतु अनेक मोठ्या समस्यांच्या मुळाशी समाज बनवणाऱ्या अनेक लोकांचा कमी असलेला आत्मसन्मान आहे'.

बातमीयोग्य नसलेल्या पुढील एका परिच्छेदात त्यांनी हेही नमूद केले की, आजपर्यंत खरोखर ठोस शास्त्रीय पुरावे नसल्याचे पाहून 'निराशाजनक' वाटते. परंतु अधिक संशोधन झाले की, आणखी चांगले निष्कर्ष मिळतील, अशी अपेक्षा होती आणि आत्मसन्मानावरील संशोधनासाठी भरपूर निधी उपलब्धही होता. संशोधन सुरू राहिले आणि अखेरीस दुसऱ्या संस्थेने आणखी एक अहवाल तयार केला. या वेळी ती कॅलिफोर्निया राज्यासारखी राजकीय संस्था नव्हती, तर एक वैज्ञानिक संस्था होती– 'असोसिएशन फॉर सायकॉलॉजिकल सायन्स'. या निष्कर्षांमुळे व्हिटनी ह्युस्टन किंवा लेडी गागाच्या कोणत्याही कामगिरीस प्रोत्साहन मिळाले नाही.

आत्मसन्मानापासून आत्ममोहापर्यंत

बाउमिस्टर यांचा समावेश असलेल्या समीक्षण समितीमधील मानसशास्त्रज्ञांनी संशोधनाच्या उच्च दर्जाच्या निकषांत बसणारे अभ्यास शोधण्यासाठी हजारो अभ्यासांचा बारकाईने अभ्यास केला. या समितीला शेकडो अभ्यास सापडले. जसे की असा अभ्यास, ज्यात हायस्कूलच्या विद्यार्थ्यांचा काही वर्षांपर्यंत मागोवा घेतला गेला, जेणेकरून आत्मसन्मान आणि चांगल्या गुणांमधील संबंध समजून घेता यावा. जास्त आत्मसन्मान असलेल्यांचे गुणसंपादन अधिक होते; पण यातील काय आधी आले? विद्यार्थ्यांचा आत्मसन्मान चांगले गुण मिळवण्यास कारणीभूत ठरतो की चांगले गुण आत्मसन्मान वाढवतात? हे लक्षात आले की, दहावीतले गुण बारावीतल्या आत्मसन्मानाचा अंदाज लावू शकतात; परंतु दहावीतला आत्मसन्मान बारावीतले गुण सांगण्यात अपयशी ठरतो. म्हणजे, असे दिसले की, आधी गुण आले आणि नंतर आत्मसन्मान आला.

दुसऱ्या एका काळजीपूर्वक नियंत्रित अभ्यासात, डोनाल्ड फोर्सिथ यांनी व्हर्जिनिया कॉमनवेल्थ युनिव्हर्सिटीमधील त्यांच्या मानसशास्त्राच्या वर्गातील काही विद्यार्थ्यांचा आत्मसन्मान वाढवण्याचा प्रयत्न केला. त्यांनी सहामाही परीक्षेत 'क' श्रेणी किंवा त्यापेक्षा कमी गुण मिळालेल्या काही विद्यार्थ्यांना कोणत्याही क्रमाशिवाय निवडून त्यांना दर आठवड्याला आत्मसन्मान वाढवणारा संदेश दिला, तर त्याच प्रकारचे गुण असलेल्या इतर विद्यार्थ्यांना फक्त दर आठवड्याचा सामान्य संदेश दिला. दर आठवड्याचे उत्साहवर्धक संदेश विद्यार्थ्यांना स्वतःबद्दल चांगले वाटायला नक्कीच मदत करत असतील; पण त्यांचे गुण वाढवण्यात ते मदत करू शकले नाहीत. प्रत्यक्षात त्याचा उलट परिणाम दिसला. जेव्हा त्यांनी अंतिम परीक्षा दिली, तेव्हा त्यांची कामगिरी नियंत्रण गटापेक्षा फक्त वाईट झाली असे नाही, तर त्यांचे गुण सहामाहीमध्ये मिळालेल्या गुणांपेक्षाही कमी होते. त्यांच्या सरासरी गुणांची पातळी ५९वरून ३९वर म्हणजे अगदी कसाबसा पास होण्याच्या स्थितीतून थेट निराशाजनक पातळीपर्यंत घसरली.

इतर पुराव्यांवरून असे दिसून आले की, देशभर विद्यार्थ्यांचा आत्मसन्मान वाढत होता; पण त्यांच्या कामगिरीत मात्र घसरण होत होती. त्यांना वाईट कामगिरी करूनही स्वतःबद्दल अधिक चांगले वाटत होते. बाउमिस्टर यांना मात्र स्वतःच्या संशोधनात असे आढळले की, अतिशय भयानक कृत्ये करणाऱ्या काही लोकांचा, जसे सुपारी घेऊन खून करणारे व्यावसायिक मारेकरी किंवा साखळी (सिरीअल) बलात्कारी, आत्मसन्मान मात्र आश्चर्यकारकरीत्या खूप उच्च पातळीवर होता. हे पाहून त्यांना फार विचित्र वाटले.

वैज्ञानिक साहित्याचा आढावा घेतल्यानंतर मानसशास्त्रज्ञांच्या समितीने निष्कर्ष काढला की, आधुनिक काळात कमी आत्मसन्मानाचा कोणताही 'साथीचा

रोग' पसरलेला नाही. किमान अमेरिका, कॅनडा किंवा पाश्चिमात्य युरोपात तरी नाही. (उदाहरणार्थ, म्यानमारसारख्या देशांमध्ये लोक स्वतःकडे कसे पाहतात यातील प्रवृत्तींबद्दल फारशी माहिती उपलब्ध नाही.) बहुतेक लोकांना आधीपासूनच स्वतःबद्दल बऱ्यापैकी चांगले वाटत असते. विशेषतः मुलं तर सुरुवातीपासूनच स्वतःबद्दल अतिशय सकारात्मक मत बाळगतात. या विषयावरील शास्त्रीय संशोधनाचं निरीक्षण बाउमिस्टर यांच्या घरातील दैनंदिन अनुभवांशीही जुळतं. उदा., अशा काही संवादांचं त्यांनी वर्णन केलं आहे –

मुलगी (वय वर्षे ४) : मला सगळं माहीत आहे.
आई : नाही गं, तुला सगळं माहीत नसतं.
मुलगी : नाही, मला सगळंच माहीत आहे.
आई : मग मला सांग, छत्तीसचे वर्गमूळ किती?
मुलगी (क्षणाचाही विलंब न करता) : मी सगळ्या मोठ्या संख्या गुप्त ठेवतेय.
आई : ती काही मोठी संख्या नाही. ती फक्त सहा ही संख्या आहे.
मुलगी : मला ते माहीत होतं.

आणि गंमत म्हणजे, या मुलीचे पालक तिचा आत्मसन्मान वाढवण्यासाठी काही विशेष प्रयत्नही करत नव्हते.

तज्ज्ञ समितीने हेही निष्कर्ष काढले की, उच्च आत्मसन्मान असणं म्हणजे व्यक्ती अधिक यशस्वी होईलच किंवा तिच्याशी वागणं सोपं होईलच असं काही नाही. उच्च आत्मसन्मान असलेले लोक स्वतःला लोकप्रिय, आकर्षक आणि सामाजिकदृष्ट्या इतरांपेक्षा जास्त कुशल समजतात. मात्र, वस्तुनिष्ठ अभ्यासातून असा काही फरक दिसत नाही. त्यांचा आत्मसन्मान साधारणपणे शाळा किंवा कामाच्या ठिकाणी चांगली कामगिरी घडवून आणत नाही, आणि तो सिगरेट ओढणे, दारू किंवा अमली पदार्थांचे सेवन, किंवा कमी वयातील लैंगिक वर्तन यांना रोखायलाही मदत करत नाही. कमी आत्मसन्मान आणि अमली पदार्थांची सवय किंवा किशोरवयीन गरोदरपण यांसारख्या समस्यांमध्ये काही परस्परसंबंध आढळू शकतो; पण याचा अर्थ असा नाही की, कमी आत्मसन्मानामुळे या समस्या निर्माण होतात. हे उलट्याच दिशेने काम करते. सोळा वर्षांची गर्भवती आणि हेरॉइनचे व्यसनाधीन असणे तुम्हाला स्वतःबद्दल तितकंसं चांगले वाटू देत नाही.

पुनरावलोकन समितीच्या मते, उच्च आत्मसन्मानाचे फक्त दोन फायदे स्पष्टपणे सिद्ध झालेले आहेत असे दिसते. पहिला फायदा म्हणजे, हे पुढाकार वाढवते, याचे कारण कदाचित हे असावे की, तो आत्मविश्वास देतो. उच्च आत्मसन्मान असलेले लोक त्यांच्या मनातल्या विश्वासावर कृती करण्यास अधिक तयार असतात, ज्यावर

ते विश्वास ठेवतात त्यासाठी ठाम उभे राहतात, इतरांशी संपर्क साधतात आणि नवीन उपक्रम घेण्याचा धोका पत्करतात. (दुर्दैवाने, यामध्ये इतर सर्वांनी विरोधात सल्ला दिला, तरी मूर्ख किंवा विध्वंसक गोष्टी करण्यासही तयार राहणे येते.)

दुसरा फायदा म्हणजे, हे चांगले वाटते. उच्च आत्मसन्मान हा सकारात्मक भावना असलेल्या 'बँके'सारखा काम करतो असे दिसते, जो एकूणच आनंदाची भावना निर्माण करतो; आणि जेव्हा दुर्दैवी परिस्थिती हाताळण्यासाठी, नैराश्यावर मात करण्यासाठी किंवा अपयशातून पुन्हा उभे राहण्यासाठी अतिरिक्त आत्मविश्वासाची आवश्यकता असते तेव्हा उपयुक्त ठरतो. हे फायदे काही नोकऱ्यांमध्ये, जसे की विक्रीत, उपयुक्त ठरू शकतात, कारण ते वारंवार नाकारले जाण्यातून पुन्हा सावरण्यास मदत करतात, पण अशा प्रकारची चिकाटी ही मिश्र फळे देणारी आहे. यामुळे लोक समजूतदार सल्ल्याकडे दुर्लक्ष करण्यासही प्रवृत्त होऊ शकतात, कारण ते जिद्दीने निरुपयोगी कारणांवर वेळ आणि पैसा वाया घालवत राहतात.

एकूणच, उच्च आत्मसन्मानाचे फायदे स्वतःला मिळतात, तर इतरांना त्याचा भुर्दंड सहन करावा लागतो. त्यांना अहंकार आणि दंभ यांसारख्या परिणामांशी जुळवून घ्यावे लागते. सर्वांत वाईट परिस्थिती म्हणजे आत्मसन्मान हा आत्मकेन्द्रित श्रेष्ठतेची खात्री - आत्ममग्नता (नार्सिसिझम) - मध्ये रूपांतरित होतो. आत्ममग्न व्यक्तीने स्वतःच्या मनात स्वतःची अत्यंत कर्तृत्ववान व्यक्ती अशी प्रतिमा तयार केलेली असते आणि या प्रतिमेच्या भव्यतेवर ते आसक्त असतात. त्यांना इतरांकडून आपले कौतुक व्हावे अशी तीव्र इच्छा असते (पण त्यांना लोकांना आपण आवडावे अशी विशेष गरज नसते, त्यांना फक्त प्रशंसा हवी असते). ते स्वतःला विशेष व्यक्ती समजले जाण्याची अपेक्षा ठेवतात आणि टीका केली तर रागावतात. त्यांची पहिली छाप चांगली पडते; मात्र ती दीर्घ काळ टिकत नाही. जेव्हा मानसशास्त्रज्ञ डेलरॉय पॉलहसने गटांमध्ये लोकांना एकमेकांचे मूल्यांकन करण्यास सांगितले, तेव्हा सुरुवातीच्या काही भेटींपर्यंत आत्ममग्न व्यक्ती सर्वांच्या आवडत्या व्यक्ती वाटत होत्या. पण सहसा काही महिन्यांनंतर, मात्र ते गुणानुक्रमात तळापर्यंत घसरत जातात. स्वतःला 'जगासाठी देवाची खास देणगी' समजणाऱ्या माणसांसोबत राहणं अवघडच असतं.

मानसशास्त्रीय अभ्यासांमध्ये बहुतेक मोजमापांनुसार, आत्ममग्नता गेल्या काही दशकांत जोरात वाढली आहे, विशेषतः तरुण अमेरिकनांमध्ये. कॉलेज प्राध्यापक बऱ्याचदा तक्रार करतात की, विद्यार्थ्यांना आता अभ्यास न करता भरपूर गुण हवे असतात, उद्योजक किंवा मालकवर्गाने असेही नोंदवले आहे की, तरुण कर्मचाऱ्यांना आपल्या जबाबदाऱ्या पार न पाडताही कामाच्या ठिकाणी पदोन्नती वा पगारवाढीची अपेक्षा असते. नाथन डेवाल यांच्या नेतृत्वाखालील संशोधकांनी एक अभ्यास केला, ज्यात गेल्या तीन दशकांमध्ये गाण्यांच्या गीतांमध्येही आत्ममग्नतेकडील प्रवास दिसून

येतो. या लोकप्रिय झालेल्या गाण्यांमध्ये 'I' आणि 'me' सारख्या शब्दांचा वापर सर्रास होताना दिसत असल्याचे नोंदवले आहे. व्हिटनी ह्युस्टनचे 'ग्रेटेस्ट लव्ह ऑफ ऑल' हे गाणे वीजरच्या लीड सिंगर रिव्हर्स क्यूमोसारख्या संगीतकारांनी एका वेगळ्याच पातळीवर नेले. त्यांनी २००८ मध्ये 'द ग्रेटेस्ट मॅन दॅट एव्हर लिव्हड' नावाचे लोकप्रिय गाणे लिहिले आणि सादर केले. हे गाणे आत्मचरित्रात्मक होते.

आत्ममग्नतेमधील ही व्यापक वाढ म्हणजे आत्मसन्मान चळवळीचे 'समस्याग्रस्त अपत्य' आहे. यात लवकर बदल होण्याची शक्यता नाही, कारण यामुळे मुले अधिक यशस्वी, प्रामाणिक किंवा चांगले नागरिक बनत नाहीत, असे पुरावे दर्शवत असले तरीही ही चळवळ अद्याप चालू आहे. अत्यधिक विद्यार्थी, पालक आणि शिक्षक अजूनही आत्मसन्मानाच्या सोप्या आश्वासनांनी मोहित होतात. व्हर्जिनियातील फोरसिथ यांच्या वर्गातील विद्यार्थ्यांसारखेच, जेव्हा परिस्थिती कठीण होते, तेव्हा उच्च आत्मसन्मान असलेले लोक बहुतेकदा ठरवतात की, त्यांनी काळजी करण्याची गरज नाही. जर इतर लोकांना त्यांची उत्कृष्टता ओळखता येत नसेल, तर ही इतर लोकांची समस्या आहे.

असाधारण आशियाई लोक

तरुण अमेरिकनांच्या मानसशास्त्रीय अभ्यासांमध्ये दिसणाऱ्या आत्ममग्नतेच्या प्रवृत्तीमध्ये एक लक्षणीय अपवाद आहे. आशियाई-अमेरिकन तरुणांमध्ये ही प्रवृत्ती दिसत नाही. याचे कारण कदाचित त्यांच्या पालकांवर आत्मसन्मान चळवळीपेक्षा शिस्त पाळण्याच्या सांस्कृतिक परंपरेचा जास्त प्रभाव होता. काही आशियाई संस्कृती अमेरिकेत आणि इतर पाश्चिमात्य समाजांमध्ये सामान्य असलेल्या पद्धतींपेक्षा लहान वयापासूनच आत्मसंयमन वाढवण्यावर जास्त भर देतात. चिनी पालक आणि बालवाडी वर्ग मुलांवर लहान वयापासूनच शौचालय वापरण्याचे प्रशिक्षण आणि इतर मूलभूत आत्मसंयमन कौशल्ये मिळवण्यासाठी दबाव टाकतात. एका अंदाजानुसार, दोन वर्षांच्या चिनी मुलांकडून असे आत्मसंयमन अपेक्षित असते, जे साधारणपणे अमेरिकन मुलं तीन किंवा चार वर्षांच्या वयात साधतात.

जेव्हा चिनी आणि अमेरिकन लहान मुलांना त्यांच्या नैसर्गिक आवेगांवर नियंत्रण ठेवायला सांगितले जाते, तेव्हा एक स्पष्ट फरक दिसून येतो. उदाहरणार्थ, एका चाचणीत लहान मुलांना चित्रमालिका दाखवली जाते आणि त्यांना सूचित केले जाते की, जेव्हा ते चंद्र पाहतात तेव्हा 'दिवस' म्हणावे आणि जेव्हा सूर्य पाहतात तेव्हा 'रात्र' म्हणावे. इतर चाचण्यांमध्ये, लहान मुले उत्साहित झाल्यावर फक्त कुजबुजत्या आवाजात बोलण्याचा प्रयत्न करतात. सायमन सेझच्या एका खेळाच्या प्रकारात खेळताना मात्र त्यांना एका प्रकारच्या आदेशाचे पालन करावे

लागते; पण दुसऱ्या प्रकारच्या आदेशाकडे दुर्लक्ष करावे लागते. चार वर्षांचे चिनी मूल त्याच वयाच्या अमेरिकन मुलापेक्षा यात चांगली कामगिरी करते. चिनी लहान मुलांचे उत्कृष्ट आत्मसंयमन कदाचित काही प्रमाणात आनुवंशिकतेमुळे असू शकते : असे पुरावे दिसले आहेत की, लक्ष अभाव-अत्यधिक क्रियाशीलतेच्या विकाराशी (ADHD) संबंधित आनुवंशिक घटक चिनी मुलांमध्ये अमेरिकन मुलांपेक्षा खूपच दुर्मीळ आहेत. पण चीन आणि इतर आशियाई देशांमधील सांस्कृतिक परंपरा निःसंशयपणे आत्मशिस्त विकसित करण्यामध्ये महत्त्वपूर्ण भूमिका बजावतात, आणि आशियाई-अमेरिकन घरांतील त्या परंपरांनी मुलांमध्ये आत्ममग्नता कमी राहण्यास तसेच त्यांच्या नंतरच्या यशामध्येही योगदान दिले आहे. अशियाई-अमेरिकन लोकांचा अमेरिकेच्या लोकसंख्येत फक्त ४ टक्के हिस्सा आहे. मात्र स्टॅनफर्ड, कोलंबिया आणि कॉर्नेलसारख्या प्रतिष्ठित विद्यापीठांतील विद्यार्थ्यांच्या संख्येचा सुमारे एकचतुर्थांश हिस्सा या विद्यार्थ्यांचा आहे. इतर कोणत्याही जातीय गटापेक्षा त्यांची कॉलेजमधून पदवी मिळवण्याची शक्यता जास्त असते आणि त्यानंतर ते अमेरिकन सरासरीपेक्षा २५ टक्के जास्त वेतन मिळवतात.

त्यांच्या यशामुळे सर्वसामान्यपणे असा समज निर्माण झाला आहे की, आशियाई लोक अमेरिकन आणि युरोपिअन लोकांपेक्षा अधिक बुद्धिमान आहेत; पण त्यांच्या कामगिरीचे स्पष्टीकरण जेम्स फ्लिन असे देत नाही. बुद्ध्यंक (IQ) अभ्यासांचा काळजीपूर्वक आढावा घेतल्यानंतर, फ्लिन असा निष्कर्ष काढतो, की चिनी-अमेरिकन आणि जपानी-अमेरिकन लोकांचे गुण बरेचसे युरोपिअन वंशाच्या गोऱ्या लोकांसारखेच आहेत. खरं तर काहीही असलं तरी आशियाई-अमेरिकनांचा सरासरी बुद्ध्यंक थोडासा कमी आढळतो, जरी ते वरच्या आणि खालच्या दोन्ही टोकांवर जास्त प्रमाणात दिसतात. मोठा फरक असा आहे की, ते त्यांच्या बुद्धिमत्तेचा चांगला उपयोग करतात. फ्लिनने ज्यांना उच्च स्तरीय व्यावसायिक म्हटले आहे, जसे की डॉक्टर, शास्त्रज्ञ आणि अकाउंटंट, अशा लोकांचे बुद्ध्यंक सहसा एका ठरावीक मर्यादेपेक्षा जास्त असतो. गोऱ्या अमेरिकनांसाठी बुद्ध्यंकाची ही मर्यादा ११० आहे, पण चिनी-अमेरिकन लोक फक्त १०३ बुद्ध्यंक असूनही या उच्च स्तरीय नोकऱ्या मिळवतात. याशिवाय, या प्रत्येक टप्प्यावर आवश्यक मर्यादेपेक्षा जास्त बुद्ध्यंक असलेल्या लोकांमध्ये, चिनी-अमेरिकन लोक प्रत्यक्षात त्या नोकऱ्या मिळवण्याच्या दृष्टीने जास्त यशस्वी असतात. म्हणजेच, १०३पेक्षा जास्त बुद्ध्यंक असलेल्या चिनी-अमेरिकन व्यक्तीला ११०पेक्षा जास्त बुद्ध्यंक असलेल्या अमेरिकनपेक्षा, उच्च स्तरीय नोकरी मिळण्याची अधिक शक्यता असते. जपानी वंशीय अमेरिकनांसाठीही हा नमुना साधारण तसाच आहे. स्व-नियंत्रण, मेहनत, सातत्य, विश्वासार्हता अशा गुणांमुळे, पूर्व आशियाई स्थलांतरितांची मुले उच्च बुद्ध्यंक असलेल्या अमेरिकन लोकांइतकेच यशस्वी होऊ शकतात.

उशिरा समाधानी होणे, हा ज्या घरांमध्ये जे आणि डे किमसारखे स्थलांतरित राहतात अशा घरांमध्ये परिचित विषय असतो. जे आणि डे किम दक्षिण कोरियामध्ये जन्मले आणि त्यांनी आपल्या दोन मुली नॉर्थ कॅरोलिनामध्ये लहानाच्या मोठ्या केल्या. या दोघी बहिणी, सु आणि जेन यांनी अनुक्रमे शस्त्रक्रियातज्ज्ञ आणि वकील बनल्या, तसेच त्यांनी 'टॉप ऑफ द क्लास' या पुस्तकाच्या सहलेखनात योगदान दिले. हे पुस्तक आशियाई पालकांच्या यशाला प्रोत्साहन देणाऱ्या तंत्रांबद्दल आहे. त्यांनी सांगितले की, त्यांच्या पालकांनी त्यांना दुसऱ्या वाढदिवसापूर्वीच अक्षरे शिकवायला सुरुवात केली होती आणि त्यांच्या आईने सुपर मार्केटमध्ये चॉकलेटसाठी रडणाऱ्या मुलीला कधीही ती घेऊन दिली नाहीत. जेव्हा त्या बिलाच्या काउंटरपर्यंत पोहोचत, तेव्हा मुलींना मागणी करण्याची संधी मिळण्यापूर्वीच, मिसेस किम यांनी आधीच सांगितले की, जर त्या प्रत्येकीने पुढील आठवड्यात एक पुस्तक वाचले, तर ती त्यांना पुढील खरेदीदरम्यान एक कँडी बार घेऊन देईल. नंतर जेव्हा सु कॉलेजमध्ये जाऊ लागली आणि प्रवासासाठी तिने आपल्या पालकांकडे एक स्वस्त जुनी कार मागितली, तेव्हा त्यांनी तिला नकार दिला; पण त्याच वेळी तिला वैद्यकीय महाविद्यालयात प्रवेश मिळाला, तर नवीन कार खरेदी करून देऊ असे सांगितले. अशा प्रकारे, या पालकांनी त्यांच्या मुलींना चांगल्या गोष्टी दिल्या; पण प्रत्येक बक्षीस काही मौल्यवान यशासाठी दिले जात होते.

अनेक आशियाई-अमेरिकन यशोगाथांनी विकासात्मक मानसशास्त्रज्ञांना योग्य पालकत्वाबद्दलच्या त्यांच्या सिद्धान्तांमध्ये बदल करण्यास भाग पाडले आहे. ते पूर्वी सत्तावादी, कठोर नियंत्रक शैलीविरुद्ध सावधगिरी बाळगत होते, ज्यात पालक मुलांच्या भावना लक्षात न घेता कठोर लक्ष्य ठरवतात आणि कडक नियम लागू करतात. पालकांना अधिकारक्षम अशी वेगळी शैली स्वीकारण्याचा सल्ला दिला जात होता, ज्यात ते अजूनही मर्यादा ठरवतात; पण मुलाला अधिक स्वायत्तता देतात आणि मुलांच्या इच्छा लक्षात घेतात. ही अधिक उबदार आणि काळजीपूर्वक मार्गदर्शन करण्याची पद्धत आहे. असे मानले जात असे की, ही पद्धत चांगली संतुलित, आत्मविश्वासी मुले घडवेल, जी शैक्षणिक आणि सामाजिकदृष्ट्या सत्तावादी घरांतील मुलांपेक्षा अधिक यशस्वी होतील. पण मग, रुथ चाओ आणि इतर मानसशास्त्रज्ञांनी आशियाई-अमेरिकन कुटुंबांचा अभ्यास केल्यानंतर, त्यांच्या लक्षात आले की, अनेक पालक खूपच कडक नियम आणि उद्दिष्टे ठरवतात. हे स्थलांतरित लोक आणि अनेक वेळा त्यांची मुलेही, त्यांच्या संगोपनाच्या या पद्धतीकडे दमन म्हणून नव्हे तर समर्पण म्हणून पाहत असत. चायनीज-अमेरिकन पालकांनी स्वतःवर नियंत्रण ठेवण्याची सवय लावण्याचा निश्चय केला होता आणि ते कन्फ्यूशिअन संकल्पना 'चियाओ शुन' (ज्याचा अर्थ 'प्रशिक्षित करणे' असा होतो) आणि 'गुआन' (ज्याचा अर्थ 'शासन करणे' आणि 'प्रेम करणे' दोन्ही होतो)

यांच्यावर आधारित असायचे. अमेरिकन मापदंडांचा विचार करता हे पालक रूक्ष आणि कडक वाटू शकले, तरी त्यांची मुले शाळेतही आणि शाळेबाहेरही चांगली प्रगती करत होती.

जेव्हा लॉस एंजेलिस परिसरातील लहान मुले असलेल्या महिलांचा अभ्यास करण्यात आला, तेव्हा अमेरिकन संकल्पनांशी याची तुलना करताना फरक दिसून आला. जेव्हा त्यांना विचारले गेले की, पालक मुलांच्या शैक्षणिक यशासाठी कसे योगदान देऊ शकतात, तेव्हा चीनमधून स्थलांतरित झालेल्या बहुतेक सर्व मातांनी सांगितले की, उच्च उद्दिष्टे ठरवणे, कठोर मानके लागू करणे आणि मुलांकडून अतिरिक्त गृहपाठ करवून घेणे आवश्यक आहे. दरम्यान, युरोपिअन वंशाच्या देशांत जन्मलेल्या मातांचे, मुलांवर खूप दबाव टाकू नये, असे ठाम मत होते. त्यांच्यापैकी बहुतेकींनी सांगितले की, शैक्षणिक यशावर जास्त भर टाकू नये, मुलांच्या सामाजिक विकासावर लक्ष द्यावे, आणि 'शिकणे मजेशीर आहे' व 'हे काही जबरदस्तीने केले जाणारे नाही', असा विचार मुलांमध्ये रुजवावा.

त्यांचा आणखी एक मुख्य मुद्दा म्हणजे 'मुलांच्या आत्मसन्मानाची वाढ करणे' या संकल्पनेला त्या अभ्यासातील चिनी मातांच्या लेखी किंवा एमी चुआच्या लेखी जवळजवळ काहीच महत्त्व नव्हते. एमी हिने तिच्या सर्वाधिक खपाच्या 'द बॅटल हाइम ऑफ द टायगर मदर' या पुस्तकामध्ये 'चिनी पालकत्व' म्हणून ओळखल्या जाणाऱ्या शिक्षणपद्धतीचा जाहीर (आणि मनोरंजक) पुरस्कार केला आहे.

मित्र-मैत्रिणींकडे रात्री झोपायला जाणे नाही, एकत्र खेळायला जाणे नाही, अशी चुआची पालकत्वाची पद्धत आमच्या मते खूपच टोकाची आहे; विशेषतः तीन तासांच्या व्हायोलिनच्या शिकवणीबाबत. पण आम्ही आत्मसन्मान चळवळीतील समस्येबाबत तिच्या दृष्टिकोनाचे कौतुक करतो. ती म्हणते, 'जेव्हा मी पाहिले की, अमेरिकन पालक त्यांच्या मुलांचे एक वाकडी रेषा काढणे किंवा काठी हलवणे यांसारख्या अगदी साध्या कामांसाठीही कौतुक करत आहेत, तेव्हा मला समजले की, चिनी पालकांकडे त्यांच्या पाश्चात्त्य समकक्षांपेक्षा दोन गोष्टी अधिक आहेत :

(१) त्यांच्या मुलांसाठी उच्च स्वप्ने असणे आणि (२) आपल्या मुलांबद्दल अधिक आदर - त्या अर्थाने की, ते किती सहन करू शकतात याची त्यांना जाण असते.

चुआच्या मूलभूत धोरणांमध्ये, जसे की- स्पष्ट उद्दिष्टे ठरवणे, नियमांची अंमलबजावणी करणे, अपयशासाठी शिक्षा करणे, उत्कृष्टतेस बक्षीस देणे आणि नॅनी ९११मधून अमेरिकेतील घरांमध्ये डेबोरा कॅरॉलद्वारे जे शिकवले जाते त्यात फारसा फरक नाही. डेबोरा ही 'जागतिक दर्जाच्या नॅनीज' या गटाची सदस्य आहे आणि तिला खरोखर कठीण प्रकरणांसाठी नेमले जाते, जसे त्या 'लिटिल हाउस

ऑफ हॉरर्स' या भागात दाखवलेल्या पॉल कुटुंबाचे उदाहरण. या अमेरिकन मुलांशी वागताना मी वेल्समध्ये माझ्या लहानपणी शिकलेल्या गोष्टी अमलात आणते, असे कॅरॉल म्हणते.

''जेव्हा मी शाळेत होते...'' कॅरॉल आठवण सांगते, ''...सोनेरी किंवा चंदेरी तारा मिळवणं ही फार मोठी गोष्ट होती.'' काहीतरी साध्य करण्यासाठी मी खरोखर मेहनत केली आहे याची जाणीव होणं खूप महत्त्वाचं होतं. जेव्हा मी माझ्या आजोबांच्या शर्टना इस्त्री केली, त्यांनी बळेच मला पैसे देऊ केले कारण मी ते काम खूप छान केले होते. त्यांनी सांगितले की, मी ते माझ्या आजीपेक्षाही चांगले केले आहे. ते ऐकून मला जास्त आनंद झाला होता. तुम्ही खरोखर मेहनत केलीत, की त्यातून तुमचा आत्मसन्मान येतो, फक्त कुणी तुम्हाला सांगितलं की तुम्ही महान आहात, तर तो येत नाही. एमी चुआ, नॉर्थ कॅरोलिनामधील किम्स आणि अनेक इतर आशियाई स्थलांतरित लोकांसारखेच, नॅनी डेब यांनीही स्वतंत्रपणे असेच शैक्षणिक निष्कर्ष काढले. जसे असोसिएशन फॉर सायकॉलॉजिकल सायन्सच्या पुनरावलोकन समितीने सांगितले : 'आत्मसन्मान विसरून जा. स्व-संयमनावर काम करा'.

नॅनी डेब आणि तिळे

जेव्हा कॅरॉल सेंट लुइसजवळील पॉल कुटुंबाच्या घरी पोहोचली, तेव्हा तिला व्हिडिओवर पाहिलेल्या भयंकर वर्तन करणाऱ्या मुलांविषयी विशेष चिंता नव्हती, जी भिंतींवर चढत होती, जमिनीवर थुंकत होती आणि दिवे बसवायच्या खुंटीला धरून झुलत होती. तिला कल्पना होती की, चार वर्षांची मुलं हाताळायला थोडी कठीण असू शकतात, विशेषतः जेव्हा तीन जण एकत्र येऊन प्रचंड दंगा करत असतात. पण इतर अमेरिकन 'हॉरर' घरांमध्ये काम करून पुरेसा अनुभव घेतल्याने तिला ठाऊक होते की, यापेक्षाही अजून मोठ्या समस्यांना सामोरे जायचे आहे.

''अशा घरांमध्ये, मुलं हाताळायला खूप, खूपच सोपी असतात,'' कॅरॉल सांगते. ''त्यांना फक्त एका ठरावीक चौकटीची गरज असते. त्यांना सुरक्षित असल्याची जाणीव हवी असते, एखाद्या अशा व्यक्तीची, जी म्हणू शकते : 'मी जबाबदार आहे. सगळं काही ठीक होईल.' मुलांना सांभाळणं तुलनेने सोपं असतं; पण पालकांना योग्य मार्गावर ठेवणं खूप कठीण असतं. मुलांना नियंत्रित करण्यासाठी आधी त्यांना स्वतःवर नियंत्रण मिळवायला शिकावं लागतं.''

कॅरॉल अठरा वर्षांची असताना पूर्ण वेळ नॅनी (दाई अथवा आया - लहान मुलांचा सांभाळ करणारी स्त्री) बनली होती आणि तेव्हापासूनच अशा प्रकारच्या पालकांसोबत काम करत होती. लंडनमधील तिच्या पहिल्या नोकऱ्यांपैकी एक नोकरी ब्रिटिश पती असलेल्या एका अमेरिकन आईसोबत होती. ती आई असहायपणे

आपल्या अत्यंत संतापी मुलीकडे पाहत असे. ''ती लहानगी खरोखरच अतिशय रागावलेल्या अवस्थेत कॉफी टेबलवर फिरत असे,'' कॅरोलला आठवते, ''आणि आई फक्त तिला म्हणायची, 'तू खूप वाईट अवस्थेत आहेस, बाळा.' लहान मुलीचं रागावणं नैसर्गिक आहे, यात काहीच चुकीचं नाही. त्यांना त्यावर प्रतिक्रिया व्यक्त करण्याचे इतर मार्ग शिकवणं हे आपलं काम आहे.''

पॉल कुटुंब त्या अमेरिकन आईएवढे शांत स्वभावाचे नव्हते, पण शिस्त ठेवण्याच्या बाबतीत त्यांचा तेवढाच निरुपाय दिसत होता. जेव्हा वडील, टिम ऑफिसहून घरी येत आणि बैठकीची खोली खेळण्यांनी भरलेली असायची, तेव्हा ते एक हॉकी स्टिक घेऊन त्याने सगळी खेळणी कपाटात ढकलायचा. आई, सिंडी, एक माजी एअर होस्टेस (विमान परिचारिका) होती, त्यामुळे तिला वाईट वर्तन करणाऱ्या प्रौढांशी जुळवून घेण्याचा अनुभव होता. तिला या तिळ्यांमुळे खूप ताण जाणवत होता आणि त्यांना खेळणी गोळा करायला सांगण्याचा किंवा कपडे घालायला सांगण्याचा प्रयत्न करणंही तिने सोडलं होतं. जेव्हा नॅनी डेबने त्यांना स्वतःचे मोजे घालायला सांगितले, जे बालवाडीत जाणाऱ्या लहानग्यांसाठी काही अशक्य काम नव्हते, तेव्हा त्यातील लॉरेन नावाच्या मुलीने त्याला नकार दिला आणि मोजे घेऊन ती धावत आईकडे गेली. ती किंचाळून रडत होती, आणि आईला घट्ट धरून मदतीसाठी वारंवार याचना करत होती.

''हे हृदय पिळवटून टाकणारे आहे,'' श्रीमती पॉल म्हणाल्या. ''आता ती अर्धा तास हेच करेल. आता काही काळ खूपच वाईट असेल. जेव्हा तिचा स्वतःवरील ताबा सुटतो तेव्हा ती सातत्याने एकच प्रश्न विचारत राहते. त्या वेळी मी फक्त गोंधळून जाते. कशावरही लक्ष केंद्रित करू शकत नाही. मग मला सगळ्यांवर ओरडावंसं आणि त्यांना थेट झोपायच्या खोलीत पाठवावंसं वाटतं.''

या वेळीही मुलीचा विजय झाला. श्रीमती पॉलने तिच्या पायांत मोजे घातले, ज्यामुळे कॅरोल खूपच चिडली. ''साडेचार वर्षे झाली, ती रागावते आणि तुम्ही तिला तिच्या मनाप्रमाणे करू देता,'' कॅरोल श्रीमती पॉलला म्हणाली. ''ती दुसरीत जाईल तेव्हा तिचे काय होईल, जेव्हा ती आपली गणिते करणार नाही कारण तिला ती करायची नसतील!''

अशी दृश्ये पाहिल्यानंतर मुलांना मारणे हे आपले कर्तव्य आहे, असे पारंपरिकरीत्या पालकांना वाटते यावर विश्वास ठेवणं कठीण आहे. साधारणपणे 'दंड टाळल्यास मुलं बिघडतात' असंच मानलं जाई, आणि बिघडलेली मुलं हे अपयशी पालकत्वाचं सार मानलं जात असे. पुरिटन कॉटन माथर यांनी हे अजून थेटपणे सांगितले : 'नंतर नरकात जाण्यापेक्षा दंडित केले जाणे चांगले'. आम्ही काही फटके मारण्याचा सल्ला देत नाही, त्यातही मारझोड तर दूरच राहिली, पण

आमच्या मते, पालकांना स्वतःच्या शिस्तपालक भूमिकेची पुन्हा जाणीव होणे आवश्यक आहे. याचा अर्थ असा नाही की, मुलांबरोबर दुर्व्यवहार करणे, रागावणे किंवा त्यांना कठोर शिक्षा करणे आवश्यक आहे. तर याचा अर्थ तुमच्या मुलाच्या वर्तनाकडे लक्ष देणे आणि त्यानुसार योग्य बक्षीस किंवा शिक्षा देणे आवश्यक आहे.

तुम्ही लहानग्यास काही वेळाची सवलत देत असाल, किंवा किशोरवयीन मुलाचा वाहन चालवण्याचा अधिकार रद्द करत असाल, शिक्षेचे तीन मूलभूत पैलू आहेत : तीव्रता, गती, आणि सातत्य. अनेक लोक कठोर शिस्तीला तीव्र दंडांशी जोडतात; पण प्रत्यक्षात हा सर्वांत कमी महत्त्वाचा पैलू आहे. संशोधकांना आढळले आहे की, तीव्रतेचे महत्त्व खूपच कमी आहे आणि कधीकधी ते उलटे परिणामही करू शकते. सद्गुणांना प्रोत्साहन देण्याऐवजी, कठोर दंड मुलांना शिकवतो की जीवन क्रूर आहे आणि आक्रमकता योग्य आहे. शिक्षेची गती खूपच महत्त्वाची आहे, असे संशोधकांना मुलांसोबत तसेच प्राण्यांसोबत काम करताना आढळले आहे. प्रयोगशाळेतील उंदरांना त्यांच्या चुका शिकण्यासाठी, दंड साधारणपणे लगेचच दिला पाहिजे, शक्यतो चुकीच्या वर्तनानंतर एका सेकंदात. मुलांसाठी शिक्षा अगदी क्षणात देणं नेहमी आवश्यक नसतं; पण शिक्षा जितकी उशिरा दिली जाते, तितकी आपण केलेली चूक आणि तिच्यामागची मानसिक प्रक्रिया मूल विसरायची शक्यता वाढते.

शिक्षेचा सर्वांत महत्त्वाचा आणि पालकांसाठी सर्वांत कठीण भाग म्हणजे सातत्य. आदर्श परिस्थितीत, मुलांनी चुकीचं वागल्यावर पालकांनी त्वरित, पण संयमाने आणि मृदू पद्धतीने शिस्त लावली पाहिजे. जर काळजीपूर्वक आणि नियमितपणे केले गेले तर कठोर शब्दांचे दोन घावही पुरेसे ठरतात. सुरुवातीला ही पद्धत मुलापेक्षा पालकांसाठीच जास्त कष्टदायक ठरते. कधी थकव्यामुळे किंवा कधी सगळ्यांचा आनंद बिघडू नये म्हणून मुलाचं एखादं गैरकृत्य दुर्लक्षित करावं, माफ करावं असंही पालकांना वाटू शकतं. कधीकधी ते स्वतःलाच पटवून देतात, की त्यांना दयाळू बनायचे आहे. 'आपण चांगुलपणे वागू या आणि एकदाच हे सोडून देऊ या', असं एकमेकांना सांगत ते स्वतःला दिलासा देतात. पण सुरुवातीला जितकी जास्त जागरूकता ठेवली जाईल, तितकं पुढचं काम सोपं होतं. सातत्यपूर्ण शिस्त ही मुलांना सुशिक्षित, सुसंस्कृत बनवण्याकडे नेते.

सिंडी पॉलसारख्या पालकांना शिक्षेला सुरुवात करणे मनाला त्रासदायक वाटत असलं, तरी तासन्‌तास लहान मुलं आणि त्यांचे पालक यांचं निरीक्षण करणाऱ्या मानसशास्त्रज्ञ सुसन ओ'लिरी यांच्या मते, संक्षिप्त, शांत आणि सातत्यपूर्ण सूचना दिल्या तर मुलं त्याला चांगल्या प्रकारे प्रतिसाद देतात. जेव्हा पालकांच्या वागण्यात विसंगती असते; म्हणजे कधी ते चूक दुर्लक्षित करतात तर पुढच्या वेळी अति कडक शिक्षा देऊन त्याची 'भरपाई' करतात; तेव्हा ते स्वतःच्या भावनांवर नियंत्रण

ठेवण्याचं टाळत असतात. जेव्हा त्यांच्या मनात असेल, त्यांना छान वाटत असेल तेव्हा ते मुलांशी चांगले वागतात, आणि त्यांना राग आला किंवा मुलाची चूक 'जास्त' वाटली तर कडक शिक्षा देतात. विचार करा, मुलाच्या दृष्टीने हे कसं दिसत असेल? कधी तुम्ही काहीतरी गमतीशीर/ चतुरपणे बोलता आणि मोठी माणसं ते ऐकून हसतात. तर कधी तसंच बोलल्यावर फटका बसतो किंवा प्रिय गोष्टी करण्यापासून रोखले जाते. तुमच्या वागण्यातल्या अगदी किरकोळ किंवा कधीकधी जवळजवळ नकळत झालेल्या बदलांमुळे किंवा परिस्थितीतल्या छोट्या फरकांमुळे कधी शिक्षाच होत नाही, तर कधी अत्यंत कठोर शिक्षा मिळते. या अन्यायामुळे राग तर येतोच; पण तुम्ही हेही शिकता की, महत्त्वाचं तुमचं वागणं नसून; तुम्ही पकडले जाता की नाही, आणि त्या वेळी तुमचे पालक शिक्षा देण्याच्या मन:स्थितीत आहेत का नाहीत हे असतं. उदाहरणार्थ, तुम्ही शिकता की, रेस्टॉरंटमध्ये शिष्टाचार पाळण्याची गरज नसते, कारण मोठी माणसं सार्वजनिक ठिकाणी तुम्हाला शिस्त लावायला लाजतात.

''सार्वजनिक ठिकाणी मुलांना शिस्त लावणे आई-वडिलांना अवघड जाते, कारण त्यांना लोक काय म्हणतील याची चिंता वाटते,'' कॅरॉल म्हणते. ''लोक मला वाईट आई समजतील, अशी त्यांना भीती असते. पण हे सगळं मनातून काढून टाकायला हवं. मी जेव्हा एखादं मूल गैरवर्तन करत असल्यामुळे ते रेस्टॉरंटमधून बाहेर घेऊन जाते, तेव्हा लोक माझ्याकडे टक लावून बघतात, पण त्याकडे लक्ष देऊन चालत नाही. मुलासाठी योग्य ते करणं महत्त्वाचं असतं, आणि यात सातत्य असणं फार गरजेचं आहे. मुलांना काय योग्य आणि काय अयोग्य वर्तन आहे, हे मोठं होताना समजायला हवं.''

कॅरोलने पॉल यांच्या घरी त्यांच्या सातत्यपूर्ण शिस्तीचा वापर केला, तेव्हा त्याचे अक्षरशः आश्चर्यजनक परिणाम दिसून आले. तिचा आठवडाभराचा मुक्काम संपेपर्यंत तिळ्यांनी आपला बिछाना लावणे, आपली खोली आवरणं, खेळणी उचलून ठेवणं सुरू केलं होतं; लॉरेन मोठ्या अभिमानाने स्वतः मोजे घालू लागली होती; आणि त्यांचे आई-वडील शांत आणि आनंदी दिसत होते. किमान कार्यक्रमात तरी तसेच संपादन करून दाखवण्यात आले होते. कोणत्याही कार्यक्रमात नेहमीच गोंधळातून आनंदाकडे जाणारी एक कथा असते, तसंच ते दिसत होतं. पण नॅनी डेब आणि कॅमेरे निघून गेल्यावरही ही शिस्त खरोखर टिकून राहील का? मग आम्ही २०१०मध्ये म्हणजे कॅरोलच्या भेटीनंतर सहा वर्षांनी पॉल कुटुंबाशी संपर्क साधला. त्या वेळी श्रीमती पॉल यांनी हा प्रयोग दीर्घकालीन यशस्वी ठरल्याचं सांगितलं. ''आता आम्हाला काही मोठे प्रश्नच उरले नाहीत,'' त्या म्हणाल्या. टीव्हीवर दंगेखोर किंवा उपद्रवी म्हणून प्रसिद्ध झालेले चार वर्षांचे तिळे आता दहा

वर्षांचे झाले होते आणि ते शालेय कामात उत्तम कामगिरी करत शाळेच्या नेतृत्व मंडळावरही काम करत होते. घरीही ते त्यांच्या कामांची जबाबदारी घेत होते.

''नॅनी डेब येईपर्यंत मला कधी वाटलं नव्हतं, की ते ही सगळी कामं स्वतः करू शकतात,'' श्रीमती पॉल म्हणाल्या.

''मला वाटत होतं, त्यांच्याकडून एवढी अपेक्षा करणं म्हणजे जास्तच होईल; पण त्यांना फक्त मार्गदर्शन करणारं आणि त्यांनी काय करणं अपेक्षित आहे, हे त्यांना समजावून, चौकटीत आखून देणारं कुणी नव्हतं. 'जा आणि तुझी खोली स्वच्छ कर' असं सांगणं पालकांसाठी फार सोपं असतं, पण त्याने मुलाला काही अर्थबोध होत नाही. तुम्ही त्यांना भिंतीकडे बघायला सांगितलं तरी तेवढाच फरक पडेल. शिस्त म्हणजे त्यांच्या सोबत खोलीत जाऊन नेमकं काय करायचं ते दाखवणं, जसं कपड्यांची घडी कशी घालायची, ते कपाटात किंवा योग्य ड्रॉवरमध्ये कसे ठेवायचे हे शिकवणं.''

मिसेस पॉलने त्यांना हे काही वेळा करून दाखवलं की, नंतर मुले स्वतःच ते करू लागली. अर्थात, कधीकधी पालकांच्या थोड्या देखरेखीची गरज त्यांना भासत असे, आणि मुलांच्या ऐवजी स्वतःच काम करून टाकण्याच्या मोहाला बळी न पडण्याचा ठाम निर्धारही पालकांना करावा लागे. ''कधी कधी...'' मिसेस पॉल म्हणाल्या, ''...मी स्वयंपाकघरात येते तेव्हा त्यांचे सिरिअलचे बोल अजूनही तिथेच ठेवलेले असतात आणि मला ते उचलून स्वतः साफ करण्याची इच्छा होते. मुलांना शोधायला जाण्यापेक्षा ते माझ्यासाठी सोपं असतं. पण ती कुठेही असली तरी मला त्यांना परत बोलवून त्यांच्या स्वतःच्या प्लेट्स उचलायला सांगायचं आहे, हे लक्षात ठेवावं लागतं. असं करताना मला स्वतःलाच आत्मसंयम वापरावा लागतो.''

आणि इथेच पुन्हा एक ओळखीचा प्रश्न पालकांसमोर उभा राहतो : 'आत्मसंयम कसा कमवायचा आणि टिकवायचा?' जसं मिसेस पॉलना जाणवलं की, मुलांचे चुकीचे वागणे सोडून देणे जास्त सोपे आहे, तेव्हा शांतपणे, सातत्याने मुलांना शिस्त कशी लावायची? याचं उत्तर, नेहमीप्रमाणेच, ध्येय आणि मापदंड ठरवण्याची सुरुवात करणे हे आहे.

बाळांसाठी आणि रक्तपिपासू पिशाच्चांसाठी (दोहोंना लागू पडणारे) नियम

लहान मुले आणि दुष्टांसाठी नियम

मुलं नियम वाचायला किंवा घरकाम करायला शिकण्याच्या बऱ्याच आधी, ते स्वतःमध्ये आत्मसंयम शिकायला सुरुवात करू शकतात. बाळाला स्वतःचे स्वतः झोपायला शिकवण्याची एक विशिष्ट पद्धत, जिला फर्बरायझेशन म्हटले जाते तिचा अनुभव घेतलेला कोणताही पालक हे सांगेल. हा प्रकार एका व्हिक्टोरियन

काळातील बालसंवर्धनाच्या पुस्तकातील तंत्रावर आधारित आहे. या पद्धतीत पालकांना त्यांच्या नैसर्गिक प्रवृत्तीच्या विरुद्ध जाऊन, झोपेच्या वेळी एकटे सोडले असता बाळ रडत असलं तरी त्याकडे दुर्लक्ष करावं लागतं. रडणाऱ्या बाळाकडे लगेच धावत जाण्याऐवजी, पालकांनी ठरावीक वेळ त्याला रडू द्यायचं, मग थोडं सांत्वन द्यायचं, आणि पुन्हा ठरावीक वेळासाठी बाहेर यायचं. हा क्रम तोपर्यंत वारंवार चालू राहतो, जोपर्यंत बाळ रडणे आवरून पालकांच्या मदतीशिवाय स्वतः झोपायला शिकत नाही. हे करताना पालकांसाठी बाळाच्या हृदय पिळवटून टाकणाऱ्या रडण्याकडे जाणीवपूर्वक दुर्लक्ष करणे हे फार मोठे आत्मसंयमाचे काम असते. मात्र, सहसा बाळ खूप लवकर स्वतःला रडू न देता झोपवायला शिकतं. एकदा बाळाने हा आत्मसंयम मिळवला की सर्वांचंच भलं होतं : बाळाला झोपेच्या वेळी किंवा मध्यरात्री जाग आल्यानंतर भीती वाटत नाही, आणि पालकांनाही रात्रभर पाळण्याजवळ थांबून पहारा द्यावा लागत नाही.

आपण पाहिले आहे की, काही पालकांनी हा दृष्टिकोन एका वेगळ्या प्रकारे यशस्वीपणे वापरलेला आहे, विशेषतः बाळ रडून दूध मागते तेव्हा. रडणाऱ्या बाळाला तत्काळ दूध देण्याऐवजी आई आधी त्याला हे कळू देते की, तिच्याकडे त्याचा किंवा तिचा संदेश पोहोचला आहे; पण त्यानंतर आई काही क्षण थांबते, आणि मग बाळ शांत झाल्यावरच त्याला स्तनपान करवते किंवा बाटली देते. सुरुवातीला हे रडणे दुर्लक्षित करणे कठीण जाते आणि काही पालकांना तर असे वागणे खूप कडक किंवा क्रूरपणाचे वाटते. पण एकदा बाळ रडारड न करता अन्न मागता येते हे शिकले की, बाळ आणि पालक दोघेही अधिक शांत आणि आनंदी राहतात. मुलं शिकत असतात की, त्यांच्याकडे स्वतःवर थोडे नियंत्रण ठेवण्याची ताकद आहे; आपल्याकडून विशिष्ट प्रकारचे वर्तन अपेक्षित असते आणि कृतींना परिणाम असतात, हे त्यांना मिळणारे धडे त्यांचं वय वाढत जाईल तसे आणखी महत्त्वाचे ठरतात.

जवळजवळ सर्व तज्ज्ञ मान्य करतात की, मुलांना स्पष्ट नियमांची गरज असते आणि त्या नियमांचे पालन करण्याची जबाबदारी देणे हा त्यांच्या निरोगी वाढीतील एक महत्त्वाचा घटक आहे; पण नियम तेव्हाच उपयुक्त ठरतात जेव्हा मुलांना ते माहीत असतात आणि ते त्यांना समजतात. त्यामुळे नियम जितके स्पष्ट, तितके चांगले. नॅनी डेब्सला तिचे 'घरचे नियम' समजावण्यासाठी एक खास बैठक घेणे आवडते. नंतर ती प्रत्येक मुलाच्या खोलीत कामांची यादी लावते आणि त्यासोबत गुण नोंदवण्यासाठी एक लाकडी काठी ठेवते. मुलांनी आपला बिछाना नीट आवरला, खोली स्वच्छ केली किंवा भांडी धुतली की, ते त्या काठीवर एक रंगीत कडी (रिंग)चढवतात. प्रत्येक कडी त्यांना पंधरा मिनिटे टीव्ही पाहण्याची

किंवा व्हिडिओ गेम खेळण्याची परवानगी देते. पण जास्तीतजास्त एका दिवशी एका तासापर्यंत. जर मुलांनी काही गैरवर्तन केले, तर आधी त्यांना इशारा दिला जातो; आणि नंतरही त्यांनी ते वागणे सुरूच ठेवल्यास, पालक त्यातून एक रिंग काढून घेतात.

नियम सातत्याने पाळण्यासाठी पालकांनी एकमेकांशी आणि मुलांची काळजी घेणाऱ्या इतर व्यक्तींशी समन्वय ठेवणे गरजेचे असते, जेणेकरून सर्वांनाच अपेक्षा काय आहेत हे कळेल. मुलं जेव्हा खूप लहान असतात, तेव्हा बक्षिसे आणि शिक्षा यांची एक पद्धत आधीच ठरवावी आणि जेव्हा त्यांना यापैकी काही दिले जाते, तेव्हा ते का दिले आहे हे स्पष्टपणे सांगावे. ते मोठे होत जातील तसे त्यांना स्वतःची ध्येयं काय आहेत हे विचारणे अधिक उपयोगी ठरते. त्यांच्या महत्त्वाकांक्षा ऐकून तुम्ही योग्य प्रोत्साहन देत त्यांना त्या ध्येयांपर्यंत पोहोचण्यात मदत करू शकता. उदा., घरातील कामे केल्यावर काही पैसे देणे किंवा अतिरिक्त काम केल्यावर बोनस देण्याचे आश्वासन देणे. पण हे आर्थिक प्रोत्साहन खरोखर प्रभावी ठरावे यासाठी पालकांनीसुद्धा स्वतःवर काही प्रमाणात संयम आणि नियंत्रण ठेवणे आवश्यक आहे. किम्सना आठवा, त्यांनी त्यांची मुलगी सू हिला हवी असलेली कार दिली; पण फक्त ती मेडिकल स्कूलमध्ये तिला प्रवेश मिळाल्यानंतरच. निळसर रंगाची टोयोटा टर्सल तुम्हाला कदाचित तुमची स्वप्नातली गाडी ('ड्रीम कार') वाटणार नाही; पण सूसाठी ती अनमोल होती. तिने वर्षानुवर्षे ती प्रेमाने धुतली, तिला पॉलिश केले. शेवटी ती बिघडून टो करावी लागली, तेव्हा सू स्वतःच कोसळली आणि रडू लागली. कारण ती कार तिच्यासाठी खूप मोलाची होती, ती तिने कष्ट करून मिळवलेली गोष्ट होती.

सहाव्या वर्षी काही मुलं पैसे साठवायला शिकू शकतात, पण ते आव्हानात्मक असतं, हे मानसशास्त्रज्ञ ॲनेट ऑटो यांनी मुलांना एक खेळ खेळताना पाहून शोधलं. या खेळात मुलांना एक आकर्षक खेळणे मिळवण्यासाठी पैसे साठवता येत होते, पण त्याच वेळी ते मधल्या वेळेत दुसरी खेळणी किंवा काही गोड पदार्थ विकत घेण्यासाठीही खर्च करू शकत होते. बऱ्याच सहा वर्षांच्या मुलांनी खेळाच्या सुरुवातीला पैसे खर्च केले आणि नंतर त्यांच्याकडे हवे ते खेळणे घेण्यासाठी पुरेसे पैसे उरणार नाहीत हे त्यांना जाणवू लागले. (आणि मग त्यांनी साठवण्याचा प्रयत्नच सोडून दिला). त्याच्या उलट, काही नऊ वर्षांची आणि बरीच बारा वर्षांची मुलं मात्र आधी पूर्ण रक्कम साठवण्यात यशस्वी झाली, आणि मग उरलेले पैसे गोड पदार्थांवर खर्च करू लागली. भविष्याचे भान ठेवण्याच्या या वृत्तीला प्रोत्साहन देण्यासाठी, पालक मुलांना बचत खाते उघडण्यात मदत करू शकतात, बँक स्टेटमेंट्स तपासायला शिकवू शकतात, आणि उद्दिष्टे व बक्षिसे ठरवून देऊ

शकतात. संशोधनातून दिसून आले आहे की, बचत खाते उघडणारी मुले भविष्यात जास्त बचत करणारी बनतात. तसेच अशी मुलेही ज्यांच्या घरी पैशांबद्दल पालकांशी नियमित चर्चा होते.

काही पालक चांगल्या गुणांसाठी मुलांना पैसे देतात; तर काहींना हे योग्य वाटत नाही; कारण ते मानतात की मुलांनी ज्या गोष्टी करायलाच हव्यात अशा गोष्टींसाठी पैसे का द्यायचे? असे पैसे देण्याच्या विरोधातील सर्वांत ठोस युक्तिवाद मानसशास्त्रज्ञ ज्याला 'अतिन्यायीकरण परिणाम'(ओव्हरजस्टिफिकेशन इफेक्ट) म्हणजे जास्त बक्षिसे दिली तर नैसर्गिक आवड कमी होणे, म्हणतात त्या संकल्पनेवर आधारित आहे : बक्षिसे खेळाला कामामध्ये बदलतात. अधिक नेमकेपणाने सांगायचे तर, एखाद्या व्यक्तीला त्याला आवडणारी गोष्ट करण्यासाठी पैसे दिले तर तो त्या कामाकडे 'पैसे मिळवण्यासाठी करायचे काम' म्हणून पाहायला लागतो. या तर्कानुसार, मुलांना गुणांसाठी पैसे दिल्याने त्यांच्या अंतःप्रेरणेने शिकण्याचा आनंद कमी होईल का?

आम्हाला हा मुद्दा फारसा पटला नाही. सर्वांत पहिले म्हणजे गुण हे आधीच बाह्य बक्षीस आहेत. त्यामुळे पैसे जोडल्याने त्या व्यवस्थेत फारसा फरक पडत नाही आणि त्यामुळे अतिन्यायीकरण परिणामाचा 'शिकण्याच्या अंतर्गत प्रेमावर' काहीही परिणाम होत नाही. दुसरे म्हणजे, पैशासाठी चांगली कामगिरी करणे ही प्रौढ आयुष्याची एक वस्तुस्थिती आहे, त्यामुळे गुणांसाठी पैसे देणे ही त्यासाठीची योग्य पूर्वतयारी आहे. जरी असे खरे ठरले, की गुणांसाठी पैसे मिळाल्याने मुलांची शिकण्यामधील नैसर्गिक आवड किंचित कमी होते, तरीही हे मत लागूच पडते. (प्रामाणिकपणे सांगायचे झाले तर, आमच्या स्वतःच्या करिअरमधील संशोधनाचा आम्हाला जितका आनंद मिळाला आहे, तितका 'शिकण्याची आवड' हा प्रेरणास्रोत म्हणून कधीकधी जरा जास्तच कौतुकास्पद ठरतो का, अशी शंका आम्हालाही येते.) पैसा म्हणजे मूल्याचे प्रतीक आणि गुणांसाठी पैसे देणे म्हणजे समाज आणि कुटुंबाने शाळेला दिलेल्या उच्च मूल्याची स्पष्ट जाणीव मुलांना करून देणे होय, विशेषतः जेव्हा हे पैसे फक्त उत्कृष्ट कामगिरीसाठी राखून ठेवलेले असतात.

मुलांना फक्त शाळेत नियमित उपस्थित राहिल्याबद्दल पैसे देणे निश्चितच त्यांची विनामूल्य शाळेत जाण्याची इच्छा कमी करू शकते (जणू ते काही मोठं चिंतेचं कारण आहेच!). परंतु जर आपण त्यांना जास्त मेहनत घेऊन उत्कृष्टता दाखवल्याबद्दल पैसे देत असाल, तर त्यात वाईट काय आहे? गुणांसाठी पैसे देण्याबाबतच्या अनियमित प्रयोगांचे निष्कर्ष मिश्र आहेत. काही ठिकाणी त्याने फारसा फरक पडलेला नाही; पण काही ठिकाणी हे देणं लक्षणीयरीत्या प्रभावी ठरलेले आहे. घरच्या घरी हा प्रयोग करून बघण्यात आम्हाला काहीच चुकीचे वाटत नाही. हवे असल्यास तुम्ही रोख रकमेव्यतिरिक्तच्या बक्षिसांवरही ठाम राहू

शकता. पण हे लक्षात ठेवा की, तुम्हाला जर आत्मसंयम विकसित करायचा असेल, तर दिल्या जाणाऱ्या बक्षिसांमध्ये सातत्य असायला हवे. अचानक चांगले रिपोर्ट कार्ड मिळाल्यावर पाकिटातून काहीतरी काढून देऊ नका. त्यापेक्षा आधीच उद्दिष्टे ठरवा : जसे की, प्रत्येक 'अ' श्रेणीला किती पैसे, प्रत्येक 'ब'ला किती, कोणत्या विषयांना जास्त महत्त्व, इत्यादी. लहान मुलांसाठी कदाचित तुम्हालाच ही देयक पद्धती ठरवावी लागेल; पण मोठी मुले बोनस, दंड आणि दोन्ही बाजूंनी केल्या जाऊ शकणारे स्वाक्षरीचे औपचारिक करार यांवरही चर्चा करू शकतात. मुलं मोठी होत जातील तसे नियम आणि बक्षिसे बदलत जातील; पण कितीही अवघड वाटलं तरी एक शिस्तबद्ध व्यवस्था कायम ठेवणे महत्त्वाचे आहे. विशेषतः जेव्हा मुलांची 'धडकी भरवणारी' किशोरावस्था येते तेव्हाही हे लक्षात ठेवले पाहिजे.

पालकांच्या दृष्टीने किशोरवयीन मुलांचा प्रश्न असा असतो, की त्यांच्याकडे लहान मुलांसारखी आत्मसंयमाची क्षमता असते, पण इच्छा आणि हौशी मात्र प्रौढांसारख्या असतात.

नऊ किंवा अकरा वर्षांच्या आसपास निर्माण झालेला जो काही समतोल असतो, तो जैविक वाढीमुळे विस्कळीत होतो. कारण या वेळी नवीन लैंगिक व आक्रमक प्रेरणा, तसेच थरार शोधण्याची प्रवृत्ती उदयाला येते. काही अंशी, किशोरवयीन मुलांना माहीत असतं की, त्यांना मदतीची गरज आहे. म्हणूनच ते ट्वायलाइट कादंबऱ्यांच्या लाखो प्रती विकत घेतात. त्या कादंबऱ्यांमध्ये एडवर्ड (व्हॅम्पायर) आणि बेला (टीनएजर) दोघांनाही माहीत असतं, की जर त्यांनी आपलं प्रेम शारीरिक पातळीवर नेलं, तर बेला तिचं मानवी अस्तित्व कदाचित तिचं आयुष्यही गमावू शकते. म्हणून ते संघर्ष करतात :

एडवर्ड : झोपायचा प्रयत्न कर, बेला.
बेला : नाही, तू पुन्हा माझं चुंबन घे, मला ते हवं आहे.
एडवर्ड : माझे स्वतःवर फारच नियंत्रण आहे असा तुझा समज आहे.
बेला : तुला जास्त कशाचा मोह पडतोय, माझ्या रक्ताचा की माझ्या शरीराचा?
एडवर्ड : दोन्हीचा सारखाच मोह आहे.

त्यांचा हा संघर्ष हेच ते लोकप्रिय ठरलेले आकर्षण होते, ज्यामुळे १९व्या शतकातील (Self-Control) 'सेल्फ कंट्रोल' आणि (Discipline) 'डिसिप्लिन'सारख्या नावांच्या रोमँटिक कादंबऱ्या सर्वाधिक खपाच्या ठरल्या. (या दोन्ही कादंबऱ्या मेरी ब्रुनटन यांनी लिहिल्या होत्या आणि त्यांची विक्री त्यांची समकालीन लेखिका जेन ऑस्टिनपेक्षाही जास्त होती). १९व्या शतकातील शेतकऱ्यांना त्यांच्या मुलांबद्दल चिंता होती. औद्योगिक शहरांमधील नव्याने मिळू लागलेले स्वातंत्र्य

त्यांना मोहात पाडेल की काय, असे त्यांना वाटायचे. पण आजच्या उपनगरांमधील आणि इंटरनेटवरील प्रलोभनांच्या तुलनेत ती प्रलोभने अत्यंत सौम्य होती. आजच्या किशोरवयीन मुलांना जरी व्हॅम्पायर होण्याचा कुठलाही धोका नसला, तरी एडवर्ड काय अनुभवतो ते हे मुले समजू शकतात, जेव्हा तो बेलाला म्हणतो :

"तुझ्यासोबत असताना मी कधीही, कोणत्याही परिस्थितीत, (स्वतःवरील) नियंत्रण गमावू शकत नाही."

जोपर्यंत किशोरांच्या ऊर्जेला आणि प्रवृत्तीला योग्य तेवढं स्वनियंत्रण मिळत नाही तोपर्यंत पालकांकडे एक कठीण काम असतं – कडक बाह्य नियंत्रण पुरवणं आणि त्याच वेळी त्या मुलाला मोठ्या व्यक्तीसारखं वागवायला सुरुवात करणं. या कामासाठी त्यांचं अजिबात कौतुक होणार नसतं किंवा कुणी कृतज्ञता व्यक्त करणार नसतं. कदाचित, यातील सुवर्णमध्य म्हणजे किशोरवयीन मुलांना नियम बनवण्याच्या प्रक्रियेत जास्त सहभाग देणं, तेही सर्व जण शांत, आरामशीर आणि पुरेशी झोप झालेल्या अवस्थेत असतील तेव्हा, न की मुलगा/मुलगी रात्री दोन वाजता घरी आले असतील तेव्हा! जर किशोर स्वतः नियम ठरवण्यात मदत करत असतील, तर त्यांना ते नियम त्यांना पालकांची क्षणिक लहर न वाटता स्वतः केलेले व्यक्तिगत संकल्प वाटू लागतात. जर त्यांनी परस्पर चर्चा करून घरात येण्याची वेळ ठरवली असेल, तर त्यांनी त्या वेळेचे पालन करण्याची, त्या नियमाचा आदर करण्याची किंवा किमान तो मोडल्यास त्याचे परिणाम स्वीकारण्याची शक्यता जास्त असते. आणि जेवढे जास्त ते स्वतःच उद्दिष्ट निर्धारणात सामील होतात, तेवढीच पुढच्या टप्प्याकडे म्हणजे स्वयंनियंत्रणातील निरीक्षणाकडे जाण्याची शक्यता वाढते.

चंचल नजर (Wandering Eyes)

स्टॅनफर्ड विद्यापीठाजवळ लहान मुलांवर केलेल्या आपल्या प्रसिद्ध मार्शमेलो प्रयोगांपूर्वी, वॉल्टर मिशेल यांनी त्रिनिदादमध्ये काम करताना स्वयंनियंत्रणाविषयी एक वेगळाच शोध लावला. तेथे ते जाताना त्यांचा उद्देश जातीय पूर्वग्रहांचा अभ्यास करण्याचा होता. ग्रामीण त्रिनिदादमध्ये दोन मुख्य जातीय गट होते – एक आफ्रिकन वंशाचा आणि दुसरा भारतीय वंशाचा. दोघांनीही एकमेकांबद्दल नकारात्मक; पण भिन्न प्रकारचे पूर्वग्रह बाळगले होते. भारतीयांच्या मते, आफ्रिकन लोक भविष्यकाळाचा फारसा विचार करत नाहीत आणि साठवण्याऐवजी लगेच उपभोगून टाकण्याकडे त्यांचा कल असतो. तर आफ्रिकन लोकांच्या मते, भारतीय हे कंटाळवाणे, 'फक्त बचत करणारे' लोक असून त्यांच्यात जीवनाचा उत्साहच नाही. हे पूर्वग्रह तपासण्यासाठी मिशेल यांनी दोन्ही गटांतील मुलांना दोन चॉकलेट बारपैकी एक निवडण्यास सांगितले. एक चॉकलेट बार आकाराने मोठा आणि किमतीने दहा

पट महाग होता, परंतु तो मिळवण्यासाठी मुलाला एक आठवडा थांबावे लागले असते. दुसरा बार लहान व स्वस्त होता, पण तो लगेच मिळत होता.

मिशेल यांना काही प्रमाणात जातीय पूर्वग्रहांना पुष्टी देणारे निष्कर्ष मिळाले. पण या प्रयोगातून त्यांना त्यापेक्षा खूप मोठा आणि अर्थपूर्ण असा परिणाम दिसून आला. ज्या मुलांच्या घरी वडील उपस्थित होते, ती मुले उशिराने मिळणारे पारितोषिक निवडण्यास इतरांच्या तुलनेत जास्त तयार होती. बहुतेक जातीय व वांशिक फरक या गोष्टीने स्पष्ट होऊ शकत होते, कारण बहुतेक भारतीय मुलांच्या घरी दोन्ही पालक राहत होते; तर आफ्रिकन मुलांपैकी बरेच जण घरी एकट्या आईसोबत राहत होते. आफ्रिकन कुटुंबांमध्ये स्वतंत्रपणे विश्लेषण केल्यावरही वडिलांच्या उपस्थितीचे मूल्य स्पष्ट झाले. वडिलांसह राहणाऱ्या सुमारे निम्म्या मुलांनी उशिराने मिळणारे पारितोषिक निवडले, पण वडिलांविना घरातील एकाही मुलाने प्रतीक्षा करणे निवडले नाही. तसेच, वडिलांशिवाय राहणाऱ्या भारतीय मुलांपैकीदेखील एकाही मुलाने प्रतीक्षा करण्याची तयारी दाखवली नाही.

हे निष्कर्ष १९५८मध्ये प्रकाशित झाले; पण त्या वेळेस किंवा पुढील काही दशकांत त्याकडे फारसे लक्ष गेले नाही. त्या काळात एक पालक असलेल्या कुटुंबांमध्ये वाढण्याचे काही तोटे असू शकतात, असं सुचवणंदेखील संशोधकांच्या करिअरसाठी धोकादायक होते. (डॅनियल पॅट्रिक मोयनिहॅन यांना असे सूचित केल्याबद्दल तीव्र टीकेला सामोरे जावे लागले.) १९६०च्या दशकात केंद्रीय धोरणे, सामाजिक नियम आणि घटस्फोट दरांमध्ये झालेल्या बदलांमुळे एकाच पालकाकडे (बहुतेक वेळा आईकडे) वाढणाऱ्या मुलांची संख्या खूप वाढली. कुणालाही त्या मातांवर टीका करायची नव्हती. आम्हालाही त्यांच्या कष्टांबद्दल आणि समर्पणाबद्दल कोणतीही नकारात्मक भूमिका घ्यायची नाही. पण जसजसा काळ जाऊ लागला, तसतसे मिशेल यांच्या निष्कर्षांसारखे इतर अनेक निष्कर्ष एवढ्या प्रमाणात जमा झाले की, त्यांच्याकडे दुर्लक्ष करणे अशक्य झाले. अनेक अपवाद असले तरी, ज्यात बिल क्लिंटन आणि बराक ओबामा यांचाही समावेश होतो, तरी एक सामान्य नियम असा दिसून आला की, एकाच पालकाकडे वाढणारी मुले दोन पालकांबरोबर वाढणाऱ्या मुलांइतकी चांगली प्रगती करत नाहीत. संशोधकांनी सामाजिक-आर्थिक परिस्थिती आणि इतर घटकांचे नियंत्रण केले तरीही, असे दिसून आले आहे की दोन पालक असलेल्या कुटुंबातील मुले शाळेत चांगले गुण मिळवतात. ती अधिक निरोगी असतात आणि भावनिकदृष्ट्या अधिक संतुलितही. त्यांचे सामाजिक जीवन अधिक समाधानकारक असते आणि त्यांचा समाजविघातक कृत्यांमध्ये नगण्य सहभाग असतो. त्यांना उच्च स्तरीय विद्यापीठात प्रवेश मिळण्याची शक्यता जास्त असते आणि त्यांची तुरुंगात जाण्याची शक्यता कमी असते.

हे घडण्याची एक शक्यता अशी असू शकते की, एकाच पालकाकडे वाढणाऱ्या मुलांची स्व-नियंत्रणाच्या बाबतीत आनुवंशिक पातळीवरच काहीशी कमकुवत सुरुवात होते. कारण, जर वडील (किंवा आई, जे कुणी असेल ते) कुटुंब सोडून गेले असतील, तर त्यांच्यात आवेगी वर्तनाची प्रवृत्ती किंवा कमी स्व-नियंत्रणाची जनुके असण्याची शक्यता असते; आणि तीच जनुके त्यांच्या मुलांनाही मिळू शकतात. काही संशोधकांनी यावर उपाय म्हणून अशा मुलांचा अभ्यास केला, ज्यांच्या वडिलांची अनुपस्थिती कुटुंब सोडून गेल्यामुळे नव्हे, तर इतर कारणांमुळे (उदा., नोकरीनिमित्त परदेशात बराच काळ राहणे, किंवा अकाली मृत्यू) होती. अपेक्षेप्रमाणे, त्या मुलांवरील परिणाम मध्यम स्वरूपाचे होते. त्यांच्यात काही कमतरता दिसल्या, पण त्या स्वेच्छेने कुटुंब सोडून गेलेल्या वडिलांच्या मुलांइतक्या गंभीर नव्हत्या. एकूणच पुराव्यांवरून असे दिसते की, नेहमीप्रमाणेच, मुलांचे घडणे हे जनुके आणि पर्यावरण यांच्या मिश्रणातून घडते.

जनुकांची भूमिका काहीही असली, तरी एकल पालक असलेल्या कुटुंबांमध्ये मुलांवर परिणाम करणारा एक स्पष्ट पर्यावरणीय घटक आहे. त्यांच्यावर लक्ष ठेवणाऱ्या डोळ्यांची संख्या कमी असते. निरीक्षण/निगराणी हा आत्मशिस्तीचा अत्यंत महत्त्वाचा भाग आहे, आणि दोन पालक हे सर्वसाधारणपणे निरीक्षणाचे काम अधिक चांगल्या प्रकारे करू शकतात.

एकल पालक इतक्या मूलभूत कामांत, जसे की घरात अन्न आणणे, मुलाचे आरोग्य सांभाळणे, बिले भरणे, इत्यादींत अडकलेले असतात, की साहजिकच त्यांना नियम बनवणे आणि ते पाळले जात आहेत की नाही हे पाहणे याला कमी प्राधान्य द्यावे लागते. दोन पालक हे काम विभागून घेऊ शकतात, त्यामुळे दोघांकडेही मुलाचे चारित्र्य घडवण्यासाठी जास्त वेळ आणि ऊर्जा उपलब्ध होते. निरीक्षण करणारे प्रौढ डोळे जास्त असतील, तर ते नक्की फरक घडवतात आणि तो फार दीर्घ काळ टिकणारा फरक असतो, हे साठ वर्षांपूर्वी सुरू झालेल्या एका अभ्यासाच्या निष्कर्षांवरून दिसते.

१९४०च्या दशकाच्या सुरुवातीला बालगुन्हेगारी थांबवण्याच्या प्रयत्नांत, समुपदेशकांनी महिन्यातून दोन वेळा २५०हून अधिक मुलांच्या घरी भेटी दिल्या. त्यांनी कुटुंब, घर आणि मुलांच्या जीवनाबद्दल निरीक्षणे नोंदवली. हा अभ्यास सुरू झाला तेव्हा मुलांचे सरासरी वय सुमारे दहा होते आणि संपला तेव्हा सुमारे सोळा. काही दशकांनंतर, जेव्हा ही मुले मोठी झाली आणि चाळीस-पन्नाशीच्या वयात पोहोचली, तेव्हा या नोंदींचा अभ्यास संशोधक जोन मॅककॉर्ड यांनी केला. त्यांनी किशोरवयातील अनुभव आणि त्यानंतरच्या प्रौढ जीवनातील, विशेषतः गुन्हेगारी वर्तनातील, संबंध पाहिले. किशोरवयात प्रौढांकडून मिळणाऱ्या कमी निगराणीचा

पुढील आयुष्यातील गुन्हेगारी वर्तनाशी अत्यंत मजबूत संबंध दिसून आला. समुपदेशकांनी मुलांच्या शाळेबाहेरील क्रियाकलापांवर एखादा प्रौढ किती वेळा लक्ष ठेवतो – नेहमी, कधीकधी, की क्वचित – याची नोंद केली होती. किशोर जर अधिक वेळ प्रौढांच्या देखरेखीखाली असतील, तर नंतर त्यांच्या वैयक्तिक किंवा मालमत्तेसंबंधी गुन्ह्यांसाठी दोषी ठरण्याची शक्यता तितकीच कमी होती.

कित्येक दशकं गेली असली तरी पालकांच्या निगराणीचे मूल्य कमी झालेले नाही. मारिजुआना वापराबद्दलच्या अलीकडील एकत्रित केलेल्या अभ्यासांत, एकूण पस्तीस हजारांहून अधिक सहभागींच्या माहितीवरून, पालकांच्या देखरेखीचा ठोस संबंध दिसून आला. पालक मुलं कुठे आहेत, काय करत आहेत, कोणाबरोबर फिरतात, यावर लक्ष ठेवतात तेव्हा मुलं बेकायदेशीर अमली पदार्थ वापरण्याची शक्यता खूपच कमी असते. कमी निगराणी असलेल्या घरांमध्ये ही शक्यता जास्त दिसते. याचप्रमाणे, मधुमेही मुलांच्या अलीकडील अभ्यासांतही असे दिसून आले आहे की, पालकांच्या देखरेखीचे अनेक फायदे असतात. किशोरवयीन मुलांची आत्मसंयमन क्षमता तेवढीच जास्त असते, जेवढी त्यांच्या पालकांना शाळेनंतर आणि रात्री ते कुठे आहेत, मोकळा वेळ कसा घालवतात, त्यांचे मित्र कोण आहेत आणि ते पैसे कसे खर्च करतात, याची माहिती असते. टाईप १ मधुमेह लवकर होतो आणि मुख्यतः तो आनुवंशिक कारणांमुळे असतो, तरीही ज्या किशोरवयीन मुलांमध्ये उच्च आत्मसंयमन आणि पालकांकडून जास्त देखरेख असते, त्यांचे रक्तातील साखरेचे प्रमाण कमी असते (म्हणून मधुमेहाचे त्रासही कमी होतात). खरं तर, मुलाच्या कृती, मित्र आणि खर्चाच्या सवयी यांवर लक्ष ठेवणारे आई किंवा वडील असल्यास, आत्मसंयमन कमी असले तरी मधुमेहाची तीव्रता काही प्रमाणात कमी करता येते.

मुलांवर जितकी अधिक देखरेख ठेवली जाते, तितक्या अधिक संधी त्यांना आत्मसंयमन विकसित करण्यासाठी मिळतात. पालक त्यांना आधी उल्लेख केलेल्या इच्छाशक्ती वाढवणाऱ्या सरावांतून मार्गदर्शन करू शकतात, जसे की सरळ बसणे, नेहमी व्याकरणदृष्ट्या बरोबर बोलणे, वाक्यांची सुरुवात 'मी'पासून न करणे, आणि 'हो'ऐवजी 'हं' न म्हणणे. मुलांना आत्मसंयमनाची स्नायुशक्ती वाढवायला मदत करणारी कोणतीही गोष्ट उपयुक्त ठरू शकते, जसे की संगीताचे धडे घेणे, कविता पाठ करणे, प्रार्थना म्हणणे, जेवणाच्या शिष्टाचारांचे पालन करणे, शिवीगाळ टाळणे, धन्यवादाची चिठ्ठी लिहिणे.

इच्छाशक्ती बळकट करताना मुलांना हेही शिकायला हवे की, कधी इच्छाशक्तीवर अवलंबून राहू नये. स्टॅनफर्डजवळ मिशेल यांनी केलेल्या मार्शमॅलो प्रयोगात अनेक मुलांनी मार्शमॅलोकडे सरळ बघत राहून व स्वतःला मजबूत राहण्यास

भाग पाडून मोहावर मात करण्याचा प्रयत्न केला. याचा उपयोग झाला नाही. प्रतिबंधित मार्शमेलोकडे एकटक बघत राहिल्यामुळे त्याच्या आकर्षणाची सतत आठवण होत राहिली; आणि इच्छाशक्तीचा ताण क्षणभर कमी होताच त्यांनी ते उचलून खाल्ले. याउलट, जी मुलं थांबू शकली म्हणजे दोन मार्शमेलो मिळण्यासाठी पंधरा मिनिटे वाट पाहू शकली, त्यांनी हे सहसा स्वतःचे लक्ष विचलित करून साध्य केले. त्यांनी डोळे झाकले, पाठ फिरवली, बुटाच्या लेसशी खेळू लागले. या मार्शमेलो प्रयोगामुळे काही संशोधकांनी असे निष्कर्ष काढले की, 'इच्छाशक्ती वाढवण्यापेक्षा लक्ष नियंत्रण करणे जास्त महत्त्वाचे आहे', पण आम्ही तसे मानत नाही. हो, लक्ष नियंत्रित करणे महत्त्वाचे आहे; पण लक्ष नियंत्रित करण्यासाठी इच्छाशक्ती लागते.

जिंकण्यासाठी खेळणे

अर्धशतकाहून अधिक काळ दूरदर्शनने मुलांचे लक्ष इतर उपक्रमांकडून हटवले आहे, आणि तितकाच काळ त्यांच्यात दिसणाऱ्या जवळजवळ प्रत्येक वाईट गोष्टीसाठी दूरदर्शनला दोष दिला गेला आहे. आम्हाला त्या सर्वसाधारण टीव्ही-दोषारोपात सामील व्हायचे नाही, कारण आम्ही मुलांना दूरदर्शनमधून अनेक उपयोगी गोष्टी शिकताना पाहिले आहे. परंतु एक गोष्ट जी ते शिकत नाहीत ती म्हणजे त्यांचे लक्ष कसे नियंत्रित करायचे. यशस्वी दूरदर्शन कार्यक्रम लक्ष वेधून घेण्यात आणि टिकवून ठेवण्यात तरबेज असतात आणि त्यासाठी इतर विरंगुळ्यासारखा मानसिक ताण किंवा बौद्धिक मेहनत लागत नाही. वेब सर्फिंग तितके निष्क्रिय नाही; पण ते फारसे शिस्त शिकवत नाही, विशेषतः जर तुम्ही एका साइटवरून दुसऱ्यावर अशा चटकन साइट्स फक्त बदलत असाल आणि ट्विट किंवा छोट्या पोस्टपेक्षा दुसरं मोठं काहीच वाचण्यासाठी कुठे थांबत नसाल.

मग मुलांनी आपले लक्ष एखाद्या संदेशापेक्षा मोठ्या आणि यूट्यूब व्हिडिओपेक्षा अधिक आव्हानात्मक गोष्टींवर कसे केंद्रित करायला शिकावे? नेहमीचा सल्ला असा असतो की, त्यांना पुस्तकं वाचायला लावा. त्याला आम्ही पूर्ण पाठिंबा देतो. (कोणता लेखक देणार नाही?) पण वाचनाशिवाय, वाचायला शिकण्याच्या वयाची होण्याच्या आधीपासूनच योग्य प्रकारचे खेळ खेळूनही मुलं लक्ष केंद्रित करण्याचा सराव करू शकतात. अलीकडच्या काळातील काही सर्वांत यशस्वी आत्मसंयमन कार्यक्रम रशियन मानसशास्त्रज्ञ लेव्ह व्हायगॉटस्की आणि त्याच्या सहकाऱ्यांच्या सार्वकालिक प्रयोगांवर आधारित आहेत. त्यांनी विशेष प्रकारच्या कामांमधील मुलांची कौशल्ये वाढवण्यासाठी खेळाचा वापर केला. या प्रयोगांमधील मुलांना सामान्यतः जास्त वेळ स्थिर उभे राहता येत नव्हते. पण जर त्यांनी पाहरेकरी असल्याचे नाटक केले, तर त्यांची स्थिर उभे राहण्याची क्षमता वाढली. त्याचप्रमाणे,

जर त्यांनी दुकानात जाऊन काही वस्तू खरेदी करायच्या आहेत असे नाटक केले, तर शब्दांची यादी लक्षात ठेवणे त्यांना खूप सोपे जायचे. हे परिणाम 'टूल्स ऑफ द माइंड' नावाच्या बालवाडीतील कार्यक्रमात वापरले गेले. हा कार्यक्रम मुलांना आधीच (किमान काही अंशी) नियोजित केलेले आणि काही मिनिटांपेक्षा जास्त काळ चालणारे, कधीकधी तर काही दिवस चालणारे, कल्पनारम्य खेळ खेळायला प्रोत्साहित करतो. आपण अगोदरच पाहिल्याप्रमाणे, आत्मसंयमनाचा मोठा भाग म्हणजे आपल्या वर्तनाला काळाच्या प्रवाहात एकसंधपणे जोडून ठेवणे होय, जसे की भविष्यातील फायद्यासाठी तत्काळ मिळणारे आनंद टाळणे. म्हणूनच एखादा खेळ काही दिवस खेळत राहिल्याने लहान मुलांची दीर्घकालीन विचार करण्याची सुरुवात होते. इतर मुलांसोबत दीर्घ काळ चालणारा नाट्यात्मक खेळ करण्यासाठी त्यांना लक्षावर नियंत्रण ठेवावे लागते आणि त्यांच्या नाटकातील भूमिकेत टिकून राहावे लागते. 'घर-घर', 'सैनिक-सैनिक' सारखे अगदी साधे कल्पनारम्य खेळदेखील मुलांना नाटकातील पात्रामध्ये राहण्याची आणि इतर मुलांशी संवाद साधताना खेळाचे नियम पाळण्यासाठी बाध्य करतात. स्वतंत्र संशोधनातून दिसून आले की, 'टूल्स ऑफ द माइंड'मध्ये सहभागी झालेल्या मुलांची आत्मनियंत्रण क्षमता, पारंपरिक बालवाड्यांत जाणाऱ्या मुलांच्या तुलनेत, प्रमाणित प्रयोगशाळा चाचण्यांमध्ये लक्षणीयरीत्या चांगली होती.

आजच्या काळात टीकेचे लक्ष्य बनलेल्या व्हिडिओ गेम्समधूनही मोठ्या मुलांना याच फायद्यांपैकी काही फायदे मिळू शकतात. आम्हाला हे मान्य आहे की, काही खेळ निरर्थक असतात, काहीतील हिंसा अनाठायी असते आणि काही मुलं रोज खूप वेळ डिजिटल शत्रूंची शिकार करण्यात घालवतात. परंतु ज्याप्रमाणे जुने कॉमिक बुक वाईट परिणाम करतात असे इशारे खोटे ठरले होते, त्याचप्रमाणे बहुतेक लोकप्रिय टीकांमध्ये तितकासा वैज्ञानिक आधार दिसत नाही, असे लॉरेन्स कुटनर आणि शेरिल ऑल्सन सांगतात. या हार्वर्ड संशोधकांनी उपलब्ध साहित्य तपासल्यानंतर आणि माध्यमिक शाळेतील मुलांवर स्वतःचे संशोधन केल्यानंतर असा निष्कर्ष काढला की, बहुतेक मुलांना व्हिडिओ गेम्समुळे काहीही अपाय होत नाही आणि या खेळांतून त्यांना तितकेच फायदे मिळू शकतात, जितके संगीताचा सराव, खेळ, किंवा शिस्त लागणारे इतर छंद यातून मिळतात. जटिल संगणकीय खेळात यशस्वी व्हायचे असेल तर लक्ष केंद्रित करणे, गुंतागुंतीचे नियम शिकणे आणि उद्दिष्ट साध्य करण्यासाठी अचूक पद्धतींचा अवलंब करणे आवश्यक असते. टेलिव्हिजन पाहण्यापेक्षा यात खूप अधिक शिस्त लागते.

सुदैवाने, आत्मसन्मान चळवळीने व्हिडिओ गेमच्या उद्योगात पाय रोवला नाही. याचे कारण म्हणजे बहुधा मुलांना असे गेम कंटाळवाणे वाटले असते, ज्यांची सुरुवातच 'तू किती महान खेळाडू आहेस', अशा घोषणांनी झाली असती.

त्याऐवजी, मुलांनी असे खेळ पसंत केले आहेत, ज्यात त्यांना नवखे खेळाडू म्हणून अगदी खालच्या पातळीवरून सुरुवात करावी लागते आणि आपल्या कामगिरीतून सन्मान मिळवावा लागतो. कौशल्य मिळवण्यासाठी ते वारंवार अपयश पत्करतात. सर्वसाधारणपणे, एखाद्या किशोरवयीन मुलाने हजारो डिजिटल मृत्यू आणि आभासी फजिती अनुभवल्या असतात; तरीसुद्धा तो पुन्हा प्रयत्न करण्याइतका आत्मसन्मान टिकवून ठेवतो. पालक आणि शिक्षक लोक सर्वांना बक्षिसे देण्याच्या धोरणाची बाजू घेत असताना, मुलं अधिक कठोर निकष असलेले खेळ शोधत राहिली. खेळाडूंना एकामागे एक राक्षसी प्राण्यांचा वा क्रूर काल्पनिक योद्ध्यांचा पराभव करण्यासाठी एकाग्रता लागते; आभासी सोने खणण्यासाठी संयम हवा; नवीन तलवार किंवा हेल्मेट खरेदी करण्यासाठी काटकसर करावी लागते.

मुलांवर खेळांचा प्रभाव आहे याची खंत बाळगण्यापेक्षा, गेम डिझायनर्सनी विकसित केलेल्या तंत्रांचा आपण उपयोग करायला हवा. त्यांनी स्पष्ट आणि साध्य होणारी उद्दिष्टे ठरवणे, तत्काळ प्रतिसाद देणे आणि लोक सतत सराव करत राहावेत व सुधारत राहावेत म्हणून पुरेसे प्रोत्साहन देणे; या आत्मसंयमनाच्या मूलभूत टप्प्यांना अधिक विकसित केले आहे. लोक खेळांमध्ये किती मेहनत करतात हे पाहिल्यानंतर, नव्या उपक्रमणाची सुरुवात करणाऱ्या काही व्यक्ती शाळा, कार्यस्थळे आणि डिजिटल सहकार्यासाठी वापरण्यासाठी जीवनाचे 'गेमिफिकेशन' (खेळातील नियम, बक्षिसे, गुण, स्पर्धा, यांसारखे घटक वापरून गैर-खेळ क्षेत्रांमध्ये लोकांना प्रेरित करणे) करण्याचा प्रयत्न करत आहेत. त्यासाठी ते यातीलच तंत्रांचा जसे की, 'क्वेस्ट्स' (खेळातील उद्दिष्टपूर्तीसाठी साहसी मोहीम) तयार करणे आणि लोकांना 'लेव्हल अप' (कौशल्य वाढवणे) करण्याची संधी देणे, याचा उपयोग करतात. व्हिडिओ गेम्स जुन्या सद्गुणांना नवी चकाकी देतात. यश हे अटींच्या अधीन असते; पण जोपर्यंत तुमच्यात पुन्हा पुन्हा प्रयत्न करण्याचे शिस्तबद्ध धैर्य आहे तोपर्यंत ते पूर्णपणे साध्य करता येते.

१०

डाएटिंगमुळे तयार झालेलं मोठं संकट

'पोटाशी वाद घालणे कठीणच, कारण त्याला कान नसतात.'

–प्लूटार्क

'मी हे पुन्हा कसं होऊ दिलं?'

–ओप्रा विन्फ्रे

सगळ्या समृद्ध देशांत सपाट पोट हवे असण्याइतकी लोकांच्या मनात इतर कोणती सार्वत्रिक इच्छा नाही. आपण जितके पैसे कमावतो आणि जितके पैसे डाएट इंडस्ट्रीला देतो, तितकं ते आदर्श अधिकच अशक्य वाटू लागतं. प्रत्येक वर्षी नववर्षाच्या संकल्पांमध्ये वजन कमी करणं हा सगळ्यात लोकप्रिय संकल्प असतो आणि वर्षानुवर्षे एक डाएट सोडून दुसरं डाएट. दीर्घ काळात, बहुसंख्य डाएट करणारे अपयशी ठरतात. म्हणूनच, आम्ही तुम्हाला कायमचं सडपातळ शरीर हमखास मिळेल असं सांगणार नाही. पण आम्ही एवढं नक्की सांगू शकतो की, कोणत्या पद्धतींनी वजन कमी होण्याची शक्यता जास्त असते, आणि त्यासाठी सुरुवातीला चांगली बातमी म्हणजे : जर तुम्ही खरंच तुमचं वजन नियंत्रित करण्याबद्दल गंभीर असाल, तर तुम्ही पुढील तीन नियम शिस्तीत पाळले पाहिजेत.

१. कधीही डाएट करू नका.
२. कधीही चॉकलेट किंवा कोणताही खाद्यपदार्थ कायमचा सोडण्याची शपथ घेऊ नका.
३. स्वतःचा असो वा दुसऱ्यांचा, वजन जास्त असण्याचा आणि इच्छाशक्ती कमी असण्याचा संबंध कधीही जोडू नका.

यंदा दहा पाउंड वजन कमी करण्याचा तुमचा निश्चय पाळला गेला नसेल, तर त्याचा अर्थ असा होत नाही की, तुम्ही लगेच डाएट सुरू करावे किंवा गोडाला हातच लावू नये. आणि तुम्ही इतर गोष्टी साध्य करण्याच्या तुमच्या क्षमतेवरचा विश्वास तर मुळीच गमावू नये, कारण जरी बऱ्याच लोकांना वाटत असले तरी, वजन जास्त असणे म्हणजे इच्छाशक्ती कमी असते, असा ठोकताळा बरोबर नाही. काही आधुनिक अमेरिकन लोकांना विचाराल, की ते इच्छाशक्ती कुठे वापरतात, तर त्यांच्या यादीत सर्वांत पहिला क्रमांक 'डाएटिंग'चाच येईल. अनेक तज्ज्ञांनीही दशकानुदशके हेच गृहीत धरले आहे. व्यावसायिक परिषदांमध्ये आणि वैज्ञानिक नियतकालिकांमध्ये जेव्हा संशोधकांना आत्मसंयमनाच्या एखाद्या समस्येचे उदाहरण द्यायचे असते, तेव्हा इतर कुठल्याही प्रकारच्या उदाहरणांपेक्षा जास्त ते प्रामुख्याने डाएटिंगचं उदाहरण वापरतात.

परंतु अलीकडे संशोधकांनी शोधलं आहे की, सगळ्यांना वाटतो त्यापेक्षा आत्मसंयमन आणि वजन कमी होण्याचा थेट संबंध अगदी कमी आहे. त्यांनी एक गोष्ट शोधून काढली आहे, जिला जगातील सर्वांत प्रसिद्ध आहार पाळणाऱ्या व्यक्तीच्या सन्मानार्थ आपण 'ओप्रा विरोधाभास' असं म्हणू. कारकिर्दीच्या सुरुवातीला, जेव्हा ओप्रा विन्फ्रे वृत्तनिवेदिका म्हणून काम करत होती, तेव्हा तिचं वजन १२५ वरून १४० पाउंडपर्यंत वाढलं, म्हणून ती एका आहारतज्ज्ञाकडे गेली. तेव्हा तिला दिवसाला फक्त बाराशे उष्मांकांचं नियोजन देण्यात आलं. तिने ते पाळलं, पहिल्या आठवड्यात ७ पाउंड कमी झाले आणि महिन्याभरात ती परत १२५ पाउंडवर आली. पण नंतर तिचं वजन हळूहळू पुन्हा वाढत गेलं. जेव्हा ती २१२ पाउंडवर पोहोचली, तेव्हा तिने चार महिने घन अन्न घेणंच बंद केलं, फक्त द्रवरूप आहार पूरकांवर (डाएट सप्लिमेंट्सवर) राहिली, आणि तिचं वजन १४५ पाउंडपर्यंत खाली आलं. पण काही वर्षांतच तिचं वजन पुन्हा वाढलं. आता ते आधीपेक्षा जास्त, २३७ पाउंडपर्यंत पोहोचलं होतं, आणि तिच्या डायरीची पाने वजन कमी करण्यासाठीच्या प्रार्थनांनी भरली होती. तिला जेव्हा एम्मी पुरस्कारासाठी नामांकन मिळालं, तेव्हा तिने प्रार्थना केली की, तिचा प्रतिस्पर्धी एका चर्चा कार्यक्रमाचा सूत्रसंचालक (टॉक शो होस्ट) फिल डोनाह्यूला हा पुरस्कार मिळावा. यामागचे कारण आठवताना ती म्हणते, 'खुर्चीतून उठून स्टेजकडे चालत जाताना माझे जाडजूड नितंब लोकांना दाखवून मला स्वतःची फजिती करून घ्यायची नव्हती.' तिची आशा जवळपास सुटतच चालली होती, तेव्हा तिची भेट बॉब ग्रीन नावाच्या वैयक्तिक प्रशिक्षकाशी झाली, आणि त्या दोघांनी एकमेकांच्या आयुष्यात आमूलाग्र बदल घडवून आणले.

त्याने विन्फ्रेसाठी वापरलेल्या प्रशिक्षण पद्धती आणि पाककृतींवर आधारित लेखन करून तो बेस्टसेलर लेखक झाला आणि 'बेस्ट लाइफ' नावाने स्वतःच्या

खाद्य उत्पादनांची विक्री करायला सुरुवात केली. ग्रीन, तिचा वैयक्तिक शेफ (ज्याने स्वतःही एक अत्यधिक खपाचे पुस्तक लिहिले होते), तसेच तिच्या कार्यक्रमामध्ये येणारे आहारतज्ज्ञ, डॉक्टर आणि इतर तज्ज्ञ यांच्या मार्गदर्शनाखाली विन्फ्रेने आपले खाणे, व्यायाम आणि एकूणच जगणे या सगळ्यात बदल केले. तिने आपल्या आठवड्याची संपूर्ण आहार दिनदर्शिका तयार केली. त्यात नेमके कधी ट्यूना, कधी साल्मन, कधी सॅलड खायचे याची अचूक नोंद केली. तिच्या साहाय्यकांनी तिची वेळापत्रकं आहार आणि व्यायामाच्या वेळांभोवती आखली. तिला तिच्या मैत्रिणीकडून, आध्यात्मिक लेखिका मॅरिॲन विल्यमसन, भावनिक सल्लाही मिळत असे. त्या वजन आणि प्रेम यांच्यातील नात्यावर तिच्याशी चर्चा करत.

या सर्वांचा परिणाम २००५मध्ये विन्फ्रेच्या मासिकाच्या मुखपृष्ठावर दिसला – १६० पाउंड वजनाची तेजस्वी, सडपातळ व्यक्ती. (तरी या विजयाच्या वेळी तिचे वजन तिच्या पहिल्या डाएटच्या सुरुवातीपेक्षा अजूनही २० पाउंड जास्त होते.) विन्फ्रेची यशोगाथा तिच्या चाहत्यांसाठीच नव्हे, तर एमोरी युनिव्हर्सिटीतील मानववंशशास्त्रज्ञ जॉर्ज आर्मेलागॉस यांच्यासाठीही प्रेरणादायी ठरली. त्यांनी या ऐतिहासिक बदलाचे वर्णन 'किंग हेन्री VIII आणि ओप्रा विन्फ्रे इफेक्ट', असे केले. ट्यूडर इंग्लंडमध्ये हेन्री आठवा याच्यासारखं कोणालाही स्थूल ठेवणं सोपं नव्हतं. त्याच्या आहाराची पूर्तता करण्यासाठी शेकडो शेतकरी, बागकाम करणारे कामगार, मच्छीमार, शिकारी, कसाई, स्वयंपाकी आणि इतर नोकरांची मेहनत आणि साधनसामग्री लागत असे. परंतु आज अगदी सामान्यातील सामान्य लोकही किंग हेन्री आठवा याच्यासारखे स्थूल होऊ शकतात. खरं तर श्रीमंतांपेक्षा गरीब लोकांची स्थूल होण्याकडे जास्त प्रवृत्ती दिसते. सडपातळपणा हा आता एक प्रतिष्ठेचा दर्जा झाला आहे, कारण आनुवंशिकतेने ते भाग्य लाभलं नसेल, तर सामान्य लोकांसाठी तो साध्य करणे कठीण आहे. सडपातळ राहण्यासाठी आता ओप्रा विन्फ्रे आणि नववसाहतदारांचा एक वर्ग यांच्यासारखी संसाधने लागतात, जसे वैयक्तिक प्रशिक्षक, शेफ, आहारतज्ज्ञ, समुपदेशक आणि विविध साहाय्यक.

पण त्या राज्याचीही काही हमी नाही, हे ओप्राचे प्रेक्षक हळूहळू पाहू लागले आणि त्या मुखपृष्ठाच्या नंतर चार वर्षांनी विन्फ्रेने स्वतःही मनमोकळेपणाने एका ते लेखात कबूल केले. या वेळी मासिकाच्या मुखपृष्ठावर १६० पाउंड वजनाच्या तिच्या जुन्या फोटोच्या शेजारी तिचा २०० पाउंड वजनाचा सध्याचा फोटो होता. ''मला स्वतःचा राग येतोय,'' असं विन्फ्रेने वाचकांना सांगितलं. ''मला लाज वाटते. इतक्या वर्षांनंतर, इतक्या गोष्टी मला करता येतात, आणि तरीही मी अजूनही माझ्या वजनाबद्दल बोलते आहे यावर माझा विश्वास बसत नाही. मी माझ्या जुन्या सडपातळ छबीकडे बघते आणि विचार करते, 'मी हे पुन्हा स्वतःबरोबर कसं होऊ दिलं?' तिने याचं स्पष्टीकरण अतिश्रम आणि वैद्यकीय समस्यांच्या यांचा

हा एकत्रित परिणाम आहे, असं म्हटलं, ज्यामुळे तिची इच्छाशक्ती कमी झाली असू शकते; पण तरीही, ओप्रा विन्फ्रे ही स्वतःमध्ये प्रचंड शिस्त असलेली व्यक्ती होती. जर तिच्याकडे आत्मसंयमन नसतं, तर तिच्या आयुष्यातील इतर सर्व गोष्टी ती इतक्या यशस्वीपणे सांभाळू शकली नसती. तिच्याकडे असाधारण वैयक्तिक इच्छाशक्ती होती, जगातील सर्वोत्तम व्यावसायिक सल्ल्याची उपलब्धता होती, समर्पित निरीक्षकांची टीम होती, शिवाय रोज लाखो लोकांसमोर दिसण्याचं बाह्य दडपण होतं, ज्यात लोक तिच्या वजनवाढीची एखादं लहानसं चिन्हही दिसतंय का हे पाहत असत. तरीही, तिची ताकद, प्रेरणा आणि संसाधनं असूनही, ती तिचे वजन कमी ठेवू शकली नाही.

याला आम्ही 'ओप्रा विरोधाभास' म्हणतो : उत्तम आत्मनियंत्रण असलेले लोकसुद्धा आपलं वजन सातत्याने नियंत्रित करण्यासाठी संघर्ष करतात. ते आपल्या इच्छाशक्तीचा वापर करून शाळा, नोकरी, वैयक्तिक नातेसंबंध, आंतरिक भावनिक जग, अशा अनेक क्षेत्रांत उत्कृष्ट कामगिरी करतात, पण सडपातळ राहण्यात ते इतरांपेक्षा फारसे जास्त यशस्वी नसतात. बाउमिस्टर आणि त्यांच्या नेदरलँड्समधील सहकाऱ्यांनी उच्च आत्मसंयमन असलेल्या लोकांवर केलेल्या अनेक अभ्यासांचे विश्लेषण केले असता त्यांना आढळलं, की हे शिस्तप्रिय लोक वजन नियंत्रित करण्यात सरासरीपेक्षा किंचित चांगले होते; पण त्यांच्या आयुष्यातील इतर क्षेत्रांमध्ये दिसणारा फरक इथे दिसत नव्हता.

हीच पद्धत बाउमिस्टर, जॉइस एर्लिंगर, विल क्रेस्चियोनी आणि फ्लोरिडा स्टेट युनिव्हर्सिटीतील सहकाऱ्यांनी केलेल्या एका अभ्यासातही स्पष्ट दिसली. या अभ्यासात वजन कमी करण्याच्या कार्यक्रमात सहभागी झालेल्या स्थूल कॉलेज विद्यार्थ्यांचा समावेश होता. कार्यक्रमाच्या सुरुवातीला, व्यक्तिमत्त्व चाचण्यांमध्ये ज्या विद्यार्थ्यांना आत्मसंयमनासाठी गुण जास्त होते, त्यांना थोडा जास्त फायदा होता. त्यांचे वजन कमी आत्मसंयमन असलेल्या विद्यार्थ्यांपेक्षा थोडे कमी होते आणि त्यांच्या व्यायामाच्या सवयी चांगल्या होत्या. बारा आठवड्यांच्या कार्यक्रमादरम्यान हा फायदा वाढत गेला; कारण ते खाण्यावर नियंत्रण ठेवण्याचे आणि व्यायाम वाढवण्याचे नियम अधिक चांगल्या प्रकारे पाळत होते. पण जरी त्यांच्या आत्मशिस्तीमुळे त्यांना वजन नियंत्रित ठेवण्यास मदत झाली, तरी अभ्यासाच्या आधी किंवा दरम्यान त्याने फारसा फरक पडला नाही. उच्च आत्मसंयमन हे कमी आत्मसंयमनापेक्षा चांगले होते, पण तेवढेच, त्यात फार मोठे अंतर नव्हते.

आणि संशोधकांनी जर वजन कमी करण्याच्या कार्यक्रमानंतरही त्यात सहभागी विद्यार्थ्यांचा मागोवा घेतला असता, तर नक्कीच त्यांपैकी अनेक जण पुन्हा वजन वाढवू लागले आहेत, असे दिसले असते. जसे ओप्रा विन्फ्रे आणि असंख्य आहार नियंत्रित करणाऱ्या लोकांच्या बाबतीत घडले आहे. त्यांचे आत्मसंयमन व्यायामाची

सवय टिकवून ठेवण्यासाठी उपयोगी पडले असते; पण फक्त व्यायाम करून कायमस्वरूपी वजन कमी होईल याची हमी नाही. जरी अधिक उष्मांक जाळल्याने वजन कमी व्हायला हवे, हे तर्काने योग्य वाटत असले, तरी संशोधकांनी दाखवून दिले आहे की, शरीर त्याला अन्नाची अधिक इच्छा वाढवून प्रतिसाद देते. त्यामुळे व्यायाम वाढवला म्हणजे दीर्घ काळ टिकणारे वजन कमी होईलच असे नाही. (मात्र, तरीही इतर अनेक कारणांसाठी व्यायाम नक्कीच उपयुक्त आहे.) तुमच्याकडे चांगले आत्मसंयमन असो वा नसो, तुम्ही व्यायाम करा वा न करा, जर तुम्ही योग्य आहार सुरू केला, तर कायमचे वजन घटेल, अशी शक्यता कमीच असते.

यापैकी एक कारण म्हणजे अगदी मूलभूत जीवशास्त्र. तुम्ही मेलचा इनबॉक्स रिकामा करण्यासाठी, एखादा अहवाल लिहिण्यासाठी किंवा जॉगिंगसाठी स्वतःला प्रवृत्त करता, तेव्हा तुमचे शरीर त्यावर तीव्र प्रतिक्रिया देत नाही. तुम्ही टीव्ही पाहण्याऐवजी बिलं भरायचा निर्णय घेतला म्हणून शरीराला काही धोका आहे, असं वाटत नाही. तुम्ही रिपोर्ट लिहिता आहात की इंटरनेट सर्फिंग करता आहात, याने शरीराला काही फरक पडत नाही. खरं तर तुम्ही खूप जास्त कष्टाचा व्यायाम केला, तर शरीर वेदना झाल्याचा इशारा देऊ शकते, पण जॉगिंगला ते जीवन-मरणाचा धोका म्हणून पाहत नाही. डाएटिंग मात्र वेगळी गोष्ट आहे. तरुण ओप्रा विन्फ्रेने अनुभवले तसे, शरीर एक-दोन वेळा ठरावीक आहाराला साथ देईल; पण मग ते प्रतिकार करू लागते. जेव्हा प्रयोगशाळेतील स्थूल उंदरांना नियंत्रित आहारावर ठेवतात, तेव्हा पहिल्यांदा त्यांचे वजन कमी होते. पण नंतर त्यांना पुन्हा मनाप्रमाणे खायला दिले, तर ते हळूहळू पुन्हा जाड होतात आणि दुसऱ्या वेळेस जेव्हा त्यांना डाएटवर ठेवले जाते, तेव्हा वजन कमी होण्यास जास्त वेळ लागतो. त्यानंतर, जेव्हा ते पुन्हा डाएट करणे थांबवतात, त्यांचे वजन आधीपेक्षा अधिक वेगाने वजन वाढते. तिसऱ्या-चौथ्या फेरीत तर वजनाचे हे जास्त-कमी चक्र निष्फळ होऊ लागते, आणि ते कमी कॅलरीज घेत असूनही त्यांचे वाढलेले वजन कमी होत नाही.

जे लोक दुष्काळातही जगायला शिकले त्यांच्यामुळे मानवाचा उत्क्रांतीत टिकाव लागला होता. म्हणूनच एखाद्या शरीराने एकदा 'अन्न कमी मिळते असा अनुभव' घेतला, की त्याला प्रतिसाद म्हणून ते जास्तीतजास्त वजन धरून ठेवण्याचा प्रयत्न करतं. डाएट केलं की शरीराला वाटतं, 'दुष्काळ आलाय', आणि त्यामुळे ते त्याला शक्य ते सगळं चरबीच्या स्वरूपात साठवून ठेवू लागतं. म्हणूनच आहारात झटकन केलेल्या मोठ्या बदलांमुळे वजन कमी करण्याची क्षमता, ही प्रत्यक्षात आयुष्यातील एखाद्या गंभीर प्रसंगासाठी राखून ठेवलेली 'एकदाच वापरायची' ताकद आहे, उदाहरणार्थ, अधिक वजनामुळे तुमचं आरोग्य किंवा अस्तित्वच धोक्यात आलं तर...?

आजच पटकन वजन कमी करण्याच्या मागे लागण्यापेक्षा, हळूहळू, पण टिकाऊ बदल करण्यासाठी आपली इच्छाशक्ती वापरणं जास्त चांगलं आणि ते करताना प्रत्येक टप्प्यावर विशेष काळजी घ्यावी लागते; कारण स्वतःसाठी उद्दिष्टं ठरवण्यापासून ते स्वतःवर लक्ष ठेवण्यापर्यंत आणि इच्छाशक्ती वाढवण्यापर्यंत, प्रत्येक पायरीवर तुमच्यासमोर वेगवेगळ्या अडचणी येतात. गोड पदार्थांची ट्रॉली तुमच्यासमोर थांबते तेव्हा ती काही साधीसुधी चाचणी नसते. ते डाएटिंगमुळे ओढवलेले मोठ्ठे संकटच असते!

इच्छाशक्तीचा पहिला टप्पा म्हणजे वास्तववादी उद्दिष्टं ठरवणं. वजन कमी करायचं असेल तर तुम्ही सहज आरशात पाहू शकता, आपलं वजन तपासू शकता आणि मग सडपातळ होण्यासाठी एक विवेकी योजना तयार करू शकता. पण लोक क्वचितच असं करतात. बहुतांश लोकांची उद्दिष्टं इतकी अवास्तव असतात की, इंग्लंडमधील सुप्रसिद्ध सट्टेबाज विल्यम हिल एजन्सी लोकांनी ठरवलेल्या वजन कमी करण्याच्या योजनेवर पैज लावायला तयार असते.

त्यांच्याकडे ५०-टू-१ पर्यंतचे दर मिळू शकतात आणि त्याहून गमतीची गोष्ट म्हणजे पैज लावणाऱ्यांनाच स्वतःची वजन-लक्ष्यं आणि त्यासाठीची वेळ-मर्यादा ठरवण्याची मुभा असते. एखाद्या सट्टेबाजासाठी पैज लावणाऱ्यांनीच नियम ठरवायचे आणि निकाल स्वतःच नियंत्रित करायचा, हे पूर्ण वेडेपणाचं वाटू शकतं. जणू एखाद्या धावपटूने, 'मी इतक्या वेळात धावणार,' असं स्वतःच लक्ष्य ठरवून त्यावर पैसे लावावेत, तसं. तरीही, हे फायदे मिळत असूनही, मिळणाऱ्या प्रचंड प्रलोभनांनंतरही, ज्यात कधी कधी सात हजार डॉलर्सपेक्षा जास्त रक्कम मिळू शकते, लोक ८० टक्के वेळा पैज हरतात.

खासकरून, पैज लावणाऱ्या महिला तर जास्त हरतात आणि यात फार आश्चर्यही नाही. या आकांक्षांची उकल करणाऱ्या संशोधकांना जे कारण ज्ञात आहे त्यानुसार अनेक स्त्रिया आरशात पाहतात आणि अशक्य स्वप्न बघतात. एका कमनीय सडपातळ शरीरयष्टीचं कमनीयतेच्या बाबतीत '३६-२४-३६' या तथाकथित आदर्श आकृतीचा अर्थ असा होतो : साइज ४चे नितंब, साइज २ची कंबर आणि साइज १०चा वक्ष. म्हणजे एखादी अशी व्यक्ती, जिचे स्तन भरगच्च असतील; पण शरीरावर चरबी अत्यल्प असेल. अशी व्यक्ती म्हणजे एखादी जैविक अपवादात्मक घटना, किंवा प्लास्टिक सर्जरीचे उत्पादन असू शकते.

असा जर आदर्श ठेवला, तर इतक्या लोकांनी अशक्य ध्येये ठेवण्यात काही नवल नाही. जेव्हा तुमच्या आरशात दिसणाऱ्या प्रतिमेचा तुम्हाला तिटकारा वाटतो, तेव्हा स्वतःला 'क्रॅश डाएट' (झटपट वजन कमी करण्यासाठीचा कठोर आहार) सुरू न करण्यासाठी इच्छाशक्तीचीच गरज असते. अशा वेळी तुम्ही स्वतःलाच आठवण

करून द्यायला हवी, की डाएट्स सुरुवातीला काम करतात, पण दीर्घ काळात अत्यंत अपयशी ठरतात. हे का घडते हे समजून घ्यायचे असेल, तर प्रयोगशाळेत मिल्कशेक प्यायल्यानंतर दिसून आलेल्या एका विचित्र घटनेपासून सुरुवात करू या.

'व्हॉट-द-हेल इफेक्ट'

लोक प्रयोगशाळेत आले तेव्हा संशोधकांच्या लेखी त्यांना अन्न कमी पडले होते, अशा अवस्थेत होते, ज्याला सामान्य भाषेत आपण 'भूक लागलेली' अवस्था म्हणतो. त्यांनी मागील काही तास काही खाल्ले नव्हते. काही लोकांना तात्पुरती भूक शमावी म्हणून छोटासा मिल्कशेक दिला; तर काहींना दोन भलेमोठे मिल्कशेक दिले. त्यात एखादा सामान्य माणूस अगदी तृप्त होईल एवढे पुरेसे उष्मांक होते. मग या दोन्ही गटांना आणि ज्यांना अजिबात मिल्कशेक देण्यात आला नव्हता अशा इतर लोकांना पदार्थांची चव पाहण्याचे काम करण्यास सांगितले.

हे सर्व एक फसवेगिरीचे नाटक होते. संशोधक जर त्या लोकांचे जास्त खाण्याचे वर्तन अभ्यासत आहेत हे सहभागींना कळले असते, तर त्यांची भूक अचानक गायब होऊन आणि ते स्वतःला अतिशय संयमी, सद्गुणी दाखवायला लागले असते. म्हणून संशोधकानी असा बहाणा केला की, त्यांना फक्त स्नॅक्सच्या चवीबद्दल मत जाणून घ्यायचे आहे. प्रत्येक व्यक्तीला एका छोट्या खाजगी खोलीत बसवून त्यांच्या समोर विविध प्रकारच्या क्रॅकर्स आणि कुकीजची वाटी ठेवली, आणि एक गुणतक्ता दिला. गुणांकन करताना ते हव्या तितक्या क्रॅकर्स किंवा कुकीज खाऊ शकत होते, आणि जर वाटीतील खाणे संपले, तर ते स्वतःलाच सांगू शकत होते की, 'आपण नीट, सखोल गुणांकन करण्याचा प्रयत्न करतोय' त्यांना मुळीच कल्पना नव्हती की, हे गुणांकन संशोधकांसाठी अजिबातच महत्त्वाचे नव्हते. तर संशोधकांना खरा रस हे जाणून घेण्यात होता की, सहभागी लोकांनी किती क्रॅकर्स आणि कुकीज खाल्ल्या आहेत; मिल्कशेक्सचा त्यांच्यावर किती परिणाम झाला आहे आणि डाएट करणाऱ्या लोकांची, डाएट न करणाऱ्या लोकांशी तुलना केल्यावर काय दिसते?

डाएट न करणाऱ्या लोकांची प्रतिक्रिया अगदी अपेक्षित होती. ज्यांनी दोन मोठे मिल्कशेक्स प्यायले होते त्यांनी बिस्किटांचा थोडासा तुकडा मोडून खाल्ला आणि लगेच आपापले गुण दिले. ज्यांनी एकच छोटासा मिल्कशेक घेतला होता त्यांनी थोडी जास्त बिस्किटं खाल्ली आणि ज्यांना अनेक तास काही खायला मिळाले नव्हते, त्या भुकेल्या लोकांनी बहुतेक सगळ्या कुकीज आणि बिस्किटांचा फडशा पाडला. हे सगळं अगदी समजण्यासारखं होतं.

पण डाएट करणाऱ्या लोकांनी उलट नमुना दाखवला. ज्यांनी मोठमोठे मिल्कशेक्स पिऊन टाकले होते, त्यांनी तर तासन्तास काही खाल्ले नव्हते अशांसारख्यांपेक्षा जास्त कुकीज आणि बिस्किटं खाल्ली. या निकालांनी पीटर हर्मन यांच्या नेतृत्वाखालील संशोधकांना धक्का बसला. अविश्वासाने त्यांनी पुन्हा प्रयोग केले आणि तसाच नमुना पुन्हा दिसत राहिला. अखेर त्यांना उमगायला लागलं की, अगदी काळजीपूर्वक आहार नियंत्रित करणाऱ्यांचेही आत्मसंयमन का आणि कसे कोलमडू शकते.

संशोधकांनी याला एक वैज्ञानिक नाव दिलं, 'काउंटर रेग्युलेटरी इटिंग' (उलट परिणाम करणारे खाणे किंवा डाएट मोडल्यावर जास्त खाण्याची प्रवृत्ती) पण त्यांच्या प्रयोगशाळेत आणि सहकाऱ्यांत हे साधं 'व्हॉट-द-हेल इफेक्ट' म्हणून ओळखलं जात होतं. डाएट पाळणाऱ्यांच्या मनात रोजच्या जास्तीतजास्त उष्मांकांचा एक ठरलेला आकडा असतो आणि कोणत्यातरी अनपेक्षित कारणामुळे, जसं या प्रयोगात दोन मोठे मिल्कशेक्स पाजले जाणं, तो आकडा ओलांडला गेला की, त्यांना वाटतं की आजचं डाएट मोडलंच आहे. त्यामुळे त्या दिवसाला बाकी काहीही घडलं तरी ते मानसिकरीत्या 'अपयशाचा दिवस' मानतात. चांगुलपणा उद्यापासूनच सुरू होऊ शकतो, असं त्यांना वाटतं. मग ते म्हणतात, 'चल, काय फरक पडतोय आता? आज मजा करूनच टाकू,' आणि याचा परिणाम म्हणून होणारे सततचे खाणे हे मूळ चुकीपेक्षाही जास्त वजन वाढवते. हे तर्कशुद्ध नाही, पण डाएट करणाऱ्यांना या अशा खाण्यामुळे आपलं किती नुकसान होतंय याची कल्पनाही नसते. हे जॅनेट पोलिव्ही, हर्मन यांची दीर्घकालीन सहकर्मी, यांनी केलेल्या पुढील प्रयोगातून स्पष्ट होतं. पुन्हा एकदा भुकेले डाएट करणारे आणि डाएट न करणारे लोक प्रयोगशाळेत बोलावले गेले. डाएट पाळणाऱ्या काही लोकांना त्यांची रोजची मर्यादा ओलांडली जाईल एवढ्या उष्मांकांचे अन्न देण्यात आले. नंतर संपूर्ण गटाला चौकोनी तुकड्यांत कापलेले सँडविच दिले गेले. यानंतर, आणि पूर्णपणे अनपेक्षितपणे, प्रत्येकाला विचारण्यात आले की, त्यांनी किती सँडविचचे तुकडे खाल्ले?

बहुतेक लोकांनी सहज या प्रश्नाचे उत्तर दिले; कारण त्यांनी आत्ताच खाणे पूर्ण केले होते आणि त्यांनी किती तुकडे घेतले होते याची त्यांना जाणीव होती. पण ज्यांना त्यांच्या दैनंदिन मर्यादेपेक्षा जास्त अन्न दिले होते, त्या लोकांचा गट मात्र स्पष्टपणे गोंधळलेला होता. त्यांपैकी काहींनी जास्त अंदाज लावला, तर काहींनी कमी. परिणामी, डाएट न पाळणाऱ्या लोकांच्या किंवा डाएट करताना अजूनही दैनंदिन मर्यादेत उष्मांकांचे अन्न खात असलेल्या लोकांपेक्षा त्यांचा अंदाज अनेक पटींनी चुकला. जोपर्यंत त्यांचे डाएट दिवसभराच्या मर्यादेत होते, तोपर्यंत ते लोक काळजीपूर्वक ते काय खात आहेत याची नोंद ठेवत होते. पण एकदा का डाएट मोडले, आणि व्हॉट-द-हेल इफेक्ट प्रभावी झाला की, ते मोजणे

थांबवतात आणि डाएट न पाळणाऱ्यांपेक्षाही आपण काय खाल्ले आहे, याबद्दल जास्त अनभिज्ञ बनतात. आपल्याला माहीत आहे की, उद्दिष्ट ठरविल्यानंतर आत्मसंयमनाची पुढची पायरी म्हणजे निरीक्षण किंवा नोंद ठेवणे, पण जर डाएट पाळणारे लोक खाण्याची नोंदच ठेवणे थांबवतात, तर ते हे कसे करणार? एक पर्याय म्हणजे शरीराने दिलेले 'पुरे झाले' हे इशारे ऐकणे. पण डाएट पाळणाऱ्या लोकांसाठी हा मार्गही तोट्याचा ठरतो.

डाएट करणाऱ्यांची अडचण

माणूस जन्मतःच 'नेमके तेवढे खावे' ही क्षमता घेऊन येतो. जेव्हा तान्ह्या बाळाच्या शरीराला अन्नाची गरज असते तेव्हा ते भुकेच्या कळांद्वारे सांगते आणि जेव्हा शरीराला पुरेसे अन्न मिळते त्यानंतर बाळाला पुढे अजिबात खाण्याची इच्छा होत नाही. दुर्दैवाने, ही क्षमता मुले शाळेत जाण्याच्या वयात पोहोचतात तेव्हा कमी व्हायला लागते आणि पुढच्या आयुष्यात काही लोकांमध्ये ती अजूनच घटते, विशेषतः ज्यांना तिची सर्वाधिक गरज असते त्यांच्यात! हे का घडते, याबद्दल वैज्ञानिक दशकांपासून विचार करत आहेत, विशेषतः १९६०च्या दशकात झालेल्या संशोधनापासून, ज्याने खाण्याच्या अभ्यासात क्रांती घडवली.

एका प्रयोगात संशोधकांनी एका खोलीतील भिंतीवर एक खास घड्याळ बसवले होते. लोक दुपारी त्या खोलीत प्रश्नावल्या भरत असताना हवे तेव्हा स्नॅक्स खाऊ शकत होते. जेव्हा घड्याळ वेगाने चालत होतं, तेव्हा स्थूल लोकांनी इतरांपेक्षा जास्त खाल्लं, कारण घड्याळाने त्यांना 'जेवायची वेळ झाली असेल' असा संकेत दिला आणि त्यामुळे ते स्वतःला भुकेले समजू लागले. शरीराने दिलेले आतले इशारे ऐकण्याऐवजी त्यांनी घड्याळासारख्या बाहेरच्या इशाऱ्यांनुसार खाल्ले. एका दुसऱ्या अभ्यासात संशोधकांनी दिल्या जाणाऱ्या स्नॅक्सच्या प्रकारांत बदल केला; कधी साल काढलेले शेंगदाणे, तर कधी सालासकट शेंगदाणे दिले. सामान्य वजनाच्या लोकांना त्याने काही फरक पडला नाही; त्यांनी दोन्ही प्रकारांत जवळजवळ सारख्याच संख्येत शेंगदाणे खाल्ले. पण स्थूल लोकांनी साल काढलेले शेंगदाणे दिल्यावर खूप जास्त खाल्ले, कारण ते अधिक जोरदारपणे 'ये आणि खा' असा संदेश देत होते, अधिक खाण्यासाठी प्रवृत्त करत होते. पुन्हा एकदा, स्थूल लोकांनी बाह्य संकेतांना जास्त प्रतिसाद दिला आणि सुरुवातीला संशोधकांना हेच त्यांच्या समस्येचं कारण आहे असं वाटलं. ते स्थूल झाले, कारण त्यांनी पोट भरल्याचे आतले संकेत दुर्लक्षित केले.

हा सिद्धान्त तर्कसंगत वाटत होता. पण नंतर संशोधकांना उमगलं की, कारण-परिणाम यात उलटं समजलं जात आहे. हो, स्थूल लोक आतल्या संकेतांकडे

दुर्लक्ष करतात; पण त्यामुळे ते जाड होत नाहीत. उलट, ते आधी जाड होतात, मग ते डाएटिंग करतात आणि डाएटिंगमुळे ते आतल्या संकेतांवरून बाहेरच्या संकेतांवर अवलंबून राहू लागतात. शेवटी डाएट म्हणजे काय? बाहेरून लादलेल्या नियमांची एक यादीच. डाएट करणारे लोक आपल्या आतल्या भावना आणि अनावर इच्छांकडे न पाहता त्या ठरलेल्या प्लॅननुसार खायला शिकतात. डाएटिंग म्हणजे बऱ्याच वेळा भुकेले राहणं (जरी डाएट विक्रेते नेहमी 'भूक लागणार नाही', असं सांगत असले तरी).

अधिक नेमकेपणाने सांगायचं तर, डाएटिंग म्हणजे भूक लागली तरी खाऊ नये असं शिकणं. भुकेच्या संकेतांकडे दुर्लक्ष करण्याचं जणू प्रशिक्षणच. तुम्ही 'खायला सुरुवात करा' या संकेताला मुख्यतः दाबण्याचा प्रयत्न करता; पण सुरू करण्याचे आणि थांबण्याचे असे दोन्ही संकेत एकमेकांशी जोडलेले असतात. म्हणून अशा वेळी शेवटी 'आता पुरे' हा थांबण्याचा येणारा संकेतही हरवतो, विशेषतः जेव्हा डाएट तुम्हाला नेमकं किती खायचं आहे ते सांगत असतं. तुम्ही नियमांनुसार खायला शिकता. जोपर्यंत तुम्ही नियमांचं काटेकोर पालन करत असता तोपर्यंत ते ठीक चालतं. पण एकदा का तुम्ही नियमांपासून थोडं जरी विचलित झालात (आणि जवळजवळ प्रत्येक जण कधी ना कधी होतोच), तर तुम्हाला मार्गदर्शन करायला काहीही उरत नाही. म्हणूनच, दोन मोठे मिल्कशेक्स पिऊनही डाएट पाळणारे आणि स्थूल लोक खाणं थांबवत नाहीत, तर उलट अजून जास्त खातात. मिल्कशेक्सनी त्यांचं पोट भरलेलं असतं, पण 'पोट भरलं आहे' असं त्यांना जाणवतच नाही. त्यांच्याकडे फक्त एकच ठळक मर्यादा असते आणि ती एकदा ओलांडली की, पुढे कोणत्याही सीमा राहत नाहीत.

आता, तुम्ही असा युक्तिवाद करू शकता की, या प्रयोगांमधून मिळणारा खरा धडा म्हणजे डाएट करणाऱ्यांनी मिल्कशेकसंबंधी प्रयोगांमध्ये भाग घेऊच नये. जर ते प्रयोगशाळेत जाऊन तेवढ्या उष्मांकांचे मिल्कशेक पिऊन आले नसते, तर त्यांनी ती मर्यादा ओलांडली नसती आणि त्यांचा रोजचा डाएट बिघडला नसता. म्हणजेच, जर डाएट करणारे नेहमी स्वतःचे नियम पाळू शकले असते, जर त्यांनी त्यांची दररोजची खाण्याची मर्यादा कधीच ओलांडली नसती, तर त्यांना 'व्हॉट-द-हेल इफेक्ट'चा बळी व्हावे लागले नसते.

त्यांना भूक नक्कीच लागली असती, पण नियम पाळण्याची इच्छाशक्ती असेपर्यंत त्यांनी कधीच ताव मारून खाल्ले नसते.

हे सर्व ऐकायला अर्थपूर्ण वाटते; पण तोपर्यंतच, जोपर्यंत तुम्ही त्या डाएट करणाऱ्यांची इच्छाशक्ती चित्रपट, आइसक्रीम आणि एमएमसारख्या गोष्टींसह तपासायला सुरुवात करत नाही. कॅथलीन व्होस आणि टॉड हीदरटन यांनी एका

प्रयोगमालिकेत ते केले. या मानसशास्त्रज्ञांनी वर्षानुवर्षे डाएट करणाऱ्या तरुण महिलांचा गट निवडला आणि त्यांना एक कालातीत भावूक करणारे दृश्य दाखवले : टर्म्स ऑफ एन्डीअरमेंटमधील ते दृश्य, जिथे कॅन्सरने मृत्यूच्या उंबरठ्यावर असलेली तरुण आई आपल्या दोन चिमुकल्या मुलांना, नवऱ्याला आणि आईला निरोप देते. प्रयोगात सहभागी झालेल्या अर्ध्या महिलांना आंतरिक आणि बाह्य दोन्ही प्रकारे त्यांच्या भावनिक प्रतिक्रिया दाबून ठेवण्याचे निर्देश दिले. उरलेल्या अर्ध्यांना त्यांच्या भावना आणि अश्रू नैसर्गिकरीत्या वाहू द्यायला सांगितले. यानंतर सर्व महिलांनी त्यांच्याबद्दलचा मूड सांगणारी प्रश्नावली भरली. त्यानंतर प्रत्येकीला एका असंबंधित कामासाठी स्वतंत्र खोलीत नेले, जसे की, वेगवेगळ्या प्रकारच्या आइसक्रीमचे गुणांकन करणे. प्रत्येक डाएट करणाऱ्या महिलेला आइसक्रीम मोठ्या, पण अर्धवट भरलेल्या टबमध्ये दिले गेले होते, ज्यामुळे असा आभास निर्माण झाला की, प्रयोगकर्त्यांना नेमके किती आइसक्रीम आहे किंवा किती खाल्ले गेले हे माहीत होणार नाही.

परंतु अर्थातच, टब आधीच अत्यंत नेमकेपणाने वजन करून ठेवले होते आणि नंतर पुन्हा त्यांचे वजन केले गेले. संशोधकांना असे आढळले की, महिलांच्या मूडचा आणि त्यांच्या खाण्याचा काहीही संबंध नाही. ज्यांना चित्रपटानंतर जास्त उदास वाटत होते, त्यांनी काही दुःखात बुडून जास्त आइसक्रीम खाल्ले नाही. त्यांची मनःस्थिती नव्हे, तर त्यांची इच्छाशक्ती जास्त महत्त्वाची ठरली. ज्या महिलांनी चित्रपटादरम्यान भावना दाबून ठेवल्या होत्या, त्यांना नंतर भूक दाबून ठेवणे खूप कठीण गेले.

चित्रपट पाहताना भावना दडपून ठेवताना त्यांची इच्छाशक्ती कमी झाली होती, म्हणून त्यांनी नंतर खूप जास्त आइसक्रीम खाल्ले, रडण्याची मुभा मिळलेल्या महिलांच्या तुलनेत दीड पट जास्त. हे अर्थातच 'इच्छाशक्तीच्या थकण्याचे' आणखी एक उदाहरण आहे. तरीही, हे पुन्हा सांगण्यासारखे आहे की, खाणे आणि डाएटिंगवर अशा गोष्टींचाही परिणाम होऊ शकतो, ज्यांचा त्यांच्याशी वरकरणी काही संबंध नसतो.

चित्रपट पाहताना आपली भावना लपवण्याचा प्रयत्न केल्याने इच्छाशक्ती कमी होते आणि त्यामुळे नंतर पूर्णपणे वेगळ्या, असंबंधित प्रसंगातही जास्त खाण्याची शक्यता वाढते.

डाएट करणाऱ्या तरुण महिलांवर झालेल्या आणखी एका प्रयोगात, त्यांच्या इच्छाशक्तीची कसोटी घेण्यासाठी, प्रत्येक मुलीसमोर भरपूर, आकर्षक M&Mच्या चॉकलेट्सने भरलेला एक वाडगा ठेवण्यात आला होता. त्या मुली तेव्हा बिगहॉर्न शिपवर आधारित एक छानसा निसर्गपट पाहत होत्या.

काही महिलांसाठी तो वाडगा अगदी जवळ, सहज हात पोहोचेल अशा अंतरावर ठेवला, ज्यामुळे त्यांना सतत प्रलोभनाला नकार द्यावा लागेल. इतरांसाठी तो वाडगा खोलीच्या दुसऱ्या टोकाला ठेवला, ज्यामुळे त्यांना त्याचा प्रतिकार करणे सोपे झाले. नंतर एका स्वतंत्र खोलीत, जिथे आसपास कुठेही खाणे नव्हते, त्यांना अशक्य कोडी सोडवायला दिली. ही आत्मसंयमन तपासण्याची प्रयोगशाळेतील नेहमीची पद्धत आहे.

ज्या महिलांना खाण्याचा वाडगा जवळ ठेवून बसावे लागले होते, त्यांनी कोडी सोडवताना लवकर हार मानली. यावरून दिसते की, त्या प्रलोभनाला विरोध करताना त्यांची इच्छाशक्ती कमी झाली होती. यावरून स्पष्ट होते की, तुम्ही डाएट करत असाल आणि तुम्हाला स्वतःवरचा ताबा गमवायचा नसेल, तर अशा भरपूर आकर्षक गोळ्या-चॉकलेट्सनी भरलेल्या वाडग्याच्या जवळ जास्त वेळ बसू नका. जरी तुम्ही ते खाण्यापासून स्वतःला थांबवू शकलात, तरीही त्या प्रयत्नात इच्छाशक्ती घटते आणि नंतर इतर प्रकारचे अन्न जास्त खाण्याची शक्यता वाढते.

परंतु या समस्येपासून वाचण्याचा आणखी एक मार्गही आहे. तरुण महिला आणि खाणे यासंबंधी केलेल्या तिसऱ्या प्रयोगातून तो दिसून आला. या वेळेस व्होस आणि हीदरटन यांनी डाएट पाळणाऱ्यांसोबतच न पाळणाऱ्यांचाही अभ्यास केला आणि दोन्ही गटांत स्पष्ट फरक दिसून आला. डाएट न पाळणाऱ्यांच्या समोर डोरीटोज, स्किटल्स, M&Mची गोळ्या-चॉकलेट्स, मीठ लावलेले शेंगदाणे असे विविध स्नॅक्स भरपूर प्रमाणात ठेवले तरी त्यांची इच्छाशक्ती खर्च होत नव्हती. काहींनी खाल्ले, काहींनी नाही; पण त्या स्वतःला खाण्यापासून थांबवण्यासाठी झगडत नव्हत्या, त्यामुळे पुढील कामांसाठी त्या ताज्यातवान्या राहिल्या. डाएट पाळणाऱ्या महिला मात्र, आपला डाएट मोडू नये म्हणून संघर्ष करत करत हळूहळू त्यांची इच्छाशक्ती खर्च करत होत्या. डाएट करणाऱ्या लोकांना सामाजिक कार्यक्रमांमध्ये स्थूलता वाढवणाऱ्या पदार्थांसमोर उभे केले की, जसा संघर्ष दिसतो तसाच इथेही दिसून आला. ते थोड्या वेळासाठी स्वतःला आवर घालू शकतात; पण प्रतिकाराच्या प्रत्येक प्रयत्नाबरोबर त्यांची इच्छाशक्ती आणखी घटत जाते.

आणि मग अशाच स्थितीत ते खाण्यावर नियंत्रण ठेवताना येणाऱ्या आणखी एका अतिशय त्रासदायक आव्हानासमोर उभे राहतात. प्रलोभनाला नकार देत राहण्यासाठी त्यांना त्यांची कमी झालेली इच्छाशक्ती परत भरून काढावी लागते; पण ती ऊर्जा मिळवण्यासाठी शरीराला ग्लुकोजची गरज असते.

म्हणजे ते जणू पोषणाच्या सापळ्यात अडकतात :

१. न खाण्यासाठी खाणाऱ्या व्यक्तीकडे इच्छाशक्ती असावी लागते.
२. आणि इच्छाशक्तीसाठी त्या व्यक्तीला काहीतरी खावे लागते.

या 'खावे की न खावे' या दुविधेत असताना, एखादी डाएट करणारी स्त्री स्वतःला सांगू शकते की, स्वतःला थोडी सवलत देणं उत्तम. ती विचार करते, थोडं खाल्लं तर बरं, निदान आपल्या मनाची समजूत तरी घालता येईल : 'पहा, डाएट वाचवण्यासाठीच मला डाएट मोडावं लागलं.' पण एकदा का तिने आहाराची मर्यादा ओलांडली, की पुढे ती स्वतःलाच काय म्हणू शकते हे आपल्याला माहीत आहे: ''काय फरक पडतोय आता?'' आणि मग, ''जाऊ दे, आता खात राहू या''.

गोड पदार्थांना नकार देणे विशेष कठीण जाते, कारण आपण आधीही पाहिलं की, स्वतःवर संयम ठेवताना रक्तातील साखर कमी होत जाते. डाएट करत असाल आणि चॉकलेट, आइसक्रीम यांचं जोरदार आकर्षण आवरत नसेल, तर ते फक्त दाबलेल्या इच्छा उफाळून येतायत म्हणून होत नसतं. यामागे ठोस जैविक कारण आहे. शरीराला 'कळतं' की स्वतःला आवरून ठेवताना रक्तातील साखर कमी झाली आहे आणि त्याला हेही माहीत असतं की, गोड पदार्थ हे ती साखर झटपट मिळवण्याचा सर्वांत सोपा मार्ग आहेत. नुकत्याच केलेल्या प्रयोगांमध्ये दिसलं की, अन्न किंवा डाएटशी संबंध नसलेल्या स्व-नियंत्रणाच्या कामांनंतर, महाविद्यालयीन विद्यार्थ्यांच्या गोड पदार्थ खाण्याच्या इच्छा जास्त वाढल्या आणि पुढील कामाच्या वेळी स्नॅक्स दिले असता, ज्यांनी आधी स्व-नियंत्रणाचा ताण घेतला होता त्यांनी इतर (खारे) पदार्थ नाही, तर गोड पदार्थ जास्त खाल्ले.

जर या इच्छा अतिशय तीव्र वाटत असतील, तर त्यापासून बचाव करण्यासाठी आम्ही काही उपाय सुचवतो. पहिला उपाय म्हणजे 'आनंद पुढे ढकलणे' ही युक्ती वापरणे : स्वतःला सांगा की, नंतरही इच्छा असेल तर थोडंसं गोड खाऊ शकतो. (ही युक्ती पुढे आणखी स्पष्ट करू.) तोपर्यंत काहीतरी दुसरे खा. लक्षात ठेवा, तुमचं शरीर ऊर्जा मागतंय कारण स्वयंनियंत्रणामुळे त्याच्या ऊर्जेचा काही साठा खर्च झाला आहे. शरीराला गोड खायची इच्छा होते, कारण ऊर्जा परत मिळवण्याचा तो त्याला माहिती असलेला आणि प्रभावी मार्ग असतो. पोषक अन्नही शरीराला हवी असलेली ऊर्जा देऊ शकतं. जरी तुमच्या मनात तसं नसलं तरी त्याचा उपयोग होतो.

हेही लक्षात ठेवा की, जेव्हा ऊर्जा कमी झालेली असते तेव्हा प्रत्येक गोष्ट नेहमीपेक्षा जास्त तीव्र वाटते. इच्छा आणि अनावर ओढ कमी ऊर्जेच्या अवस्थेत असलेल्या माणसाला खूपच तीव्र वाटतात. डाएटिंगमुळे वारंवार तुमची इच्छाशक्ती खर्च होते, त्यामुळे डाएट करणारी व्यक्ती सतत ऊर्जा-तुटवड्याच्या अवस्थेत राहते. त्यामुळे दिवसभरात घडणाऱ्या चांगल्या-वाईट अनेक गोष्टींचा प्रभाव नेहमीपेक्षा जास्त वाटू लागतो.

त्यामुळे इच्छा, दुर्दैवाने अगदी ज्या भुकेच्या इच्छा आधीपासून आहेत त्याही अतिशय तीव्र वाटू लागतात.

यामुळेच कदाचित हे समजून घेता येईल की, अखेरीस डाएट करणाऱ्यांना हळूहळू त्यांच्या शरीराच्या भूक आणि अन्नाबद्दलच्या भावना लक्षात न येण्यासारख्या का होतात. डाएट पाळणाऱ्यांच्या या अडचणींवर कोणतंही जादुई उत्तर नाही. तुमच्याकडे सुरुवातीला कितीही इच्छाशक्ती असली तरी, जर तुम्ही डाएट करत असाल आणि डेझर्टजवळ बसून स्वतःला 'नको' म्हणत राहिलात, तर शेवटी ते 'नको' बहुतेक 'हो'मध्ये बदलतंच. म्हणून डेझर्टपासून दूर राहणं आवश्यक आहे किंवा त्याहून चांगलं म्हणजे, सुरुवातीपासूनच कडक डाएटिंग टाळणं. कडक डाएटवर इच्छाशक्ती वाया घालवण्यापेक्षा, योग्य प्रमाणात ग्लुकोज घ्या आणि ती इच्छाशक्ती दीर्घकालीन, फायद्याच्या सवयींसाठी वापरा.

लढाईची तयारी

जेव्हा तुम्ही भुकेले नसता आणि शरीरात साखर असते, तेव्हा 'पूर्व-प्रतिबद्धता'(आधीच ठरवून ठेवून)पासून सुरुवात करून काही पारंपरिक स्वयंनियंत्रणाच्या रणनीती वापरून वजनाविरुद्धच्या लढाईची तयारी करू शकता. जसे ओडिसियसने स्वतःला जहाजाच्या खांबाला बांधून घेतले होते त्याप्रमाणे अंतिम आणि अगदी खात्रीशीर प्रकारची 'पूर्व-प्रतिबद्धता' ही गॅस्ट्रिक बायपास शस्त्रक्रियेसारखी असेल, जी प्रत्यक्षात तुम्हाला जास्त खाण्यापासून थांबवते. पण त्यापेक्षा सौम्य अशाही अनेक पद्धती उपलब्ध आहेत. तुम्ही वजन वाढवणारे पदार्थ नजरेआड आणि हाती न येणाऱ्या ठिकाणी ठेवून सुरुवात करू शकता. अशाने तुम्ही (त्या प्रयोगातील महिलांप्रमाणेच, ज्यांच्या हातांपासून M&Mच्या गोळ्यांचा वाडगा दूर ठेवला होता) तुमची इच्छाशक्तीही वाचवाल आणि उष्मांकांचे सेवनही टाळाल. एका प्रयोगात कार्यालयातील कर्मचाऱ्यांनी कँडी एका ड्रॉवरमध्ये ठेवल्या असता, त्या टेबलावर ठेवलेल्या असतानाच्या तुलनेत त्यांनी एकतृतीयांश प्रमाणात कमी खाल्ल्या. रात्री उशिरा काहीतरी खाण्याचा मोह टाळण्यासाठी एक सोपी 'ठरवून घेण्याची' युक्ती म्हणजे रात्रीचे पोटभर जेवण झाल्यावर आणि उशिरा रात्री खाण्याचा मोह होण्याच्या आधीच दात घासून घेणे. हे तुम्हाला खाण्यापासून प्रत्यक्ष थांबवणार नाही, पण दात घासणे ही झोपण्यापूर्वीची इतकी पक्की सवय असते की, ती नकळतपणे खाण्याला 'थांब' असे सांगणारा संकेत देते. त्यातही जाणीवपूर्वक पाहता, दात घासल्यानंतर काही खाणं कमी आकर्षक वाटतं कारण अनावश्यक गोड खाण्याची इच्छा आणि पुन्हा दात घासण्यासाठीचा आळशीपणा यांमधील तोल तुम्हाला सांभाळावा लागतो.

तुम्ही स्वतःसाठी आधीच तयार आणखी काही गुंतागुंतीचे 'कमिटमेंट डिव्हाइस' (भविष्यात आपण एखाद्या चुकीच्या सवयीला बळी पडू नये म्हणून

आधीच स्वतःवर घालून घेतलेली मर्यादा.) विचारात घेऊ शकता, जसं की बुकीकडे पैज लावणं किंवा fatbet.net किंवा stickK.com सारख्या वेबसाइटवर वजन घटवण्याचं करारबद्ध लक्ष्य ठरवणं, जिथे तुम्ही स्वतःची उद्दिष्टं आणि त्यासोबत दंडही ठरवू शकता.

कडक दंड, जसं की तुम्हाला नको असलेल्या कारणासाठी शेकडो-हजारो डॉलर्स दान करावे लागतील. हे काही प्रमाणात प्रभावी ठरू शकते. पण अशक्य उद्दिष्टं ठरवताना पैशाने चमत्कार होतील अशी अपेक्षा ठेवू नका. तुमच्या सध्याच्या वजनातील ५ किंवा १० टक्के कमी करणं हे वास्तववादी उद्दिष्ट आहे; पण त्याच्या पलीकडे गेल्यावर शरीराच्या नैसर्गिक प्रवृत्तींचा पराभव करणं कठीण होतं. विल्यम हिल या बेटिंग एजन्सीकडे येणारा मध्यम 'सट्टेबाज' साधारणपणे आठवड्याला जवळपास तीन पौंड वजन कमी करण्याचं, एकूण जवळपास ऐंशी पौंड कमी करण्याचं लक्ष्य ठेवतो आणि मग इतके लोक अपयशी ठरतात याचं आश्चर्य वाटत नाही. याउलट stickK.comवर पैसे लावणाऱ्या लोकांचा अनुभव अधिक चांगला आहे, कारण त्या वेबसाइटची धोरणं आठवड्याला दोन पौंडांपेक्षा जास्त किंवा स्वतःच्या वजनाच्या १८.५ टक्क्यांपेक्षा जास्त कमी करण्याचं लक्ष्य ठेवण्यास परवानगी देत नाहीत. खाण्याच्या सवयींमध्ये अचानक मोठे बदल करून तुम्ही झटपट वजन कमी करू शकता, परंतु जर तो नियम खूप कठोर असेल आणि कायम पाळता येणार नसेल तर त्याचा काय फायदा? त्यापेक्षा, दीर्घ काळ पाळता येतील असे छोटे-छोटे बदल करणं अधिक उपयोगाचं ठरतं. तुमच्या लक्ष्यापर्यंत पोहोचायला वेळ घ्या आणि मग मात्र अजिबात सोडू नका, कारण सर्वांत अवघड भाग म्हणजे एकदा कमी केलेलं वजन कायम टिकवणं. वजन कमी करण्याच्या उद्दिष्टासाठी जर तुम्ही बक्षिसं किंवा शिक्षा यांसारखी प्रोत्साहन-प्रणाली वापरत असाल, तर तेच प्रोत्साहन वजन कायम ठेवण्यासाठीही वापरत रहा.

मानसशास्त्रज्ञ ज्याला 'अंमलबजावणीची ठरवलेली योजना' (इम्प्लिमेंटेशन इंटेन्शन) म्हणतात, ती युक्तीही तुम्ही इथे वापरू शकता. याचा उद्देश म्हणजे विचारांवर नियंत्रण ठेवण्यासाठी लागणारा वेळ आणि ऊर्जा कमी करणे. 'उष्मांक कमी करायचे' अशा सर्वसाधारण योजना बनवण्याऐवजी, तुम्ही एखाद्या विशिष्ट परिस्थितीत तुमची प्रतिक्रिया आपोआप ठरलेल्या पद्धतीने घडावी अशा प्रकारे पूर्वनियोजित योजना बनवता. उदाहरणार्थ, पार्टीत गेल्यावर स्थूलता वाढवणाऱ्या मोहक खाद्य पदार्थांपासून कसं दूर राहायचं.

अंमलबजावणीसाठी ठरवलेली योजना ही कायम 'जर अमुक झालं, तर मी तमुक करीन' या प्रकाराची असते. या पद्धतीचा तुम्ही जितका जास्त वापर कराल आणि वर्तनाचं नियंत्रण हळूहळू स्वयंचलित प्रक्रियांकडे देत जाल, नंतर तितके कमी

मानसिक प्रयत्न करावे लागतील. ही गोष्ट काही प्रयोगांत सिद्धही झाली, ज्यात प्रकरण १मध्ये वर्णन केलेल्या 'क्लासिक स्ट्रूप चाचणी'चा (रंगाच्या नावाऐवजी तो ज्या रंगात लिहिला आहे तो रंग सांगणे) वापर करण्यात आला होता. जर हिरवा हा शब्द हिरव्या शाईत लिहिलेला असेल, तर रंग पटकन ओळखता येतो, पण तीच हिरवी शाई निळा हा शब्द लिहिण्यासाठी वापरली असेल, तर रंग सांगायला उशीर होतो. जर तुमची इच्छाशक्ती आधीच कमी झालेली असेल, तर हा उशीर अजून वाढतो. असाच एक प्रयोग इंग्लंडमधील संशोधकांनी लोकांवर केला होता. पण त्यांना आढळलं की, लोकांच्या मनावरचा ताण कमी करण्यासाठी त्यांना प्रशिक्षित केल्यास, इच्छाशक्ती कमी असूनही चांगले परिणाम मिळू शकतात. शाईचा रंग ओळखण्याच्या कामापूर्वी लोकांना अशी विशेष योजना बनवायला सांगितली गेली : जर मी एखादा शब्द पाहिला, तर मी त्याचा अर्थ पूर्णपणे दुर्लक्षित करेन आणि फक्त त्यातील दुसऱ्या अक्षराकडे आणि शाईच्या रंगाकडे पाहीन. या विशिष्ट 'जर-तर' योजनेने त्यांची प्रक्रिया अधिक स्वयंचलित झाली, ज्यासाठी फारसा जाणीवपूर्वक मानसिक प्रयत्न लागला नाही, आणि म्हणूनच त्यांची इच्छाशक्ती कमी असतानाही ते काम सहज पार पडलं.

म्हणूनच, पार्टीत खाण्याचा मोह पडण्यापूर्वीच तुम्ही स्वतःसाठी अशी योजना करू शकता : जर चिप्स दिले, तर मी ते अजिबात खाणार नाही. किंवा जर बुफे असेल, तर मी फक्त भाज्या आणि कमी चरबी असलेलं मांस खाईन. स्वतःवरील नियंत्रण वाढवण्याची ही अगदी सोपी, पण विलक्षण प्रभावी पद्धत आहे. चिप्स खायचे नाहीत या निर्णयाला जर तुम्ही एक स्वयंचलित प्रक्रिया बनवले, तर दिवसाच्या शेवटीही, जेव्हा तुमची इच्छाशक्ती कमी झालेली असते, ते सहजपणे करता येते. हा निर्णय घेणं तुलनेने सोपं झाल्यामुळे तुम्ही सहजतेने चिप्स टाळू शकता आणि तरी पार्टीतल्या पुढच्या प्रलोभनाला सामोरं जाण्यासाठी तुमच्याकडे पुरेशी इच्छाशक्तीही उरते.

थोडी अधिक कठोर प्रकारची 'पूर्वतयारी' म्हणजे ती पार्टीच टाळणं आणि जिथे कमी उष्मांकांचे पदार्थ असतात किंवा जिथे सडपातळ लोक भेटू शकतात, अशा जागा शोधणं. आम्ही असं म्हणत नाही की, तुम्ही तुमच्या गुटगुटीत मित्रांशी असलेली मैत्री सोडून द्या, पण तुमचं वजन आणि तुम्ही ज्या लोकांत राहता त्यांचा स्वभाव यांच्यात काहीसा संबंध दिसून येतो. सामाजिक संबंधांचे विश्लेषण करणाऱ्या संशोधकांना असे आढळून आले आहे की, जाड लोकांचा एकत्र जमण्याकडे कल असतो आणि सडपातळ लोकदेखील तसंच करतात. शारीरिक अंतरापेक्षा सामाजिक अंतर जास्त प्रभावी ठरतं : शेजाऱ्याचं वजन वाढतं तेव्हापेक्षा तुमच्या जिवलग मित्राचं वजन वाढतं तेव्हा तुमची लठ्ठ होण्याची शक्यता जास्त

वाढते. यातील कारण-परिणामाचा गुंता सोडवणं कठीण आहे. लोक स्वतःसारख्या सवयी आणि आवडी असणाऱ्यांना शोधतात, यात काही शंका नाही. पण हेही खरं आहे, की, लोक एकमेकांच्या वर्तनाला आणि मापदंडांना बळ देतात. उदा., वजनावर लक्ष ठेवून असलेले (वेट वॉचर्स) लोक (किमान काही काळ तरी) वजन कमी करतात, कारण ते अशा लोकांमध्ये वेळ घालवत असतात ज्यांना वजन कमी करणं महत्त्वाचं वाटतं.

हेच आपण आधी धूम्रपान करणाऱ्यांच्या बाबतीत पाहिलं, त्यांचे मित्र व नातेवाईक सिगरेट सोडत असतील तर त्यांनाही आपली सवय मोडणं सोपं जातं.

सहकाऱ्यांच्या दबावामुळेच युरोपमधले लोक अमेरिकन लोकांपेक्षा कमी वजनाचे असतात : ते वेगळे 'सामाजिक नियम' पाळतात. उदा., दिवसभर सतत काहीतरी अरबटचरबट खाण्याऐवजी ते फक्त ठरलेल्या वेळी जेवतात. जेव्हा युरोपचे सामाजिक शास्त्रज्ञ अमेरिकेत येऊन कॉलेज किंवा विद्यापीठाच्या आवारातील प्रयोगशाळांमध्ये खाण्याच्या सवयींचा अभ्यास करतात, तेव्हा त्यांना आश्चर्य वाटतं की, ते कधीही प्रयोग करू शकतात, कारण अमेरिकन विद्यार्थ्यांची कधीही खायला हरकत नसते, मग ती सकाळ असो वा दुपार. फ्रान्स किंवा इटलीमध्ये तर ठरलेल्या जेवणाच्या वेळांखेरीज एखादं रेस्टॉरंट चालू असणंच कठीण असतं. अशा सामाजिक नियमांमुळे काही सवयी तयार होतात ज्या स्वयंचलित मानसिक प्रक्रियांद्वारे इच्छाशक्तीची बचत करतात. खरं तर युरोपिअन लोकांना सतत स्नॅक खायचं की नाही याचा विचार करावा लागत नाही, प्रलोभनाशी झुंज द्यावी लागत नाही. कारण त्यांची 'चार वाजले म्हणजे मी काही खाणार नाही' अशी जणू एखादी अंमलबजावणी योजना असते.

मोजू किती – वजन आणि कॅलरीज

तुम्ही जर वजन कमी करण्याचा प्रयत्न करत असाल, तर स्वतःचे वजन किती वेळा मोजायला हवे? पारंपरिक सल्ला असा होता की, रोज वजन करू नका, कारण शरीराचे वजन नैसर्गिकरीत्या बदलत राहते आणि एखाद्या दिवशी कुठल्याही कारणाशिवाय ते जास्त दिसले तर तुम्ही निराश व्हाल. वजन कमी करण्याचे तज्ज्ञ म्हणतात की, तुम्हाला प्रेरणा टिकवून ठेवायची असेल, तर आठवड्यातून एकदाच वजन करा. हा सल्ला बाउमिस्टर आणि इतर आत्मसंयमन संशोधकांना विचित्र वाटत होता, कारण त्यांच्या इतर विषयांवरील अभ्यासातून सातत्याने दिसून येत होते, की वारंवार निरीक्षण केल्याने आत्मसंयमन वाढते. अखेरीस, एक दीर्घकालीन अभ्यास काळजीपूर्वक राबवण्यात आला. ज्यांनी वजन कमी केले होते आणि ते परत वाढू नये म्हणून प्रयत्न करत होते अशा लोकांचा त्यात मागोवा घेण्यात आला.

यांपैकी काही लोकांनी दररोज वजन केले; काहींनी नाही. यातून परिणाम असा दिसला की, पारंपरिक समज चुकीचा होता.

ज्यांनी रोज वजन केले ते लोक आपले वजन पुन्हा वाढू न देण्यात अधिक यशस्वी ठरले. ते सतत वा अति खात नव्हते आणि रोज वजन करण्यामुळे त्यांच्यात निराशा किंवा मनःस्थिती बिघडल्याची कोणतीही चिन्हे दिसली नाहीत.

वजन कमी करण्यामध्ये अनेक प्रकारच्या अडचणी असल्या तरी एक सामान्य तंत्र येथेही प्रभावी ठरते : जितके काळजीपूर्वक आणि वारंवार स्वतःचे निरीक्षण कराल, तितके चांगले स्वतःला नियंत्रित करू शकाल. दररोजचे वजन लिहून ठेवणे फार कटकटीचे वाटत असेल, तर तुम्ही हे कंटाळवाणे काम तंत्रज्ञानावर सोपवू शकता. काही वजनकाटे तुमचे रोजचे वजन इलेक्ट्रॉनिक स्वरूपात जतन करतात. त्यांपैकी काही मॉडेल्स तर त्या दिवसाची नोंद तुमच्या संगणकाला किंवा स्मार्टफोनला पाठवतात, जे नंतर तुमच्या निरीक्षणासाठी एक तक्ता तयार करतात. मग त्यातून कधी आनंद मिळतो तर कधी नाराजी.

अगदी साधीशी नियंत्रणाची सवय देखीलमोठा फरक पाडू शकते. संशोधकांनी एका विचित्र प्रश्नाचा शोध घेताना हे दाखवून दिले : कैद्यांचे वजन का वाढते? स्पष्टच आहे, की त्यामागे तुरुंगातील रुचकर (?) जेवण कारणीभूत नाही.

कारागृहात कैदी बंदिवान असताना तिथे कोणी मोठा उच्च दर्जाचा आचारी कामाला ठेवलेला नसतो. तरीही तुरुंगात जाताना लोकांचे जेवढे वजन असते त्यापेक्षा बाहेर येताना त्यांचे वजन वाढलेले दिसते. कॉर्नेल विद्यापीठातील ब्रायन वानसिंक यांच्या मते, कारण अगदी सोपे आहे – कैदी बेल्ट किंवा घट्ट कपडे घालत नाहीत. तुरुंगात गणवेश ढगळे असतात. जेव्हा लोक योग्य मापाचे कपडे घालत असतात तेव्हा त्यांना वजनवाढीचे छोटे-छोटे इशारे मिळत असतात, उदा., पॅन्ट घट्ट होणे किंवा कमरेचा पट्टा सैल करावा लागणे, इ. कैद्यांना सैल कपड्यांमध्ये हे असे इशारे मिळत नाहीत.

एरवी शरीरावर लक्ष ठेवण्याबरोबरच तुम्ही काय खात आहात यावरही तुम्हाला लक्ष ठेवता येते. जर दिवसभरात खाल्लेल्या सर्व पदार्थांची नोंद तुम्ही प्रामाणिकपणे ठेवली, तर तुम्ही बहुतेक वेळा कमी उष्मांकांचे पदार्थ खाल. एका अभ्यासात दिसून आले आहे की, अशी खाण्याची नोंद ठेवणाऱ्यांनी इतर तंत्रं वापरणाऱ्यांच्या तुलनेत दुप्पट वजन कमी केले. खाल्लेल्या पदार्थांतील उष्मांकांची अंदाजे संख्या नोंदवणे बऱ्याचदा अवघड असले, तरी तसे केल्यानेदेखील मदत होऊ शकते. आपण सर्व जण; अगदी व्यावसायिक आहारतज्ज्ञसुद्धा; ताटात नेमकं किती अन्न आहे, याचा अंदाज अनेकदा कमी लावतात, विशेषतः जेव्हा समोर खूप मोठ्या मात्रेत अन्न असते.

पुढे जाऊन पोषणतज्ज्ञांच्या सूचना आणि खाद्यकंपन्यांच्या युक्त्या आपल्याला अधिकच गोंधळात टाकतात. 'लो-फॅट' (चरबीरहित) किंवा 'ऑरगॅनिक' (नैसर्गिक) यासारखे लेबल वापरून आरोग्यदायी असल्याचा गैरसमज निर्माण करतात. पीअर शँडॉन आणि अलेक्झांडर चेर्नेव यांनी तयार केलेल्या एका प्रयोगात, टियरनीने ब्रुकलिनमधील आरोग्याविषयी जागरूक असलेल्या लोकांच्या पार्क स्लोप भागात हा परिणाम तपासला. काही लोकांना Applebee'sच्या चिकन सॅलड आणि पेप्सी असलेल्या प्लेटचे चित्र दाखवले गेले; इतरांना अगदी तेच जेवण; पण बाजूला 'ट्रान्स फॅट फ्री' असे मोठे लेबल असलेल्या क्रॅकर्ससह दाखवले गेले. ती दोन्ही जेवणे सारखीच असली, तरी त्या चांगल्या मूल्यांच्या लेबलमुळे, लोकांनी क्रॅकर्स असलेल्या जेवणातील कॅलरी कमी असणार असा अंदाज वर्तवला. त्या लेबलमुळे लोकांना तो पदार्थ जणू काही उष्मांक नसल्यासारखाच भासू लागला. हा परिणाम पार्क स्लोपमधील अनौपचारिक प्रयोगातही दिसला आणि नंतर चेर्नेव यांच्या नंतर प्रसिद्ध केलेल्या शोधनिबंधातही सिद्ध झाला. हा शोधनिबंध समकक्ष तज्ज्ञांकडून तपासला गेला होता. इतर अभ्यासांनीही दाखवले आहे की, सामान्य लोक आणि पोषणतज्ज्ञ दोघेही 'कमी उष्मांक' (लो-फॅट) लेबल असलेल्या पदार्थांतील उष्मांकांचा अंदाज कमीच लावतात आणि परिणामी ते पदार्थ जास्त प्रमाणात खातात.

या समस्यांवर मात करण्यासाठी, खाद्यपदार्थांच्या लेबलवर किंवा जेवणाच्या मेन्यूवर उष्मांकांचे मोजमाप दिलेले असते, तेव्हा त्याकडे जास्त लक्ष देण्याचा प्रयत्न करू शकता, किंवा तुमच्याकडे उष्मांक मोजणारे ॲप असलेला स्मार्टफोन असेल, तर त्याचाही वापर तुम्ही करू शकता. उष्मांकांचे मोजमाप उपलब्ध नसेल, तरी किमान तुमच्यासमोर असलेल्या अन्नाकडे लक्ष देण्याचा प्रयत्न तरी करता येईल. फार थोडे लोक प्रत्यक्षात असा प्रयत्न करतात. जेवताना सर्वांत सामान्यपणे जोडल्या जाणाऱ्या दोन क्रिया म्हणजे गप्पा मारणे आणि टेलिव्हिजन पाहणे. आणि या दोन्हीही गोष्टी अधिक उष्मांक सेवनाशी जोडलेल्या आहेत. संशोधकांनी वारंवार दाखवून दिले आहे की, टेलिव्हिजनसमोर जेवल्याने खाण्याचे प्रमाण वाढते. उत्तम कॉमेडी किंवा भयपट चित्रपटासारख्या गोष्टीत प्रेक्षकांचे लक्ष खिळलेले असेल, तर ते कंटाळवाण्या कार्यक्रमापेक्षा जास्त खातात. एका अभ्यासात, आहार पाळणाऱ्या स्त्रियांनी एखाद्या चित्रपटात रमल्यावर नेहमीपेक्षा तिप्पट अन्न जास्त खाल्ले.

लोक मित्रमैत्रिणींमध्ये किंवा कुटुंबासोबत जेवताना जास्त खातात, कारण त्यांचे लक्ष अन्नापेक्षा सोबत्यांकडे अधिक असते. या वेळी वाइन किंवा बीअर प्यायली, तर जेवणाकडचे लक्ष आणखी कमी होते कारण दारू स्व-जागरूकता कमी करते आणि त्यामुळे निरीक्षण करण्याची क्षमता ढासळते. दारू प्यायले नसले

तरीही अशा वेळी लोक इतके अनभिज्ञ असू शकतात की, त्यांनी जे सूप घेतलेले असते ते त्यांच्या नकळत बाउलमध्ये सतत भरले जात असतानाही त्यांच्या ते लक्षात येत नाही, आणि ते पीत राहतात. ब्रायन वानसिंक यांनी कॉर्नेलमधील एका प्रसिद्ध प्रयोगात हे दाखवून दिले. या बाउल्सना लपवलेल्या नळ्या जोडलेल्या होत्या. लोक सतत त्या तळ न गाठणाऱ्या बाउल्समधून सूप पीत राहिले, कारण त्यांच्या समोर जितके अन्न येते तेवढे खाण्याची त्यांना सवयच झाली होती. तुम्ही तुमच्या स्वतःच्या भुकेकडे लक्ष देण्याऐवजी बाह्य संकेतांवर अवलंबून असाल, तर तुमचे वजन वाढू शकते. कारण तुम्हाला मोठ्या प्रमाणात दिले गेलेले अन्न तुमच्याकडून नकळत जास्त खाल्ले जाण्याचा धोका असतो. मोठ्या ताटात अन्न दिले गेले किंवा मोठ्या-रुंद ग्लासमध्ये पेये ओतली गेली, तर त्यातून किती अतिरिक्त उष्मांक वाढत आहेत याचे मूल्यमापन तुमच्याकडून कमी होते, कारण त्रिमितीय प्रमाणाचे अचूक आकलन सहजासहजी होत नाही. चित्रपटगृहाने फक्त पॉपकॉर्नच्या पिशवीचे एकच माप, उदा., उंची. तिपटीने वाढवली, तरी त्यात तीन पट पॉपकॉर्न आहे हे तुम्हाला लगेच दिसेल; पण जेव्हा एखादी पिशवी एकाच वेळी रुंद, खोल आणि उंच होते, तेव्हा तिचा आकार तीनपट वाढतो; पण दिसायला ती तितकी मोठी वाटत नाही. मग तुम्ही मोठा पॅक ऑर्डर करता आणि तो पूर्ण संपवता. थिएटर किंवा रेस्टॉरंटमध्ये कोणत्या प्रकारची पॅकिंग किंवा प्लेट्स वापरतात, यावर तुम्ही नियंत्रण ठेवू शकत नाही, पण घरच्या घरी तुम्ही छोट्या ताटल्या आणि बारीक, उंच ग्लास वापरून तुमचे खाण्याचे भाग (पोर्शन्स) कमी ठेवू शकता.

तुम्ही टेबल लगेच साफ न करूनही खाण्यावर लक्ष ठेवणे सोपे करू शकता. स्पोर्ट्स बारमध्ये केलेल्या एका प्रयोगात असे आढळले की, जेव्हा वेटर्स लोकांच्या प्लेटमधील खाल्लेल्या चिकन विंग्जची हाडे तशीच ठेवत, तेव्हा लोक खूपच कमी खात. ज्या टेबलांवर वेटर्स ती हाडे लगेच साफ करत, तिथे लोकांना आपण किती खाल्ले हे विसरणे सोपे जात असे, कारण त्याचा पुरावा नाहीसा होत असे. पण ज्या टेबलांवर हाडे तशीच राहिली, तिथे बसलेल्या लोकांना स्वतःची फसवणूक करणे अशक्य झाले. म्हणजे ती हाडेच त्यांच्या जागी 'निरीक्षण' करण्याचे काम करत होती.

'कधीच नाही' असं कधीच म्हणू नये

डाएटिंगवरील संशोधनाचे निष्कर्ष बहुतेक वेळा निराशाजनकच असतात. पण क्वचित एखादा आनंददायक अपवादही सापडतो. शेवट करण्यासाठी आम्ही आमचा आवडता, आशादायी शोध राखून ठेवला आहे. हा एका गोड पदार्थांच्या ट्रॉलीच्या प्रयोगाचा परिणाम होता. 'स्वतःला एखादी गोष्ट न करण्यास रोखणे इतके कठीण का

असते?' या आत्मसंयमनाच्या मूलभूत प्रश्नाचा शोध विपणन (मार्केटिंग) संशोधक घेत होते. मार्क ट्वेन यांनी 'द ॲडव्हेंचर्स ऑफ टॉम सॉयर' (The Adventures of Tom Sawyer) मध्ये म्हटले आहे : 'एखादी गोष्ट करू नये असा शब्द देणे म्हणजे तीच गोष्ट करण्याची इच्छा अधिक तीव्र होण्याचा खात्रीशीर मार्ग आहे.' मानवी मनोवृत्तीचा हा अत्यंत त्रासदायक भाग असला, तरी संशोधक निकोल मीड आणि व्हॅनेस्सा पॅट्रिक यांनी स्वतःला नकार देण्याच्या विविध प्रकारांचा अभ्यास करून यावर उपाय शोधण्याचा प्रयत्न केला.

त्याची सुरुवात त्यांनी काही मानसिक प्रयोग करून केली. त्यात चवदार, आकर्षक पदार्थांची चित्रे दाखवली.

प्रयोगात सहभागी असलेल्यांना कल्पना करायला सांगितले की, हे डेझर्ट्स त्यांना रेस्टॉरंटमध्ये त्यांच्या समोर ठेवण्यात आले आहेत. काहींनी कल्पना केली की, ते आपला आवडता गोड पदार्थ निवडून खात आहेत. उरलेल्या गटाने मात्र गोड पदार्थ न खाण्याची कल्पना करायची होती. त्यासाठी त्यांना दोन वेगवेगळ्या पद्धती सांगण्यात आल्या. काही विशिष्ट क्रम वगैरे न ठरवता काहींना कल्पना करायला सांगितले की, त्यांनी हे गोड पदार्थ न खाण्याचा निर्णय घेतला आहे. तर काही जणांना 'आत्ता नाही, पण नंतर खाईन' असं स्वतःला सांगितल्याची कल्पना करायची होती. हा फरक आनंद नाकारणे आणि आनंद पुढे ढकलणे यांमधला होता.

यानंतर प्रयोगकर्त्यांनी पाहिलं की, या लोकांना गोड पदार्थांविषयीच्या तीव्र ओढीमुळे किती त्रास झाला व किती वेळा त्यांचे लक्ष विचलित झाले? या संशोधकांना माहीत होतं की, अपूर्ण कामं वारंवार मनात येतात (आपण तिसऱ्या प्रकरणात पाहिलेला झायगार्निक परिणाम), त्यामुळे ज्यांनी आनंद पुढे ढकलला होता त्या लोकांचे लक्ष मिष्टान्नामुळे जास्त विचलित होईल, अशी संशोधकांची अपेक्षा होती. पण आश्चर्य म्हणजे, 'आत्ता नाही, पण नंतर' असं स्वतःला सांगणाऱ्या लोकांना चॉकलेट, केकच्या कल्पनांनी, नुसत्या खाण्याची कल्पना करणारे आणि थेट नकार देणारे यांच्यापेक्षाही कमी त्रास झाला. संशोधकांना वाटलं होतं की, थेट नकार देणाऱ्यांना त्याचे कमी आकर्षण वाटेल, कारण त्यांच्या मनाला स्पष्ट उत्तर मिळालेलं आहे, की नाही म्हणजे नाही! पण प्रत्यक्षात मात्र उलटं झालं. आनंद पुढे ढकललेला असेल, तर तो मनात इतका घुसत नव्हता, पण आनंद नाकारणे मात्र मनाला सतत कुरतडत राहिलं. किमान, या मानसिक प्रयोगात तरी गोड पदार्थांविषयी मनाने 'नाही' म्हणणे स्वीकारलं नाही.

पण जेव्हा खऱ्या अन्नाचा प्रश्न येतो तेव्हा काय? हे जाणून घेण्यासाठी संशोधकांनी लोकांना एकेक करून बोलावलं. त्यांना एक लघुपट दाखवला आणि तो पाहताना त्यांच्या बाजूला M&M's ची वाटी ठेवली. (साफसफाईचा त्रास

नाही म्हणून या गोळ्या प्रयोगशाळांमध्ये कायमच वापरल्या जातात). एका गटाला सांगितलं की, त्यांनी चित्रपट पाहताना हवं तितकं खायचं आहे अशी कल्पना करा. दुसऱ्या गटाला सांगितलं की, त्यांना काहीही खायचं नाहीये अशी कल्पना करा. तर तिसऱ्या गटाला सांगितलं की, त्यांनी 'आत्ता खाणार नाही, पण नंतर खाईन,' असं ठरवलं असल्याची कल्पना करा. या सूचना प्रभावी ठरल्या : ज्यांना खायचं ठरवलंय अशी कल्पना करायला सांगितलं होतं, त्यांनी खरोखर इतर दोन्ही गटांपेक्षा जास्त M&M's खाल्ल्या.

यानंतर काही प्रश्नावली भरून घेण्यात आल्या आणि मग प्रयोगकर्ता (खोटं सांगत) म्हणाला की, प्रयोग आता संपला आहे. प्रत्येकाला अजून एक प्रश्नावली भरायला सांगण्यात आलं, जी प्रयोगशाळेच्या दर्जाबद्दल असल्याचं सांगण्यात आलं.

मग जणू काही शेवटच्या क्षणी आठवल्यासारखे, संशोधकाने पुन्हा त्या व्यक्तीकडे M&Mचा बाउल दिला आणि म्हणाला, ''या प्रयोगात सहभागी झालेली तुम्ही आजची शेवटची व्यक्ती आहात. बाकी सगळे आता गेले, त्यामुळे या हे चॉकलेट्स/गोळ्या उरल्या आहेत. हवे तर घ्या.'' एवढे बोलून, त्या व्यक्तीला प्रश्नावली भरायला आणि हवे तेवढे चॉकलेट खायला एकटे सोडून संशोधक बाहेर गेला. आता तिथे पाहायला किंवा काळजी घ्यायला कुणी नव्हतं. पण नेहमीप्रमाणे संशोधकांना मात्र खूपच काळजी होती. त्यांनी त्या बाउलचं आधीच वजन करून ठेवलं होतं, आणि सहभागी व्यक्ती गेल्यावर त्यांनी पुन्हा त्याचे वजन केलं.

ज्यांनी स्वतःला आनंद थोडा पुढे ढकलायला सांगितले होते, त्यांना हवे तेवढे खाण्याची ही सुवर्णसंधी होती. ते मनसोक्त M&M खातील अशी अपेक्षा होती आणि ज्यांनी स्वतःला खाणे नकोच म्हटले होते, ते कदाचित खंबीर राहतील किंवा फार तर अगदी कमी खातील, असे वाटले होते. पण प्रत्यक्षात याच्या उलट घडले. ज्यांनी खाण्यासाठी ठामपणे नकार दिला होता त्या लोकांच्या तुलनेत ज्यांनी आनंद पुढे ढकलला होता, त्यांनी प्रत्यक्षात स्वतःला खाण्यापासून रोखले किंवा अगदीच कमी खाल्ले. जरी दोन्ही गटांनी सारखेच खाल्ले असते, तरीही ते संशोधकांसाठी मोठे निरीक्षण ठरले असते. कारण, शेवटी आनंद पुढे ढकलणाऱ्या गटाकडून नंतर खाण्याची संपूर्ण अपेक्षा होती.

पण या लोकांनी दुसऱ्यांपेक्षा कमी खाल्ले, हे खरोखरच आश्चर्यकारक होते. या परिणामाचा संकेत असा की, 'हे मी नंतर खाईन' असे स्वतःला सांगणे, याने मनात ते अन्न आता खाल्ल्यासारखेच काही अंशी समाधान मिळते. याने काही प्रमाणात इच्छा शांत होते. कधीकधी ते प्रत्यक्ष खाल्ल्यापेक्षा भूक दडपण्यात अधिक प्रभावी ठरते. या अंतिम टप्प्यात, जेव्हा सगळ्यांना एकेकट्याने M&Mच्या बाउलसमोर बसवले होते, तेव्हा आनंद पुढे ढकलणाऱ्यांनी अगदी त्यांच्याही तुलनेत

कमी खाल्ले, ज्यांना आधी मनसोक्त खायला दिले होते, आणि इतकेच नव्हे, हा परिणाम प्रयोगशाळेच्या बाहेरही टिकून राहिला. दुसऱ्या दिवशी सर्व लोकांना एक ईमेल पाठवण्यात आला :

'जर आत्ता कोणी तुम्हाला M&M दिले तर, तुम्हाला ते खायची किती इच्छा होईल?' असा प्रश्न त्यात विचारण्यात आला होता. त्या क्षणी ज्यांनी आनंद पुढे ढकलला होता, त्यांची M&M खायची इच्छा, स्वतःला नकार देणाऱ्यांपेक्षा आणि आधी हवे तेवढे खाणाऱ्यांपेक्षा लक्षणीय कमी होती.

गोड खाणे टाळण्यासाठी इच्छाशक्ती लागते, पण 'कधीच खाणार नाही' असे म्हणण्यापेक्षा 'नंतर' असे म्हणणे मानसिकदृष्ट्या कमी ताण देणारे ठरते. दीर्घ कालावधीत, तुम्हाला इच्छाही कमी होते आणि तुम्ही खाल्लेलेही कमी असते. याशिवाय, तुम्हाला आणखी आनंद मिळू शकतो, असे अजून एका वेगळ्या प्रयोगात दाखवले गेले : लोकांना विचारले गेले की, 'आज तुमच्या आवडत्या चित्रपट स्टारचे चुंबन घेण्यासाठी तुम्ही किती पैसे द्यायला तयार आहात, आणि तीन दिवसांनी किती?' सामान्यतः लोक तत्काळ सुखासाठी जास्त पैसे देण्यास तयार असतात; पण या प्रकरणात लोक चुंबन घेणे पुढे ढकलण्यासाठी जास्त पैसे देण्यास तयार होते, कारण त्यामुळे त्यांना तीन दिवसही ते घडण्याची वाट पाहणे अनुभवता येईल. त्याचप्रमाणे, क्रेम ब्रूले किंवा मोलेट चॉकलेट केकचा आनंद न घेता थोडा वेळ थांबल्याने अपेक्षेचा आनंद अनुभवता येतो. या आधीच मिळणाऱ्या आनंदामुळे, जेव्हा तुम्ही शेवटी खाता, तेव्हा जास्त खाण्याची गरज कमी वाटते आणि मध्यम प्रमाणात खाण्याची प्रवृत्ती वाढते. त्याउलट, जर तुम्ही एखादी गोष्ट पूर्णपणे टाळायचा निश्चय केला आणि नंतर अखेर खाल्लेत, तर तुम्ही म्हणाल, 'काय फरक पडतो,' आणि ती जास्त प्रमाणात खाल्ली गेली.

म्हणूनच अन्नाबद्दल, 'कधीच नाही' असे कधीही म्हणू नका. जेव्हा गोड पदार्थ समोर येतील, तेव्हा निषिद्ध पदार्थांकडे आसुसलेल्या नजरेने फार वेळ पाहत बसू नका. स्वतःलाच वचन द्या की, तुम्ही लवकर किंवा उशिरा ते नक्कीच खाल, पण आज रात्री नाही. स्कालट ओ'हारा यांच्या आत्मविश्वासाच्या शैलीत स्वतःला सांगा : 'उद्याचा आनंद वेगळाच असेल'.

निष्कर्ष

इच्छाशक्तीचे भविष्य - अधिक लाभ, कमी ताण

(फक्त टाळाटाळ केली नाही तर)

'मला संयम आणि ब्रह्मचर्य दे, पण आत्ता लगेच नको.'

–संत होण्यापूर्वी, तरुणपणी सेंट ऑगस्टीन यांनी केलेली प्रार्थना

तरुण ऑगस्टीनप्रमाणेच प्रत्येक जण कधी ना कधी आत्मसंयमनाचे फायदे मान्य करतो. मात्र, आपल्यासारख्या संत नसलेल्या, सर्वसामान्य लोकांसाठी असा दिवस खरंच कधी येणार आहे का? जर इच्छाशक्ती मर्यादित असेल आणि मोह सतत वाढतच असतील, तर मग या सद्गुणाचे दीर्घ काळ टिकणारे पुनरुज्जीवन कसे शक्य होईल? आम्ही अडचणींना कमी लेखत नाही, तरीही वैयक्तिक आणि सामाजिक अशा दोन्ही पातळ्यांवर आत्मसंयमनाच्या भवितव्याबाबत आम्ही आशावादी आहोत. होय, मोह अधिकाधिक चतुर आणि आकर्षक होत चालले आहेत; पण त्यांना प्रतिकार करण्याची साधनेदेखील तेवढीच जास्त सक्षम आणि प्रगत होत आहेत. इच्छाशक्तीच्या फायद्याची आजवर कधीच नव्हती इतक्या स्पष्टपणे दखल घेतली जात आहे. अलीकडील संशोधनसाहित्याचा मोठा साठा तुम्ही पुढीलप्रमाणे एका साध्या नियमात थोडक्यात मांडू शकता : तुमच्या आयुष्यातील ताण कमी करण्याचा सर्वांत उत्तम उपाय म्हणजे स्वतःच्या चुका करणे थांबवणे. याचा अर्थ असा की, तुमचे आयुष्य अशा पद्धतीने घडवणे की, ज्यामध्ये तुम्हाला यश मिळण्याची वास्तववादी आणि व्यवहार्य संधी असेल. यशस्वी लोक आपली इच्छाशक्ती फक्त शेवटच्या क्षणी स्वतःला संकटापासून वाचवण्यासाठी वापरत नाहीत. किमान नियमित धोरण म्हणून तरी नाही, असे बाउमिस्टर आणि त्यांच्या

सहकाऱ्यांनी अटलांटिकच्या दोन्ही बाजूंना केलेल्या निरीक्षणात दिसले आहे. जेव्हा त्यांनी जर्मन लोकांचे दिवसभर निरीक्षण केले (आधी आपण ज्या बीपर अभ्यासाचा उल्लेख केला होता त्यात), संशोधकांना हे पाहून आश्चर्य वाटले की, ज्यांची आत्मसंयमनाची क्षमता जास्त होती, त्यांनी इतर लोकांच्या तुलनेत इच्छेचा प्रतिकार करण्यात कमी वेळ खर्च केला.

सुरुवातीला बाउमिस्टर आणि त्यांच्या जर्मन सहकाऱ्यांना आश्चर्य वाटले. आत्मसंयम हा इच्छांचा प्रतिकार करण्यासाठी असतो असे मानले जाते, तर ज्यांच्याकडे अधिक आत्मसंयम आहे ते लोक तो वरचेवर का वापरत नाहीत? पण मग एक स्पष्टीकरण समोर आले : या लोकांना इच्छाशक्ती वापरण्याची गरज कमी असते कारण त्यांना मोह आणि अंतर्मनातील संघर्षांचा कमी प्रमाणात सामना करावा लागतो. ते असे आयुष्य आखण्यात कुशल असतात, ज्यामुळे त्यांना अडचणींच्या परिस्थिती टाळता येतात. हे संशोधन बाउमिस्टरसोबत काम करणाऱ्या डच संशोधकांच्या दुसऱ्या अभ्यासाच्या निष्कर्षांशी जुळते, ज्यातून हे दिसून आले की, चांगला आत्मसंयम असलेले लोक मुख्यत्वे आपत्कालीन परिस्थितीमध्ये स्वतःला वाचवण्यासाठी नव्हे तर शैक्षणिक क्षेत्रात/ शाळेत आणि कामात प्रभावी सवयी आणि दिनचर्या विकसित करण्यासाठी त्याचा वापर करतात. या सवयी आणि दिनचर्येचे परिणाम अलीकडे झालेल्या अजून एका अमेरिकन अभ्यासामध्ये दिसून आले. त्यात असे दिसले आहे की, उच्च आत्मसंयम असलेले लोक त्यांच्या आयुष्यात सातत्याने कमी ताण अनुभवतात, असे त्यांनी नोंदवले आहे. ते आपला आत्मसंयम संकटातून बाहेर पाडण्यासाठी नाही, तर संकट टाळण्यासाठी वापरतात. ते एखादा प्रकल्प पूर्ण करण्यासाठी स्वतःला पुरेसा वेळ देतात; गाडी पूर्ण तुटण्याआधीच दुरुस्तीसाठी नेतात; जितके हवे तितके खा, अशा जेवणापासून ते दूर राहतात; ते संरक्षणाऐवजी हल्ला करतात.

या अखेरच्या प्रकरणात आपण हल्ल्याचे धोरण पाहणार आहोत. त्याची सुरुवात करू या एका सर्वांत स्पष्ट, पण बहुतेकांकडून दुर्लक्ष केल्या जाणाऱ्या नियमापासून : ते सतत टाळत राहू नका. चालढकल करणे, टाळाटाळ करणे हा जवळपास सगळीकडे आढळून येणारा दोष आहे. सिसेरो यांनी टाळाटाळ करणाऱ्यांना 'घृणास्पद' म्हटले आहे, जोनाथन एड्वर्डस यांनी 'भविष्यातील वेळेवर अवलंबून राहण्याचे पाप आणि मूर्खपणा' या विषयावर संपूर्ण प्रवचन केले. आधुनिक सर्वेक्षणांमध्ये, किमान ९५% लोक कधीकधी असे करतात, हे मान्य करतात. (आपल्याला माहीत नाही की, उर्वरित ५% लोक कोण आहेत, किंवा ते कुणाला फसवत आहेत), आणि समाज आधुनिक होत गेल्याने आणि मोह वाढत गेल्याने ही समस्या अधिकच बिकट होते असे दिसते. मानसशास्त्रज्ञ पियर्स स्टील,

ज्यांनी मागील ४ दशकांमध्ये जगभरातील डेटाचे विश्लेषण केले आहे, ते असे सांगतात की, जोखीम टाळणाऱ्यांच्या संख्येत मोठी वाढ झाली आहे. हे लोक टाळाटाळ करणे हेच आपल्या व्यक्तिमत्त्वाचे मुख्य वैशिष्ट्य मानतात. त्यात आज आंतरराष्ट्रीय स्तरावर सर्वेक्षण केलेल्या लोकांपैकी २० टक्क्यांहून अधिक लोकांचा समावेश होतो. काही अमेरिकन सर्वेक्षणांमध्ये निम्म्याहून जास्त लोक स्वतःला काम पुढे ढकलण्याची सवय असल्याचे मानतात आणि कामगार स्वतःच असा अंदाज लावतात की, ते कामाच्या वेळेत आपल्या एकूण वेळेचा सुमारे एकचतुर्थांश भाग वाया घालवतात. म्हणजेच दर कामाच्या दिवशी जवळजवळ दोन तास. नेहमीच्या (सरासरी) पगाराच्या हिशेबाने पाहिले तर प्रत्येक कर्मचाऱ्याला कामचुकारपणात घालवलेल्या वेळेसाठी वर्षाला सुमारे १०,००० डॉलर्स इतके पैसे दिले जात आहेत, असा याचा अर्थ होतो.

या वाईट सवयींसाठी किंवा दोषासाठी मानसशास्त्रज्ञांनीही आणि स्वतः काम पुढे ढकलणाऱ्या लोकांनीदेखील अनेकदा लोकांमध्ये असलेल्या प्रत्येक गोष्ट परिपूर्ण करण्याच्या हट्टालाच जबाबदार धरले आहे. असं म्हटलं जातं की, असे परिपूर्णतावादी लोक एखादं काम सुरू करतानाच काळजी आणि चिंतेने ग्रासले जातात, कारण त्यांना ते काम त्यांच्या आदर्शापर्यंत पोहोचत नाही, असं वाटत असतं. त्यामुळे ते कामात अडकून तरी पडतात किंवा मग सरळ काम थांबवूनच टाकतात. सिद्धान्ताच्या पातळीवर हे पटण्यासारखं आहे, आणि काही प्रकरणांत ते खरंही असणार; पण संशोधकांना वारंवार प्रयत्न करूनही काम पुढे ढकलण्याची सवय आणि परिपूर्णतावाद यांच्यात ठोस आणि विश्वासार्ह असा संबंध आढळून आलेला नाही. मानसशास्त्रज्ञांना सुरुवातीला या दोन्हींत संबंध आहे असं वाटण्यामागे निवड पक्षपात हे एक कारण असू शकतं. उच्च निकष असलेला एखादा काम पुढे ढकलणारा माणूस; कमी महत्त्वाकांक्षी आणि निष्काळजीपणे वेळ वाया घालवणाऱ्या व्यक्तीपेक्षा; या समस्येसाठी मदत शोधण्याची जास्त शक्यता असते. त्यामुळे काम पुढे ढकलणाऱ्या लोकांवर उपचार करणाऱ्या मानसशास्त्रज्ञांच्या दवाखान्यात परिपूर्णतावादी लोकच तुलनेने जास्त दिसून येतात. मात्र, उच्च निकष ठेवणारे असेही बरेच लोक असतात, जे काम पुढे ढकलत नाहीत आणि रात्र-रात्र जागून न काढताही अगदी उत्तम काम करतात.

खरं तर आवेगशीलता, या गुणाचा ठळक परिणाम दिसून येतो आणि काम पुढे ढकलणाऱ्या लोकांवरील अभ्यासात हा गुण वारंवार दिसून येतो. अलीकडील संशोधनातून हेदेखील समोर आले आहे की, काम पुढे ढकलण्याची सवय ही महिलांपेक्षा पुरुषांमध्ये जास्त प्रमाणात आढळते. विशेषतः तरुण वयाच्या पुरुषांमध्ये ती समस्या अधिक तीव्र स्वरूपाची दिसून येते. पुरुषांना आपल्या आवेगांवर नियंत्रण

ठेवणे जरा जास्त अवघड जाते. जेव्हा काम पुढे ढकलणारे लोक एखाद्या कठीण कामामुळे चिंताग्रस्त होतात किंवा एखाद्या कंटाळवाण्या दररोजच्या कामामुळे त्यांना बोअर होते, तेव्हा आपली मन:स्थिती सुधारण्यासाठी ते दुसरं काहीतरी करण्याच्या मोहाला बळी पडतात. ते तत्काळ मिळणाऱ्या सुखाकडे वळतात, जसे की, स्वयंपाकघराची स्वच्छता करण्याऐवजी किंवा संशोधनपर लेख/निबंध लिहिण्याऐवजी व्हिडिओ गेम खेळणे आणि ते दीर्घकालीन परिणामांकडे दुर्लक्ष करण्याचा प्रयत्न करतात. जेव्हा भविष्यातील अंतिम मुदतीबद्दलचे विचार मनात येतात, तेव्हा ते कधीकधी स्वतःला हेही सांगायचा प्रयत्न करतात की, 'शेवटच्या घटकेपर्यंत थांबण्यात शहाणपण आहे. मला अंतिम मुदतीच्या दबावाखालीच उत्तम काम करता येते'. पण बहुतेक वेळा ते स्वतःलाच फसवत असतात, असे बाउमिस्टर आणि डायने टाईस यांनी शोधून काढले.

अंतिम मुदतीचा प्रयोग

काम पुढे ढकलण्याचा हा प्रयोग एका अत्यंत योग्य वातावरणात म्हणजे एका विद्यापीठाच्या परिसरात पार पडला. कॉलेजच्या विद्यार्थ्यांपैकी बहुतेक जण मान्य करतात की, ते दिवसभरातील जागे असण्याच्या आपल्या वेळेतील सुमारे एकतृतीयांश वेळ काम पुढे ढकलण्यात घालवतात. खरं तर नेमका किती वेळ वाया जातो, हे कुणालाच माहीत नाही. टाईस या केस वेस्टर्न विद्यापीठात आरोग्य मानसशास्त्राचा (मानसिक आणि भावनिक प्रक्रियांचा शारीरिक आरोग्यावर होणाऱ्या परिणामांचा) अभ्यास करत होत्या. त्यांनी आपल्या वर्गातील काम पुढे ढकलणाऱ्यांना ओळखण्यासाठी दोन पद्धतींचा अवलंब केला. सर्वप्रथम सत्राच्या सुरुवातीला त्यांनी विद्यार्थ्यांकडून त्यांच्या कामाच्या सवयींबद्दल एक प्रश्नावली भरून घेतली. मग सत्राच्या शेवटच्या भागात एक पेपर देऊन विद्यार्थ्यांना तो एका शुक्रवारी सादर करायला सांगण्यात आले. टाईस यांनी हेही जाहीर केले की, जे विद्यार्थी अंतिम मुदतीत पेपर सादर करू शकणार नाहीत, ते पुढील मंगळवारपर्यंत वर्गात पेपर सादर करू शकतात. आणि समजा त्यांनी ही दुसरी मुदतही चुकवली, तर ते पुढील शुक्रवारी तिच्या कार्यालयात पेपर देऊ शकतात. ही म्हणजे मूळ अंतिम मुदतीच्या तुलनेत पूर्ण एक आठवडा उशीर होता. नंतर तिच्या लक्षात आले की, काम पुढे ढकलण्याच्या प्रश्नावलीमध्ये ज्यांना चांगले गुण मिळाले होते त्यांपैकी काही विद्यार्थ्यांनी पहिल्या दोन मुदतींमध्ये लिहिण्याची तसदीच घेतली नव्हती. त्यांच्या दृष्टीने दुप्पट वाढवलेली अंतिम मुदतच एकमेव महत्त्वाची होती.

त्या पेपर्सची तपासणी अशा शिक्षकांनी केली होती, ज्यांना ते कधी सादर

केले गेले आहेत याबद्दल काही ठाऊक नव्हते. पण टाईस आणि बाउमिस्टर यांनी ती माहिती नोंदवून ठेवली होती, जेणेकरून ते विद्यार्थ्यांच्या कामगिरीची तुलना करू शकतील. काम पुढे ढकलणारे विद्यार्थी, ज्यांचे मोजमाप प्रश्नावलीद्वारे आणि उशिरा पेपर सादर केल्यावर केले गेले, ते सर्व शैक्षणिक निकषांवर कमी कामगिरी करत होते. त्यांना त्यांच्या लेखासाठी कमी गुण मिळाले होते, तसेच त्यांचे सहामाही आणि शेवटच्या परीक्षेतील गुणही कमी होते. पण कदाचित त्यांना इतर प्रकारे काही फायदा झाला असता का? या आरोग्य मानसशास्त्राच्या वर्गातील एका वेगळ्या प्रकल्पात, विद्यार्थ्यांनी स्वतःच्या आरोग्याच्या नोंदी ठेवल्या. त्यात त्यांच्या सर्व लक्षणे आणि आजारांचा समावेश होता, तसेच ते किती वेळा विद्यापीठ परिसरातील दवाखान्यात किंवा इतर कुठल्या डॉक्टरकडे गेले हेही नोंदवले होते. जेव्हा टाईस यांनी पहिल्या सत्रातील अभ्यासाचे निष्कर्ष तपासले तेव्हा त्यांना एक धक्कादायक परिणाम आढळला. तो म्हणजे काम पुढे ढकलणारे विद्यार्थी जास्त निरोगी होते. त्यांनी कमी लक्षणे आणि डॉक्टरांच्या कमी भेटींची नोंद केली होती. यातून असं दिसत होतं की, काहीतरी समतोल नक्कीच होता : निश्चितच, वेळेवर काम करणाऱ्या विद्यार्थ्यांनी आपले काम वेळेत पूर्ण केले आणि काम पुढे ढकलणाऱ्यांच्या तुलनेत जास्त गुण मिळवले; पण काम पुढे ढकलणाऱ्यांना चांगल्या आरोग्याचा आनंद मिळाला होता. अंतिम मुदतीच्या आधी आत्मसंयमन वापरण्यामुळे काही परिणाम होत असल्याचे दिसत होते. कदाचित, यामुळे शरीरातील साखर प्रतिकार शक्तींकडून दुसरीकडे वळवली जात असेल. मात्र, बाउमिस्टर आणि टाईस यांनी हा परिणाम विचारत घेतानाच हेही लक्षात घेतले की, विद्यार्थ्यांचे त्यांच्या आरोग्याच्या नोंदी ठेवण्याचे काम सत्राच्या शेवटच्या आठवड्यापूर्वीच संपले होते आणि बरोबर त्याच वेळी काम पुढे ढकलणारे विद्यार्थी आपला शोधनिबंध लिहिण्याचे काम करत होते. जेव्हा ते काम करत नव्हते तेव्हा कदाचित ते निरोगी होते; पण सत्राच्या शेवटी जेव्हा अंतिम मुदत जवळ येऊन ठेपली तेव्हा त्यांचं काय झालं?

त्यामुळे हा प्रयोग पुढील सत्रात दुसऱ्या एका वर्गात पुन्हा करण्यात आला. या वेळी विद्यार्थ्यांना अंतिम परीक्षा होईपर्यंत आपल्या आजारांच्या, लक्षणांच्या आणि डॉक्टरांच्या भेटींच्या नोंदी ठेवण्यास सांगण्यात आले. पुन्हा एकदा असे आढळले की, काम पुढे ढकलणाऱ्या विद्यार्थ्यांना गुण कमी मिळाले; पण सत्राच्या सुरुवातीच्या काळात त्यांची तब्येत मात्र जास्त चांगली होती. त्याच वेळी वर्गातील वेळेवर काम करणारे काही विद्यार्थी मात्र आपापले शोधनिबंध लिहीत असताना सर्दी-खोकल्याने बेजार झाले होते. काम पुढे ढकलणारे विद्यार्थी तेव्हा कदाचित फ्रिस्बी खेळात बाहेर मजा करत असतील, पार्ट्यांमध्ये निवांत वेळ घालवत असतील, किंवा भरपूर झोपा काढत असतील. ज्यांच्यासाठी अंतिम मुदत अजून बरीच दूर आहे, अशा काम पुढे ढकलणाऱ्यांसाठी आयुष्य तेव्हा छानच असतं.

पण शेवटी त्या सगळ्याची किंमत चुकवण्याची वेळ कधी ना कधी येतेच. सत्राच्या शेवटी, काम पुढे ढकलणाऱ्या विद्यार्थ्यांना इतरांच्या तुलनेत खूप जास्त ताण सहन करावा लागला. आता त्यांना मागे पडलेलं काम उरकण्यासाठी स्वतःला कसंबसं सावरून जोर लावावा लागला आणि त्यांनी आपल्या लक्षणांमध्ये व आजारपणात तीव्र वाढ झाल्याच्याही नोंदी केल्या. खरं तर सत्राच्या शेवटी काम पुढे ढकलणारे विद्यार्थी इतर विद्यार्थ्यांच्या तुलनेत एवढे आजारी पडले की, सत्राच्या सुरुवातीच्या आठवड्यांत त्यांची तब्येत चांगली राहिल्याने त्यांना जो फायदा झाला होता, तोही पूर्णपणे नाहीसा झाला. रात्रन्‌रात्र जागून काढण्याचा त्यांच्यावर वाईट परिणाम झाला आणि एकूणातच त्यांच्या आरोग्याच्या समस्या अधिक वाढल्या.

काम पुढे ढकलण्यात सर्वांत पुढे असलेल्या विद्यार्थ्यांची अवस्था तर फारच वाईट होती. ते तिसरी आणि अंतिम मुदतही पाळू शकले नाहीत. मग अनेक विद्यापीठे काम पुढे ढकलणाऱ्या विद्यार्थ्यांना देतात त्या सोप्या उपायाचा (सवलतीचा) त्यांनी आधार घेतला, ज्यात 'अपूर्ण' अशी श्रेणी घेतली जाते, म्हणजेच ते काम अधिकृतरीत्या पुढील सत्रापर्यंत पुढे ढकललं जातं. विद्यापीठात 'अपूर्ण' श्रेणी देण्याची मुभा होती; पण त्यासाठी एक कडक नियम होता. तो म्हणजे पुढील सत्राच्या शेवटी एका ठरावीक शुक्रवारी संध्याकाळी ठीक ५ वाजण्याच्या आधी सर्व अपूर्ण काम पूर्ण करून जमा करणे बंधनकारक होते. जेणेकरून त्या गुणांची नोंद नोंदणी विभागाकडे (रजिस्ट्रारकडे) करता येईल. त्यामुळे टाईसच्या ज्या विद्यार्थ्यांनी 'अपूर्ण'श्रेणी घेतली होती, त्यांच्यासाठी तो शुक्रवार ही अत्यंत कडक, कोणतीही तडजोड न करता येणारी अंतिम मुदत होती. यात कोणतीही सवलत किंवा सूट नव्हती. या गटात अपरिहार्यपणे त्या विद्यार्थिनीचाही समावेश होता, जिने सत्राच्या सुरुवातीला घेतलेल्या टाळाटाळ प्रश्नावलीत सर्वाधिक गुण मिळवले होते. विद्यापीठाच्या नियमांनुसार आपले उरलेले काम पूर्ण करण्यासाठी शिक्षकांशी बोलून वेळापत्रक ठरवणे ही पूर्णपणे तिचीच जबाबदारी होती. जेणेकरून शिक्षकांना ते वाचून गुण देण्यासाठी पुरेसा वेळ मिळेल. कित्येक आठवडे उलटले तरी तिच्याकडून काहीच समजले नाही. अखेर, त्या निर्णायक शुक्रवारी दुपारी, रजिस्ट्रारच्या कार्यालयात गुण जमा करण्याच्या अंतिम मुदतीला अवघे दोन तास उरलेले असताना, त्या विद्यार्थिनीने दूरध्वनी केला.

''हॅलो, डॉ. टाईस,'' काही घडलेच नसावे अशा स्वरात ती बोलत होती. ''आपण मला सांगू शकाल का, की मागील सत्रात आपल्या वर्गासाठी हा शोधनिबंध कशाबद्दल होता?''

जसा तुमचा अंदाज आहे, त्याप्रमाणेच तिने आपला शोधनिबंध वेळेत पूर्ण केला नाही. असा एखादा क्षण येतो, जेव्हा कोणतीही इच्छाशक्ती तुम्हाला वाचवू शकत नाही. पण बहुतेक लोक, अगदी सातत्याने टाळाटाळ करणारेही, कृती

करायला शिकून त्या दुर्दैवापासून वाचू शकतात. या पुस्तकात आत्तापर्यंत, आपण शेकडो आत्मसंयमन प्रयोग आणि उपाययोजना पाहिल्या आहेत. आता त्यांचा आढावा घेऊ या आणि त्यांचा प्रत्यक्ष उपयोग कसा करावा, हेही पाहू या.

इच्छाशक्ती १०१, पहिला धडा : स्वतःच्या मर्यादा ओळखा

तुम्हाला काहीही साध्य करायचे असले तरी, स्वतःहून पुढाकार घेण्याची सुरुवात पहिल्या प्रकरणातील दोन प्राथमिक धडे लक्षात ठेवण्यापासून होते : तुमच्याकडे असणारी इच्छाशक्ती मर्यादित आहे आणि तुम्हाला अनेकविध गोष्टींसाठी या एकमेव स्रोताचा वापर करावा लागतो. जर तुम्हाला नीट झोप मिळाली असेल आणि तुम्ही सकस नाश्ता केला असेल, तर तुम्ही प्रत्येक दिवसाची सुरुवात ताज्यातवान्या आणि नव्याने भरलेल्या इच्छाशक्तीच्या साठ्याने करू शकता. पण दिवसभर लहानसहान गोष्टींनी तो साठा थोडा थोडा कमी होत जातो. आधुनिक आयुष्याची गुंतागुंत एवढी वाढली आहे की, बाहेरून वेगवेगळ्या, असंबंधित वाटणाऱ्या सगळ्या कामांचा आणि अपेक्षांचा भार तुमच्याच आतमध्ये असलेल्या एकाच 'खात्यातून' खर्च होत असतो. हे लक्षात ठेवणंच अवघड होऊन बसतं.

सर्वसाधारणपणे नेहमी एका दिवसात घडणाऱ्या काही गोष्टींचा विचार करा. शरीराला अजून झोप हवी असताना तुम्ही स्वतःला जबरदस्तीने पलंगावरून उठवता. तुम्ही वाहतुकीच्या त्रासाला सामोरे जाता. तुमचा बॉस किंवा जोडीदार राग येईल असे काही बोलला तरी तुम्ही स्वतःला आवर घालून शांत राहता. किंवा दुकानातला कर्मचारी 'फक्त एक सेकंद हं' असे म्हणतो आणि तब्बल सहा मिनिटांनी परत तुमच्याकडे वळतो, तेव्हाही तुम्ही संयम ठेवता. कंटाळवाण्या बैठकीत एखादा सहकारी एकसुरी बोलत राहतो, तेव्हा तुम्ही चेहऱ्यावर उत्सुकतेचा आणि जागरूकतेचा भाव टिकवून ठेवण्याचा प्रयत्न करता. अगदी तुम्ही शौचालयात जाणंही पुढे ढकलता. एखाद्या कठीण प्रकल्पावर काम सुरु करण्यासाठी पहिली पावलं उचलायला तुम्ही स्वतःला भाग पाडता. दुपारच्या जेवणात तुमच्या ताटातले सगळे फ्रेंच फ्राइज खावेत, असं तुम्हाला वाटतं; पण तरीही तुम्ही त्यातले अर्धे सोडून देता, किंवा (स्वतःशीच थोड्या वाटाघाटी करून) जवळपास अर्ध्यातरी सोडता. तुम्ही स्वतःला जॉगिंगला जायला भाग पाडता आणि ते करत असतानाही व्यायाम पूर्ण होईपर्यंत धावत राहण्यासाठी स्वतःलाच सतत प्रवृत्त करत राहता. या सगळ्या वेगवेगळ्या आणि वरवर पाहता एकमेकांशी संबंध नसलेल्या प्रसंगांत तुमची इच्छाशक्ती खर्च होत असते. उरलेल्या गोष्टींसाठी आवश्यक असलेल्या इच्छाशक्तीतूनच ही कमी होत असते.

ही कमतरता सहजपणे जाणवत नाही, विशेषतः जेव्हा निर्णय घेण्याच्या

परिणामांचा विचार करायचा असतो. निर्णय घेणं हे किती थकवणारं आहे, हे बहुतेक कुणीही अंतर्मनाने समजू शकत नाही. रात्रीच्या जेवणासाठी काय करायचे, सुट्टीत कुठे जायचे, कोणाला नोकरीवर ठेवायचे, किती खर्च करायचा - या सगळ्या निर्णयांनाही इच्छाशक्ती लागते. अगदी काल्पनिकरीत्या निर्णय घेण्यानेही ऊर्जा कमी होते. लक्षात ठेवा की, काही कठीण निर्णय घेतल्यावर तुमची आत्मसंयमन क्षमता कमकुवत होणार आहे.

हेदेखील लक्षात ठेवा की, प्रयत्न महत्त्वाचे आहेत, परिणाम नाहीत. समजा, तुम्ही कुठल्या प्रलोभनांना तोंड दिले असेल आणि नंतर एखादा निर्णय घ्यायची वेळ आली, तर तुम्ही लवकर हार मानता, कारण आधी तुम्ही संघर्ष केलेला असतो. हार मानल्याने तुम्ही आधी वापरलेली इच्छाशक्ती परत मिळत नाही. ती फक्त तुम्हाला आणखी इच्छाशक्ती खर्च करण्यापासून वाचवते. कदाचित, तुम्ही तुमचा दिवस अनेक प्रलोभने आणि आवेगांना तोंड देत घालवला असेल. त्याचबरोबर त्या प्रत्येकाला काही काळ प्रतिकार करतानाही तुमची बरीच ऊर्जा खर्च झालेली असते. तुम्हाला आकर्षित न करणाऱ्या गोष्टींमध्ये सामील झाल्यानेही तुमची इच्छाशक्ती खर्च होऊ शकते. टकीला पिणे, सेक्स करणे, सिगरेट ओढणे, इ.सारख्या तुम्हाला खरोखरच करायच्या नसलेल्या काही गोष्टी करण्यासाठी, तुम्ही स्वतःला जबरदस्तीने भाग पाडले, तर तुमच्याकडे कमी इच्छाशक्ती उरते. त्याचप्रमाणे इतरांना सोपे वाटणारे; पण तुम्हाला घ्यायला अवघड असलेले निर्णयसुद्धा सर्वांत जास्त थकवणारे असतात. तुमच्या विचार करणाऱ्या मनाला पूर्णपणे पटलेलं असू शकतं की, तुम्ही जास्त जागा असलेलं आणि परवडणारं अपार्टमेंट भाड्याने घ्यावं; पण तरीही सुंदर दृश्य दिसणारं, पण अडचणीचं ठरणारं अपार्टमेंट सोडून देण्याचा निर्णय घेतानाही तुम्हाला थकायला होऊ शकते.

लक्षणांवर लक्ष ठेवा

कमतरतेची कोणतीही स्पष्ट 'भावना' जाणवत नसते. म्हणूनच तुम्ही स्वतःच्या सूक्ष्म, सहज चुकीच्या अर्थाने घेतल्या जाणाऱ्या लक्षणांकडे बारकाईने लक्ष ठेवायला हवं. गोष्टी तुमच्या अपेक्षेपेक्षा जास्त त्रासदायक वाटतात का? तुमच्या आयुष्यात एखाद्या प्रकारे तीव्रता वाढली आहे का, ज्यामुळे गोष्टी नेहमीपेक्षा जास्त तीव्रतेने जाणवतात? अगदी साध्या साध्या गोष्टी करण्यासाठीही निर्णय घेणं तुम्हाला कठीण होत आहे का? तुम्ही अनिच्छेने निर्णय घेता का, किंवा निर्णय घेण्यासाठी तुम्हाला बरीच मानसिक किंवा शारीरिक ताकद लावावी लागते का? जर तुम्हाला असे काही जाणवत असेल, तर मागील काही तासांचा विचार करा आणि पहा की, असे वाटते आहे का, की तुम्ही तुमची इच्छाशक्ती वापरून टाकली आहे. जर तसे असेल,

तर त्याचा तुमच्या वर्तनावर होणाऱ्या परिणामांचा अंदाज घेत उरलेली इच्छाशक्ती जपण्याचा प्रयत्न करा.

जेव्हा तुम्ही थकलेले असाल तेव्हा त्रासदायक गोष्टी तुम्हाला नेहमीपेक्षा जास्त त्रास देतील. तुम्ही काहीतरी असे बोलण्याची शक्यता जास्त असेल ज्याचा तुम्हाला नंतर पश्चात्ताप होईल. खाणे, पिणे, खर्च करणे, किंवा इतर गोष्टी करण्याच्या अनावर ऊर्मींचा प्रतिकार करणे नेहमीपेक्षा कठीण होईल. आपण आधीही म्हणालो होतो त्याप्रमाणे तुमच्या आयुष्यातील ताण कमी करण्याचा सर्वोत्तम मार्ग म्हणजे चुका करणं थांबवणं; पण जेव्हा तुम्ही थकलेले असता तेव्हा तुम्ही अशा चुका करण्याची शक्यता वाढते, ज्या तुम्हाला अधिक बिलं भरायला, सुधारण्याच्या पलीकडे जातील अशा प्रकारे नातेसंबंध बिघडवण्याला किंवा जास्त प्रमाणात वजन वाढवायला भाग पाडतील. जेव्हा तुमची ऊर्जा कमी असते तेव्हा महत्त्वाचे निर्णय घेताना सावधगिरी बाळगा. कारण त्या वेळी तुम्ही तत्काळ फायद्याचे आणि उशिराने होणाऱ्या खर्चाचे पर्याय निवडण्यास अधिक प्रवृत्त होता. निर्णयाचे दीर्घकालीन परिणाम अधिक महत्त्वाचे मानून समतोल साधण्याचा प्रयत्न करा. अवास्तव पूर्वग्रह आणि कमी कष्टाच्या मार्गाला बळी पडू नये म्हणून तुमच्या निर्णयाच्या मागे असलेली करणे स्पष्टपणे मांडा आणि ती खरोखरच अर्थपूर्ण आहेत का, यावर विचार करा.

तुमची न्यायप्रियता आणि संतुलित निर्णय घेण्याची क्षमता यांच्यावर परिणाम होईल. जेव्हा तडजोड करताना जास्त मानसिक कष्ट करावे लागतात विशेषतः तेव्हा तुम्ही वर्तमान स्थितीशी अधिक चिकटून राहाल आणि तडजोड करण्याची तुमची तयारी कमी होईल. आपण चौथ्या प्रकरणात चर्चा केलेल्या थकलेल्या पॅरोल न्यायाधीशांप्रमाणे, जरी तुम्ही निवडलेल्या पर्यायामुळे इतरांनाही त्रास झाला तरी तुम्ही सुरक्षित आणि सोप्या पर्यायांकडे झुकाल. या परिणामांची जाणीव असणे तुम्हाला थकलेल्या अवस्थेतील काही धोके टाळण्यास मदत करू शकते.

आपण दुसऱ्या प्रकरणात चर्चा केलेल्या अभिनेता जिम टर्नरप्रमाणे काही निर्णय तुमच्यासाठी उपयुक्त असले तरी तुम्हाला अगदी सोपे निर्णयही घेता येत नसल्यासारखं वाटू शकतं. मधुमेहाशी त्याच्या झालेल्या संघर्षावर आधारित एका एकपात्री कार्यक्रमात टर्नर त्या दिवसाबद्दल बोलला, ज्या दिवशी समुद्रकिनारी असताना त्याला त्याच्या रक्तातील साखरेची पातळी धोकादायकरीत्या कमी होत असल्याची जाणीव झाली होती. त्याच्या लक्षात आलं की, त्याला आणि त्याच्या चार वर्षांच्या मुलाला लगेच निघावं लागणार आहे. मग त्याने मुलाची खेळणी गोळा करून सोबत आणलेल्या दोन पेट्यांमध्ये ठेवायला सुरुवात केली. खरं तर हे अगदी साधं, नेहमीचं काम होतं; पण त्याच्या साखरेची पातळी इतकी खालावली

होती की, कोणतं खेळणं कोणत्या पेटीत ठेवायचं हेही त्याला ठरवता येईना, एवढा तो गोंधळून गेला होता. त्याने मनात जो विचार तत्काळ आला, त्यालाच नियम समजून त्याप्रमाणे वागण्याचा निर्णय घेतला. येताना ज्या पेटीत खेळणं होतं, त्याच पेटीत ते ठेवायचं, असं त्याने ठरवलं. आणि रक्तातली साखर कमी होत चाललेली असतानाही तो वेळ वाया घालवत पुनःपुन्हा खेळणी लावत राहिला. अखेरीस जेव्हा ते तिथून निघून समुद्रकिनाऱ्यावरील स्नॅक बार आणि सार्वजनिक शौचालय वगैरे असणाऱ्या ठिकणी गेले, तेव्हा अजून एका निर्णयाने त्याचा गोंधळ उडाला.

'मी तिथे पंधरा मिनिटे उभा होतो. मनात संवाद चालू होता, आधी लघवी करून येऊ, की आधी काहीतरी खाऊ?' टर्नरला आठवते. 'माझा मुलगा मला खेचत होता; पण मी काही निर्णयच घेऊ शकत नव्हतो. ते सगळं इतकं थकवून टाकणारं होतं, की शेवटी मी फक्त बसलो. माझा मुलगा खूप घाबरला होता. आम्ही जवळजवळ अर्धा तास तिथे तसेच होतो. त्यानंतर शेवटी मी उभा राहिलो आणि आम्ही जेवायला गेलो.' पुढच्या वेळी जेव्हा तुम्ही एखाद्या नेहमीच्या निर्णयासाठी संघर्ष करत असाल, तेव्हा टर्नरची ती प्रतिमा लक्षात ठेवा - थकून समुद्रकिनाऱ्यावर बसून राहिलेला माणूस, ज्याला शौचालयात जायचं की नाही हेही ठरवता येत नव्हतं. रक्तातल्या साखरेची कमतरता उद्भवल्यास अशी वेळ तुमच्यावरही येऊ शकते. ''असं वाटतं की, तुमच्या मेंदूचा काही भाग तुमच्याकडून काढून घेतला गेला आहे,'' असे टर्नर म्हणतात. ''तुम्ही लक्ष केंद्रित करू शकत नाही. तुम्ही नुसते बसून पाहत राहता. तुम्हाला माहीत असते की, काहीतरी घडायला हवं आहे. पण तुम्ही ते का करू शकत नाही, याचे तुम्हाला आश्चर्य वाटत असते.'' 'आधी जेवण करा' - या निर्णयाने टर्नर वाचला होता. जोपर्यंत तो निर्णय तुम्ही घेत नाही तोपर्यंत तुम्ही काही करू शकत नाही. प्रयोगशाळेतील संशोधक हे मूलभूत इंधन पार्ट भरण्यासाठी साखरयुक्त पेये देतात कारण ती तत्काळ काम करतात, पण प्रथिने वापरणे अधिक चांगले असते. तुमच्या शरीराला काहीतरी पौष्टिक अन्न द्या, अर्धा तास थांबा आणि मग तुम्हाला निर्णय घेण्याचे दडपण येणार नाही.

आपल्या लढाया निवडा (आणि गरजेपुरतेच लढा!)

तुमच्या आयुष्यात येणाऱ्या ताणावर तुम्ही नियंत्रण ठेवू शकत नाही किंवा त्याचा अंदाजही लावू शकत नाही; पण निवांत काळ किंवा किमान शांतीचे क्षण वापरून तुम्ही तुमची योजना तयार करू शकता. नव्याने व्यायाम सुरू करा. नवीन कौशल्य शिका. धूम्रपान सोडा, मद्यपान कमी करा. आणि आरोग्यदायी आहाराकडे जाण्याच्या दृष्टीने एक-दोन कायमस्वरूपी बदल करा. इच्छाशक्तीची मागणी तुलनेने कमी असतानाच्या काळात करण्यासाठी या सर्वोत्तम बाबी आहेत. त्यामुळे तुम्ही तुमच्या

इच्छाशक्तीचा जास्त भाग या कामासाठी वापरू शकता. मग तुम्ही समजून उमजून आपल्या संघर्षाच्या बाबी निवडू शकता आणि कोणत्या लढाया फार त्रासदायक आहेत हे ठरवूही शकता. डेव्हिड ब्लेनच्या पोलादी इच्छाशक्ती आणि वेदनांविषयी असामान्य सहनशक्ती असलेल्या व्यक्तीलाही तिच्या मर्यादा माहिती असतात. जेव्हा आम्ही त्याला स्टॅन्लेच्या जंगलातील वाटचालीबद्दल सांगितले, तेव्हा सातत्याने येणाऱ्या डास आणि कीटकांच्या झुंडीबद्दल ऐकणेही त्याला नकोसे झाले.

''मी ते करूच शकत नाही,'' ब्लेन उद्गारला. ''जर सगळीकडे डास असतील, तर मी तिथून पळून जाईन. ती गोष्ट मी सहनच करू शकत नाही.''

जेव्हा तुम्ही आपल्या लढाया निवडता, तेव्हा तत्काळच्या आव्हानांच्या पलीकडे बघा आणि तुमचे जीवन व्यापक दृष्टिकोनातून पहा. तुम्ही जिथे असायला हवे, तिथे आहात का? अधिक चांगले काय होऊ शकते? त्यासाठी तुम्ही काय करू शकता? तुम्ही हे दररोज करू शकत नाही, व्यग्र आणि ताणाच्या काळात तर नाहीच; पण तुम्ही वर्षातून किमान एक दिवस यासाठी राखून ठेवू शकता, जसे की तुमचा वाढदिवस. त्या दिवशी तुम्ही चिंतन करू शकता आणि मागील वर्ष कसे घालवले याबद्दलची टिपणे लिहू शकता. तुम्ही जर ही वार्षिक प्रथाच बनवली, तर मागील वर्षाच्या नोंदी पाहून तुम्ही कशी आणि किती प्रगती केली आहे, हे तुम्ही पाहू शकता. तुमची कोणती उद्दिष्टे पूर्ण झाली, कोणती अजून बाकी आहेत, आणि कोणती पूर्ण होण्याची अजिबात शक्यता नाही, या गोष्टीही तुमच्या लक्षात येतील. तुमच्याकडे नेहमी कमीतकमी पुढील पाच वर्षांचे अस्पष्ट का होईना; पण उद्दिष्ट असावे. तसेच आपण तिसऱ्या प्रकरणात मासिक योजना म्हणून चर्चा केली होती त्याप्रमाणे मधल्या टप्प्यांसाठी अधिक विशेष ध्येये असावीत. तुम्हाला एका महिन्यात काय साध्य करायचे आहे आणि त्यापर्यंत कसे पोहोचायचे याचा विचार करा. थोडी लवचिकता ठेवा आणि काय अडचणी येऊ शकतील याचा अंदाज घ्या. महिन्याच्या शेवटी तुमच्या प्रगतीची पाहणी करताना लक्षात ठेवा की, तुम्हाला प्रत्येक ध्येय प्रत्येक वेळी गाठायचेच आहे असे नाही. दर महिन्याला तुमचे जीवन सुधारत चालले आहे ना, हे जास्त महत्त्वाचे आहे.

अशक्य वाटत असलेल्या गोष्टींसाठी मोठे आणि त्वरित बदल करायचे ठरवले, तर त्याचा परिणाम उलटाच होईल. जर तुम्ही पूर्णपणे धूम्रपान करणे थांबवू शकत नसाल, तर दिवसाला दोन किंवा तीनच सिगरेट्स ओढायच्या, असा प्रयत्न करा. जर तुम्ही खूप मद्यपान करत असाल; पण पूर्णपणे दारू सोडण्याची शपथ घेऊ शकत नसाल, तर मद्यपान फक्त आठवड्याच्या शेवटीच मर्यादित ठेवणारी 'साप्ताहिक योजना' तुम्ही स्वीकारू शकता. किंवा अशीही योजना आखू शकता, ज्यात आठवड्यातील काही ठरावीक रात्री पूर्णपणे मद्यपान न करण्याचे बंधन असेल

आणि उरलेल्या रात्रींना तुम्हाला हवे तसे करण्याची मुभा असेल. तुम्ही असे आहात का, की संध्याकाळच्या मद्यपानाच्या वेळात मध्येच एक तास पूर्णपणे दारू न पिता थांबू शकता, स्वतःची स्थिती तपासू शकता, आणि मग पुन्हा पिणे सुरू करायचे की नाही याबाबत शहाणपणाचा निर्णय घेऊ शकता? जर तुम्ही तसे असाल, तर तो नुकसान मर्यादित ठेवण्याचा एक उत्तम मार्ग असू शकतो; पण जर तुम्ही अशा प्रकारची व्यक्ती नसाल, तर स्वतःची फसवणूक करू नका. प्रभावी नियोजन करताना तुमच्या इच्छाशक्तीचे वाटपही अंदाजाप्रमाणे केले पाहिजे. तुम्ही तुमचीच इच्छाशक्ती आज संध्याकाळी कशी खर्च करणार आहात आणि पुढच्या महिन्यात ती कशासाठी वापरणार आहात? जर पुढे काही अधिक आव्हाने येणार असतील, उदा., कर भरणे किंवा प्रवास, तर त्या जादाच्या इच्छाशक्तीची गरज तुम्ही कुठून भागवणार आहात, हे आधीच ठरवून ठेवा. त्यासाठी इतर काही ठिकाणी तिच्या मागणीमध्ये थोडी कपात करता येते का पहा.

जेव्हा तुम्ही तुमचा वेळ अंदाजपत्रकाप्रमाणे वाटून घेत असता तेव्हा कंटाळवाण्या कामांना आवश्यकतेपेक्षा जास्त वेळ देऊ नका. पार्किन्सनचा नियम लक्षात ठेवा : काम पूर्ण करण्यासाठी उपलब्ध असलेला वेळ जितका असतो, तितक्याच प्रमाणात काम पसरत जाते. म्हणून कंटाळवाण्या कामांसाठी ठाम वेळेची मर्यादा निश्चित करा. 'तळघराची सफाई' किंवा 'कपाटे लावणे' अशी कामे जर तुम्ही कधी केलीत, तर पूर्ण दिवस खाऊन टाकू शकतात; पण प्रत्यक्षात तुम्ही ती करतच नाही, कारण इतक्या किरकोळ कामासाठी तुम्हाला आयुष्यातील एक पूर्ण दिवस वाया घालवायचा नसतो. पण जर तुम्ही एक किंवा दोन तासांची स्पष्ट कालमर्यादा ठरवली, तर या शनिवारी काहीतरी काम पूर्ण होऊ शकते (आणि गरज भासल्यास पुढील एखाद्या आठवडयाच्या शेवटी पुन्हा थोड्या वेळासाठी कामाचे नियोजन करता येईल.) उत्पादन क्षमतेचा गुरू म्हणून ओळखला जाणारा डेव्हिड ॲलेनसुद्धा पार्किन्सनच्या नियमाची योग्य ती दखल घेतो. 'गेटिंग थिंग्स डन' या विषयावर व्याख्याने देण्यासाठी जेव्हा तो प्रवास करतो, तेव्हा प्रवासाला निघण्याच्या आधी ३५ मिनिटांपर्यंत तो आपल्या सामानाचे पॅकिंग करायला सुरुवात करत नाही. 'मला माहीत आहे, मी ३५ मिनिटांत सामान भरू शकतो,' तो म्हणतो. ''पण मी जर ते आधी भरायला सुरुवात केली, तर मी त्यासाठी सहा तासही घालवू शकतो. मी स्वतःला जर अंतिम मुदत ठरवली की मला निर्णय घेणे भागच असते. जे निर्णय मला वेळेच्या आधी घ्यायचे नसतात. हा माझ्या स्वभावाचा भाग आहे, हे मी स्वीकारले आहे. माझ्यासमोर लढण्यासाठी याहून अधिक मोठ्या लढाया आहेत.''

करायच्या कामांची यादी करा किंवा किमान न

करण्याच्या कामांची तरी यादी करा

आपण तिसरे प्रकरण पूर्णपणे करायच्या कामांच्या यादीच्या गौरवशाली इतिहासासाठी दिले होते. पण तरीही काही वाचकांना अजूनही अशी यादी तयार करावीशी वाटत नसेल, याची आम्हाला जाणीव आहे. हे कंटाळवाणे आणि नकारात्मक वाटू शकते. असे वाटल्यास, त्याचा न करण्याच्या कामांची यादी म्हणून विचार करण्याचा प्रयत्न करा. अशा गोष्टींची यादी, जी लिहून काढल्यावर तुम्हाला त्याबद्दल काळजी करण्याची गरज नसते. जसे आपण झायगार्निक प्रभावावरील चर्चेत पाहिले, अपूर्ण कामनांकडे दुर्लक्ष करण्याचा प्रयत्न केल्यावर तुमचे सुप्त मन त्याबद्दल सतत चिंता करत राहते. अगदी एखाद्या अर्धवट ऐकलेल्या गाण्याचे स्वर कानांत सतत रुंजी घालत राहतात तसेच. तुम्ही त्यांना टाळण्यासाठी चालढकल करू शकत नाही किंवा ते विसरायची इच्छा करून विसरू शकत नाही.

पण एकदा का तुम्ही विशिष्ट योजना तयार केली की, तुमचे सुप्त मन शांत होते. तुम्हाला किमान पुढचा नेमका टप्पा ठरवणे आवश्यक आहे. काय करायचे, कोणाशी संपर्क साधायचा, ते कसे करायचे (प्रत्यक्ष भेटून? फोनवर? ई-मेलद्वारे?) जर तुम्ही हे कधी आणि कुठे करायचे आहे हेदेखील नेमकेपणाने ठरवू शकलात, तर अजूनच चांगले; पण ते अत्यावश्यक नाही. फक्त तुम्ही काय करायचे ते ठेवले आणि यादीत लिहिले, की तुमचे सुप्त मन शांत होते.

योजना बनवताना होणाऱ्या चुकीपासून सावध रहा

जेव्हा तुम्ही एखादे ध्येय ठरवता, तेव्हा मानसशास्त्रज्ञ ज्याला 'योजना बनवण्याची चूक' म्हणतात, त्यापासून सावध रहा. ही चूक नवशिक्या विद्यार्थ्यांपासून अनुभवी व्यवस्थापकांपर्यंत सर्वांवर परिणाम करते. एखादा महामार्ग किंवा इमारत ठरलेल्या वेळेच्या आधी सहा महिने पूर्ण झाली, हे तुम्ही शेवटचे कधी ऐकले आहे? उशीर होणे आणि अंदाजपत्रकापेक्षा जास्त खर्च होणे, ही तर सामान्य बाब झाली आहे.

कॉलेजमधील शेवटच्या वर्षात शिकणाऱ्या विद्यार्थ्यांच्या ऑनर्सच्या (सन्मान पदवीच्या) प्रबंधावर केलेल्या एका प्रयोगातून 'नियोजन भ्रम' मोजून दाखवण्यात आला. मानसशास्त्रज्ञ रॉजर ब्युलर आणि त्यांच्या सहकाऱ्यांनी या अंतिम वर्षातील विद्यार्थ्यांना; आपला प्रबंध कधी पूर्ण होईल याचा संभाव्य अंदाज, तसेच सर्वोत्तम परिस्थितीतील आणि सर्वांत वाईट परिस्थितीतील अंदाजदेखील सांगायला लावला. सरासरी पाहता, विद्यार्थ्यांचा अंदाज होता की, प्रबंध पूर्ण व्हायला ३४ दिवस लागतील. प्रत्यक्षात मात्र त्यांना त्याच्या जवळजवळ दुप्पट म्हणजे ५६ दिवस लागले. काही मोजक्याच विद्यार्थ्यांनी आपल्या सर्वोत्तम अंदाजातील तारखेपर्यंत प्रबंध पूर्ण केला. सर्वांत वाईट परिस्थितीतील अंदाज या गृहीतकावर आधारित

होता की, जे काही वाईट घडणे शक्य आहे, ते सगळे घडेल. हा सर्वांत वाईट परिस्थितीचा अंदाज पार करणे खरं तर सोपे असायला हवे होते; कारण सगळेच बिघडले, असे फार क्वचितच होते. प्रत्यक्षात मात्र तसे घडले नाही. त्यांच्या सर्वांत वाईट अंदाजात दिलेल्या तारखेपर्यंत सुद्धा अर्ध्याहून कमी विद्यार्थ्यांनी प्रबंध पूर्ण केला. नियोजन भ्रमाचा परिणाम जवळजवळ प्रत्येकावर होऊ शकतो. काही जण शेवटी एकाच वेळी जोर लावून घाईघाईत काम पूर्ण करण्याची अपेक्षा ठेवून सतत टाळाटाळ करतात. विशेषतः अशा उशिरा काम करणाऱ्या लोकांवर तर या नियोजन भ्रमाचा अधिक गंभीर परिणाम होतो. जर अंतिम मुदतीच्या अगदी आधी त्यांनी स्वतःसाठी पुरेसा, बराच वेळ राखून ठेवला असता, तर कदाचित ही रणनीती उपयोगी पडू शकली असती. पण त्यांनी तसे केले नाही. त्यांनी कामाला किती वेळ लागेल याचा नेहमीच कमी अंदाज लावला. मग शेवटी त्यांना समजले की, ते काम व्यवस्थित करण्यासाठी पुरेसा वेळ त्यांच्या हातात उरलेलाच नाही.

नियोजन भ्रम टाळण्याचा एक मार्ग म्हणजे स्वतःला स्वतःच्या भूतकाळाकडे विचारपूर्वक पाहण्यास भाग पाडणे. टाईस यांच्या त्या उशीर करणाऱ्या विद्यार्थिनीने जर याआधीच्या सत्राचे शोधनिबंध लिहायला तिला प्रत्यक्षात किती वेळ लागतो, याचा गंभीरपणे विचार केला असता, तर पुढचा शोधनिबंध लिहिण्यासाठी तिने केवळ दोन-तीन तासांपेक्षा नक्कीच अधिक वेळ राखून ठेवला असता. ऑनर्सच्या प्रबंधाच्या त्या प्रयोगात, जेव्हा विद्यार्थ्यांना त्यांच्या मागील प्रकल्पाच्या अनुभवावर आधारित पुढील नियोजन करण्यास सांगण्यात आले, तेव्हा त्यांनी आपल्या प्रबंधाची पूर्ण होण्याची तारीख सांगताना खूपच जास्त वास्तववादी अंदाज व्यक्त केला. आणखी एक निष्कर्ष असा होता की, विद्यार्थ्यांनी इतर विद्यार्थ्यांच्या प्रबंधाच्या पूर्ण होण्याच्या तारखांचा अंदाज लावतानादेखील अधिक वास्तववादी आणि त्यामुळे अधिक अचूक अंदाज व्यक्त केला. आपण सगळेच, जरी खूप मोठ्या प्रमाणात काम टाळणारे असलो किंवा नसलो तरी, स्वतःच्या कामाबाबत मनात एक आशावादी पूर्वग्रह बाळगण्याची प्रवृत्ती ठेवतो. त्यामुळे आपल्या योजना इतरांनी तपासून पाहाव्यात अशी विचारणा करणे अर्थपूर्ण / योग्य ठरते. तुम्ही तुमच्या योजना पटकन लिहिलेल्या एका ईमेलमध्ये मांडू शकता किंवा फक्त संभाषणात थोडक्यात सांगू शकता. किंवा तुम्ही थोडे अजून पद्धतशीरपणे करू शकता (जास्त क्लिष्ट न करता). त्यासाठी तुम्हाला एरॉन पॅट्झरने अवलंब केलेल्या एका व्यवस्थापन पद्धतीचा अवलंब करावा लागेल. ज्याचा उपयोग करून त्याने मिंट.कॉमला एका लहान स्टार्ट-अपपासून सुरू करून लाखो लोकांच्या वित्तीय व्यवहारांचा मागोवा घेणारी कंपनी बनवले.

‘‘आम्ही फक्त आमच्या व्यवस्थापकांना आणि इतर कर्मचाऱ्यांना सांगतो की,

त्यांनी त्या आठवड्यासाठी त्यांची प्राधान्याने कोणती उद्दिष्टे असतील ती सांगावीत,'' पॅटझर म्हणतात, ''तुमच्याकडे तीनपेक्षा जास्त उद्दिष्टे असू शकत नाहीत आणि ती तीनपेक्षा कमी असली तरी काही हरकत नाही. प्रत्येक आठवड्याला आम्ही गेल्या आठवड्यात आपण काय केले ते पाहतो आणि ती ठरवलेली उद्दिष्टे पूर्ण केली की नाही याचा आढावा घेतो, आणि नंतर प्रत्येक व्यक्ती या नवीन आठवड्यासाठी तीन प्रमुख उद्दिष्टे ठरवते. जर तुम्ही फक्त उद्दिष्टे एक आणि दोन पूर्ण केलीत आणि तिसरे बाकी असेल, तरी काही हरकत नाही; पण जोपर्यंत तुम्ही प्रमुख तिन्ही उद्दिष्टे पूर्ण करत नाहीत, तुम्ही इतर उद्दिष्टांवर काम सुरू करू शकत नाही. बस्स! आम्ही असंच व्यवस्थापन करतो. हे सोपं आहे, पण हे तुम्हाला तुमचे प्राधान्यक्रम ठरवायला भाग पाडतं, आणि हे अत्यंत काटेकोर आहे.''

मूलभूत गोष्टी विसरू नका (जसे की मोजे बदलणे)

जेव्हा तुम्ही तुमच्या उद्दिष्टाच्या दिशेने काम सुरू कराल, तेव्हा तुमचा मेंदू आपोआप इतर बाबतींत इच्छाशक्ती कमी वापरण्याच्या मार्गांचा शोध घेईल. आठवतात का ते महाविद्यालयीन विद्यार्थी, ज्यांच्याविषयी आपण पहिल्या प्रकरणात चर्चा केली होती, जे परीक्षेच्या काळात मोजे बदलणे, केस धुणे, भांडी स्वच्छ करणे आणि पौष्टिक अन्न खाण्याबाबत बेफिकीर झाले होते? अशा प्रकारे या सगळ्या गोष्टींकडे कमी लक्ष देणे, ही त्यांना त्यांची सर्व ऊर्जा परीक्षा तयारीकडे वळवण्यासाठी योग्य किंमत वाटली असेल. पण कदाचित काही रूममेट्सना, त्यांच्या मोज्यांचा खराब वास सहन करावा लागला असेल, आणि खोलीतील सगळा पसारा आवरावा लागला असेल. त्यांना हे योग्य न वाटल्याने वाद झाले असतील आणि यामुळे सर्वांनाच थकवा आला असेल. दीर्घ कालावधीत, अस्वच्छता तुम्हाला कमी ऊर्जा आणि कमी आरोग्यदायी नातेसंबंध देऊ शकते.

अत्यंत अस्वच्छ खोल्यांमध्ये राहत, तहानभूक विसरून सारा वेळ महान काम करत राहणाऱ्या कलाकारांची प्रतिमा विसरा. आहार आणि झोप यांपासून सुरुवात करत आपल्या शरीराची आवश्यक तेवढी चांगली काळजी घेतल्यास, आत्मसंयमन सर्वांत प्रभावी ठरेल. तुम्ही भरपूर मिठायांचा आनंद घेऊ शकता; पण हे लक्षात ठेवा की, तुमच्या मनाकडे योग्य तेवढी ऊर्जा राहावी म्हणून नियमितपणे पुरेसा आरोग्यदायी आहार घ्या. झोप कदाचित अन्नापेक्षाही महत्त्वाची आहे : संशोधक जितका झोपेच्या कमतरतेचा अभ्यास करतात, तितकेच त्यांना त्याचे अधिक त्रासदायक परिणाम सापडत राहतात. आपोआप जाग येईपर्यंत झोपणे हा तुमच्या शरीराला पुरेशी विश्रांती मिळण्यासाठीचा उपाय आहे. नीट जागे होण्यासाठी सकाळी एक मोठा कॉफीचा कप हा योग्य पर्याय नाही. 'सकाळी गोष्टी चांगल्या दिसतात' या जुन्या सल्ल्याचा

दिवसाच्या प्रकाशाशी काही संबंध नाही. ते सर्व थकव्याशी संबंधित आहे. विश्रांती मिळालेली इच्छाशक्ती ही अधिक मजबूत इच्छाशक्ती असते.

तुमची इच्छाशक्ती वाढवण्याचा आणखी एक सोपा पारंपरिक मार्ग म्हणजे थोडी इच्छाशक्ती स्वच्छतेवर खर्च करणे.

आम्ही सातव्या प्रकरणात जसे वर्णन केले आहे की, लोक जेव्हा पसारा असलेल्या डेस्कच्या तुलनेत स्वच्छ डेस्क पाहतात, किंवा अव्यवस्थित वेबसाइटऐवजी नीटनेटकी आणि व्यवस्थित वेबसाइट वापरतात तेव्हा तुलनेने त्यांना कमी श्रम करावे लागतात. तुम्ही कदाचित तुमचा बिछाना व्यवस्थित आहे की नाही किंवा डेस्क स्वच्छ आहे की नाही याची फार काळजी करत नसाल; पण हे आजूबाजूच्या वातावरणातले संकेत तुमच्या मेंदूवर आणि वर्तणुकीवर सूक्ष्मपणे परिणाम करतात, ज्यामुळे आत्मशिस्त टिकवणे शेवटी कमी ताणाचे होते. शिस्तही संसर्गासारखी पसरते, असे वाटते.

इतर प्रकारच्या संकेतांकडेही लक्ष द्या, जे तुमच्या वर्तणुकीवर कोणत्या ना कोणत्या प्रकारे प्रभाव टाकू शकतात. वाईट सवयी नियमिततेमुळे बळकट होतात. जसे की, तुम्ही कामावर जाताना डोनटच्या दुकानाजवळून जाणे, दुपारचा सिगरेट ब्रेक किंवा अति चॉकलेट खाणे, कामानंतरचे मद्यपान, त्याच आरामदायी खुर्चीत बसून त्याच टीव्ही शो पाहताना उशिरापर्यंत आइसक्रीम खाणे. तुमची दिनचर्या बदलल्यास या सवयी तोडणे सोपे होते. कामावर जाण्याचा वेगळा मार्ग निवडा. दुपारी चालायला जा. कामानंतर जिममध्ये जाण्याची नियोजन करून तसे वेळापत्रक करा. आइसक्रीम फक्त स्वयंपाकघरात टेबलाजवळ बसूनच खा, आणि त्या टीव्ही शोदरम्यान सिट-अप्स करा. ज्या संगणकावर तुम्ही काम करता त्या संगणकावर तुम्ही वेब सर्फिंग करू नका, ते वेगळ्या संगणकावर करा.

सिगरेटसारखी खोलवर रुजलेली वाईट सवय मोडण्यासाठी ती सुट्टी असताना करा, जेव्हा तुम्ही त्या लोकांपासून, ठिकाणांपासून आणि घटनांपासून दूर असता, ज्यांचा संबंध तुम्ही सिगरेटशी जोडला आहे.

सकारात्मक विलंबाचे सामर्थ्य

विलंब करणे, टाळाटाळ करणे हा सहसा एक दोष असतो; पण कधीकधी म्हणजे खूपच क्वचित विलंब सकारात्मकदेखील असतो. मागील प्रकरणात आपण असे प्रयोग पाहिले की, चॉकलेटच्या मोहात असलेल्या लोकांनी स्वतःला सांगितले की, ते चॉकलेट काही वेळानंतर खाणार आहेत. ही विलंब करण्याची रणनीती होती, जी स्वतःला पूर्णपणे टाळण्याचा प्रयत्न करण्यापेक्षा जास्त प्रभावी ठरली. ही 'मी हे नंतर घेईन' अशी युक्ती इतर मोहांसाठीही काम करू शकते. जर एखादा टीव्ही

शो तुम्हाला पुन्हा काम सुरू करण्यापासून रोखत असेल, तर तो रेकॉर्ड करा आणि स्वतःला सांगा, की तुम्ही तो नंतर पूर्ण पाहाल. तुमचे ठरलेले काम पूर्ण झाल्यावर जेव्हा विलंबासाठी काही कारण उरत नाही, तेव्हा तुम्हाला कदाचित असे लक्षात येईल की, तुम्हाला खरोखरच तो शो पाहण्याची इच्छा नाही. वाईट गोष्ट पुढे ढकलली, तर ती न करण्याचाच निर्णय होऊ शकतो.

सकारात्मक विलंबाचा एक अधिक संशयास्पद प्रकार रॉबर्ट बेंचले यांनी ओळखला. ते अल्गॉनक्विन राउंड टेबलमधील अंतिम मुदतीशी झुंज देणारे सदस्य होते. (त्याच्या सहकर्मी डोरोथी पार्करने द न्यू यॉर्करमधील तिच्या संपादकाला मुदत ओलांडलेल्या लेखासाठी ऐतिहासिक सर्वोत्तम कारण दिले : 'कोणीतरी पेन्सिल वापरत होते'.)

एका औपरोधिक निबंधात, बेंचलेने स्पष्ट केले की, तो कसा शिस्तबद्ध होऊ शकतो : उष्ण कटिबंधीय माशांबद्दल शास्त्रीय लेख वाचणे, एक पुस्तकाचे शेल्फ तयार करणे, त्या शेल्फवर पुस्तके व्यवस्थित ठेवणे, आणि एका मित्राच्या पत्राचे उत्तर लिहिणे, जे त्याच्या डेस्कवर वीस वर्षे ढिगाऱ्यात पडलेले होते. त्याला फक्त एवढेच करायचे होते की, आठवड्याची करायच्या कामांची एक यादी तयार करणे आणि ही कामे त्याच्या सर्वोच्च प्राधान्याच्या कामापेक्षा म्हणजे त्याच्या लेखनकामापेक्षा खाली ठेवणे.

'माझी अविश्वसनीय ऊर्जा आणि कार्यक्षमता यांमागचे रहस्य अगदी सोपे आहे,' असे बेंचलेने लिहिले. मानसशास्त्रीय तत्त्व असे आहे : 'कोणीही कितीही काम करू शकतो, फक्त तेच काम त्यावेळी करायचे आहे, असे नसले पाहिजे'.

बेंचलेने एका घटनेची जाणीव ठेवली जी बॉमिस्टर आणि टाईस यांनी त्यांच्या 'टर्म-पेपर' अभ्यासातही नोंदवली होती : टाळाटाळ करणारे लोक सहसा एक काम टाळण्यासाठी काहीतरी दुसरे करतात. ते अगदी क्वचितच काही न करता फक्त बसून राहतात. पण त्या प्रवृत्तीचा फायदा घेण्याचा एक अधिक चांगला मार्ग आहे. रेमंड चँडलरने तो ओळखला होता.

काहीही न करण्याचा पर्याय (आणि आक्रमणाच्या इतर युक्त्या)

अँथनी ट्रॉलोप यांची लेखनशिस्त आत्मसंयमनासाठीचा एक मार्ग आहे. याचा उल्लेख आम्ही पाचव्या प्रकरणात केला आहे. पण जर तुम्ही ट्रॉलोपसारखे घड्याळ शेजारी ठेवून दर पंधरा मिनिटांत २५० शब्द लिहू शकत नसाल, तर काय? सुदैवाने, रेमंड चॅन्डलर यांच्या सौजन्याने सामान्य माणसांसाठी आणखी एक रणनीती आहे. दररोज सहजपणे गद्य लिहू शकणाऱ्या लेखकांचे त्यांना आश्चर्य वाटत असे.

द बिग स्लीप आणि इतर कालातीत अशा गुप्तहेर कथा लिहिण्यासाठी

चॅन्डलरची स्वतःची एक शिस्तबद्ध पद्धत होती. 'मी तर प्रेरणेची वाट पाहतो,' असे तो म्हणत असे; पण ती वाट पाहणेही तो रोज सकाळी ठरावीक पद्धतीने करत असे. त्याचा विश्वास होता, की एका व्यावसायिक लेखकाने आपल्या कामासाठी किमान चार तास दररोज राखून ठेवलेच पाहिजेत. तो म्हणायचा : 'त्याने लिहायलाच हवे असे नाही; आणि लिहावेसे वाटत नसेल, तर त्याने जबरदस्ती करू नये. तो खिडकीबाहेर पाहू शकतो, किंवा शीर्षासन करू शकतो, किंवा जमिनीवर लोळण घेऊ शकतो; पण त्याने कोणतेही दुसरे चांगले / सकारात्मक काम करू नये, वाचू नये, पत्रे लिहू नयेत, मासिके चाळू नयेत, किंवा चेकही लिहू नयेत.'

ही 'काहीही न करण्याची' पद्धत जवळजवळ कुठल्याही प्रकारच्या कामात टाळाटाळ रोखण्यासाठी एक अतिशय सोपी आणि प्रभावी युक्ती आहे. तुमचे काम जरी चॅन्डलरप्रमाणे एकच एक आणि स्पष्टपणे ठरलेले नसले, तरीही एकाच वेळी फक्त एकच काम करण्यासाठी ठरावीक वेळ राखून ठेवण्याचा तुम्हाला नक्कीच फायदा होऊ शकतो. उदाहरणार्थ, तुम्ही असा निर्धार करू शकता की, दिवसाची सुरुवात तुमच्या सर्वांत महत्त्वाच्या ध्येयासाठी दिलेल्या नव्वद मिनिटांनी करायची. मग त्या वेळेत ई-मेलचे व्यत्यय नाहीत, फोन कॉल नाहीत, आणि वेबवर कुठेही भटकंती नाही. फक्त चॅन्डलरची ही शिस्त पाळा :

'लिहा नाहीतर काहीच करू नका'. हे अगदी शाळेत शिस्त राखण्याच्या तत्त्वासारखेच आहे. जर तुम्ही विद्यार्थ्यांना शिस्तीत ठेवले, तर कंटाळा येऊ नये म्हणून ते आपोआप काहीतरी शिकतातच. ही पद्धत काम करते असे मला वाटते. दोन अगदी सोपे नियम आहेत –

(अ) तुम्हाला लिहायलाच हवे असे नाही.

(ब) पण त्याऐवजी तुम्ही दुसरे काहीही करू शकत नाही.

उरलेले सगळे आपोआप घडून येते.

'उरलेले सगळे आपोआप घडून येते.' – हीच ती आक्रमक पद्धतीने काम केल्यावर मिळणारी सहजता आहे, जी वरवर प्रयत्नही न करता मिळाल्यासारखी वाटते. चँडलर प्रत्यक्षात, आपण यापूर्वी चर्चा केलेल्या, अनेक तंत्रांचा एकत्रितपणे वापर करत होता. 'काहीही न करणे' हा एक ठाम, सरळ-सोप्या शब्दांत ठरवलेला नियम आहे – एक स्पष्ट, कुठलाही संभ्रम न ठेवणारी सीमारेषा, जशी एरिक क्लॅप्टन आणि मेरी कार यांनी घेतलेली दारू न पिण्याची शपथ. 'मी लिहू शकत नसेन, तर मी काहीच करणार नाही' हा चँडलरचा खास नियम म्हणजे प्रत्यक्षात एका अंमलबजावणीच्या योजनेचे उदाहरण आहे. म्हणजेच 'जर असे झाले, तर मी असे करेन' अशी ठरावीक रणनीती, जी इच्छाशक्तीवरचा ताण कमी करते, हे

संशोधनातून सिद्ध झाले आहे.

तुम्ही दुकानात गेले असताना, 'मी कपडे खरेदी करणारच असेन, तर फक्त माझ्या पाकिटात असलेल्या रोख रकमेइतकेच घेईन,' असे ठाग ठरवून गेलात, तर कर्ज काढण्याच्या मोहाला प्रतिकार करणे अधिक सोपे जाते. अशा प्रकारचा नियम तुम्ही प्रत्येक वेळी पाळलात, की तो सवयीचा भाग बनतो. हळूहळू तो आपोआप घडू लागतो आणि इच्छाशक्ती जपून ठेवण्याची एक टिकाऊ पद्धत म्हणजेच 'एक सवय' तयार होते.

खरं तर, कपड्यांच्या दुकानात कर्ज वाढू नये याचा आणखी सोपा मार्ग म्हणजे तिथे जाताना क्रेडिट कार्डच घेऊन न जाणे. पूर्वप्रतिबद्धता हे आक्रमक धोरणातील अंतिम शस्त्र आहे. जंक फूड लहान पॅकेट्समध्येच विकत घ्या आणि घेतलेच, तर ते स्वयंपाकघरात मुळीच ठेवू नका. जेवणाचे नियोजन आठवड्याभरासाठी आधीच करा, आयत्या वेळी नाही, विशेषतः संध्याकाळची जेवणाची वेळ होऊन गेल्यावर आणि भूक अनावर झालेली असते तेव्हा तर अजिबातच नाही. जर तुम्ही मूल होऊ देण्याचा विचार करत असाल, तर पगारातून आपोआप ठरावीक रक्कम वाचत जाईल अशी योजना आधीच सुरू करा. म्हणजे किमान दहा हजार डॉलरचा निधी तयार होईल. त्यामुळे पालकत्वाच्या सुरुवातीच्या त्या झोपेअभावी थकवणाऱ्या महिन्यात निदान पैशाचा ताण तुमच्यावर येणार नाही. जर तुम्हाला जुगाराची सवय असेल आणि तुम्ही अशा ठिकाणी जाणार असाल जिथे कॅसिनो आहे, तर आधीच 'स्वयं-बहिष्कार यादी'त (सेल्फ-एक्स्क्लूजन) नाव नोंदवा. यामुळे तुम्हाला कुठलीही जिंकलेली रक्कम मिळणारच नाही. शून्य पर्याय/ कोणताही पर्याय नसणे यासाठी स्वतःला आधीच बांधून ठेवायचे असेल, तर 'Freedom'सारखे सॉफ्टवेअर वापरा, जे ठरावीक कालावधीसाठी तुमचा इंटरनेटवरील प्रवेश पूर्णपणे बंद करते.

पूर्वप्रतिबद्धता आपल्याला आपण आधी चर्चा केलेल्या 'हॉट-कोल्ड एम्पथी गॅप' (उत्तेजित अवस्थेत आणि शांत मन:स्थितीत निर्णय घेण्यातील तफावत)पासून वाचवते. शांतपणे विचार करत असताना, पुढे भावनांच्या भरात आपण किती वेगळे वागू, हे ओळखण्यात होणारी ही सर्वसाधारण चूक आहे. आत्मसंयमनाच्या समस्यांमागचं एक अतिशय सामान्य कारण म्हणजे इच्छाशक्तीबद्दल असलेला अति आत्मविश्वास. अलीकडच्या एका अभ्यासात धूम्रपान करणाऱ्या व्यक्तींना अशी पैज लावायला सांगण्यात आले की, ते चित्रपट पाहताना आपल्या तोंडात न पेटवलेली सिगरेट धरून ठेवतील आणि तरीही ती ओढायच्या मोहाला बळी पडणार नाहीत. बऱ्याच जणांनी ही पैज स्वीकारली, आणि ते हरले. त्यापेक्षा सिगरेटच दुसरीकडे ठेवून स्वतःला आधीच बांधून ठेवणे अधिक शहाणपणाचे ठरते.

लक्ष ठेवा, नोंदी ठेवा

तुम्ही कोणतीही योजना आखा, तिचे नियमित निरीक्षण करणे अत्यंत महत्त्वाचे असते. आणि गंमत म्हणजे, अगदी योजना न आखताही ते उपयोगी ठरू शकते. रोज स्वतःचे वजन मोजणे किंवा खाण्याची नोंद ठेवणे वजन कमी करण्यात मदत करते; त्याचप्रमाणे, तुमच्या खर्चाची नोंद ठेवल्यास खर्चावर नियंत्रण ठेवता येते. ट्रोलोपसारखी रोज ठरावीक शब्दसंख्या लिहिण्याची क्षमता नसलेला लेखकसुद्धा दिवसाच्या सुरुवातीला आणि शेवटी आपली शब्दसंख्या नोंदवून मोठा फायदा मिळवू शकतो. आपल्याला एखादा आकडा लिहून ठेवावा लागणार आहे, फक्त एवढं माहीत असलं तरी काम पुढे ढकलण्याची सवय कमी होते. (किंवा असा दिखाऊ उद्योग थांबवतो, जो वरवर चांगला वाटतो; पण प्रत्यक्षात त्या शब्दसंख्येत काहीच भर घालत नाही). तुम्ही जितक्या काळजीपूर्वक नोंद ठेवता, तितका त्याचा फायदा अधिक होतो. आठवड्यातून एकदा वजन करणं चांगलं आहे. रोज वजन करणं त्याहून चांगलं आणि रोज वजन करून ते लिहून ठेवणं तर आणखीनच उत्तम.

स्वतःवर लक्ष ठेवणे कधीकधी कंटाळवाणे वाटू शकते; पण आज ते पूर्वीपेक्षा खूपच सोपे झाले आहे; कारण आता अशी अनेक नवीन साधने उपलब्ध आहेत, जी तुमच्यासाठी सगळी कष्टाची, पण कंटाळवाणी कामे करून देतात. पाचव्या प्रकरणात आपण चर्चा केल्याप्रमाणे, Mintसारखे किंवा तसेच इतर अनेक प्रोग्रॅम्स तुमचे क्रेडिट कार्ड आणि बँक व्यवहार आपोआप तपासू शकतात, बजेट तयार करू शकतात आणि तुमच्या उद्दिष्टांपर्यंतची प्रगती नोंदवू शकतात. Xpenser आणि Tweetwhatyouspendसारख्या प्रोग्रॅम्सच्या मदतीने तुम्ही ईमेल किंवा ट्विटरद्वारे स्वतःलाच संदेश पाठवून तुमचा रोख खर्चही नोंदवू शकता. उद्योजक तर आता तुमच्या आयुष्यातल्या जवळपास प्रत्येक बाबीवर लक्ष ठेवण्यासाठी उत्सुक झाले आहेत. यात अगदी तुमचे आरोग्य, तुमची मनःस्थिती, तुमची झोप यांसारख्या अनेक गोष्टींचा समावेश आहे. Quantified Self आणि Lifehacker सारख्या वेबसाइट्सवर तुम्हाला अशी डझनावारी साधने सहज सापडतील.

तत्काळ उत्साह देण्याव्यतिरिक्त, स्वतःवर लक्ष ठेवण्याचा आणखी एक मोठा फायदा म्हणजे तो तुमच्या दीर्घकालीन नियोजनात सुधारणा करतो. तुम्ही जर सातत्याने नोंदी ठेवत असाल, तर वेळोवेळी मागे वळून पाहून तुम्ही आतापर्यंत किती पुढे आला आहात हे तपासू शकता, आणि त्यानुसार भविष्यासाठी अधिक वास्तववादी उद्दिष्टे ठरवू शकता. ज्या दिवशी तुम्ही आळशीपणा करता, नियम मोडता, आणि स्वतःलाच 'माझं काहीच होणार नाही' असं म्हणून टाकावं असं वाटतं, त्या दिवशीही, मागील प्रगतीकडे पाहिलं तर वास्तव वेगळंच असल्याचं लक्षात येतं. जर गेल्या सहा महिन्यांचा आलेख तुमच्याकडे असेल आणि त्यावरची

रेषा हळूहळू खाली उतरत असल्याचं दिसत असेल तर मग चालू आठवड्यात दोन पाउंड वजन वाढलं तरी ते फारसं खचवणारं वाटत नाही.

वारंवार बक्षीस घ्या

तुम्ही एखादे उद्दिष्ट ठरवता तेव्हा ते पूर्ण केल्यावर स्वतःसाठी एखादे बक्षीसही ठरवा आणि ते मिळण्यापासून स्वतःला वंचित ठेवू नका. केवळ इच्छाशक्तीच्या जोरावर सतत स्वतःवर बंधने घातली, तर आत्मसंयम म्हणजे एक कंटाळवाणा, ज्याचे आभारही मानता येणार नाहीत, असा संघर्ष ठरतो; पण तोच आत्मसंयम एखादी चांगली गोष्ट मिळवण्यासाठी वापरला, तर अगदी कंटाळवाण्या कामांतूनही आनंद मिळवता येतो. स्वतःच्या आत्मसन्मानाच्या चळवळीत सर्वांनाच ट्रॉफी मिळायला हव्यात, या विचारावर आम्ही टीका केली आहे; पण खऱ्या कामगिरीसाठी बक्षिसे दिली गेली, तर त्यांना काहीच हरकत नाही. पालकत्वावरील प्रकरणात आपण पाहिलं आहे की, आत्मसंयम वाढवण्यासाठी सर्वांत परिणामकारक उपायांमध्ये बक्षिसांचा समावेश असतो, मग ती बक्षिसं ब्रिटिश आया देत असोत, आशियाई-अमेरिकन माता देत असोत, किंवा संगणक-खेळ तयार करणारे डिझायनर देत असोत. यांना कधीच शिस्त लागू शकणार नाही, असे ज्या तरुण मुलांबद्दल वाटते तेच संगणकावर मात्र तासन्‌तास खेळांमध्ये अतिशय तल्लीन होतात. त्या खेळांसाठी लागणारी कौशल्ये प्रत्यक्षात अधिक उपयुक्त कामांसाठी लागणाऱ्या कौशल्यांसारखीच असतात. जसे की, स्क्रीनवरची माहिती पाहणे, अल्पकालीन आणि दीर्घकालीन उद्दिष्टांमध्ये समतोल साधणे, निर्णय घेणे आणि क्लिक करून अमलात आणणे, हे सगळं एकाच वेळी करावं लागतं. संगणक-खेळ उद्योगाची अफाट वाढ याच कारणामुळे झाली आहे. वयाच्या एकविसाव्या वर्षापर्यंत एक सरासरी अमेरिकन तरुण सुमारे दहा हजार तास संगणक-खेळ खेळलेला असतो. ही प्रचंड वाढ झाली कारण लोक प्रोत्साहनांना कशा प्रकारे प्रतिसाद देतात, हे या खेळांचे डिझायनर प्रत्यक्ष आणि मोठ्या प्रमाणावर पाहू शकत होते, अशी संधी त्यांना यापूर्वी कधीच मिळाली नव्हती.

ऑनलाइन खेळ म्हणजे जणू प्रेरणादायी रणनीतींवर आजवर केलेला सर्वांत मोठा प्रयोगच ठरला. लाखो ऑनलाइन खेळाडूंनी दिलेल्या तत्काळ प्रतिसादातून गेम डिझायनर्सना अगदी अचूकपणे समजलं की, कोणती प्रोत्साहनं परिणामकारक ठरतात. वारंवार मिळणारी छोटी छोटी बक्षिसं आणि अधूनमधून मिळणारी एखादी मोठी बक्षिसं, यांचा योग्य मिलाप परिणामकारक ठरतो, असं त्यांच्या लक्षात आलं. इथे खेळाडू लढाया हरले, त्यांनी चुका केल्या किंवा ते 'मरण' पावले, तरीही त्यांची प्रेरणा टिकून राहते, कारण इथे शिक्षेपेक्षा बक्षिसांवर जास्त भर असतो. आपण

अपयशी ठरलो आहोत असं वाटण्याऐवजी, आपल्याला अजून यश मिळालेलं नाही, असंच त्यांना वाटत राहतं.

खरं तर तीच भावना आपल्याला प्रत्यक्ष जीवनात निर्माण करायची आहे आणि ती आपण आपल्या छोट्या छोट्या यशांसाठी स्वतःला हळूहळू बक्षीस देऊन निर्माण करू शकतो. उदाहरणार्थ, धूम्रपान पूर्ण एक वर्ष सोडणं हे मोठं ध्येय आहे आणि त्यासाठी मोठं बक्षीस मिळायलाच हवं. मग निदान सिगरेटवर खर्च होणारे पैसे एखाद्या खास, विलासी गोष्टीवर खर्च करा. जसं की, एखाद्या अति महागड्या हॉटेलमध्ये जेवण करणं. पण जितकं मोठ्या यशासाठी मोठं बक्षीस महत्त्वाचं आहे, तितकंच छोट्या यशांसाठी छोटी छोटी बक्षिसं देणंसुद्धा फार आवश्यक आहे. त्याने प्रेरणा मिळत असल्याने ते फार हलकं आहे, असं समजू नका. उदाहरणार्थ, लोकांना फक्त दोन मिनिटे दात आणि जिभेची स्वच्छता करण्यासाठी कसे प्रवृत्त कराल? त्यांना असा इलेक्ट्रिक ब्रश विका, ज्याने दोन मिनिटे दात घासून आल्यावर एक हसरा चेहरा दिसतो. Braun या कंपनीच्या काही इलेक्ट्रिक टूथब्रश मॉडेल्समध्ये असं होतं. त्याने हे दात घासायला लावणं साध्य करता येऊ शकतं. साधी मजेशीर चित्रं कदाचित तुमच्यासाठी काम करणार नाहीत; पण काहीतरी दुसरं नक्कीच काम करेल. एस्थर डायसनला हे सांगायला आवडतं की, अनेक वर्षे नियमित फ्लॉस करण्यात अपयश येत गेल्यावर, शेवटी तिला योग्य प्रेरणा सापडली. जसं आम्ही आधी सांगितलं, त्याप्रमाणे तिचं जीवन इतर बाबतीत फारच शिस्तबद्ध होतं. त्यात रोज एक तास पोहायला स्वतःला भाग पाडणं याचाही समावेश होता. एका संध्याकाळी तिच्या मनात अचानक एक विचार चमकून गेला : 'जर मी आज रात्री माझे दात फ्लॉस केले, तर उद्या पोहताना स्वतःला मध्ये पाच मिनिटे विश्रांती घेऊ देईन.' ती गोष्ट चार वर्षांपूर्वीची आहे, आणि त्यानंतर ती जवळजवळ प्रत्येक रात्री फ्लॉस करते. वाचताना तुम्हाला हे फार मजेशीर वाटू शकतं; पण हे विलक्षण प्रभावी आहे. प्रत्येकाला स्वतःसाठी अशी छोटीशी गोष्ट सापडायला हवी. हे दिलेलं बक्षीस गरजेसाठी योग्य असलं पाहिजे.

आत्मसंयमनाचे भविष्य

अलीकडच्या काळापर्यंत, स्वतःवर नियंत्रण ठेवण्यासाठी बहुसंख्य लोक पारंपरिक पद्धतीवर अवलंबून असायचे : त्यांनी हे काम देवावर सोपवलेले होते. नाहीतर मग निदान त्यांच्या धर्मातील इतर सदस्यांवर तरी अवलंबून होते. दैवी आदेश आणि संप्रदायातील इतर लोकांचा सामाजिक दबाव हे बहुसंख्य लोकांसाठी स्वतःवर नियंत्रण ठेवण्याचे सर्वांत प्रभावी साधन होते, असे इतिहासात दिसून येते. आज जरी काही ठिकाणी धर्माचा प्रभाव कमी होत असला तरी, लोक स्वतः

वर नियंत्रण ठेवण्याचे इतर मार्ग शिकत आहेत, जसे मित्रांवर, स्मार्टफोनवर, वर्तन निरीक्षण करणाऱ्या आणि अटी लागू करणाऱ्या वेबसाइट्सवर, चर्चच्या तळघरात भेटणाऱ्या शेजाऱ्यांवर आणि इलेक्ट्रॉनिक पद्धतीने जोडलेल्या सोशल नेटवर्क्सवर अवलंबून राहणे. आपल्याकडील साधनांमुळे आपण जवळजवळ प्रत्येक गोष्टीचे मोजमाप करू शकतो आणि ते नवीन समुदायांसोबत शेअर करू शकतो. दरम्यान, अधिकाधिक लोकांना कळू लागले आहे की, कमकुवत आत्मसंयमन हे वैयक्तिक आणि सामाजिक समस्यांचे मुख्य कारण आहे. जेव्हा समाज आधुनिक होतो, तेव्हा नव्याने संपन्न झालेल्या लोकांना सुरुवातीला आधी प्रतिबंधित (किंवा न परवडणाऱ्या) असलेल्या फळांचे अति सेवन करायला आवडते; पण नंतर ते आयुष्य जगण्याचा अधिक समाधानी मार्ग शोधू लागतात.

आत्मसंयमनाचा उद्देश फक्त जास्त 'फलदायी' होणे नाही. आजकाल लोकांना बेन्जामिन फ्रँकलिन आणि व्हिक्टोरियन काळातील लोकांइतके कठोर परिश्रम करावे लागत नाहीत. एकोणिसाव्या शतकात, सर्वसामान्य कामगाराला दररोज फक्त एक तासाचा विरंगुळाच मिळायचा आणि निवृत्तीबद्दल तर विचारही करता यायचा नाही. आज आपण आपल्या प्रौढ वयातील जागृत वेळेच्या फक्त सुमारे पाच भाग वेळाएवढेच काम करतो. उर्वरित वेळ ही एक अभूतपूर्व देणगी आहे, मानवी इतिहासातील अद्वितीय असा आशीर्वाद आहे; पण त्याचा आनंद घेण्यासाठी आपल्याला तेवढेच अभूतपूर्व आत्मसंयमन लागते. आपल्यापैकी खूप सारे लोक आनंदाच्या गोष्टींबाबत सुद्धा टाळाटाळ करतात; कारण संसाधनांच्या कमतरतेचा अंदाज बांधताना, वर्तन अर्थशास्त्रज्ञ ज्याला नियोजनात्मक भ्रम म्हणतात, त्याला ते बळी पडतात. आपण असे गृहीत धरतो की, काहीतरी चमत्कार घडेल आणि भविष्यात आपल्याला आजच्या तुलनेत अधिक मोकळा वेळ मिळेल. त्यामुळे आपण तीन महिन्यांनंतरच्या एखाद्या कामाच्या जबाबदारीला होकार देतो, जी कदाचित आपण पुढील आठवड्यात स्वीकारलीच नसती आणि नंतर खूप उशिरा लक्षात येते की, आपल्याकडे त्यासाठी अजूनही वेळ नाही. संशोधक याला 'होय कमाल आहे' प्रभाव (Yes Damn effect) असे म्हणतात.

आणि आपण सध्याच्या सुखांचाही आनंद घेत नाही, जसे की प्राणिसंग्रहालयाला भेट देणे किंवा सप्ताहाअखेरीस सुट्टीस जाणे. हा उशीर इतका होतो की, विमान कंपन्या आणि इतर दुकानदार त्यातून वर्षाला अब्जावधी डॉलर्स कमावतात. कारण वारंवार प्रवास करणाऱ्या कित्येक प्रवाशांचे प्रवासी माइल्स आणि भेटवस्तूंची प्रमाणपत्रे वापरलीच जात नाहीत. जसे काही अत्यंत कंजूस लोक पैसे वाचवताना झालेल्या चुकीबद्दल खंत करतात, तसेच टाळाटाळ किंवा उशीर करणाऱ्यांनाही त्यांनी न घेतलेल्या सहलींमुळे आणि त्यातून गमावलेल्या

आनंदामुळे पश्चात्ताप होतो. तुम्ही जे काही करत असाल, काम करत असाल किंवा खेळत असाल, आक्रमक दृष्टिकोन ठेवल्याने तुम्हाला अधिक आनंद मिळेल आणि ताण कमी होईल. एखाद्या उष्ण कटिबंधीय बेटावर तीन आठवडे काहीही न करता घालवणे, ही तुमची स्वर्गसुखाची कल्पना असू शकते; पण तुम्ही त्यासाठी आधीपासून योजना बनवली नाही, तर ते होणे शक्य नाही. आणि कामाचे व्यसन असलेल्या लोकांसाठी कदाचित, स्वर्गात काम न करण्यासाठी काही स्पष्ट नियम तयार करणेही आवश्यक आहे.

आत्म संयमन हे स्व-मदतीपेक्षाही अधिक काही आहे. पृथ्वीवरील आपला वेळ सुखाने व्यतित करण्यासाठी आणि आपल्या प्रियजनांसोबत आनंद वाटून घेण्यासाठी ते अत्यंत आवश्यक आहे. बाउमिस्टर यांच्या प्रयोगांमध्ये सिद्ध झालेल्या सर्व फायद्यांपैकी अत्यंत दिलासादायक बाब ही आहे की, ज्यांची इच्छाशक्ती जास्त असते, ते अधिक परोपकारी असतात. ते दान करण्यास, स्वयंसेवा करण्यास आणि ज्यांना राहण्याची जागा नाही त्यांना आपल्या घरात आश्रय देण्यास अधिक तयार असतात. इच्छाशक्ती ही आपल्यापूर्वीच्या पिढ्यांसाठी गरजेची होती कारण त्यांना आपल्या कुळातील इतर सदस्यांसोबत चांगले संबंध ठेवणे आवश्यक होते आणि आजही इच्छाशक्ती तीच भूमिका बजावत आहे. आतली शिस्त ही आजही बाहेरच्या वागण्यात सौजन्य आणि सौम्यता आणते.

म्हणूनच, या पुस्तकात वर्णन केलेल्या सर्व चुका आणि कमतरतांनंतरही, आत्मसंयमनाबाबत आशावादी राहण्याचे कारण आहे. इच्छाशक्ती अजूनही विकसित होत आहे. आपल्यापैकी बऱ्याच जणांनी नव्या प्रलोभनांपुढे शरणागती पत्करली आहे आणि पुढेही अनेक अनपेक्षित आव्हाने येत राहणार आहेत. पण कोणतेही नवीन तंत्रज्ञान आले तरी, नवीन धोके कितीही प्रचंड किंवा भयंकर वाटले तरी, माणसांकडे त्यांना सामोरे जाण्याची क्षमता आहे. आपल्या इच्छाशक्तीमुळेच आपण पृथ्वीवरील जुळवून घेण्यास सर्वांत जास्त सक्षम असलेले प्राणी बनलो आहोत, आणि आता आपण परस्परांना ते कसे वापरायला मदत करता येईल, हे पुन्हा नव्याने शोधत आहोत. आपण पुन्हा एकदा शिकत आहोत की, इच्छाशक्ती हा असा सद्गुण आहे, जो आपल्या प्रजातीला वेगळे करतो आणि आपल्यापैकी प्रत्येकाला मजबूत बनवतो.